ദ

മിറെക്ക്ൾ

ഇക്വേഷൻ

ദ മിറെക്കിൾ ഇക്വേഷൻ

ഹാൽ എൽറോഡ്

വിവർത്തനം : നേഹ മേരി

MANJUL

മഞ്ജുൾ പബ്ലിഷിങ് ഹൗസ്

First published in India by

MANJUL

Manjul Publishing House

Corporate and Editorial Office

• 2nd Floor, Usha Preet Complex, 42 Malviya Nagar, Bhopal 462 003 - India

Sales and Marketing Office

• C-16, Sector 3, Noida, Uttar Pradesh 201301, India

Website: www.manjulindia.com

Distribution Centres

Ahmedabad, Bengaluru, Kochi, Kolkata, Chennai,
Hyderabad, Mumbai, New Delhi, Pune

Malayalam translation of *The Miracle Equation* by Hal Elrod

This edition first published in 2026

ISBN 978-93-7317-299-6

Translation by Neha Mary

Printed and bound in India by Repro India Limited

ഈ പുസ്തകം എന്റെ ഹൃദയം ഉൾപ്പെടുന്ന, എന്റെ ലോകം – എന്റെ കുടുംബത്തെ ചുറ്റിപ്പറ്റിയുള്ള ആളുകൾക്ക് സമർപ്പിക്കുന്നു.

എന്റെ ഭാര്യ ഉർസുല, നിന്റെ സ്നേഹവും പിന്തുണയും മൂലം ഞാൻ ചെയ്യുന്നതെല്ലാം സാധ്യമാകുന്നു (ഈ പുസ്തകം ഉൾപ്പെടെ). ഞാൻ നിന്നെ ആരാധിക്കുന്നു.

സോഫിയും ഹാൽസ്റ്റണും, നിങ്ങൾ എന്റെ പ്രിയപ്പെട്ട അത്ഭുതങ്ങളാണ്. എനിക്ക് ആകാൻ കഴിയുന്ന ഏറ്റവും നല്ല പിതാവാകുക എന്നതാണ് ജീവിതത്തിലെ എന്റെ ദൗത്യം.

എനിക്ക് (അല്ലെങ്കിൽ ഏതൊരു എഴുത്തുകാരനും) വാക്കുകളിൽ വിവരിക്കാൻ കഴിയുന്നതിനേക്കാൾ കൂടുതൽ ഞാൻ നിങ്ങളെ സ്നേഹിക്കുന്നു.

ഉള്ളടക്കം

ആമുഖം

ആരംഭിക്കുന്നതിന് മുമ്പ്

നമ്മൾ തുടങ്ങുന്നതിനു മുമ്പ്, എന്റെ അവസാന പുസ്തകമായ *വിസ്മയ പുലരി* എന്നെ ആശയക്കുഴപ്പത്തിലാക്കി.

എന്റെ ലക്ഷ്യം *ഒരു ദശലക്ഷം ജീവിതങ്ങളെ, ഒരു പ്രഭാതത്തിൽ, മാറ്റുക എന്നതായിരുന്നു.* ഞാൻ ആ ലക്ഷ്യം ഗൗരവമായി എടുത്തു. പതിനെട്ട് മാസത്തിലധികം തുടർച്ചയായ പ്രമോഷൻ വേണ്ടിവന്നു, ആ ലക്ഷ്യത്തിലെത്താൻ അഞ്ച് വർഷത്തിലധികം എടുത്തു, പക്ഷേ പുസ്തകം ഒടുവിൽ അത് ആവശ്യമുള്ള ഒരു ദശലക്ഷത്തിലധികം ആളുകളുടെ കൈകളിലെത്തി. അവിടെ എത്താൻ, നൂറുകണക്കിന് പോഡ്കാസ്റ്റുകളിൽ എന്നെ അഭിമുഖം ചെയ്തു, ഒരു ഡസനി ലധികം ടെലിവിഷൻ അഭിമുഖങ്ങൾ നടത്തി, എന്റെ പ്രഭാഷണ ഇടപഴകൽ കലണ്ടറിൽ നിറഞ്ഞു, *വായനക്കാരുമായി നേരിട്ട് സംവദിക്കാൻ കഴിയുന്ന ഒരു ഫേസ്ബുക്ക് കമ്മ്യൂണിറ്റി സൃഷ്ടിച്ചു, ലളിതവും എന്നാൽ വളരെ ഫലപ്രദവുമായ ദൈനംദിന വ്യക്തിഗത വികസന പരിശീലനത്തിലൂടെ സ്വയം മെച്ചപ്പെടുത്താൻ ആഗ്രഹി ക്കുന്നവർക്ക് ഒരു ദീപം പ്രകാശിപ്പിക്കാൻ.*

പുറത്തു നിന്ന് നോക്കുമ്പോൾ, ഞാൻ ആ ലക്ഷ്യം നേടിയ തായി തോന്നി. ആ പുസ്തകം വായിച്ച, ഫേസ്ബുക്കിലെ വിസ്മയ പുലരി കമ്മ്യൂണിറ്റിയിൽ ചേർന്ന, അല്ലെങ്കിൽ മുൻ രണ്ട് ക്യാമ്പുകളിലെ ഒരാളുടെ സ്വാധീനം അനുഭവിച്ച പത്ത് ലക്ഷ ത്തിലധികം ആളുകളിൽ ഒരാളാണ് നിങ്ങളെങ്കിൽ, *നിങ്ങൾ തല പുകയ്ക്കുന്നുണ്ടാകാം, ഇത്രയധികം ആളുകളിലേക്ക് എത്തിച്ചേർ ന്നതും സഹായിച്ചതായി തോന്നുന്നതുമായ ഒരു പുസ്തകവും ഒരു സന്ദേശവും എങ്ങനെ വിജയമായി കണക്കാക്കാതിരിക്കാൻ കഴിയും?* എനിക്കറിയാം. ഈ കാഴ്ചപ്പാട് സ്വയം അംഗീകരിക്കാൻ എനിക്ക് കുറച്ച് സമയമെടുത്തു. എല്ലാ അളവുകോലുകളും നോക്കിയാൽ, ഞാൻ എന്റെ ലക്ഷ്യം നേടിയിരിക്കുന്നു.

നൂറിലധികം രാജ്യങ്ങളിലായി ലക്ഷക്കണക്കിന് ആളുകൾ ഇപ്പോൾ വിസ്മയ പുലരി ദിനംപ്രതി അഭ്യസിക്കുന്നു. അത്ഭുത കരമായ ആരോഗ്യ വീണ്ടെടുക്കൽ കഥകൾ (കാൻസർ അതി

ജീവിച്ചവർ മുതൽ അപകടബാധിതർ വരെ) നിരവധി പൗണ്ട് ശരീരഭാരം കുറയ്ക്കുകയും പുസ്തകങ്ങൾ എഴുതുകയും പുതിയ ബിസിനസ്സുകൾ ആരംഭിക്കുകയും ചെയ്ത ആളുകളിൽ നിന്ന് എനിക്ക് ദിവസവും സന്ദേശങ്ങൾ ലഭിക്കുന്നു. ആളുകൾ മുന്നോട്ട് നീങ്ങുകയും യാത്ര ചെയ്യുകയും സ്നേഹം കണ്ടെത്തുകയും ചെയ്തു. പൊതുവേ, വിസ്മയ പുലരി എണ്ണമറ്റ ആളുകളെ അവരുടെ സ്വന്തം അതുല്യമായ സമ്മാനങ്ങൾ കണ്ടെത്താനും പങ്കിടാനും സഹായിച്ചിട്ടുണ്ട്, അത് നാമെല്ലാവരുടെയും ലോകത്തെ മികച്ചതാക്കുന്നു.

എന്നിരുന്നാലും, 2012-ൽ ആ പുസ്തകം പ്രസിദ്ധീകരിച്ചതു മുതൽ എന്തോ ഒന്ന് എന്നെ അലട്ടുന്നുണ്ടായിരുന്നു. നിങ്ങളുടെ ജീവിതത്തിൽ നിങ്ങൾ ആഗ്രഹിക്കുന്നതെല്ലാം നേടുന്നതിന് ആവശ്യമായ ആന്തരിക ഗുണങ്ങളും സ്വഭാവസവിശേഷതകളും വികസിപ്പിക്കാൻ നിങ്ങളെ പ്രാപ്തരാക്കുന്നത് പ്രതിജ്ഞാബദ്ധമായ ദൈനംദിന വ്യക്തിഗത വികസന പരിശീലനമാണെങ്കിലും, അത് യഥാർത്ഥത്തിൽ നേട്ടങ്ങൾ സൃഷ്ടിക്കുന്നില്ല. ഒരു തരത്തിൽ പറഞ്ഞാൽ, ഇത് സമവാക്യത്തിന്റെ പകുതി മാത്രമാണ്. നിങ്ങൾക്ക് എല്ലാ ദിവസവും ധ്യാനിക്കാം, വ്യക്തിത്വ വികസന പുസ്തകങ്ങൾ വായിക്കാം, ജേർണലിംഗ് വഴി വ്യക്തത നേടാം, നിങ്ങൾക്ക് എക്കാലത്തെയും ഏറ്റവും അറിവുള്ള, ആത്മവിശ്വാസമുള്ള, തയ്യാറായ വ്യക്തിയാകാം – എന്നിട്ട് ഒന്നും ചെയ്യാതിരുന്നാൽ അത് എത്രത്തോളം സഹായകരമാണ്?

ഒരുപക്ഷേ ഈ സാഹചര്യം നിങ്ങൾക്ക് പരിചിതമായി തോന്നാം. വായിക്കാൻ സമയമില്ലാത്തത്ര ജ്ഞാനം നിങ്ങളുടെ പുസ്തക ഷെൽഫുകളിൽ നിറഞ്ഞു കവിയുന്നു, അല്ലെങ്കിൽ "നിങ്ങളുടെ ജീവിതം എങ്ങനെ രൂപാന്തരപ്പെടുത്താം" എന്ന പ്രഭാഷണങ്ങളിലും സമ്മേളനങ്ങളിലും നിങ്ങൾ പതിവായി പങ്കെടുക്കുന്ന ആളാണ്. എന്നിട്ടും, എന്തോ നഷ്ടപ്പെട്ടതായി നിങ്ങൾക്ക് തോന്നുന്നു. ഫലങ്ങൾ ഒന്നുമില്ല. നിങ്ങളുടെ ബാങ്ക് അക്കൗണ്ട് നിങ്ങൾ ആഗ്രഹിക്കുന്നിടത്തല്ല. നിങ്ങൾ നിലനിർത്തുന്നതും നിങ്ങൾ പ്രതീക്ഷിച്ചതുമായ വ്യക്തിബന്ധം... അത്ര്യക്ക് സംതൃപ്തമല്ല. ഒരുപക്ഷേ നിങ്ങൾ ഒരു ബിസിനസ്സ് ആരംഭിക്കുന്നതിനോ കെട്ടിപ്പടുക്കുന്നതിനോ, നിങ്ങൾക്ക് അനുയോജ്യമായ ഒരു കരിയർ കണ്ടെത്തുന്നതിനോ, അല്ലെങ്കിൽ നിങ്ങളുടെ ദൈനംദിന ജീവിതത്തിൽ സന്തോഷം കണ്ടെത്തുന്നതിനോ വേണ്ടി പാടുപെടുന്നു

ണ്ടാകാം. അല്ലെങ്കിൽ മുകളിൽ പറഞ്ഞതെല്ലാം സംഭവിച്ചിട്ടുണ്ടാകാം, എന്നിട്ടും വ്യക്തിപരമോ തൊഴിൽപരമോ ആയ വിജയത്തിന്റെ അടുത്ത തലം കൈവരിക്കാൻ നിങ്ങൾ ഇപ്പോഴും പ്രേരിതരാണ്.

ഈ സാഹചര്യത്തിൽ നിങ്ങൾ സ്വയം കണ്ടെത്തിയിട്ടുണ്ടെങ്കിൽ (എന്നെ വിശ്വസിക്കൂ, ഞാൻ തന്നെ അതിൽ കുറ്റക്കാരനാണ്), നിങ്ങൾ (ഒരുപക്ഷേ അറിയാതെ) “വ്യക്തിത്വ വികസനത്തിന് അടിമകളായ” ഒരു കൂട്ടത്തിന്റെ ഭാഗമാകാൻ സാധ്യതയുണ്ട്. സുഖം പ്രാപിക്കുന്ന ഒരു അംഗമെന്ന നിലയിൽ, ആ ആഹ്-ഹ! നിമിഷങ്ങളുടെ ഉന്നതി നമുക്ക് ഇഷ്ടമാണെന്ന് എനിക്കറിയാം, അതാണ് നമ്മൾ പിന്തുടരുന്നത്. പക്ഷേ ഒന്നും ഒരിക്കലും ശരിക്കും മാറുന്നില്ല. ശാശ്വതമായ പരിവർത്തനം സംഭവിക്കുന്നില്ല. നമ്മൾ മുന്നോട്ട് പോകുന്നു, എപ്പോഴും ഒരേ കാര്യങ്ങൾ തന്നെ ആഗ്രഹിക്കുന്നു. ജ്ഞാനത്തിന്റെ ഓരോ പുതിയ കണികയും ഉൾക്കൊള്ളുന്നതിലൂടെ ഞാൻ സ്വയം ഒരു മികച്ച പതിപ്പായി മാറിയെന്ന് വിശ്വസിച്ചുകൊണ്ട് ഞാൻ ഒന്നിനു പുറകെ ഒന്നായി പുസ്തകങ്ങൾ വിഴുങ്ങുമായിരുന്നു. എന്റെ തലച്ചോറിൽ സുരക്ഷിതമായി ഒളിപ്പിച്ചുവെച്ച ആ അറിവ് മാത്രം മതിയെന്ന മട്ടിൽ. ദൈനംദിന വ്യക്തിത്വ വികസനത്തിൽ ഏർപ്പെടുന്നത് തന്നെ മതിയെന്ന് കരുതുന്നത് അസാധാരണമല്ല. പക്ഷേ അങ്ങനെയല്ല. ലക്ഷ്യങ്ങൾ വെക്കുന്നതിൽ നിങ്ങൾക്ക് മടുപ്പുണ്ടെങ്കിൽ, അവ നേടാത്തതിന് സ്വയം കുറ്റപ്പെടുത്തുകയാണെങ്കിൽ, നിങ്ങൾ ഒറ്റയ്ക്കല്ല (കൂടാതെ ഈ പുസ്തകത്തിൽ നിന്ന് നിങ്ങൾക്ക് ധാരാളം കാര്യങ്ങൾ ലഭിക്കും).

നിങ്ങളുടെ ജീവിത നിലവാരം സ്ഥിരമായി മെച്ചപ്പെടുത്തുന്ന അർത്ഥവത്തായ ലക്ഷ്യങ്ങൾ സ്ഥാപിക്കുന്നതിനും നേടുന്നതിനും തെളിയിക്കപ്പെട്ട ഒരു പ്രക്രിയയിലൂടെ നിങ്ങളുടെ ദൈനംദിന വ്യക്തിഗത വികസന രീതി പിന്തുടരണം. എന്റെ ജീവിതം ഒന്ന് നോക്കി, എനിക്ക് കൂടുതൽ ചെയ്യാൻ കഴിയുമെന്ന് തിരിച്ചറിഞ്ഞ ആ ദിവസം എനിക്ക് ഇപ്പോഴും ഓർമ്മയുണ്ട്. *എനിക്ക് ഇതിലും കൂടുതൽ ആകാൻ കഴിയും. ഇനി ഞാൻ ഒത്തുതീർപ്പിന് തയ്യാറല്ല.* എന്റെ ചെറുപ്പകാലം മുഴുവൻ ഞാൻ അതിജീവിച്ചു, ഏറ്റവും വലിയ വരുമാനം ലഭിക്കാൻ ആവശ്യമായ ഏറ്റവും ചെറിയ പരിശ്രമം പോലും നടത്തി, ഇനി എനിക്ക് അതിനോട്

യോജിപ്പില്ലായിരുന്നു. അങ്ങനെ എന്റെ മനസ്സിൽ വ്യക്തമായി സങ്കൽപ്പിക്കാൻ കഴിഞ്ഞാൽ അവ എന്നിലേക്ക് വരുമെന്ന് പ്രതീക്ഷിക്കുന്നതിനുപകരം (ആശിക്കുന്നത് പോലെ) എന്റെ ഏറ്റവും വലിയ ലക്ഷ്യങ്ങളിലേക്ക് ഞാൻ സജീവമായി നീങ്ങാൻ തുടങ്ങി. കാലക്രമേണ, വ്യക്തിത്വ വികസനത്തെക്കുറിച്ചുള്ള എല്ലാ അറിവുകളുടെയും സമന്വയത്തെ പ്രവർത്തനത്തിലേക്ക് വിവർത്തനം ചെയ്യുന്ന ഒരു പ്രക്രിയ ഞാൻ വികസിപ്പിച്ചെടുത്തു. പലപ്പോഴും ലളിതവും തികച്ചും സാധാരണവുമായ ആ പ്രവൃത്തിയിൽ നിന്ന് അസാധാരണമായ ഫലങ്ങൾ ഉണ്ടാകുമെന്ന് ഞാൻ മനസ്സിലാക്കി.

നിങ്ങൾ വ്യക്തിഗത വികസന ലോകത്ത് സ്ഥിരമായി പ്രവർത്തിക്കുന്ന ആളാണെങ്കിൽ, എന്തും സാധ്യമാണെന്ന് നിങ്ങൾ ഇതിനകം കേട്ടിട്ടുണ്ട്. ഞാനും അത് വിശ്വസിക്കുന്നു. എന്നിരുന്നാലും, നിങ്ങളുടെ ഏറ്റവും വലിയ സ്വപ്നങ്ങളെ നേരിടാനുള്ള ആന്തരിക പ്രചോദനത്താൽ നിങ്ങളെ രാവിലെ കിടക്കയിൽ നിന്ന് എഴുന്നേൽപ്പിക്കാൻ സാധ്യമായ കാര്യങ്ങൾ പര്യാപ്തമല്ല. അങ്ങനെ ആയിരുന്നെങ്കിൽ എന്ന് ഞാൻ ആഗ്രഹിക്കുന്നു, പക്ഷേ അങ്ങനെയല്ല. പകുതി വഴിയിൽ നിർത്തിയ ഒരു പ്ലാൻ വാഗ്ദാനം ചെയ്യുന്നത് പോരാ. എന്റെ അടുത്ത പുസ്തകത്തിലൂടെ – ഈ പുസ്തകത്തിലൂടെ – നിങ്ങളുടെ വിജയത്തെ സാധ്യമായതിൽ നിന്ന് *സംഭാവ്യതയിലേക്കും* ഒടുവിൽ *അനിവാര്യമായതിലേക്കും* മാറ്റാൻ സഹായിക്കുന്ന എന്തെങ്കിലും സൃഷ്ടിക്കാൻ ഞാൻ ആഗ്രഹിച്ചു.

ആ പ്രക്രിയയാണ് അത്ഭുത സമവാക്യം. നിങ്ങൾക്ക് മനസ്സിലാകുന്നതുപോലെ, അത്ഭുത സമവാക്യം വിശദീകരിക്കാൻ വളരെ ലളിതമാണ്, പക്ഷേ നമ്മുടെ സമൂഹത്തിലെ ഒരു ചെറിയ ശതമാനം ആളുകൾക്ക് മാത്രമേ അത് എങ്ങനെ നടപ്പിലാക്കണമെന്ന് മനസ്സിലാകൂ. ഇതിൽ രണ്ട് തീരുമാനങ്ങൾ മാത്രമേ ഉള്ളൂ :

ആദ്യത്തെ തീരുമാനം *അചഞ്ചലമായ വിശ്വാസം നിലനിർത്തുക* എന്നതാണ്, രണ്ടാമത്തേത് *അസാധാരണമായ പരിശ്രമം നടത്തുക* എന്നതാണ്, കൂടാതെ സ്പഷ്ടവും അളക്കാവുന്നതുമായ അത്ഭുതങ്ങൾ സൃഷ്ടിക്കുന്നതിനുള്ള താക്കോൽ രണ്ടും ദീർഘകാലത്തേക്ക് ചെയ്യുക എന്നതാണ്.

ലോകത്തിലെ ഏറ്റവും മികച്ച നേട്ടക്കാർ, നൂതനാശയക്കാർ,

മനുഷ്യസ്നേഹികൾ, കായികതാരങ്ങൾ, ലോകത്തിന് ഗണ്യമായ സംഭാവന നൽകിയ മറ്റാരെയും കുറിച്ച് പഠിക്കുമ്പോൾ, അവർക്ക് കഴിയുന്നത്ര അചഞ്ചലമായ വിശ്വാസം സ്ഥാപിച്ച് നിലനിർത്തിക്കൊണ്ടും, പിന്നീട് അവർ അത് ചെയ്യുന്നത് വരെ അസാധാരണമായ പരിശ്രമം നടത്തിക്കൊണ്ടും അവർ അങ്ങനെ ചെയ്തിട്ടുണ്ടെന്ന് നമുക്ക് കാണാൻ കഴിയും. നിങ്ങൾ നിരന്തരം അചഞ്ചലമായ വിശ്വാസം നിലനിർത്തുകയും ദീർഘകാലത്തേക്ക് അസാധാരണമായ പരിശ്രമം നടത്തുകയും ചെയ്യുമ്പോൾ, നിങ്ങൾക്ക് പരാജയപ്പെടാൻ കഴിയില്ല. നിങ്ങൾ ഇടറിവീണേക്കാം, തിരിച്ചടികൾ നേരിടേണ്ടി വന്നേക്കാം, പക്ഷേ നിങ്ങളുടെ വിജയം ആത്യന്തികമായി സാധ്യമായതിൽ നിന്ന്... സംഭാവ്യതയിലേക്ക്... അനിവാര്യമായതിലേക്ക് നീങ്ങും.

നിങ്ങളുടെ ലക്ഷ്യങ്ങളിൽ എത്തിച്ചേരുന്നത് അനിവാര്യമാക്കാൻ കഴിയുന്ന ഘട്ടത്തിലാണ് നിങ്ങൾ ഒരു *അത്ഭുത പ്രഗത്ഭൻ* എന്ന് ഞാൻ വിളിക്കുന്നത് പോലെ മാറുന്നത്. അത്ഭുത പ്രഗത്ഭർ അത്ഭുതങ്ങൾ സൃഷ്ടിക്കുന്നതിന്റെ രഹസ്യം പരിഹരിച്ച്, അത്ഭുത സമവാക്യം അനുസരിച്ച് ജീവിക്കുന്നു. അചഞ്ചലമായ വിശ്വാസം അവരുടെ യഥാർത്ഥ മാനസികാവസ്ഥയാണ്. അസാധാരണമായ ശ്രമം എന്നത് അവരുടെ എല്ലാ ലക്ഷ്യങ്ങളെയും സമീപിക്കുന്ന രീതിയാണ്. ഈ രണ്ട് തീരുമാനങ്ങളിലും പ്രതിജ്ഞാബദ്ധരായി, *അത്ഭുത പ്രഗത്ഭർ* ലോകത്ത് അസാധാരണമായ ഫലങ്ങൾ സൃഷ്ടിക്കുന്നു, അവർക്കുവേണ്ടി മാത്രമല്ല, എല്ലാവർക്കും വേണ്ടി. അത്ഭുതങ്ങൾ അവരുടെ ജീവിതരീതിയായതിനാൽ, അവർ ചെയ്യുന്ന മിക്കവാറും എല്ലാ കാര്യങ്ങളിലും അസാധാരണമായ ഫലങ്ങൾ അവർ നിരന്തരം വീണ്ടും വീണ്ടും സൃഷ്ടിക്കുന്നു. ഒരു അത്ഭുത പ്രഗത്ഭന്റെ ഗുണങ്ങളും സവിശേഷതകളും ഉൾക്കൊള്ളുക എന്നതാണ് ആത്യന്തിക ലക്ഷ്യം, ഈ പുസ്തകത്തിലെ തന്ത്രങ്ങൾ വായിക്കുകയും നടപ്പിലാക്കുകയും ചെയ്ത ശേഷം നിങ്ങൾ അവിടെ എത്തിച്ചേരും.

ഈ പുസ്തകം വായിക്കാനുള്ള ഏറ്റവും ഫലപ്രദമായ മാർഗ്ഗം

ചില വ്യക്തിത്വ വികസന പുസ്തകങ്ങൾ കുറച്ചുമാത്രമേ വായിച്ചു തീർക്കാൻ കഴിയുമെന്ന് എനിക്കറിയാം. നിങ്ങൾക്ക് ഇഷ്ടാനുസരണം അധ്യായങ്ങൾ ഒഴിവാക്കി ക്രമരഹിതമായി വായിക്കാം.

കണ്ണുകൾ അടച്ച്, പുസ്തകത്തിൽ ഏതേങ്കിലും ഒരു പേജ് തുറന്ന്, ആ അധ്യായം വായിക്കുന്ന ചിലരെ എനിക്കറിയാം. ആ പുസ്തകങ്ങൾ വായനക്കാരനായ നിങ്ങൾക്ക്, ഓരോ തവണ പുസ്തകം എടുക്കുമ്പോഴും നിങ്ങൾക്ക് എന്ത് പ്രധാനമാണെന്ന് നിങ്ങൾ കരുതുന്ന എന്നതിന്മേൽ നിയന്ത്രണം നൽകുന്നു. ആ പുസ്തകങ്ങൾ മികച്ചതാണ്. പക്ഷേ ഈ പുസ്തകം അങ്ങനെയല്ല.

ഈ ആമുഖത്തിന് പുറമേ, ആദ്യത്തെ രണ്ട് അധ്യായങ്ങൾ, സ്പഷ്ടവും അളക്കാവുന്നതുമായ അത്ഭുതങ്ങൾ സൃഷ്ടിക്കുന്നതിനുള്ള അടിത്തറ പാകുന്നു. അത്ഭുതങ്ങൾ എന്തൊക്കെയാണെന്ന്(അല്ലാത്തതെന്നും) നമ്മൾ ചർച്ച ചെയ്യും, തുടർന്ന് അത്ഭുത സമവാക്യത്തിന്റെ ഒരു അവലോകനം നോക്കാം, അചഞ്ചലമായ വിശ്വാസവും അസാധാരണമായ പരിശ്രമവും എന്ന രണ്ട് തീരുമാനങ്ങൾ പരസ്പരം എങ്ങനെ ഊട്ടിയുറപ്പിക്കുന്നുവെന്നും കാലക്രമേണ ഈ പ്രക്രിയ എങ്ങനെ കൂടുതൽ എളുപ്പമാകുന്നുവെന്നും നോക്കാം. എന്റെ ആദ്യത്തെ അത്ഭുതത്തിന്റെ കഥയും എന്റെ ഇരുപത്തിരണ്ടാം പിറന്നാളിന് തൊട്ടുമുമ്പ് ഞാൻ ഈ സമവാക്യം എങ്ങനെ കൂട്ടിച്ചേർത്തുവെന്നും, അത് എങ്ങനെ ഓരോരുത്തർക്കും പഠിപ്പിച്ചു കൊടുക്കാൻ തുടങ്ങി എന്നും, അത് എനിക്ക് എങ്ങനെ പ്രവർത്തിച്ചു എന്നതുപോലെ അവർക്കും എങ്ങനെ പ്രവർത്തിക്കുന്നുവെന്ന് (ഏകദേശം അത്ഭുതത്തോടെ) നോക്കിക്കാണാൻ തുടങ്ങിയതെങ്ങനെയെന്നും നമുക്ക് നോക്കാം.

സ്വയം അത്ഭുതങ്ങൾ സൃഷ്ടിക്കുന്നതിനുമുമ്പ് നിങ്ങൾ മനസ്സിലാക്കേണ്ട ആശയങ്ങളിലൂടെയും ഘട്ടങ്ങളിലൂടെയും ഈ പുസ്തകത്തിന്റെ ബാക്കി ഭാഗം നിങ്ങളെ നയിക്കുന്നു. നമ്മൾ നോക്കിക്കാണുന്നവ...

- നിങ്ങളുടെ പരിമിതികളും നിങ്ങളുടെ സ്വതസിദ്ധമായ പരിധിയില്ലാത്ത കഴിവുകളും തമ്മിലുള്ള ആന്തരിക സംഘർഷത്തെ എങ്ങനെ മറികടക്കാം. (നാമെല്ലാവരും അനുഭവിക്കുന്നത്)
- ജീവിതം നിങ്ങളെ ഏത് വഴിക്ക് അയച്ചാലും നിങ്ങളുടെ വികാരങ്ങളെ നിയന്ത്രിക്കുന്നതിനായി വൈകാരിക അജയ്യത എങ്ങനെ വികസിപ്പിക്കാം (നിങ്ങളുടെ ശ്രമങ്ങൾ മതിയായ ഫലങ്ങൾ നൽകുന്നില്ലെന്ന് നിങ്ങൾ കരുതുമ്പോൾ ഓർമ്മിക്കാൻ ഈ തന്ത്രം ശരിക്കും സഹായകരമാണ്)

- ഒരു ലക്ഷ്യം വെക്കുന്നതിന്റെ യഥാർത്ഥ ഉദ്ദേശ്യം
- സൃഷ്ടിക്കുന്നതിന് നിങ്ങളുടെ ആദ്യത്തെ (തുടർന്നുള്ളതും) ആയ അത്ഭുതം എങ്ങനെ തിരഞ്ഞെടുക്കാം
- വീണ്ടും വീണ്ടും അത്ഭുതങ്ങൾ സൃഷ്ടിക്കുന്നത് എങ്ങനെ തുടരാം
- നിങ്ങളുടെ ആദ്യത്തെ സ്പഷ്ടവും അളക്കാവുന്നതുമായ അത്ഭുതം സൃഷ്ടിക്കുന്നതിനുള്ള പാതയിലേക്ക് നിങ്ങളെ നയിക്കുന്നതിന്, നിങ്ങളുടെ സ്വന്തം അത്ഭുത സമവാക്യം 30-ദിവസത്തെ വെല്ലുവിളി ഉപയോഗിച്ച് ഈ വിവരങ്ങളെല്ലാം എങ്ങനെ പ്രായോഗികമാക്കാം.

അധ്യായങ്ങൾ പരസ്പരം കെട്ടിപ്പടുക്കുന്നതിനാൽ ഈ പുസ്തകം ആദ്യ തവണ ഒന്ന് മുന്നിൽ നിന്ന് പിന്നിലേക്ക് വായിക്കാൻ ഞാൻ നിങ്ങളെ പ്രോത്സാഹിപ്പിക്കുന്നു. തുടരുന്നതിന് മുമ്പ് ഓരോ അധ്യായത്തിലെയും കാര്യങ്ങൾ മനസ്സിലാക്കാൻ നിങ്ങൾ ആഗ്രഹിക്കും. ആദ്യവായനയ്ക്ക് ശേഷം, ഏത് ഘട്ടത്തിലും നിങ്ങൾ വീണ്ടും വായിക്കാൻ ആഗ്രഹിക്കുന്ന അധ്യായങ്ങൾ തിരഞ്ഞെടുക്കാൻ മടിക്കേണ്ടതില്ല. ഒരു അത്ഭുതം സൃഷ്ടിക്കുന്നതിനിടയിൽ നിങ്ങൾ കുടുങ്ങിപ്പോയാൽ, വീണ്ടും അധ്യായങ്ങൾ വായിക്കാൻ ഞാൻ നിങ്ങളെ പ്രോത്സാഹിപ്പിക്കുന്നു.

ഈ പുസ്തകം വായിക്കുമ്പോൾ ഓർമ്മിക്കേണ്ട ചില കാര്യങ്ങൾ

1. വിസ്മയ പുലരിയും അത്ഭുത സമവാക്യവും ഒരുമിച്ച് പ്രവർത്തിക്കും. നിങ്ങൾ *വിസ്മയ പുലരി* വായിച്ചിട്ടില്ലെങ്കിൽ, പരിഭ്രാന്തരാകരുത്. ഈ പുസ്തകം വായിക്കുന്നതിലൂടെ മാത്രം നിങ്ങളുടെ കഴിവുകൾ കൂടുതൽ പ്രയോജനപ്പെടുത്താനും കൂടുതൽ സംതൃപ്തമായ ജീവിതം സൃഷ്ടിക്കാനും ആവശ്യമായ ഉപകരണങ്ങൾ ലഭിക്കും. അസാധാരണവും അളക്കാവുന്നതുമായ ഫലങ്ങൾ (അത്ഭുതങ്ങൾ) വീണ്ടും വീണ്ടും, ഒടുവിൽ താരതമ്യേന എളുപ്പത്തിൽ എങ്ങനെ നേടാമെന്ന് നിങ്ങൾ പഠിക്കും. നിങ്ങളുടെ ദിവസം ആരംഭിക്കുന്നതിന് മുമ്പ് വ്യക്തതയും ശാന്തതയും ശ്രദ്ധയും നേടാൻ *വിസ്മയ പുലരി* നിങ്ങളെ സഹായിക്കുന്നു. ഇത് ഫലങ്ങളെ അടിസ്ഥാനമാക്കിയുള്ളതായിരിക്കില്ല, പക്ഷേ ഇത് നിങ്ങളുടെ ലക്ഷ്യങ്ങൾ

നേടുന്നതിന് നിങ്ങൾ ആയിരിക്കേണ്ട വ്യക്തിയായി മാറാൻ സഹായിക്കുന്ന തെളിയിക്കപ്പെട്ട ദൈനംദിന വ്യക്തിഗത വികസന പരിശീലനമാണ്.

2. നിരവധി ആശയങ്ങൾ ഉടനീളം ആവർത്തിക്കുന്നു. അത്ഭുത സമവാക്യം വിശദീകരിക്കാൻ ലളിതമാണ്, പക്ഷേ നടപ്പിലാക്കാൻ കുറച്ചുകൂടി സങ്കീർണ്ണമാണ്. അതുകൊണ്ട് ഞാൻ ഒരു ആശയവും ഒരിക്കൽ മാത്രം അവതരിപ്പിച്ച് അവിടെ ഉപേക്ഷിക്കുന്നില്ല.പകരം,പുസ്തകത്തിലുടനീളം നിർണ്ണായകമായ ആശയങ്ങൾ ഞാൻ ഉദ്ദേശ്യത്തോടെയും പലപ്പോഴും വ്യത്യസ്ത രീതികളിലും വീണ്ടും പരിശോധിക്കുന്നു, അത് നിങ്ങൾക്ക് ഏറ്റവും പ്രധാനപ്പെട്ടത് എന്താണെന്ന് ആന്തരികമാക്കാനും ഓർമ്മിക്കാനും സഹായിക്കും. പലതവണ കണ്ടിട്ടുള്ള വിവരങ്ങൾ ഓർമ്മയിൽ സൂക്ഷിക്കുന്നത് വളരെ എളുപ്പമാണ്.

3. ഈ പുസ്തകത്തിലൂടെ എന്റെ ഉദ്ദേശ്യം, ഒരു സമയം ഒരാൾ എന്ന നിലയിൽ, മനുഷ്യത്വത്തിന്റെ അവബോധം ഉയർത്തുക എന്നതാണ്. ഈ ആമുഖത്തിന്റെ തുടക്കത്തിൽ ഞാൻ സൂചിപ്പിച്ചതുപോലെ *വിസ്മയ പുലരി*യിലൂടെ, എന്റെ ഉദ്ദേശ്യം, ഓരോ പ്രഭാതത്തിലും, ഒരു ദശലക്ഷം ജീവിതങ്ങളെ മാറ്റുക എന്നതായിരുന്നു. ഒരു ദശലക്ഷം ജീവിതങ്ങൾ മെച്ചപ്പെട്ട രീതിയിൽ മാറിയപ്പോൾ, ഒരിക്കൽ അപ്രായോഗികവും അസാധ്യവുമായി തോന്നിയ ആ ലക്ഷ്യം യാഥാർത്ഥ്യമാണെന്ന് മാത്രമല്ല, അത് വേണ്ടത്ര വലുതുമല്ലെന്ന് ഞാൻ മനസ്സിലാക്കി.

ഈ പുസ്തകത്തിലൂടെ, എന്റെ ഉദ്ദേശ്യം, ഒരു സമയം ഒരാൾ എന്ന നിലയിൽ, മനുഷ്യത്വത്തിന്റെ അവബോധം ഉയർത്തുക എന്നതാണ്. ഇപ്പോൾ നിങ്ങൾക്ക് അത് വളരെ ഉയർന്നതായി തോന്നാം (നിങ്ങൾ കണ്ണുകൾ ഉരുട്ടിയിരിക്കാം). എന്നാൽ ഈ പുസ്തകം വായിച്ചതിനുശേഷം, ഒരു ദർശനവും വളരെ വലുതല്ലെന്ന് നിങ്ങൾക്ക് മനസ്സിലാകും. *നമ്മൾ ഓരോരുത്തരും നമ്മുടെ പരിധിയില്ലാത്ത കഴിവുകളെ ഉപയോഗപ്പെടുത്താൻ തുടങ്ങുമ്പോൾ, നമ്മുടെ സ്വന്തം ബോധം ഉയരുന്നു,* അത് നമുക്ക് ചുറ്റുമുള്ളവരുടെ ബോധത്തെ സ്വാധീനിക്കുകയും ഉയർത്തുകയും ചെയ്യുന്നു. നാം പ്രകടവും അളക്കാവുന്നതുമായ അത്ഭുതങ്ങൾ സൃഷ്ടിക്കാൻ തുടങ്ങുമ്പോൾ, ആ ഫലങ്ങൾ അവ ബാധിച്ച

എല്ലാവരേയും സ്വാധീനിക്കുന്നു. നിങ്ങൾ ഇത് വായിക്കുമ്പോൾ, നിങ്ങൾ പരിധിയില്ലാത്തവരും നിങ്ങൾ തീരുമാനിക്കുന്നതെന്തും ഉണ്ടായിരിക്കാനും സൃഷ്ടിക്കാനും വിധിക്കപ്പെട്ടവരുമാണെന്ന ധാരണയിലൂടെ നിങ്ങളുടെ സ്വന്തം ഉദ്ദേശ്യം സജ്ജമാക്കാൻ ഞാൻ നിങ്ങളെ ക്ഷണിക്കുന്നു. നിങ്ങൾക്ക് ചുറ്റുമുള്ള ലോകത്തിൽ നിങ്ങൾ എന്ത് വിടവുകളാണ് കാണുന്നത്? നിങ്ങൾക്ക് എന്ത് സംഭാവന നൽകാൻ കഴിയുമെന്ന് നിങ്ങൾ വിശ്വസിക്കുന്നു (അല്ലെങ്കിൽ പകുതി വിശ്വസിക്കുന്നു)? നിങ്ങളെ സംബന്ധിച്ചിടത്തോളം ആത്യന്തിക അത്ഭുതം എന്താണ്? ഒരു ലക്ഷ്യവും നിങ്ങളുടെ പരിധിക്കു പുറത്തായിരിക്കില്ലെന്ന് ഞാൻ വാഗ്ദാനം ചെയ്യുന്നു.

ഇനി നമുക്ക് തുടങ്ങാം. നമ്മുടെ ആദ്യ പാഠം അത്ഭുതങ്ങളിൽ നിന്ന് രഹസ്യം പുറത്തെടുക്കുന്നതിനെക്കുറിച്ചാണ്.

1

അത്ഭുതങ്ങളിൽ നിന്ന് രഹസ്യം പുറത്തെടുക്കുന്നു

പുരാണത്തിൽ നിന്ന് അളക്കാവുന്നതിലേക്ക് നീങ്ങുന്നു

അത്ഭുതങ്ങൾ പ്രകൃതിക്ക് വിരുദ്ധമല്ല, മറിച്ച് പ്രകൃതിയെക്കുറിച്ച് നമുക്കറിയാവുന്ന കാര്യങ്ങൾക്ക് വിരുദ്ധമാണ്.

—വിശുദ്ധനായ അഗസ്റ്റിൻ

അത്ഭുതങ്ങൾ, അവ ഒരുതരം നിഗൂഢത നിറഞ്ഞതാണ്, അല്ലേ? ഞാൻ ഉദ്ദേശിക്കുന്നത്, ഒരാളുടെ ജീവൻ രക്ഷിക്കുന്നതിനോ അവരുടെ ഏറ്റവും വന്യമായ സ്വപ്നം അവരുടെ മുൻവാതിലിലേക്ക് എത്തിക്കുന്നതിനോ ചില അദൃശ്യമായ സംഭവങ്ങൾ എത്രത്തോളം കൃത്യമായി അണിനിരന്നുവെന്ന് അറിയാത്ത അഭ്യർത്ഥനയുടെ ഭാഗമല്ലേ? എന്നിരുന്നാലും, ഈ നിഗൂഢമായ സ്വഭാവം നാം അത്ഭുതങ്ങളെ കാണുന്ന രീതിയിലും ഒരു പ്രശ്നം സൃഷ്ടിക്കുന്നു.

പാരച്യൂട്ട് തുറക്കാൻ കഴിയാതെ വന്നപ്പോൾ 14,000 അടി ഉയരത്തിൽ നിന്ന് വീണ സ്കൈ ഡൈവിംഗ് ഇൻസ്ട്രക്ടർ മൈക്കൽ ഹോംസിനെക്കുറിച്ചുള്ള “സ്കൈ ഡൈവിംഗ് മിറക്കിൾ : മാൻ ഫാൾസ് ടു മൈൽസ്” എന്ന തലക്കെട്ടിലുള്ള ടുഡേ ഷോയിലെ ഒരു ഭാഗം ഞാൻ ഒരിക്കൽ കണ്ടു. ഭൂമിയിലേക്ക് അതിവേഗതയിൽ പതിക്കാൻ തുടങ്ങിയപ്പോൾ, അയാൾ പാരച്യൂട്ട് തുറക്കാൻ ശ്രമിച്ചു, പക്ഷേ കഴിഞ്ഞില്ല. അയാൾ അത് വേർപെടുത്തി സ്വതന്ത്രമാക്കാൻ ശ്രമിച്ചു, പക്ഷേ അതും വിജയിച്ചില്ല. സ്വന്തം ജീവൻ രക്ഷിക്കാനുള്ള അവസാന ശ്രമത്തിൽ, അയാൾ റിസർവ് പാരച്യൂട്ട് വലിച്ചു, പക്ഷേ അത് പുറത്തുവന്നില്ല. വായുവിൽ സ്വതന്ത്രമായി ചെലവഴിച്ച അവസാന എഴുന്നൂറ് അടിയിൽ, അവൻ മരണത്തിന് കീഴടങ്ങുവാൻ തയ്യാറെടുത്തു. അത്ഭുതകരമെന്നു പറയട്ടെ, അദ്ദേഹം മരിച്ചില്ല. താരതമ്യേന പറഞ്ഞാൽ, അദ്ദേഹത്തിന്റെ പരിക്കുകൾ വളരെ നിസ്സാരമായിരുന്നു.

ഡോണി രജിസ്റ്ററിന്റെ കഥ നിങ്ങൾ കേട്ടിട്ടുണ്ടോ? അത് “ഡോണിയുടെ അത്ഭുതം” എന്ന പേരിൽ വാർത്തകളിൽ നിറഞ്ഞു നിന്നു, കൂടാതെ Oprah.com അതിനെ “യഥാർത്ഥ ജീവിതത്തിലെ അത്ഭുതം” എന്ന് പോലും അവതരിപ്പിച്ചിരുന്നു. ഡോണി തന്റെ സ്വന്തം പുരാവസ്തുക്കൾ വിൽക്കുന്ന കടയിലെ കാഷ് രജിസ്റ്ററിന് പിന്നിൽ നിൽക്കുമ്പോൾ ഒരു തോക്കുധാരി അദ്ദേഹത്തിന്റെ തലയ്ക്ക് നേരെ വെടിയുതിർത്തു, ഡോണി തന്റെ കൈകൾ മുഖത്തിന് നേരെ ഉയർത്തി. ഡോണിയുടെ സ്വർണ്ണ വിവാഹ

മോതിരത്തിൽ തട്ടി വെടിയുണ്ട തെറിച്ചുവീണു, അത് ദിശ തെറ്റിയതുമൂലം, പെട്ടെന്നുള്ള മരണത്തിൽ നിന്ന് അവൻ അത്ഭുത കരമായി രക്ഷപ്പെട്ടു.

വർഷങ്ങളായി, അത്ഭുതകരമായ ആരോഗ്യ വീണ്ടെടുക്ക ലുകളെക്കുറിച്ച് ഞാൻ കേട്ടിട്ടുണ്ട്, അവിടെ വലിയ അളവിൽ പ്രതീക്ഷകൾ നൽകിയതല്ലാതെ മറ്റ് ശ്രമങ്ങളൊന്നും നടത്തിയി ട്ടില്ല. പതിറ്റാണ്ടുകൾക്ക് ശേഷം വേർപിരിഞ്ഞ് നിഗൂഢമായി വഴിമാറിപ്പോയ, വളരെക്കാലമായി നഷ്ടപ്പെട്ട പ്രിയപ്പെട്ടവരുടെ പോലും. ഈ കഥകളെല്ലാം ഒരേ സമയം കൗതുകകരവും അത്ഭുത കരവുമാണ്.

ന്യായമായി പറഞ്ഞാൽ, ഇതുപോലുള്ള കഥകളെ അത്ഭുത ങ്ങൾ എന്ന് വിളിക്കാം. എന്നാൽ പലർക്കും (നിങ്ങളും അവരിൽ ഒരാളായിരിക്കാം), ഇതുപോലുള്ള അത്ഭുതങ്ങളാണ് എല്ലാ അത്ഭുത ങ്ങൾക്കും ചീത്തപ്പേര് നൽകുന്നത്. അത്ഭുതങ്ങളിൽ വിശ്വാസ മില്ലാത്തവർ, അസാധാരണ സംഭവങ്ങൾ മറ്റുള്ളവർക്ക് മാത്രമേ സംഭവിക്കു എന്ന് കരുതുന്നു. എല്ലാ അത്ഭുതങ്ങളും അപ്രാപ്യമാ ണെന്ന് അവർ വിശ്വസിക്കുന്നു. പുരാണാത്മകം. ക്രമരഹിതം. ഭാഗ്യം. കൂടാതെ പരിധിക്കു പുറത്തുള്ളവയും. തികച്ചും അയഥാർ ത്ഥവും പ്രവചനാതീതവുമാണ്. അവ യഥാർത്ഥ ജീവിതത്തിൽ സംഭവിക്കുന്നില്ല – കുറഞ്ഞത് അവർക്കെങ്കിലും. എനിക്കും അങ്ങനെ തന്നെയായിരുന്നു തോന്നിയിരുന്നത്.

ഞാൻ ഉദ്ദേശിക്കുന്നത്, നമ്മുടെ മെയിൽബോക്സിൽ കാത്തിരിക്കുന്ന ഏഴ് അക്കമുള്ള തുകയുടെ ചെക്കിനെക്കുറിച്ച് “ചിന്തിക്കാൻ” തുടങ്ങിയാൽ, എല്ലാവരും കോടീശ്വരന്മാരാകില്ലേ? അത്ഭുതകരമായ ആരോഗ്യ വീണ്ടെടുക്കൽ ഒരു സാധാരണ സംഭവ മായിരിക്കും, ആ ബുദ്ധിമുട്ടുള്ള ക്ലയന്റ് അല്ലെങ്കിൽ സഹപ്രവർ ത്തകൻ – നിങ്ങളുടെ രക്തസമ്മർദ്ദം നിരന്തരം വർദ്ധിപ്പിക്കുന്ന യാൾ – അപ്രത്യക്ഷനായേക്കാം. നിങ്ങൾ ഈ ക്യാമ്പിൽ അക പ്പെട്ടാൽ, അത് വിശ്വസിക്കാൻ നിങ്ങൾ അത് കാണണമെന്ന് നിങ്ങൾ കരുതുന്നുണ്ടാകാം.

സംശയാലുവായിരിക്കുക എന്നത് ഒരു നല്ല കാര്യമാണ്. നാമെല്ലാവരും ചെയ്യേണ്ട കാര്യമാണ് നിങ്ങൾ ചെയ്യുന്നത്; വിമർശനാത്മകമായി ചിന്തിക്കുക, എല്ലാം വിലയിരുത്തുക, ചോദ്യം ചെയ്യുക, സത്യം അന്വേഷിക്കുക. ഞാനും കാര്യങ്ങളെ

അതേ രീതിയിൽ തന്നെയാണ് സമീപിക്കുന്നത്, നിങ്ങളിൽ നിന്ന് അതിൽ കുറഞ്ഞതൊന്നും ഞാൻ പ്രതീക്ഷിക്കുന്നില്ല.

എന്നിരുന്നാലും, നാമെല്ലാവരും അറിഞ്ഞിരിക്കേണ്ടതും ജാഗ്രത പുലർത്തേണ്ടതുമായ സംശയവാദത്തിന് വിനാശകരമായ ഒരു പോരായ്മയുണ്ട് : അത് എളുപ്പത്തിൽ ദോഷചിന്തയായി മാറിയേക്കാം. ഇത് നമ്മെ അനാരോഗ്യകരമായ അവിശ്വാസത്തിലേക്ക് നയിക്കുകയും നമുക്ക് ലഭ്യമായ സാധ്യതകളെ പരിമിതപ്പെടുത്തുകയും ചെയ്യും. ഈ പുസ്തകത്തിൽ നിങ്ങൾ പഠിക്കുന്നതുപോലെ, യഥാർത്ഥത്തിൽ രണ്ട് വ്യത്യസ്ത തരം അത്ഭുതങ്ങളുണ്ട്, അവ ഒരുമിച്ച് സംയോജിപ്പിക്കുന്നത് ശരിക്കും ന്യായമോ പ്രയോജനകരമോ അല്ല.

നമ്മൾ മുകളിൽ വിവരിച്ച അത്ഭുതങ്ങളെ നിങ്ങൾക്ക് "നിഷ്ക്രിയ" അല്ലെങ്കിൽ "ക്രമരഹിതമായ" അത്ഭുതങ്ങൾ എന്ന് വിളിക്കാം, അവ യാദൃശ്ചികമായി സംഭവിക്കുന്നവയാണ്. അവയുടെ അവിശ്വസനീയമായ സ്വഭാവം നമ്മളെ അത്ഭുതപ്പെടുത്തുന്നു, പക്ഷേ അവയെ വിശദീകരിക്കാൻ കൃത്യമായ ഒരു മാർഗ്ഗവുമില്ല, അവ ആവർത്തിക്കാൻ അനുവദിക്കുക (ആ സ്കൈ ഡൈവിംഗ് ഇൻസ്ട്രക്ടറും ഡോണി രജിസ്റ്ററും വീണ്ടും അവരുടെ അനുഭവങ്ങൾ സഹിക്കാതിരിക്കാൻ ആഗ്രഹിക്കുന്നുവെന്ന് എനിക്കുറപ്പുണ്ട്). അവയെ ക്രമരഹിതമായ യാദൃശ്ചികതകളായി കാണാൻ കഴിയും. "പ്രാർത്ഥിക്കുകയും, കാത്തിരിക്കുകയും ചെയ്യുക" എന്ന സമീപനം ഉൾപ്പെടുന്ന ഇത്തരത്തിലുള്ള അത്ഭുതങ്ങൾ സൃഷ്ടിക്കാൻ നിങ്ങൾ ആഗ്രഹിക്കുന്നുവെങ്കിൽ, ക്ഷമിക്കണം, പക്ഷേ നിങ്ങൾക്ക് നൽകാൻ എന്റെ പക്കൽ കൂടുതൽ ഉപദേശങ്ങളില്ല. ഈ പുസ്തകത്തിൽ നമ്മൾ ചർച്ച ചെയ്യാൻ പോകുന്ന തരത്തിലുള്ള അത്ഭുതങ്ങളല്ല അവ.

നിങ്ങളുടെ സജീവ പങ്കാളിത്തം ആവശ്യമുള്ള, സ്പഷ്ടവും അളക്കാവുന്നതുമായ അത്ഭുതങ്ങളെക്കുറിച്ചാണ് ഈ പുസ്തകം. അവ നിങ്ങളുടെ ഏറ്റവും വലുതും, ഏറ്റവും ഭയാനകവും, ഏറ്റവും അസംഭവ്യവുമായ ലക്ഷ്യങ്ങൾ യാഥാർത്ഥ്യമാക്കുന്നതിന് സമാനമാണ്. നിങ്ങൾക്ക് ഗണ്യമായ അളവിൽ നിയന്ത്രണമുള്ള അത്ഭുതങ്ങളുടെ തരങ്ങളാണിവ, അതായത് നിങ്ങളുടെ ജീവിതത്തിൽ അവ സ്ഥിരമായി വീണ്ടും വീണ്ടും സൃഷ്ടിക്കാൻ കഴിയും, കാരണം ഈ പ്രക്രിയ എങ്ങനെ പ്രവർത്തിക്കുന്നുവെന്ന് നിങ്ങൾക്ക്

മനസ്സിലാകും. എന്നാൽ ഇത്തരത്തിലുള്ള അത്ഭുതം സൃഷ്ടിക്കാൻ, ആദ്യം നിങ്ങൾ ആഗ്രഹിക്കുന്ന ഫലം സാധ്യമാണെന്നും നിങ്ങൾക്ക് അത് സൃഷ്ടിക്കാൻ കഴിയുമെന്നും നിങ്ങൾ വിശ്വസിക്കണം. നിങ്ങൾ മുകളിലുള്ള സംശയവാദികളുടെ ഗ്രൂപ്പിൽ പെടുകയാണെങ്കിൽ, നിങ്ങളുടെ അവിശ്വാസം ഒരു നിമിഷം നിർത്തിവയ്ക്കാൻ ഞാൻ നിങ്ങളോട് അഭ്യർത്ഥിക്കുന്നു, അതുവഴി നിങ്ങൾക്ക് മറ്റെന്താണ് സാധ്യമെന്ന് പര്യവേക്ഷണം ചെയ്യാൻ കഴിയും. കുറഞ്ഞത് നിങ്ങൾ ഈ പുസ്തകം വായിക്കുമ്പോഴെങ്കിലും.

ഇപ്പോൾ, എന്നെ തെറ്റിദ്ധരിക്കരുത്; യുക്തിരഹിതമായ എന്തെങ്കിലും വിശ്വസിക്കാൻ നിങ്ങളെ ബോധ്യപ്പെടുത്താൻ ഞാൻ ശ്രമിക്കുന്നില്ല. ഞാൻ ചെയ്യാൻ ശ്രമിക്കുന്നത് പുതിയ എന്തെങ്കിലും ചെയ്യാനുള്ള സാധ്യതയെക്കുറിച്ച് നിങ്ങളുടെ മനസ്സ് തുറക്കുക എന്നതാണ്, ഇഷ്ടാനുസരണം സൃഷ്ടിക്കാൻ നിങ്ങൾക്ക് ശക്തിയുള്ള രണ്ടാമത്തെ തരത്തിലുള്ള അത്ഭുതം. ഈ അധ്യായത്തിൽ, നമ്മുടെ സംഭാഷണത്തിന്റെ ഉദ്ദേശ്യങ്ങൾക്കായി, പ്രകടവും അളക്കാവുന്നതുമായ അത്ഭുതങ്ങൾ എന്താണെന്ന് നമ്മൾ നിർവ്വചിക്കും, തുടർന്ന് ഇത്തരത്തിലുള്ള അത്ഭുതങ്ങൾ എങ്ങനെ വികസിക്കുന്നുവെന്ന് കൃത്യമായി പരിശോധിക്കും, അങ്ങനെ നിങ്ങൾക്കും അസാധാരണമായ ഫലങ്ങൾ സൃഷ്ടിക്കാൻ കഴിയും. പിന്നെ നിങ്ങൾ വിശ്വസിക്കണോ വേണ്ടയോ എന്നത് നിങ്ങളെ ആശ്രയിച്ചിരിക്കും.

ആർക്കും പ്രകടവും അളക്കാവുന്നതുമായ അത്ഭുതങ്ങൾ സൃഷ്ടിക്കാൻ കഴിയും

അത്ഭുതങ്ങളുടെ കാര്യത്തിൽ, നമുക്ക് പരിഗണിക്കാൻ സഹായകമായ ചില ചോദ്യങ്ങളുണ്ട്, ഉദാഹരണത്തിന് അത്ഭുതങ്ങൾ പ്രത്യേകവ്യക്തികൾക്കോ"തിരഞ്ഞെടുക്കപ്പെട്ട"വ്യക്തികൾക്കോ മാത്രമാണോ അനുഭവപ്പെടുന്നത്? അത്ഭുതങ്ങൾ യാദൃശ്ചികമായി മാത്രമേ സംഭവിക്കൂ? അത്ഭുതങ്ങൾ ദൈവം സൃഷ്ടിച്ചതാണോ അതോ മറ്റേതെങ്കിലും നിഗൂഢമായ ഉയർന്ന ബുദ്ധിശക്തിയാൽ സൃഷ്ടിക്കപ്പെട്ടതാണോ? അതോ നമ്മൾ ഓരോരുത്തരും നമ്മളെക്കുറിച്ച് നമ്മൾ വിശ്വസിക്കുന്നതിനേക്കാൾ വളരെ വലിയ അനന്തമായ സാമർത്ഥ്യങ്ങളും കഴിവുകളും ഉള്ളവരായി ജനിച്ചതാണോ? നമ്മളിൽ ഓരോരുത്തർക്കും ജന്മനാ ലഭിച്ചിട്ടുള്ള

നിഷ്ക്രിയ സാധ്യതകൾ എങ്ങനെ ഉപയോഗപ്പെടുത്താമെന്ന് ചിലർ കണ്ടെത്തിയിരിക്കുന്നതിനാൽ ചില ആളുകൾ വൻ വിജയങ്ങൾ നേടിയാലോ? ആ സാധ്യതകൾ ഉപയോഗ പ്പെടുത്തുന്നതിൽ നിന്ന് നിങ്ങൾക്ക് ഒരു തീരുമാനം (അല്ലെങ്കിൽ രണ്ട്) മാത്രം അകലെയാണെന്ന് നിങ്ങൾ മനസ്സിലാക്കിയാലോ?

ഇതുപോലുള്ള ഒരു തിരിച്ചറിവ് നിങ്ങൾ സജ്ജമാക്കാൻ തയ്യാറായ ലക്ഷ്യങ്ങളുടെ വലുപ്പവും വ്യാപ്തിയും സമീപിക്കുന്ന രീതിയെയും നിങ്ങളുടെ ജീവിതത്തെയും മാറ്റും. ശരാശരി അസാ ധാരണമാകുകയാണെങ്കിൽ, "ശരാശരി" എന്നതിന്റെ അർത്ഥം എന്താണെന്നതിന്റെ മാനദണ്ഡം അത് ഉയർത്തും. നിങ്ങളും നിങ്ങൾക്കറിയാവുന്ന ഓരോ വ്യക്തിയും അവരുടെ പൂർണ്ണ ശേഷി ഉപയോഗപ്പെടുത്താൻ തുടങ്ങിയാൽ, നമ്മൾ ഓരോരുത്തരും സ്വയം അടിച്ചേൽപ്പിച്ച പരിമിതികളെ എങ്ങനെ മറികടക്കാ മെന്ന് കണ്ടെത്തി, ലോകത്തിൽ ആഴത്തിലുള്ള സ്വാധീനം ചെലുത്തിക്കൊണ്ട് നമ്മുടെ ജീവിതത്തിന് വേണ്ടതെല്ലാം സൃഷ്ടിക്കാൻ തുടങ്ങിയാൽ അത് എങ്ങനെയെന്ന് സങ്കൽപ്പിക്കുക. നമ്മളെല്ലാവരും അത്ഭുത പ്രഗത്ഭർ ആയി മാറിയാലോ?

ഒരു അത്ഭുത പ്രഗൽഭൻ (മിറക്കിൾ മാവൻ) എന്താണ്?

മാവെൻ എന്ന വാക്ക് യീദിഷ് പദമായ മെയ്‌വൻ, ഹീബ്രു പദമായ മെഭിൻ എന്നിവയിൽ നിന്നാണ് വന്നത്, അതിനർത്ഥം "മനസ്സിലാക്കുന്നവൻ" എന്നാണ്.

അത്ഭുതം എന്ന വാക്കിന് നിരവധി നിർവ്വചനങ്ങൾ ഉണ്ടെ ങ്കിലും, നമ്മൾ മുന്നോട്ട് പോകുമ്പോൾ ഏറ്റവും ഉപയോഗ പ്രദമായത് *ഇംഗ്ലീഷ് ഓക്സ്ഫോർഡ് ലിവിംഗ് നിഘണ്ടുവിൽ* കാണപ്പെടുന്നത്, "വളരെ സ്വാഗതാർഹമായ പ്രത്യാഘാതങ്ങൾ ഉണ്ടാക്കുന്ന ഒരു ശ്രദ്ധേയമായ സംഭവം അല്ലെങ്കിൽ വികസനം" ആണ്.

മിറക്കിൾ മാവെൻസ് ഈ രണ്ട് നിർവ്വചനങ്ങളെയും ഒരു ശരീരത്തിൽ ഉൾക്കൊള്ളുന്നു.

നിങ്ങൾ ഇതിനെക്കുറിച്ച് ചിന്തിച്ചാൽ, അവരുടെ പൂർണ്ണ ശേഷിയോട് അടുത്ത് ജീവിക്കുന്ന, അവരുടെ ദർശനങ്ങളെ യാഥാർത്ഥ്യത്തിലേക്ക് കൊണ്ടുവരാൻ കഴിവുള്ള കുറച്ച് ആളുകളെ നിങ്ങൾക്ക് കണ്ടെത്താൻ കഴിയുമെന്ന് എനിക്ക് ഉറപ്പുണ്ട്.

നിങ്ങൾക്ക് അവരെ വ്യക്തിപരമായി അറിയാമെങ്കിലും അല്ലെങ്കിൽ ദൂരെ നിന്ന് അവരെ അഭിനന്ദിക്കുന്നുണ്ടെങ്കിലും, ഈ വ്യക്തികൾ ആരെയും (തങ്ങൾ ഉൾപ്പെടെ) അവരുടെ മഹത്തായ ആശയങ്ങളെക്കുറിച്ച് സംസാരിക്കാൻ ഒരിക്കലും അനുവദിക്കില്ല. അവർക്ക് അതിരുകളില്ലാത്ത സർഗ്ഗാത്മകതയും സ്ഥിരോത്സാഹവും ഉള്ളതായി തോന്നുന്നു. ഇത്തരക്കാർക്ക് അവസരങ്ങൾ ധാരാളം ഉണ്ട്. അവർ എപ്പോഴും എങ്ങനെ അല്ലെങ്കിൽ എന്തുകൊണ്ട് ഇത്ര ഭാഗ്യവാന്മാരാകുന്നു എന്ന് നിങ്ങൾ ചിന്തിച്ചേക്കാം. പക്ഷേ, അവരുടെ മൊത്തത്തിലുള്ള വിജയത്തിൽ ഭാഗ്യം വളരെ ചെറിയൊരു പങ്കേ വഹിച്ചുള്ളൂ എങ്കിലോ?

ചരിത്രത്തിലുടനീളം, പ്രകടവും അളക്കാവുന്നതുമായ അത്ഭുതങ്ങൾ സജീവമായി സൃഷ്ടിച്ച നിരവധി ആളുകൾ ഉണ്ടായിട്ടുണ്ട്. മനുഷ്യനെ ചന്ദ്രനിൽ ഇറക്കുമെന്ന് സങ്കൽപ്പിച്ച അമേരിക്കൻ പ്രസിഡന്റ് ജോൺ എഫ്. കെന്നഡിയും, എല്ലാ മനുഷ്യർക്കും സ്വാതന്ത്ര്യവും തുല്യവുമായ അമേരിക്ക സങ്കൽപ്പിച്ച പൗരാവകാശ നേതാവ് മാർട്ടിൻ ലൂഥർ കിംഗ് ജൂനിയറും മനഃപൂർവ്വം സജീവമായി അത്ഭുതങ്ങൾ സൃഷ്ടിച്ച വ്യക്തികളുടെ ഉദാഹരണങ്ങളാണ്. മറ്റുള്ളവർ ആ ഫലങ്ങൾ സംഭവിക്കാൻ പ്രാർത്ഥിക്കുകയും കാത്തിരിക്കുകയും ചെയ്തപ്പോൾ, ജെഎഫ്കെയും എംഎൽകെയും പുറത്തുപോയി അവ സാധ്യമാക്കി. അസാധ്യമെന്നു തോന്നുന്ന ആശയങ്ങളെ പ്രായോഗിക യാഥാർത്ഥ്യമാക്കി മാറ്റുന്നതിൽ അവർ വിജയിച്ചു. അവർ തങ്ങളുടെ ദർശനങ്ങളെ കഴിയുന്നിടത്തോളം പിന്തുടർന്നു, അങ്ങനെ ചെയ്യുന്നതിലൂടെ അസാധാരണമായ പുതിയ യാഥാർത്ഥ്യങ്ങൾ സൃഷ്ടിച്ചു. അവരുടെ കഴിവുകൾ ഉപയോഗപ്പെടുത്തി അവർ അത്ഭുത പ്രഗത്ഭരായി മാറി.

കാരണം ഒരു അത്ഭുത പ്രഗത്ഭൻ ആകുക എന്നത് ഒരു അവസ്ഥ മാത്രമാണ് – ഒരു വിധത്തിൽ ജീവിക്കുക എന്നതാണ്. നിങ്ങൾ അചഞ്ചലമായ വിശ്വാസത്തോടെ ജീവിക്കുകയും അസാധാരണമായ പരിശ്രമം നടത്തുകയും ചെയ്യുമ്പോൾ, നിങ്ങൾ ഒരു അത്ഭുത പ്രഗത്ഭൻ ആണ്. ശ്രദ്ധേയമായ അത്ഭുത പ്രഗത്ഭർ ജീവിതത്തിന്റെ എല്ലാ തുറകളിൽ നിന്നുമുള്ളവരാണ്, അവരുടെ നേട്ടങ്ങളും – അവർ കെട്ടിപ്പടുത്ത പാതകളും – സങ്കൽപ്പിക്കാവുന്ന എല്ലാ ക്രമമാറ്റങ്ങളിലും വരുന്നു. നമ്മുടെ ലോകത്ത് അവരുടെ നേട്ടങ്ങൾ വളരെയധികം സ്വാധീനം ചെലുത്തിയിട്ടുണ്ട് എന്നതുകൊണ്ട്

മാത്രമാണ് നിങ്ങൾക്ക് അവരിൽ പലരെയും അറിയാവുന്നത്. അറിയപ്പെടുന്ന അത്ഭുത പ്രഗത്ഭർ ഇവരാണ്:

- നമുക്ക് കാറിൽ യാത്രാസൗകര്യം ഒരുക്കിത്തന്ന ഹെൻറി ഫോർഡ്.
- റേഡിയോ ആക്ടിവിറ്റി സിദ്ധാന്തം വികസിപ്പിച്ചെടുത്ത മേരി ക്യൂറി, നോബൽ സമ്മാനം നേടിയ ആദ്യ വനിതയും ആ അഭിമാനകരമായ അവാർഡ് രണ്ടുതവണ ലഭിച്ച ആദ്യ വ്യക്തിയുമാണ്.
- ലോകമെമ്പാടുമുള്ള ദശലക്ഷക്കണക്കിന് വീടുകളിലും ഓഫീസുകളിലും പേഴ്സണൽ കമ്പ്യൂട്ടറുകൾ സ്ഥാപിച്ച ബിൽ ഗേറ്റ്സ്.
- അമേലിയ ഇയർഹാർട്ട്, ഒറ്റയ്ക്ക് അറ്റ്ലാന്റിക് സമുദ്രം കടന്ന ആദ്യ വനിത.
- ചന്ദ്രനിൽ നടന്ന നീൽ ആംസ്ട്രോങ്.
- അറുപത് വർഷത്തിലേറെയായി ഒരു പ്രധാന പ്രൊഫഷണൽ കായിക ഇനത്തിൽ കവലിയേഴ്സിനെ നഗരത്തിലെ ആദ്യത്തെ ചാമ്പ്യൻഷിപ്പ് നേടാൻ നയിച്ചുകൊണ്ട് ക്ലീവ്ലാൻഡ് നഗരത്തിന് ഒരു അത്ഭുതം നൽകിയ ലെബ്രോൺ ജെയിംസ്.
- പതിനഞ്ചാമത്തെ വയസ്സിൽ ഒളിമ്പ്യനായി മാറുകയും ഇരുപത്തിമൂന്ന് സ്വർണ്ണ മെഡലുകൾ നേടുകയും ചെയ്ത മൈക്കൽ ഫെൽപ്സ്.
- ആയിരക്കണക്കിന് പാട്ടുകൾ നമ്മുടെ പോക്കറ്റിൽ നിറയ്ക്കുകയും സ്മാർട്ട്ഫോണുകൾ സാധാരണമാക്കുകയും ചെയ്ത സ്റ്റീവ് ജോബ്സ്.
- മാനവരാശിയെ മുന്നോട്ട് നയിക്കാൻ സഹായിക്കുന്ന സാങ്കേതിക അത്ഭുതങ്ങൾ നിരന്തരം സൃഷ്ടിക്കുന്ന എലോൺ മസ്ക്.

അല്ലാത്തപക്ഷം, കാലത്തിന്റെ തുടക്കം മുതൽ തന്നെ സാധാരണക്കാർ സാധ്യമാണെന്ന് കരുതിയതിന്റെ പരിധിക്കപ്പുറത്തേക്ക് സ്വയം മാറ്റിയിട്ടുണ്ട്. നമ്മളെയെല്ലാം ചങ്ങലയ്ക്കിടുന്ന അതേ തരത്തിലുള്ള ഭയങ്ങളെയും അരക്ഷിതാവസ്ഥകളെയും അവർക്കും

മറികടക്കേണ്ടി വന്നിട്ടുണ്ട്. നാമെല്ലാവരും അനന്തമായ കഴിവുകളോടെയാണ് ജനിച്ചത്, പക്ഷേ ഈ ആളുകൾക്ക് അത് എങ്ങനെ പ്രയോജനപ്പെടുത്താമെന്ന് മനസ്സിലായി. നിങ്ങൾ അത് എങ്ങനെ ചെയ്യണമെന്ന് കണ്ടെത്തുമ്പോൾ, എല്ലാം മാറുന്നു.

നമ്മൾ ഓരോരുത്തരും ജനിച്ച സാഹചര്യങ്ങൾ വ്യക്തികൾക്കനുസരിച്ച് വ്യത്യാസപ്പെട്ടിരിക്കുമെങ്കിലും, നാം ഓരോരുത്തരും ജനിക്കുന്ന പരിധിയില്ലാത്ത മാനുഷിക ശേഷി സാർവ്വത്രികമാണ്. വാസ്തവത്തിൽ, വെല്ലുവിളി നിറഞ്ഞ സാഹചര്യങ്ങളിൽ ജനിച്ചിട്ടും തങ്ങളുടെ ജീവിതം അസാധാരണമായ ഒന്നാക്കി മാറ്റാൻ ഒരു വഴി കണ്ടെത്തിയ വ്യക്തികളുടെ എണ്ണമറ്റ കഥകൾ ഉണ്ട്. അവയിൽ ചിലത് നിങ്ങൾക്ക് പരിചിതമായിരിക്കാം.

ആദ്യത്തെ *ഹാരി പോട്ടർ* പുസ്തകം എഴുതിയപ്പോൾ എഴുത്തുകാരി ജെ.കെ. റൗളിംഗ് തകർന്നുപോയി, ഏതാണ്ട് നിരാലംബയായിരുന്നു. അത് ഒടുവിൽ ഒരു പരമ്പരയായി മാറി – നിരവധി ബ്ലോക്ക്ബസ്റ്റർ സിനിമകൾ, തീം പാർക്ക് റൈഡുകൾ, കളിപ്പാട്ടങ്ങൾ, വസ്ത്രങ്ങൾ, വീഡിയോ ഗെയിമുകൾ തുടങ്ങി – കൂടാതെ ശതകോടീശ്വരന്മാരുടെ ക്ലബ്ബിൽ അവരുടെ സ്ഥാനം ഉറപ്പിക്കുകയും ചെയ്തു.

ബ്രൂക്ലിനിലെ ഒരു ഭവന പദ്ധതിയിൽ ദരിദ്രനായി വളർന്ന ജെയ്-ഇസഡ് പിന്നീട് ലോകപ്രശസ്ത റാപ്പറും വ്യവസായ പ്രമുഖനുമായി തീർന്നു. അദ്ദേഹത്തിന്റെ സാമ്രാജ്യത്തിൽ റിയൽ എസ്റ്റേറ്റ്, സ്പോർട്സ് ബാറുകൾ, വസ്ത്രങ്ങൾ, പാനീയങ്ങൾ, സൗന്ദര്യവർദ്ധക വസ്തുക്കൾ എന്നിവ ഉൾപ്പെടുന്നു. ഇവയെല്ലാം ചുരുക്കം ചില ഉദാഹരണങ്ങളാണ്.

ദാരിദ്ര്യവും ദുരുപയോഗവും നിറഞ്ഞ ഒരു ബാല്യമായിരുന്നു ഓപ്ര വിൻഫ്രേയുടേത്, പിന്നീട് ലോകത്തിലെ ഏറ്റവും വിജയകരവും സമ്പന്നവുമായ സ്ത്രീകളിൽ ഒരാളായി അവർ മാറി. ഇപ്പോൾ, പ്രതിജ്ഞാബദ്ധതയോടെ തന്റെ വിജയത്തിന് വഴിയൊരുക്കാനും ഭാവിതലമുറകളെ ദാരിദ്ര്യത്തിൽ നിന്ന് മുക്തമാക്കാനും, നിരാലംബരായ പെൺകുട്ടികളെ സഹായിക്കുന്ന ജീവകാരുണ്യ പ്രവർത്തനങ്ങൾക്കായി അവർ 150 മില്യൺ ഡോളറിലധികം സംഭാവന ചെയ്തിട്ടുണ്ട്.

സിൽവസ്റ്റർ സ്റ്റാലോൺ എന്ന നടൻ ചെറിയ അഭിനയ

രംഗങ്ങളിൽ നിന്ന് റോക്കിയിലെ തന്റെ തകർപ്പൻ വേഷത്തിലേക്ക് ഉയരുമ്പോൾ, കുറച്ച് കാലത്തേക്ക് ഭവനരഹിതനായിരുന്ന, അദ്ദേഹം തന്നെയാണ് അത് എഴുതിയതും. റോക്കി ഫ്രാഞ്ചൈസി എക്കാലത്തെയും ഏറ്റവും വിജയകരമായ ഒന്നായി മാറി.

ഈ പുസ്തകം മുഴുവൻ പൂരിപ്പിക്കാൻ ആവശ്യമായ യഥാർത്ഥ ജീവിത ഉദാഹരണങ്ങൾക്കൊപ്പം ഈ പട്ടിക തുടരാം. നിങ്ങളുടെ ഭൂതകാലം നിങ്ങളുടെ ഭാവിയെ നിർണ്ണയിക്കാത്തതുപോലെ, നിങ്ങളുടെ ബാഹ്യ സാഹചര്യങ്ങൾ നിങ്ങളെ പരിമിതപ്പെടുത്തുന്നില്ലെന്ന് നിങ്ങൾ മനസ്സിലാക്കുന്നുണ്ടെന്ന് ഞാൻ പ്രതീക്ഷിക്കുന്നു. ആദ്യം നിങ്ങൾ നിങ്ങളുടെ ആദർശഭാവി സങ്കൽപ്പിക്കേണ്ടതുണ്ട്, അത് വ്യക്തമായി കാണുക, തുടർന്ന് അത് സാധ്യമാണെന്ന വിശ്വാസം സ്ഥാപിക്കുക. (വരും പേജുകളിൽ അത് കൃത്യമായി എങ്ങനെ ചെയ്യാമെന്ന് ചർച്ച ചെയ്യാൻ നമ്മൾ ധാരാളം സമയം ചെലവഴിക്കും.) പിന്നെ നിങ്ങൾ അതിലേക്ക് നീങ്ങാൻ തുടങ്ങണം. മുകളിൽ പട്ടികപ്പെടുത്തിയിരിക്കുന്ന ആളുകൾ ചെയ്തത് അതാണ്. അവർ ആഗ്രഹിക്കുന്നത് സാധ്യമാണെന്ന് അവർ തീരുമാനിച്ചു, അത് സാധ്യമാക്കാൻ എന്തുചെയ്യണമെന്ന് അവർ കണ്ടെത്തി, തുടർന്ന് വിജയം അനിവാര്യമാകുന്നതുവരെ അവർക്കുള്ളതെല്ലാം അതിനായി നൽകി. നിങ്ങൾക്കും അത് തന്നെ ചെയ്യാൻ കഴിയും.

ഓർക്കുക, നിങ്ങൾ ഏറ്റെടുക്കാൻ തീരുമാനിക്കുന്ന ലക്ഷ്യം ലോകത്തെ മാറ്റിമറിക്കുന്നതായിരിക്കണമെന്നില്ല. അത് നിങ്ങൾക്ക് ഇഷ്ടമുള്ളത്ര വലുതോ ചെറുതോ ആകാം, എളുപ്പമോ സങ്കീർണ്ണമോ ആകാം. പ്രധാന കാര്യം അത് നിങ്ങൾക്ക് അർത്ഥവത്തായതായിരിക്കണം എന്നതാണ്. ആ പ്രാധാന്യം നിങ്ങളുടെ ചാലകശക്തിയായി വർത്തിക്കും.

വിസ്മയ പുലരി-യിൽ, *ലെവൽ 10 വിജയം* എന്നൊരു ആശയം ഞാൻ വിവരിച്ചു, അത് നാമെല്ലാവരും ജീവിക്കാൻ ആഗ്രഹിക്കുന്ന ആദർശമാണ്. നിങ്ങളുടെ ജീവിതത്തിലെ ഏതെങ്കിലും ഒരു

മേഖലയിലെ വിജയം 1 മുതൽ 10 വരെയുള്ള ഒരു സ്കെയിലിൽ അളക്കുകയാണെങ്കിൽ, എല്ലാ മേഖലയിലും നിങ്ങൾ ഒരു 10 ആവാൻ ആഗ്രഹിക്കും. ലെവൽ 10 ആരോഗ്യം. ലെവൽ 10 സന്തോഷം. ലെവൽ 10 സമ്പത്ത്. നിങ്ങൾ തന്നെ പേരിടൂ. എന്നിരുന്നാലും, മനുഷ്യന്റെ കഴിവുകൾ പരിധിയില്ലാത്തതിനാൽ, ലക്ഷ്യം ലെവൽ 10-ൽ എത്തുക എന്നതല്ല. എല്ലാ ദിവസവും ഉണരുകയും മുൻരാത്രി ഉറങ്ങാൻ പോയപ്പോൾ നിങ്ങൾ ആയിരുന്ന വ്യക്തിയുടെ മികച്ച പതിപ്പായി മാറാൻ സമയം ചെലവഴിക്കുകയും ചെയ്യുക മാത്രമാണ് ഇത്. നിങ്ങളുടെ പരിധിയില്ലാത്ത സാധ്യതകളിലേക്ക് ചായുന്നതിൽ ഓരോ ദിവസവും ശ്രദ്ധ കേന്ദ്രീകരിക്കുകയും നിങ്ങളുടെ ജീവിതത്തിന്റെ എല്ലാ മേഖലകളിലും ലെവൽ 10 വിജയത്തിലേക്ക് നീങ്ങുകയും ചെയ്യുമ്പോൾ, അവസരബന്ധങ്ങൾ സമൃദ്ധമാവുകയും യഥാർത്ഥ പൂർത്തീകരണത്തിന്റെ ഉറവിടം നിങ്ങൾ കണ്ടെത്തുകയും ചെയ്യും.

പത്താം ലെവലിൽ വിജയത്തിനായി പരിശ്രമിക്കുമ്പോൾ, സന്തോഷവും നന്ദിയും ഉള്ളവരായിരിക്കുന്നതിനും വളരാനും മെച്ചപ്പെടുത്താനുമുള്ള മനുഷ്യന്റെ സഹജമായ ആഗ്രഹം പിന്തുടരുമ്പോൾ നാം ഇപ്പോൾ എവിടെയാണെന്ന് പൂർണ്ണത കാണുന്നതിനും ഇടയിലുള്ള സന്തുലിതാവസ്ഥ കണ്ടെത്തുക എന്നതാണ് വെല്ലുവിളി. താക്കോൽ, ഞാൻ വേണ്ടത്ര കഴിവുള്ളവനല്ല എന്ന അവസ്ഥയിൽ നിന്ന് വരുന്നതല്ല, *മറിച്ച് എനിക്ക് പരിധിയില്ല, എനിക്ക് കൂടുതൽ നൽകാനുണ്ട്* എന്ന അവസ്ഥയിൽ നിന്നാണ് വരുന്നത് എന്നതാണ് പ്രധാനം. സൂക്ഷ്മവും എന്നാൽ സമൂലവുമായ ഒരു വ്യത്യാസമാണിത്, അത്ഭുത പ്രഗത്ഭർ പിന്തുടരുന്ന ഒരു വ്യത്യാസമാണിത്.

ലെവൽ 10 വിജയത്തിന്റെ നിർവ്വചനത്തേക്കാൾ ഉയർന്ന എന്തെങ്കിലും എപ്പോഴും നേടാൻ ശ്രമിക്കുന്നതിനാലാണ് അത്ഭുത പ്രഗത്ഭർ തങ്ങളെത്തന്നെ വേറിട്ടു നിർത്തുന്നത്. അവർ സ്വയം അചഞ്ചലമായ വിശ്വാസം നിലനിർത്തുകയും ജീവിതത്തിൽ അവർ ആഗ്രഹിക്കുന്നത് സംഭവിക്കുമെന്ന് പ്രതീക്ഷിക്കുകയും ചെയ്യുന്നു. പക്ഷേ അവർ തങ്ങളുടെ പരിശ്രമങ്ങളിൽ നിഷ്ക്രിയമായ ഒരു പങ്ക് വഹിക്കുന്നില്ല. അവർ ഒരു ലക്ഷ്യ പലകയിലേക്ക് ഉറ്റുനോക്കുകയോ ബുദ്ധിശൂന്യമായി സ്ഥിരീകരണങ്ങൾ ആവർത്തിക്കുകയോ ചെയ്തിട്ട് എന്തുകൊണ്ട് ഒന്നും സംഭവിക്കുന്നില്ല

എന്ന് ചിന്തിക്കുകയോ ചെയ്യുന്നില്ല. നിങ്ങൾ ഒരു അത്ഭുത പ്രഗത്ഭരായി ജീവിക്കുമ്പോൾ, നിങ്ങൾ മിക്ക ആളുകളിൽ നിന്നും വ്യത്യസ്തമായി ചിന്തിക്കുകയും പ്രവർത്തിക്കുകയും ചെയ്യുന്നു.

മിക്ക ആളുകളും ഭയത്തെയും ആത്മ സംശയത്തെയും കുറിച്ച് ചിന്തിക്കാൻ ശ്രമിക്കുമ്പോൾ, അത്ഭുത പ്രഗത്ഭർ ഭയത്തെ വിശ്വാസം കൊണ്ട് മറികടക്കാൻ ഇഷ്ടപ്പെടുന്നു. ചെയ്യുന്ന എല്ലാ കാര്യങ്ങളിലും വിജയിക്കാൻ കഴിയുമെന്നും, അതേസമയം വിജയിക്കാത്തപ്പോൾ അത് സ്വീകരിക്കാൻ തയ്യാറാകുകയും വേഗത്തിൽ മുന്നോട്ട് പോകുകയും ചെയ്യുന്ന ഒരു അടിസ്ഥാന മനോഭാവമാണ് അവർക്കുള്ളത്. അങ്ങനെ അവർക്ക് കൂടുതൽ അവസരങ്ങൾ പ്രയോജനപ്പെടുത്താൻ കഴിയും. ചിലപ്പോഴൊക്കെ അവർ പരാജയപ്പെടാൻ സാധ്യതയുണ്ടെങ്കിൽ പോലും, അവർക്ക് വിജയിക്കാൻ കൂടുതൽ അവസരങ്ങളുണ്ട്.

“ചാമ്പ്യന്മാർ എപ്പോഴും മത്സരങ്ങളിൽ വിജയിക്കുന്നവരല്ല; ചാമ്പ്യന്മാർ പുറത്തുപോയി ശ്രമിക്കുന്നവരാണ്” എന്ന് പറഞ്ഞപ്പോൾ സൈമൺ സിനെക്കും സമാനമായ ഒരു വികാരം പ്രകടിപ്പിച്ചു. അടുത്ത തവണ അവർ കൂടുതൽ ശ്രമിക്കും... ‘ചാമ്പ്യൻ’ എന്നത് ഒരു മാനസികാവസ്ഥയാണ്. അവർ അർപ്പണബോധമുള്ളവരാണ്. മറ്റുള്ളവരെക്കാൾ മികച്ചവരാകാൻ മത്സരിക്കുന്നതിനേക്കാൾ, സ്വയം മികച്ചതാക്കാൻ അവർ മത്സരിക്കുന്നു.

അത്ഭുത പ്രഗത്ഭരും വ്യത്യസ്തമായി പെരുമാറുന്നു. ഫലങ്ങൾ ലഭിക്കാൻ പരിശ്രമിക്കണമെന്ന് അവർ മനസ്സിലാക്കുന്നു. അവർ എളുപ്പവഴികൾ തേടുന്നില്ല; അവർക്ക് വേണ്ടത് നേടാൻ ആവശ്യമായതെല്ലാം ചെയ്യാൻ അവർ തയ്യാറാണ്. എന്നിരുന്നാലും, അവർ കാര്യക്ഷമതയ്ക്കും പ്രാധാന്യം നൽകുന്നു, അതിനാൽ അവർ എപ്പോഴും പഠിക്കുകയും ലക്ഷ്യത്തിലെത്താൻ നുറുങ്ങുകളും തന്ത്രങ്ങളും കുറുക്കുവഴികളും കണ്ടെത്തുകയും ചെയ്യുന്നു.

നിരീക്ഷണത്തിൽ നിന്ന് മാത്രമല്ല, അനുഭവത്തിൽ നിന്നും എനിക്കിത് അറിയാം. ഒരു വാഹനാപകടത്തിൽ മരിച്ചതായി പ്രഖ്യാപിക്കപ്പെട്ടതിനുശേഷം, ഞാൻ വീണ്ടും നടക്കാൻ അത്ഭുത സമവാക്യം ഉപയോഗിച്ചതും, തകർച്ചയുടെ വക്കിലെത്തിയ ശേഷം എന്റെ സാമ്പത്തിക സ്ഥിതി എങ്ങനെ മാറ്റിമറിച്ചുവെന്നതും, ഒരു മോശം കാൻസർ രോഗനിർണ്ണയത്തെ അതിജീവിച്ചതും എങ്ങനെയെന്ന് തുടർന്നുള്ള പേജുകളിൽ നിങ്ങൾ

വായിക്കും. ഈ പുസ്തകം അടിസ്ഥാനമാക്കിയുള്ള രണ്ട് തീരുമാനങ്ങൾ എടുക്കുകയും നിലനിർത്തുകയും ചെയ്യുക എന്നതിലുപരി മറ്റൊന്നും ഞാൻ ചെയ്യില്ല.

അത്ഭുതങ്ങൾ സൃഷ്ടിക്കുക എന്നത് നിങ്ങളുടെ തീരുമാനമാണ്

നമ്മൾ ആഗ്രഹിക്കുന്ന ജീവിതത്തിൽ നിന്ന് നമ്മെ പിന്നോട്ട് വലിക്കുന്ന കാര്യങ്ങൾക്ക് എണ്ണമറ്റ ഉത്തരങ്ങൾ സ്വയം സഹായ പുസ്തകങ്ങൾ നമുക്ക് നൽകിയിട്ടുണ്ട്. നമ്മുടെ ശീലങ്ങൾ, വിശ്വാസങ്ങൾ, സ്വാധീനവലയം, ആത്മവിശ്വാസത്തിന്റെ നിലവാരം, ഊർജ്ജം, ആകർഷണ നിയമം, സമയ മാനേജ്മെന്റ്, വൈകാരിക ബുദ്ധി, നമ്മുടെ വിദ്യാഭ്യാസം അല്ലെങ്കിൽ അതിന്റെ അഭാവം എന്നിവയാണ് അവ. ഇതെല്ലാം അൽപ്പം ഭാരമേറിയതാണ്. എന്നിരുന്നാലും, നൂറുകണക്കിന് ഉത്തരങ്ങളെ രണ്ട് ലളിതമായ തീരുമാനങ്ങളാക്കി ലളിതമാക്കാൻ കഴിയുമെന്ന് ഞാൻ വിശ്വസിക്കുന്നു, അത് നിങ്ങളുടെ വിജയത്തെ സൃഷ്ടിക്കുകയോ തകർക്കുകയോ ചെയ്യും, കൂടാതെ നിങ്ങളുടെ ജീവിതകാലം മുഴുവൻ ഒരു അത്ഭുത പ്രഗത്ഭരായി ജീവിക്കുമോ എന്ന് നിർണ്ണയിക്കും.

നമ്മൾ ബോധപൂർവ്വം എടുക്കുന്നതിൽ പരാജയപ്പെടുന്ന രണ്ട് തീരുമാനങ്ങളുണ്ട്, വീണ്ടും വീണ്ടും, അവ നമ്മൾ ആഗ്രഹിക്കുന്നത് നേടുന്നതിൽ നിന്ന് നമ്മെ പിന്നോട്ട് വലിക്കുന്നു. അവ ഇവയാണ്: അചഞ്ചലമായ വിശ്വാസം നിലനിർത്താനുള്ള തീരുമാനവും അസാധാരണമായ ശ്രമം നടത്താനുള്ള തീരുമാനവും. തങ്ങൾക്ക് യഥാർത്ഥത്തിൽ ആഗ്രഹിക്കുന്ന ജീവിതം സൃഷ്ടിക്കുന്നതിൽ നിന്ന് ആരെയും തടയുന്നത് ഒന്നുകിൽ അവർക്ക് കഴിയുമെന്ന് വിശ്വാസമില്ല, അല്ലെങ്കിൽ ആവശ്യമായ ശ്രമം നടത്തുന്നില്ല എന്നതാണ്.

അവർ യഥാർത്ഥത്തിൽ ആഗ്രഹിക്കുന്ന ജീവിതം സൃഷ്ടിക്കുന്നതിൽ നിന്ന് ആരെയും തടയുന്നത് ഒന്നുകിൽ അവർക്ക് കഴിയുമെന്ന വിശ്വാസമില്ല അല്ലെങ്കിൽ അവർ ആവശ്യമായ ശ്രമം നടത്തുന്നില്ല എന്നതാണ്. അത്രയേ ഉള്ളൂ. എന്നാൽ പലരും അത് ചെയ്യുന്നില്ല.

ഇത് കേൾക്കുമ്പോൾ വളരെ ലളിതമാണെന്ന് എനിക്ക് മനസ്സിലാകും – ഒരുപക്ഷേ വളരെ ലളിതവുമാകാം. പക്ഷേ നമുക്ക് ഇത് പര്യവേക്ഷണം ചെയ്യാം.

തീരുമാനം 1 : അചഞ്ചലമായ വിശ്വാസം. വിശ്വാസത്തെ മറ്റൊരു പേരിൽ വിളിക്കാമെങ്കിലും – വിശ്വാസം, ആത്മവിശ്വാസം അല്ലെങ്കിൽ ബോധ്യം – ലളിതമായി പറഞ്ഞാൽ, അസാധാരണമായ ജീവിതം സൃഷ്ടിക്കുന്നവർ അങ്ങനെ ചെയ്യുന്നത് അവർക്ക് കഴിയുന്ന വിശ്വാസം സ്ഥാപിച്ചുകൊണ്ടാണ്, അവർ ആഗ്രഹിക്കുന്നത് സൃഷ്ടിക്കുന്നതുവരെ ആ വിശ്വാസത്തെ ശക്തിപ്പെടുത്തുകയും നിലനിർത്തുകയും ചെയ്യുന്നു. അങ്ങനെ, അവരുടെ വിശ്വാസം അചഞ്ചലമാണ്.

ഇത് മനുഷ്യ സ്വഭാവത്തെ വെല്ലുവിളിക്കുന്നു, കാരണം നമ്മുടെ വിശ്വാസം നമ്മുടെ ഭൂതകാല, വർത്തമാനകാല ഫലങ്ങളാലും സാഹചര്യങ്ങളാലും സ്വാധീനിക്കപ്പെടുന്നു. നിങ്ങൾ ഒരിക്കലും മറികടക്കാത്തതോ ഇതുവരെ നേടിയിട്ടില്ലാത്തതോ ആയ എന്തെങ്കിലും മറികടക്കാനോ നേടാനോ കഴിയുമെന്ന് വിശ്വാസം സ്ഥാപിക്കുന്നതിന് നിങ്ങളുടെ കംഫർട്ട് സോണിന് പുറത്തേക്ക് പോകേണ്ടതുണ്ട്. അതിനായി നിങ്ങൾ ഇതുവരെ ഉണ്ടായിരുന്നതിനേക്കാൾ മികച്ചതായി സ്വയം കാണുകയും അത് സാധ്യമാണെന്നതിന് തെളിവില്ലാത്ത ഒരു സാധ്യത സങ്കൽപ്പിക്കുകയും വേണം. അത്തരമൊരു വിശ്വാസം സ്ഥാപിക്കുന്നത് സാധാരണമോ സ്വാഭാവികമോ അല്ല, തീർച്ചയായും അത് യാന്ത്രികവുമല്ല. നിങ്ങളുടെ ഏറ്റവും പരിധിയില്ലാത്ത കഴിവുകളിൽ വിശ്വാസം സ്ഥാപിക്കുന്നതിന് ബോധപൂർവ്വവും ആലോചനാപരവുമായ തീരുമാനം ആവശ്യമാണ്.

ആ വിശ്വാസം നിലനിർത്തുന്നതും സ്വാഭാവികമല്ല. ഏതാണ്ട് എല്ലാ മൂല്യവത്തായ നേട്ടങ്ങളും നേടുന്നത് എണ്ണമറ്റ തടസ്സങ്ങളും തിരിച്ചടികളും തരണം ചെയ്തതിനുശേഷം മാത്രമാണ്. പലർക്കും, തടസ്സങ്ങളും തിരിച്ചടികളും അവരുടെ വിശ്വാസത്തിവി മങ്ങലേല്പിക്കുകയും അവർ ആഗ്രഹിക്കുന്ന കാര്യങ്ങൾ പിന്തുടരുന്നത് നിർത്തുകയും ചെയ്യുന്നു. അത്ഭുതങ്ങൾ സൃഷ്ടിക്കാൻ നിങ്ങൾ എടുക്കേണ്ട രണ്ടാമത്തെ തീരുമാനത്തിലേക്ക് ഇത് നമ്മെ നയിക്കുന്നു.

അത്ഭുത സമവാക്യം പ്രവർത്തിക്കുന്നു

2006-ൽ എന്റെ ആദ്യത്തെ കോച്ചിംഗ് ക്ലയന്റുകളിൽ ഒരാളായിരുന്ന റോബ് ഡയൽ, അതിനുശേഷം അദ്ദേഹം എന്റെ സുഹൃത്തും സഹപ്രവർത്തകനുമായി മാറി. സാമ്പത്തിക സ്വാതന്ത്ര്യം നേടുന്നതിന് മാത്രമല്ല, ലോകത്തിൽ

ഗണ്യമായ സ്വാധീനം ചെലുത്തുന്നതിനും അദ്ദേഹം അത്ഭുത സമവാക്യം ശ്രദ്ധേയമായ രീതിയിൽ ഉപയോഗിച്ചു.

എല്ലാ വർഷവും, എന്റെ ദീർഘകാല സുഹൃത്തും ബിസിനസ്സ് പങ്കാളിയുമായ ജോൺ ബെർഗോഫും (ഈ പുസ്തകത്തിൽ നിങ്ങൾ പിന്നീട് കണ്ടുമുട്ടും), ഞാനും ബെസ്റ്റ് ഇയർ എവർ [ബ്ലൂപ്രിന്റ്] ലൈവ് അനുഭവം സംഘടിപ്പിക്കുന്നു, ഇത് ആളുകളെ അവരുടെ ജീവിതത്തിലെ അടുത്ത പന്ത്രണ്ട് മാസങ്ങൾ അക്ഷരാർത്ഥത്തിൽ ജീവിതത്തിലെ ഏറ്റവും മികച്ച പന്ത്രണ്ട് മാസങ്ങളാണെന്ന് ഉറപ്പാക്കാൻ അവരെ സജ്ജമാക്കുന്ന ഒരു വിപ്ലവകരമായ പ്രക്രിയയിലൂടെ കൊണ്ടുപോകുന്ന ഒരു പരിപാടിയാണ്. ഈ സംഭവങ്ങളിലൊന്നിനിടയിലാണ് റോബ് തന്റെ ജീവിതത്തിന്റെ ലക്ഷ്യം ആളുകളെ അവരുടെ യഥാർത്ഥ കഴിവുകളിൽ എത്തുന്നതിൽ നിന്ന് പിന്തിരിപ്പിച്ച് അവർ സൃഷ്ടിച്ച സ്വന്തം കഷ്ടപ്പാടുകളിൽ നിന്ന് എങ്ങനെ മോചനം നേടാമെന്ന് പഠിപ്പിക്കുകയാണെന്ന് മനസ്സിലാക്കിയത്. ആ തിരിച്ചറിവിന് തൊട്ടുപിന്നാലെ, അദ്ദേഹം തന്റെ ആദ്യ പോഡ്കാസ്റ്റ് ആരംഭിച്ചു, എട്ട് ആഴ്ചയ്ക്കുള്ളിൽ 100,000-ത്തിലധികം ഡൗൺലോഡുകൾ ലഭിച്ചു. റോബ് ആവേശഭരിതനായിരുന്നു, പക്ഷേ അദ്ദേഹത്തിന് അപ്പോഴും ആറ് അക്ക ശമ്പളമുള്ള ഒരു ജോലി ഉണ്ടായിരുന്നു. രണ്ടും ചെയ്യാൻ കഴിയില്ലെന്ന് അവനറിയാമായിരുന്നു, അതിനാൽ അവൻ തന്നിലുള്ള അചഞ്ചലമായ വിശ്വാസവും തന്റെ ദൗത്യവും ഉപയോഗിച്ച് ജോലി ഉപേക്ഷിച്ച് ജീവിതലക്ഷ്യത്തിൽ മുഴുവൻ സമയവും ശ്രദ്ധ കേന്ദ്രീകരിച്ചു.

ആളുകൾ ഇഷ്ടപ്പെടുകയും പങ്കിടുകയും ചെയ്യുന്ന ഉള്ളടക്കം എങ്ങനെ സൃഷ്ടിക്കാമെന്ന് മനസ്സിലാക്കാൻ അദ്ദേഹം അസാധാരണമായ ശ്രമം ഉപയോഗിച്ചു, പതിനാല് മാസത്തിനുള്ളിൽ, ഒരു ദശലക്ഷത്തിലധികം ആളുകളിലേക്ക് അദ്ദേഹം സോഷ്യൽ മീഡിയ ഫോളോവേഴ്സ് വളർത്തി. 2017-ൽ മാത്രം, അദ്ദേഹം നിർമ്മിച്ച വീഡിയോകളുടെയും ഉള്ളടക്കത്തിന്റെയും 500 ദശലക്ഷത്തിലധികം കാഴ്ചകൾ അദ്ദേഹത്തിന്റെ ഫേസ്ബുക്ക് പേജിൽ ഉണ്ടായിരുന്നു. താൻ ഉപേക്ഷിച്ച ആറ്

അക്ക ജോലിയെ സംബന്ധിച്ചിടത്തോളം, പതിനാല് മാസത്തിനുള്ളിൽ തന്റെ വരുമാനം മാറ്റിസ്ഥാപിക്കാൻ അദ്ദേഹത്തിന് കഴിഞ്ഞു, രണ്ടാം പൂർണ്ണ വർഷത്തിൽ അദ്ദേഹം മുൻ വാർഷിക ശമ്പളത്തേക്കാൾ 300 ശതമാനം കൂടുതൽ സമ്പാദിച്ചു. അത്ഭുത സമവാക്യം പ്രയോഗിക്കുകയും ഒരു അത്ഭുത പ്രഗത്ഭൻ ആകുകയും ചെയ്യുന്നതിന്റെ അർത്ഥമെന്താണെന്ന് റോബ് നേരിട്ട് അനുഭവിച്ചു.

തീരുമാനം 2 : അസാധാരണമായ ശ്രമം. പരിശ്രമത്തിന് പകരം വയ്ക്കാൻ നിങ്ങൾക്ക് വിവിധ പര്യായപദങ്ങൾ കണ്ടെത്താൻ കഴിയുമെങ്കിലും–ജോലി, ഉൽപ്പാദനക്ഷമത, അധ്വാനം അല്ലെങ്കിൽ പ്രവൃത്തി – ഒടുവിൽ അർത്ഥവത്തായ ലക്ഷ്യങ്ങൾ നേടുകയും ലെവൽ 10 ജീവിതം നയിക്കുകയും ചെയ്യുന്നവർ, അവർ ആഗ്രഹിക്കുന്ന ഫലങ്ങൾ സൃഷ്ടിക്കുന്നതുവരെ ആവശ്യമായ (സാധാരണയായി *അസാധാരണമായ*) പരിശ്രമം നടത്തിയാണ് അങ്ങനെ ചെയ്യുന്നത്. അസാധാരണമായ ശ്രമം തീർച്ചയായും കഠിനാധ്വാനമല്ലെന്ന് അടുത്ത അധ്യായത്തിൽ നിങ്ങൾ പഠിക്കും. പക്ഷേ അതിന് നിങ്ങളുടെ ഭാഗത്ത് നിന്ന് ഊർജ്ജം ആവശ്യമാണ്. ഈ ശ്രമത്തെ അസാധാരണമാക്കുന്നത് അത് വളരെക്കാലം നീണ്ടുനിൽക്കുന്നു എന്നതാണ്. അതില്ലാതെ, നിങ്ങളുടെ വിശ്വാസത്തെ ഊട്ടിയുറപ്പിക്കാൻ നിങ്ങൾക്ക് ഒന്നുമില്ല.

നിർഭാഗ്യവശാൽ, ഇത്തരത്തിലുള്ള ശ്രമവും അസ്വാഭാവികമാണ്. ദീർഘകാല വിജയത്തിനും സംതൃപ്തിക്കും പകരം നമ്മൾ പലപ്പോഴും താൽക്കാലിക ആനന്ദം തിരഞ്ഞെടുക്കുന്നു. അങ്ങനെ ചെയ്യുന്നത് സുരക്ഷിതമായും നമ്മുടെ സുഖസൗകര്യങ്ങൾക്കുള്ളിലും തുടരാൻ ആവശ്യമായ ഏറ്റവും കുറഞ്ഞ പരിശ്രമം പോലും നടത്താൻ നമ്മെ പ്രേരിപ്പിക്കുന്നു. എളുപ്പമുള്ളത് ചെയ്യുന്നത് വളരെ എളുപ്പമായതിനാൽ, ശരിയായത് ചെയ്യുന്നതിൽ നിന്ന് അത് നമ്മെ തടയുന്നു.

മനുഷ്യ സ്വഭാവം നമ്മുടെ സമൂഹത്തിലെ ഭൂരിഭാഗത്തെയും, തലയ്ക്കു മുകളിലുള്ള മേൽക്കൂര നഷ്ടപ്പെടാതിരിക്കാൻ ആവശ്യമായ പണം സമ്പാദിക്കാനും മുന്നോട്ട് പോകാൻ പര്യാപ്തമല്ലാത്തതുപോലുള്ള സാഹചര്യങ്ങളിലേക്കും പരിമിതപ്പെടുത്തുന്നു.

രുചിക്കും ഘടനയ്ക്കും വേണ്ടി മാത്രം തിരഞ്ഞെടുത്ത ഭക്ഷണങ്ങളാണ് നമ്മൾ കഴിക്കുന്നത്, അത് നമുക്ക് ഹ്രസ്വകാല ആനന്ദം നൽകുന്ന, അതേസമയം ജീവിതകാലം മുഴുവൻ ഊർജ്ജസ്വലമായ ആരോഗ്യവും ഊർജ്ജവും കവർന്നെടുക്കുന്നു. നമുക്ക് വലിയ സമ്പത്ത് നേടിത്തരുന്നതും നാമെല്ലാവരും ആഗ്രഹിക്കുന്ന സാമ്പത്തിക സ്വാതന്ത്ര്യം നൽകുന്നതുമായ ലക്ഷ്യങ്ങളും സ്വപ്നങ്ങളും പിന്തുടരുന്നതിനുപകരം,സുരക്ഷിതമായ ശമ്പളം നൽകുന്ന കമ്പനികളിലെ തൃപ്തികരമല്ലാത്ത ജോലികളിൽ നാം പിടിച്ചുനിൽക്കുന്നു.

നിങ്ങളുടെ അടിസ്ഥാന സഹജാവബോധത്തിന് വിരുദ്ധമായ രണ്ട് തീരുമാനങ്ങൾ എടുക്കാൻ ഞാൻ നിങ്ങളോട് ആവശ്യപ്പെടുന്നുവെന്ന് എനിക്ക് മനസ്സിലാകും. നിങ്ങളുടെ ജന്മസിദ്ധമായ മനുഷ്യ സ്വഭാവത്തെ എങ്ങനെ ധിക്കരിക്കാൻ പോകുന്നുവെന്ന് നിങ്ങൾ ചിന്തിക്കുന്നുണ്ടെങ്കിൽ, എന്നോട് ക്ഷമിക്കു. കാലക്രമേണ ഈ തീരുമാനങ്ങൾ യാന്ത്രികവും സ്വാഭാവികവുമായി മാറുന്നതിന് ഈ സഹജവാസനകളെ എങ്ങനെ മറികടക്കാമെന്ന് നമ്മൾ പഠിക്കും.

അചഞ്ചലമായ വിശ്വാസവും അസാധാരണമായ പരിശ്രമവും സഹായകരമായ പ്രതികരണം

നമ്മൾ നിശ്ചയിച്ച ഒരു പുതിയ ലക്ഷ്യത്തെക്കുറിച്ച് നാമെല്ലാവരും ആവേശത്തിലാണ്. ഈ ലക്ഷ്യം കൈവരിക്കുന്നതിന് അത് എങ്ങനെ കാണപ്പെടും, എങ്ങനെ അനുഭവപ്പെടും എന്നതിനെക്കുറിച്ച് നമ്മളുടെ മനസ്സിൽ വ്യക്തമായ കാഴ്ചപ്പാടുണ്ട്. അവിടെ എത്താൻ എന്താണ് ചെയ്യേണ്ടതെന്ന് നമ്മൾക്ക് കൃത്യമായി അറിയാം, അത് സാധ്യമാണെന്ന് നമ്മൾ വിശ്വസിക്കുന്നു. നമ്മൾ നമ്മളുടെ ആദ്യ ചുവടുകൾ വയ്ക്കുകയും അതിനൊപ്പം സഞ്ചരിക്കുകയും ചെയ്യുന്നു. പിന്നെ പെട്ടെന്ന്... *അടിപതറുന്നു.*

നമ്മൾ പ്രതീക്ഷിക്കാത്ത ഒരു തടസ്സം നേരിട്ടു, നമ്മൾ പ്രതീക്ഷിച്ചത്ര വേഗത്തിൽ ഫലങ്ങൾ ലഭിക്കുന്നില്ല, നിങ്ങൾ അയച്ച ആ റെസ്യൂമെകളെക്കുറിച്ച് ആരും നിങ്ങൾക്ക് മറുപടി തന്നെന്ന് വരില്ല, നിങ്ങളുടെ ഒഴിവു സമയം ജോലി ചെയ്യാനോ സ്വന്തമായി ഒരു ബ്ലോഗ് തുടങ്ങാനോ പദ്ധതിയിടുമ്പോൾ തന്നെ നിങ്ങളുടെ ബോസ് നിങ്ങളെ ഒരു പുതിയ പ്രോജക്റ്റ് ഏൽപ്പിച്ചിരിക്കാം. ഒരു പക്ഷേ നിങ്ങൾ പുതിയ ഉൽപ്പന്നം പുറത്തിറക്കിയിരിക്കാം,

പക്ഷേ നിങ്ങൾ പ്രതീക്ഷിച്ച നിരക്കിൽ വിൽപ്പന നടക്കുന്നില്ല, ഇതുപോലുള്ള സമയങ്ങളിലാണ് അത്ഭുത സമവാക്യത്തിൽ ഉറച്ചു നിൽക്കുന്നത് വെല്ലുവിളി നിറഞ്ഞതാകുന്നത്. നിങ്ങളുടെ മുന്നിൽ എറിയപ്പെടുന്ന തടസ്സം വലുതാകുംതോറും നിങ്ങൾക്ക് കൂടുതൽ നിരുത്സാഹം തോന്നിയേക്കാം. സമവാക്യം ജനാലയിലൂടെ പുറത്തേക്ക് വലിച്ചെറിഞ്ഞ് "നിങ്ങൾക്കറിയാവുന്ന ജീവിതത്തിലേക്ക്" മടങ്ങാൻ നിങ്ങൾക്ക് ഏറ്റവും സാധ്യതയുള്ള സമയമാണിത്.

നിങ്ങൾ പ്രതീക്ഷിക്കുന്ന ഫലങ്ങൾ (അതായത്, ആഗ്രഹിക്കുന്നത്) കാണാതെ വരുമ്പോൾ, നിങ്ങളുടെ വിശ്വാസം പതറുന്നത് സ്വാഭാവികമാണ്. നിങ്ങളുടെ വിശ്വാസം നഷ്ടപ്പെട്ടാലുടൻ, നിങ്ങളുടെ ലക്ഷ്യം നേടുന്നതിന് ആവശ്യമായ പരിശ്രമം അതിന്റെ തൊട്ടുപിന്നാലെ അപ്രത്യക്ഷമാകും. എന്റെ ലക്ഷ്യത്തിലെത്താൻ സാധ്യതയില്ലെന്ന് ഞാൻ വിശ്വസിക്കുമ്പോൾ പോലും ശ്രമിക്കുന്നതിൽ എന്താണ് അർത്ഥമെന്ന് നിങ്ങൾ ഒന്നോ രണ്ടോ തവണ സ്വയം ചോദിച്ചിട്ടുണ്ടാകുമെന്ന് എനിക്ക് ഉറപ്പുണ്ട്.

അചഞ്ചലമായ വിശ്വാസവും അസാധാരണ പരിശ്രമവും ഓരോന്നും സ്വന്തം ഭാരം വഹിക്കുന്നു, അവ പരസ്പരം പിന്തുണയ്ക്കുകയും ചെയ്യുന്നു. അവയെ രണ്ട് വ്യത്യസ്ത പ്രവർത്തനരേഖകളായി കാണുന്നതിനുപകരം, അവയെ ഒരു വൃത്തമോ ചക്രമോ ആയി കാണുന്നത് കൂടുതൽ യാഥാർത്ഥ്യബോധമുള്ളതാണ്. അവ ഒരുമിച്ച് പ്രവർത്തിക്കുന്നു. ഒരു ലക്ഷ്യത്തിലെത്താൻ കഴിയുമെന്ന് നിങ്ങൾ അചഞ്ചലമായ വിശ്വാസം സ്ഥാപിക്കുമ്പോൾ, നിങ്ങളെത്തന്നെ പ്രവർത്തനത്തിലേക്ക് നയിക്കുന്നതിന് ആവശ്യമായ ആന്തരിക പ്രേരണ നിങ്ങൾ സൃഷ്ടിക്കുന്നു, അത് നിങ്ങളുടെ അസാധാരണ പരിശ്രമമാണ്. ആ ശ്രമം പിന്നീട് അർഹതയുടെ ഒരു ബോധത്തിലേക്ക് പോഷിപ്പിക്കുകയും അത് കൂടുതൽ വിശ്വാസത്തിന് ഇന്ധനം നൽകുകയും ചെയ്യുന്നു. നിങ്ങൾ രണ്ടിലും മുഴുകുമ്പോൾ, സമവാക്യം പ്രവർത്തിക്കുന്നു.

എന്നാൽ ഒരെണ്ണത്തിൽ നിങ്ങൾ വഴിതെറ്റിപ്പോയാൽ, പ്രക്രിയ നിലയ്ക്കും. അവർ പരസ്പരം പ്രതികരണമായി പ്രവർത്തിക്കുന്നു. നിങ്ങളുടെ ജീവിതത്തെയും, ലക്ഷ്യങ്ങളെയും, സ്വപ്നങ്ങളെയും, അചഞ്ചലമായ വിശ്വാസവുമായുള്ള നിങ്ങളുടെ ബന്ധങ്ങളെയും സമീപിക്കുകയും അസാധാരണമായ ശ്രമം നടത്തുകയും ചെയ്യുമ്പോൾ, നിങ്ങൾ സഹായകരമായ പ്രതികരണം തുടരും. അങ്ങനെയാണ് നിങ്ങൾ വീണ്ടും വീണ്ടും അത്ഭുതങ്ങൾ സൃഷ്ടിക്കു

ന്നത്. അങ്ങനെയാണ് നിങ്ങൾ ഒരു അത്ഭുത പ്രഗത്ഭനായി നിങ്ങളുടെ ജീവിതം നയിക്കുന്നത്.

രഹസ്യത്തെ അത്ഭുതങ്ങളിലേക്ക് തിരികെ കൊണ്ടുവരുന്നു

എനിക്കറിയാം, എനിക്കറിയാം. അത്ഭുതങ്ങളുടെ നിഗൂഢത നമ്മൾ പുറത്തെടുത്തു. ശരി, ഇപ്പോൾ നമ്മൾ കുറച്ചുകൂടി പിന്നോട്ട് പോകും. കാരണം, നിങ്ങളുടെ ഭയത്തെയും ആത്മ സംശയത്തെയും അചഞ്ചലമായ വിശ്വാസം ഉപയോഗിച്ച് സജീവമായി മറികടക്കുകയും അസാധാരണമായ ശ്രമം നടത്തുന്നതിൽ നിന്ന് നിങ്ങളെ തടഞ്ഞു നിർത്തുന്ന ഉൽപ്പാദനക്ഷമമല്ലാത്ത ശീലങ്ങളോ അലസ പ്രവണതകളോ ഉപേക്ഷിക്കുകയും ചെയ്യുമ്പോൾ, നിങ്ങൾ ഉടൻ തന്നെ നിങ്ങളുടെ മുഴുവൻ കഴിവുകളും ഉപയോഗപ്പെടുത്തുകയും നിങ്ങൾക്ക് ചുറ്റുമുള്ള അവസരങ്ങളും സമന്വയങ്ങളും കാണാൻ തുടങ്ങുകയും ചെയ്യും. നിങ്ങൾ ഉദ്ദേശിച്ചത് നേടുന്നത് രണ്ടാമത്തെ സ്വഭാവമായി മാറും. പുറമേ നിന്ന് നോക്കുമ്പോൾ അത് പലപ്പോഴും ഭാഗ്യമായി തോന്നും.

ആളുകൾ അത്ഭുത പ്രഗത്ഭരെ അത്ഭുതത്തോടെയും ചിലപ്പോൾ അസൂയയോടെയും കാണുന്നു, എല്ലാം അവർക്കായി ഒഴുകിയെത്തുന്നു എന്ന് ചിന്തിക്കുന്നു. *അവർ എത്ര ഭാഗ്യവാന്മാർ! ശക്തമായ മതപരമോ ആത്മീയമോ ആയ വിശ്വാസങ്ങളുള്ള ആളുകൾ ദൈവത്തിലോ മറ്റേതെങ്കിലും ഉന്നത ശക്തിയിലോ ആണ് വിജയം ആരോപിക്കുന്നത്.* സംശയാലുക്കൾ ഇത് യാദൃശ്ചികമായി സംഭവിച്ചതാണെന്ന് തള്ളിക്കളയും.

നിങ്ങൾക്ക് ഇഷ്ടമുള്ളത് വിളിക്കുക, നിങ്ങൾക്ക് ഇഷ്ടമുള്ളവരെ അഭിനന്ദിക്കുക, അതിനെ ചോദ്യം ചെയ്യരുത്. അതിനെ സ്വീകരിക്കുക. അതിലെ സത്യവും ലാളിത്യവും കാണുക. ഒരു വലിയ സ്വപ്നം സാക്ഷാത്കരിക്കാനോ അസാധാരണമായ ഒരു ഫലം (അത്ഭുതം എന്നും അറിയപ്പെടുന്നു) സൃഷ്ടിക്കാനോ നിങ്ങൾ പുറപ്പെടുമ്പോൾ, അവിടെയെത്താനുള്ള യാത്ര എങ്ങനെയായിരിക്കുമെന്ന് നിങ്ങൾക്ക് അറിയാൻ കഴിയില്ലെന്ന് ഓർമ്മിക്കുക. പുതിയ അവസരങ്ങളിലേക്ക് നിങ്ങളെ നയിക്കുന്ന എല്ലാത്തരം അപ്രതീക്ഷിത പാതകളും, വെല്ലുവിളികളും, ബന്ധങ്ങളും, പാഠങ്ങളും അതിൽ ഉൾപ്പെടുമെന്ന് അറിയുക, അത് നിങ്ങളെ കൂടുതൽ പുതിയ അവസരങ്ങളിലേക്ക് നയിക്കുന്ന പാഠങ്ങൾ പഠിപ്പിക്കും.

ഭാഗ്യം എപ്പോൾ, എങ്ങനെ നിങ്ങളെ തേടിയെത്തുമെന്ന് പ്രവചിക്കാൻകഴിയില്ല.എന്നാൽഅത്ഭുതസമവാക്യംഅനുസരിച്ച് നിങ്ങൾഎത്രത്തോളംജീവിക്കുന്നുവോഅത്രത്തോളംനിങ്ങൾക്ക് ഭാഗ്യം ലഭിക്കുമെന്ന് നിങ്ങൾക്ക് ഉറപ്പിക്കാം. അസാധാരണമായ പരിശ്രമത്തിലൂടെയും ദീർഘകാലത്തേക്ക് അചഞ്ചലമായ വിശ്വാസം നിലനിർത്തുന്നതിലൂടെയും അത്ഭുതങ്ങൾ സൃഷ്ടിക്കാൻ നിങ്ങൾ എത്രത്തോളം സന്നദ്ധനാകുന്നുവോ അത്രത്തോളം പ്രവചനാതീതവും വിലമതിക്കാനാവാത്തതുമായ വിഭവങ്ങൾ നിങ്ങളുടെ ജീവിതത്തിൽ പ്രത്യക്ഷപ്പെടും. അപ്പോഴാണ് ആളുകൾ നിങ്ങളെ നോക്കി ചിന്തിക്കാൻ തുടങ്ങുന്നത്, *എല്ലാം അവർക്കു വേണ്ടി ഒഴുകിയെത്തുന്നു"* എന്ന്. *അവർ എത്ര ഭാഗ്യവാന്മാർ!*

എന്റെയും ഈ പുസ്തകത്തിലുടനീളം നിങ്ങൾ കണ്ടുമുട്ടാൻ പോകുന്നഎല്ലാവരുടെയുംഅനുഭവത്തിൽനിന്ന്ഞാൻനിങ്ങളോട് പറയുന്നു, നിങ്ങൾ അത്ഭുത സമവാക്യവുമായി പൊരുത്തപ്പെടു മ്പോൾ, നിങ്ങൾക്ക് സാധ്യമാണെന്ന് നിങ്ങൾ കരുതിയതിലും അപ്പുറമുള്ള അത്ഭുതങ്ങൾ – പ്രത്യക്ഷപ്പെടാൻ തുടങ്ങും, മിക്കവാറും എല്ലായ്പ്പോഴും അപ്രതീക്ഷിതമായ രീതികളിലും. നിങ്ങളുടെ നിലവിലെ അവബോധ മണ്ഡലത്തിനപ്പുറമുള്ള, നിങ്ങൾക്ക് ഒരിക്കലും പ്രവചിക്കാനോ ആസൂത്രണം ചെയ്യാനോ കഴിയാത്ത അദൃശ്യ ശക്തികളും വിഭവങ്ങളും, ഓരോ അത്ഭുതവും സൃഷ്ടിക്കാൻ നിങ്ങളുടെ സഹായത്തിനെത്തുന്നു. അവ പലപ്പോഴും അപ്രതീ ക്ഷിത അവസരങ്ങളായോ, ആളുകളുടെ രൂപത്തിലോ, അല്ലെങ്കിൽ ശരിയായ സമയത്ത് ശരിയായ സ്ഥലത്ത് ആയിരിക്കുന്നതി ലൂടെയോ പ്രത്യക്ഷപ്പെടുന്നു.

നിങ്ങളുടെ ഉള്ളിലെ സംശയാലു ഉപരിതലത്തിലേക്ക് ഉയരുന്നത് ഞാൻ കേൾക്കുന്നു. *വരൂ, ഹാ, നമ്മുടെ നിലവിലെ അവബോധ മണ്ഡലത്തിനപ്പുറമുള്ള അദൃശ്യ ശക്തികളെയും വിഭവങ്ങളെയുംകുറിച്ച് എന്താണ്?* എനിക്ക് കേൾക്കാം. അത് അൽപ്പം "വെളിയിലുള്ള" പോലെ തോന്നുന്നു. എന്നിരുന്നാലും, നിങ്ങൾ എടുക്കേണ്ട ഒരു കുതിച്ചുചാട്ടമാണിത്. ഓരോ അത്ഭുത പ്രവർത്തകരും തന്റെ ജീവിതത്തിലെ ഏതെങ്കിലും ഘട്ടത്തിൽ നടത്തിയ അതേ കുതിപ്പാണിത്, അതുകൊണ്ടാണ് വിജയകരമായ ആളുകൾ അവരുടെ വിജയത്തിൽ "ഭാഗ്യം" ഒരു പങ്കു വഹിച്ചു എന്ന് പറയുന്നത് നാം നിരന്തരം കേൾക്കുന്നത്. ചിലപ്പോൾ

കാണാൻ കഴിയാത്ത കാര്യങ്ങളിൽ വിശ്വസിക്കേണ്ടത് അത്യാവശ്യമാണ്. ജീവിതത്തിലെ മാന്ത്രികതയിലും അത്ഭുതങ്ങളിലും വിശ്വസിക്കാൻ ഞാൻ നിങ്ങളെ ക്ഷണിക്കുന്നു, അവ അനുഭവിക്കാൻ കഴിയുന്നവർക്കു മാത്രമേ അത് ചെയ്യാൻ കഴിയൂ.

ഞാൻ നേരത്തെ പറഞ്ഞതുപോലെ, അത്ഭുത സമവാക്യം വിശദീകരിക്കാൻ എളുപ്പമാണ്, പക്ഷേ അത് എങ്ങനെ നടപ്പിലാക്കണമെന്ന് ചുരുക്കം ചിലർക്ക് മാത്രമേ അറിയൂ. അചഞ്ചലമായ വിശ്വാസം, അസാധാരണ ശ്രമം എന്നീ രണ്ട് തീരുമാനങ്ങൾ മനസ്സിലാക്കാൻ സങ്കീർണ്ണമല്ല, സംയോജിപ്പിച്ച് നിലനിർത്തുമ്പോൾ, അവ അത്ഭുതകരമായ ഫലങ്ങൾ ഉണ്ടാക്കുന്നു.

എന്നിരുന്നാലും, ഈ രണ്ട് തീരുമാനങ്ങളും നടപ്പിലാക്കുന്നത് ഒട്ടും ലളിതമല്ല, കാരണം രണ്ടും നമ്മുടെ സ്വാഭാവിക പ്രവണതകളെ, അന്തർലീനവും പഠിച്ചതുമായവയെ, ബോധപൂർവ്വം ധിക്കരിക്കാൻ ആവശ്യപ്പെടുന്നു. അതുകൊണ്ടാണ് അസാധാരണമായ ഫലങ്ങൾ സൃഷ്ടിക്കുന്നതിന് ഈ സൂത്രവാക്യം എങ്ങനെ പ്രയോഗിക്കാമെന്നും അതിലും ചെറിയ ഒരു ഗ്രൂപ്പിന് നിരവധി തവണ ചെയ്യാൻ കഴിഞ്ഞത് എന്തുകൊണ്ടാണെന്നും നമ്മുടെ സമൂഹത്തിൽ താരതമ്യേന ചെറിയ ശതമാനം പേർക്ക് മാത്രമേ മനസ്സിലാകുന്നുള്ളൂ.

അചഞ്ചലമായ വിശ്വാസം സ്ഥിരമായ ചിന്താരീതിയായി മാറിയിരിക്കുന്നതും അസാധാരണമായ ശ്രമം സാധാരണവും യാന്ത്രികവുമായി മാറിയിരിക്കുന്നതുമായ അത്ഭുത പ്രഗത്ഭരുടെ ഈ ചെറിയ ഗ്രൂപ്പിലാണ് ഞാൻ നിങ്ങളെ ചേരാൻ ക്ഷണിക്കുന്നത്. സ്പഷ്ടവും അളക്കാവുന്നതുമായ ഒരു അത്ഭുതം സൃഷ്ടിക്കാൻ ആവശ്യമായ ഘടകങ്ങൾ ഇപ്പോൾ നിങ്ങൾക്കറിയാം. കൂടുതൽ മുന്നോട്ട് പോയി അവ എങ്ങനെ പ്രയോഗിക്കണമെന്ന് മനസ്സിലാക്കണോ വേണ്ടയോ എന്ന തീരുമാനം നിങ്ങളുടേതാണ്.

അടുത്ത അധ്യായത്തിൽ, ഞാൻ അത്ഭുത സമവാക്യം എങ്ങനെ കണ്ടെത്തി, എന്റെ ആദ്യത്തെ സ്പഷ്ടവും അളക്കാവുന്നതുമായ അത്ഭുതം എങ്ങനെ സൃഷ്ടിച്ചു, മറ്റുള്ളവരെ അത് ചെയ്യാൻ പഠിപ്പിച്ചു തുടങ്ങിയതിനെക്കുറിച്ച് ഞാൻ നിങ്ങളെ അറിയിക്കും. ഈ ആശയം എവിടെ, എങ്ങനെ ആരംഭിച്ചു എന്ന് നോക്കാം.

2

അസാധ്യമായതിൽ നിന്ന് അസംഭവ്യമായതിലേക്കും അനിവാര്യമായതിലേക്കും

ഞാൻ എങ്ങനെ സമവാക്യം കണ്ടെത്തി

അത്ഭുതകരമായ ഒരു തലത്തിൽ നിങ്ങൾക്ക് അഭിവൃദ്ധി അനുഭവിക്കണമെങ്കിൽ, നിങ്ങളുടെ പഴയ ചിന്താഗതികൾ ഉപേക്ഷിച്ച്, നിങ്ങളുടെ ജീവിതത്തിൽ അനുഭവിക്കാൻ കഴിയുന്നത് സങ്കൽപിക്കുന്നതിനുള്ള ഒരു പുതിയ മാർഗ്ഗം വികസിപ്പിക്കണം.

— ഡോ. വെയ്ൻ ഡയർ

നമ്മൾ രണ്ടാം അധ്യായത്തിൽ മാത്രമേ എത്തിയിട്ടുള്ളൂ എന്ന് എനിക്കറിയാം, പക്ഷേ എനിക്ക് ഒരു കുറ്റസമ്മതം നടത്താനുണ്ട് : ഞാൻ ഒരു അത്ഭുത സമവാക്യവും കണ്ടുപിടിച്ചിട്ടില്ല. ഈ പുസ്തകം നൂറ്റാണ്ടുകൾക്ക് മുമ്പ് എഴുതിയതാകാമായിരുന്നു. തീർച്ചയായും ഞാൻ എഴുതിയതല്ല. അന്ന് ഞാൻ ജീവിച്ചിരുന്നില്ല. പക്ഷേ അത് മറ്റേതെങ്കിലും അത്ഭുത പ്രഗത്ഭൻ എഴുതിയതാകാം. കൂടുതൽ വ്യക്തമാക്കാൻ, ഞാൻ സൂത്രവാക്യം തിരിച്ചറിയുകയും ഇതിനകം തന്നെ അത്ഭുത സമവാക്യം എന്ന് നാമകരണം ചെയ്യുകയും ചെയ്തു. സത്യത്തിൽ, ലോകത്തിലെ ഏറ്റവും മികച്ച സ്രഷ്ടാക്കളും നേട്ടക്കാരുമെല്ലാം, ജീവിതത്തിന്റെ എല്ലാ തുറകളിലും, ചരിത്രത്തിലുടനീളം ഈ ഫോർമുല ഉപയോഗിച്ചിട്ടുണ്ട്. അവർക്ക് അതിന് ഒരു പേരില്ലായിരുന്നു എന്നു മാത്രം.

എന്റെ പ്രിയപ്പെട്ട ബാസ്കറ്റ്ബോൾ കളിക്കാരൻ മൈക്കൽ ജോർദ്ദാൻ ചിക്കാഗോ ബുൾസിനായി കളിക്കുന്നത് കാണുന്ന കുട്ടിയായിരുന്ന ഞാൻ, നാലാം ക്വാർട്ടറിൽ കോച്ച് ഫിൽ ജാക്സൺ തന്റെ ടീമിനെ നോക്കി "സ്കോട്ടി [പിപ്പൻ], നീ പന്ത് മൈക്കിളിന് എത്തിക്കാൻ പോകുന്നു" എന്ന് പറയുന്നത് ഒരിക്കലും കേട്ടിട്ടില്ല. മൈക്കിൾ, നീ ഇടതുവശത്തേക്ക് വ്യാജമായി കയറി ലെയ്ൻ ഓടിച്ച് അത്ഭുത സമവാക്യം പ്രയോഗിച്ച് കളി ജയിക്കും!" അതുപോലെ, മാർട്ടിൻ ലൂഥർ കിംഗ് ജൂനിയർ പൗരാവകാശ പ്രസ്ഥാനത്തെ മുന്നോട്ട് കൊണ്ടുപോകാൻ അത്ഭുത സമവാക്യം ഉപയോഗിക്കുന്നതിനെക്കുറിച്ച് പ്രസംഗിക്കുന്നത് ആരും കേട്ടിട്ടില്ല, അല്ലെങ്കിൽ ചൊവ്വയിൽ ജീവൻ നിലനിർത്തുന്ന ഒരു നഗരം നിർമ്മിക്കുക എന്ന തന്റെ മഹത്തായ ദർശനം കൈവരിക്കാൻ എലോൺ മസ്ക് ഈ സമവാക്യം എങ്ങനെ ഉപയോഗിക്കുന്നുവെന്ന് ആരും വായിച്ചിട്ടില്ല.

എന്നിരുന്നാലും, അവർ അത് തിരിച്ചറിഞ്ഞാലും ഇല്ലെങ്കിലും, അസാധാരണമായ ഫലങ്ങൾ കൈവരിക്കാൻ അവർ ഓരോരുത്തരും ഉപയോഗിച്ച സൂത്രവാക്യമാണ് അത്ഭുത സമവാക്യം. പത്താം ലെവലിൽ നിങ്ങളുടെ ജീവിതത്തിന്റെ ഏത് മേഖലയിലും

പ്രവർത്തിക്കാനുള്ള നിങ്ങളുടെ കഴിവ് പ്രയോജനപ്പെടുത്താൻ നിങ്ങളെ പ്രാപ്തരാക്കുന്ന സമവാക്യവുമായി പൊരുത്തപ്പെടുന്ന ജീവിതമാണിത്. അത് ചെയ്യാതിരിക്കുക അസാധ്യമായിരിക്കും.

അസാധ്യമെന്ന് ഞാൻ കരുതിയ, എന്നാൽ യഥാർത്ഥത്തിൽ നേടാൻ ആഗ്രഹിച്ച, റെക്കോർഡ് വിൽപ്പന ലക്ഷ്യം കൈവരിക്കാനുള്ള എന്റെ ആഗ്രഹത്തിൽ നിന്നാണ് അത്ഭുത സമവാക്യം പിറന്നത്.എളുപ്പവഴിയിലൂടെസഞ്ചരിക്കാനുള്ളഎന്റെസ്വാഭാവിക പ്രവണതയെ ഞാൻ അടിസ്ഥാനപരമായി നിരാകരിച്ചു, പകരം കൂടുതൽ കഠിനമായ പാതയിലൂടെ സഞ്ചരിച്ചു. ആ പ്രക്രിയയിൽ, ഞാൻ ഇതുവരെ കണ്ടിട്ടുള്ളതിൽ വച്ച് ഏറ്റവും വിലപ്പെട്ട ജീവിത പാഠങ്ങളിൽ ഒന്ന് ഞാൻ പഠിച്ചു.

അത്ഭുത സമവാക്യം എങ്ങനെ ഉണ്ടായി എന്നതിന് ഞാൻ ഒരു രംഗം ഒരുക്കട്ടെ.

കോളേജ് പഠനത്തിനു ശേഷം, വീടുകളിൽ തന്നെ പ്രദർശനങ്ങളിലൂടെ ഉയർന്ന നിലവാരമുള്ള അടുക്കള കട്ട്ലെറികൾ വിൽക്കുന്ന കട്ട്കോയുടെ വിൽപ്പന പ്രതിനിധിയായി ഞാൻ ഒരു സ്ഥാനം സ്വീകരിച്ചു. ഞാൻ തുടങ്ങിയപ്പോൾ, എനിക്ക് മുമ്പ് വിൽപ്പന പരിചയമൊന്നും ഉണ്ടായിരുന്നില്ല, എന്റെ ജീവിതം മുഴുവൻ ശരാശരിക്കും ലജ്ജാകരമാംവിധം ഇടത്തരം എന്നതിനുമിടയിലുള്ള ശൂന്യതയിൽ ജീവിക്കാൻ ഞാൻ ശീലിച്ചിരുന്നു.ഞാൻ ഒരു സി ക്ലാസ്സ് വിദ്യാർത്ഥിയായിരുന്നു, ഒരിക്കലും സംഘടിത കായിക വിനോദങ്ങളിൽ പങ്കെടുത്തിട്ടില്ല, ഒരു ക്ലബ്ബിലും അംഗമായിരുന്നില്ല, സ്കൂളിൽ വെച്ച് ഭീഷണിപ്പെടുത്തലിന് ഇരയായി, ഒരു സ്കൂൾ വർഷത്തിൽ ഒരു വിദ്യാർത്ഥിക്ക് ഏറ്റവും കൂടുതൽ മണിക്കൂർ തടങ്കലിൽ വെച്ചതിന് യോസെമൈറ്റ് ഹൈസ്കൂളിൽ നിന്ന് നേടിയ ഒരേയൊരു റെക്കോർഡ് മാത്രമേ എനിക്കുള്ളൂ. നിങ്ങൾക്ക് ജിജ്ഞാസയുണ്ടെങ്കിൽ ആകെ 178 ആയിരുന്നു – അമ്മയും അച്ഛനും അഭിമാനിക്കുന്ന ഒരു നേട്ടമല്ല അത്.

കട്ട്കോയിലെ ചില അവിശ്വസനീയമായ നേതാക്കളുടെയും ഉപദേഷ്ടാക്കളുടെയും പിന്തുണയും പാഠങ്ങളും കൊണ്ട്, മുമ്പൊരി

ക്കലും ഉണ്ടായിട്ടില്ലാത്ത ഒരു ആത്മവിശ്വാസവും (കഴിവും) എന്നിൽ ഉയർന്നുവരാൻ തുടങ്ങി. കൂടുതൽ കഠിനാധ്വാനം ചെയ്യാൻ ഞാൻ എന്നെത്തന്നെ പ്രേരിപ്പിച്ചു. ഉയർന്ന ലക്ഷ്യങ്ങൾ നേടാൻ ഞാൻ ശ്രമിച്ചു. മൊത്തത്തിൽ, ഞാൻ വിചാരിച്ചതിലും വളരെയധികം കഴിവുള്ള ഒരാളായി ഞാൻ വളർന്നു, പെട്ടെന്ന് തന്നെ കമ്പനിയുടെ മികച്ച വിൽപ്പന പ്രതിനിധികളിൽ ഒരാളായി മാറി.

വിൽപ്പന ഉയരുന്ന കാലയളവിൽ റെക്കോർഡുകൾ തകർക്കുക എന്നതായിരുന്നു ഞാൻ എനിക്ക് തന്നെ വികസിപ്പിച്ചെടുത്ത ഒരു മാർഗ്ഗം, ഇത് കട്ട്കോ ലോകത്ത് പതിനാല് ദിവസത്തെ വിൽപ്പന മത്സരമാണ്, ഈ സമയത്ത് കമ്പനി അതിന്റെ വിൽപ്പന സേനയ്ക്കുള്ളിൽ സൗഹൃദപരമായ മത്സരം വളർത്തുന്നു. വിൽപ്പനക്കാരന്റെയും അയാളുടെ അല്ലെങ്കിൽ അവളുടെ പ്രാദേശിക ഓഫീസിന്റെയും കമ്പനിയുടെയും റെക്കോർഡ് വിൽപ്പന കൈവരിക്കുക എന്ന ലക്ഷ്യത്തോടെ, ആയിരക്കണക്കിന് പ്രതിനിധികളെയും മാനേജർമാരെയും ട്രോഫികളും സമ്മാനങ്ങളും നൽകി പ്രോത്സാഹിപ്പിച്ചുകൊണ്ടാണ് ഇത് ചെയ്യുന്നത്. ആ ഉയർന്ന കാലയളവുകളിലൊന്നിലാണ് എനിക്ക് വേണ്ടി ബൾബ് പ്രകാശിച്ചത്, അപ്പോഴാണ് അത്ഭുത സമവാക്യം പിറന്നത്.

ഒരു അത്ഭുതമായി മാറിയ ഉയർന്ന കാലയളവ്

2001 ഫെബ്രുവരിയിൽ, ഇരുപത്തിയൊന്നാം വയസ്സിൽ, ഞാൻ തുടർച്ചയായി $20,000 ഉയർന്ന കാലയളവുകൾ നേടി, കമ്പനിയുടെ അമ്പത്തിരണ്ട് വർഷത്തെ ചരിത്രത്തിൽ ചുരുക്കം ചില വിൽപ്പന പ്രതിനിധികൾ മാത്രം നേടിയ ഒരു നേട്ടം. അടുത്ത ഉയർന്ന കാലയളവ് അടുക്കുമ്പോൾ, തുടർച്ചയായി മൂന്ന് തവണ $20,000 എന്ന നാഴികക്കല്ല് എത്തുന്ന ആദ്യത്തെ സെയിൽസ് പ്രതിനിധിയാകാനുള്ള എന്റെ ശ്രമത്തിനായി ഞാൻ തയ്യാറെടുക്കുകയായിരുന്നു.

കാലിഫോർണിയയിലെ ഫ്രീമോണ്ടിലുള്ള കട്ട്കോ സെയിൽസ് ഓഫീസിലേക്ക് കഴിഞ്ഞ ആഴ്ചയിലെ എന്റെ ഓർഡറുകൾ നൽകാൻ ഞാൻ കയറിയപ്പോൾ രാവിലെ പത്ത് മണി ആയിരുന്നു.

"എന്റെ സുഹൃത്തേ, ഹാൽ!" എന്റെ സെയിൽസ് മാനേജർ ഫ്രാങ്ക് ഒർഡൗബാഡി ലോബിയിൽ എനിക്ക് ആവേശത്തോടെ

ഒരു ഹൈ ഫൈവ് നൽകിക്കൊണ്ട് പറഞ്ഞു. "ഈ ഉയർന്ന കാലയളവിന് നിങ്ങൾ തയ്യാറാണോ?"

ഒരു ദീർഘശ്വാസമെടുത്ത്, ചുണ്ടുകൾ കൂട്ടിപ്പിടിച്ച്, അതിശയോക്തി കലർന്ന ഒരു ശ്വാസം പുറത്തേക്ക് വിട്ടപ്പോൾ എന്റെ കണ്ണുകൾ വിടർന്നു. "ഞാൻ... തീർച്ചയായും... ഞാൻ അതിനായി ശ്രമിക്കും, ഫ്രാങ്ക്. ഞാൻ റെക്കോർഡ് സ്ഥാപിക്കാൻ ശ്രമിക്കും. എങ്ങനെയെന്ന് എനിക്കറിയില്ല, പക്ഷേ അടുത്ത പതിനാല് ദിവസത്തിനുള്ളിൽ മറ്റൊരു 20,000 ഡോളർ വിൽക്കാൻ എനിക്ക് ഒരു വഴി കണ്ടെത്തണം."

"വൗ!" ഫ്രാങ്ക് എനിക്ക് ഒരു പുഞ്ചിരി സമ്മാനിച്ചു. "മൂന്ന് തവണ ആ ലക്ഷ്യം നേടുന്ന ആദ്യത്തെ വ്യക്തി നിങ്ങളായിരിക്കുമെന്ന് നിങ്ങൾ മനസ്സിലാക്കുന്നു, അല്ലേ!?"

ഞാൻ തലയാട്ടി, അതെ എന്ന് പറഞ്ഞു. "എനിക്കറിയാം. എനിക്ക് വളരെ പരിഭ്രാന്തി തോന്നുന്നു."

ഫ്രാങ്കിന്റെ മുഖം ഗൗരവമായി. "ഇപ്പോൾ, ഉയർന്ന കാലയളവ് വെറും പത്ത് ദിവസമാണെന്ന് നിങ്ങൾ മനസ്സിലാക്കുന്നു, അല്ലേ? കോൺഫറൻസ് നേരത്തെ ആയതിനാൽ, പതിനാല് ദിവസങ്ങൾ മുഴുവൻ നമ്മുടെ കൈവശമില്ല."

ഞാൻ ഒരു നിമിഷം ഫ്രാങ്കിനെ നോക്കി. "ദയവായി നീ തമാശ പറയുകയാണെന്ന് പറയൂ."

"അപ്പോൾ, ഒരു നിമിഷം, റെക്കോർഡുകൾക്കും റാങ്കിംഗിനും ഉള്ളതുപോലെ ഇത് സാങ്കേതികമായി ഒരു സാധാരണ ഉയർന്ന കാലയളവായി കണക്കാക്കില്ല എന്നാണോ അർത്ഥമാക്കുന്നത്?" ആ നിമിഷം, അടുത്ത പൂർണ്ണ പതിനാല് ദിവസത്തെ മത്സരത്തിൽ റെക്കോർഡ് സ്ഥാപിക്കാൻ ശ്രമിക്കുന്നതിനായി ചുരുക്കിയ ഉയർന്ന കാലയളവിന് ഒരു പാസ് ലഭിക്കുമെന്ന് ഞാൻ അതിയായി പ്രതീക്ഷിച്ചിരുന്നു.

"ഇല്ല, നിർഭാഗ്യവശാൽ ഈ ഉയർന്ന കാലയളവ് മറ്റുള്ളവയെപ്പോലെ തന്നെ കണക്കാക്കുന്നു."

എന്റെ ഹൃദയം തകർന്നു. കഴിഞ്ഞ കുറച്ച് ആഴ്ചകളായി പതിനാല് ദിവസം കൊണ്ട് 20,000 ഡോളർ വിൽക്കുന്നതിൽ ഞാൻ മുഴുകിയിരുന്നു, അത് എളുപ്പമുള്ള കാര്യമല്ലായിരുന്നു. പത്ത് ദിവസത്തിനുള്ളിൽ അതേ ലക്ഷ്യത്തിലെത്തുക എന്ന ആശയം അർത്ഥശൂന്യവും അസാധ്യവുമായി തോന്നി.

രാത്രിയുടെ മധ്യത്തിൽ ഒരു വെളിപാട്

ആ രാത്രിയിൽ, എന്റെ തിരഞ്ഞെടുക്കാനുള്ള അവകാശങ്ങൾ ആലോചിച്ചുകൊണ്ട് ഞാൻ കിടക്കയിൽ തിരിഞ്ഞും മറിഞ്ഞും കിടന്നു. *പത്ത് ദിവസത്തിനുള്ളിൽ 20,000 ഡോളർ വിൽക്കുക എന്നത് ഞാൻ മുമ്പ് ചെയ്തിട്ടുള്ളതിൽ വച്ച് ഏറ്റവും അപ്പുറമായിരുന്നു. എന്റെ ലക്ഷ്യം $15,000 ആയോ $10,000 ആയോ കുറയ്ക്കണോ? അതോ ഇത് ഒഴിവാക്കണോ* എന്ന് ഞാൻ ചിന്തിച്ചു. എന്റെ തലയിൽ ഭയവും ആത്മ സംശയവും നിറഞ്ഞു. ഞാൻ ഈ ലക്ഷ്യത്തിലെത്തുന്നത് എങ്ങനെ?

എന്റെ ആത്മ സംശയത്തിന്റെ ശബ്ദം ഉച്ചത്തിലായപ്പോൾ, വ്യക്തത തെളിഞ്ഞു. എന്റെ ഉപദേഷ്ടാക്കളിൽ ഒരാളായ ഡാൻ കാസെറ്റ എനിക്ക് പഠിപ്പിച്ചുതന്നതും, എഴുത്തുകാരനും ആധുനിക തത്ത്വചിന്തകനുമായ ജിം റോണിൽ നിന്ന് അദ്ദേഹം പഠിച്ചതുമായ ഒരു പാഠം ഞാൻ ഓർത്തു. എന്റെ തലയിൽ ഡാന്റെ ശബ്ദം ഞാൻ കേട്ടു : “ഒരു ലക്ഷ്യത്തിന്റെ ഉദ്ദേശ്യം ലക്ഷ്യത്തിലെത്തുക എന്നതല്ല. ഒരു ലക്ഷ്യത്തിന്റെ ഉദ്ദേശ്യം, നിങ്ങളുടെ ഫലങ്ങൾ പരിഗണിക്കാതെ, എപ്പോഴും നിങ്ങൾക്കുള്ളതെല്ലാം നൽകി, ഏത് ലക്ഷ്യവും നേടാൻ കഴിയുന്ന തരത്തിലുള്ള വ്യക്തിയായി മാറുക എന്നതാണ്. ആ പ്രക്രിയയിലൂടെ നിങ്ങൾ ആരായിത്തീരുന്നു എന്നതാണ് ഏതെങ്കിലും ഒരു ലക്ഷ്യത്തിലെത്തുന്നതിനേക്കാൾ പ്രധാനം.”

ഹ്ഉം. ആ ആശയം മനസ്സിലാക്കാൻ ഞാൻ ഒരു മിനിറ്റ് സമയം നൽകി. തീർച്ചയായും, ഡാനും ഞാനും മുമ്പ് അതിനെക്കുറിച്ച് ചർച്ച ചെയ്തിരുന്നു, പക്ഷേ ഇപ്പോൾ അതിന് ആഴത്തിലുള്ള അർത്ഥം കൈവന്നതായി തോന്നുന്നു. എന്റെ ലക്ഷ്യം കുറച്ചുകാണാതിരുന്നാലോ? പത്ത് ദിവസത്തിനുള്ളിൽ 20,000 ഡോളർ വിൽക്കുന്നത് അസാധ്യമാണെന്ന് തോന്നുമെങ്കിലും, എന്റെ ഫലങ്ങൾ എന്തുതന്നെയായാലും, ഞാൻ പ്രതിജ്ഞാബദ്ധനായി തുടരുകയും എന്റെ എല്ലാ കഴിവുകളും അതിനായി നൽകുകയും ചെയ്താലോ? എന്റെ ഭാവി ലക്ഷ്യങ്ങളെല്ലാം നേടുന്നതിന് ഞാൻ ആയിരിക്കേണ്ട തരത്തിലുള്ള വ്യക്തിയാകാൻ അത് എന്നെ സഹായിക്കുമോ എന്ന് ഞാൻ ചിന്തിച്ചു.

20,000 ഡോളർ വിൽക്കാനും എന്റെ കൈവശമുള്ളതെല്ലാം നൽകാനും ഞാൻ പ്രതിജ്ഞാബദ്ധനാണെങ്കിൽ, ഫലം എന്തു

തന്നെയായാലും, ഏറ്റവും വലിയ പ്രതിഫലം ലക്ഷ്യം തന്നെയല്ല, മറിച്ച് അത് നേടാൻ ശ്രമിക്കുന്നതിനിടയിൽ ഞാൻ ആയിത്തീർന്ന ആളാണെങ്കിൽ, എനിക്ക് ശരിക്കും പരാജയപ്പെടാൻ കഴിയില്ല. ശരിയല്ലേ? ശരിയല്ലേ! പത്ത് ദിവസത്തിനുള്ളിൽ 20,000 ഡോളർ വിൽക്കാൻ ഞാൻ തീരുമാനിച്ചു.

ഞാൻ കട്ടിലിൽ എഴുന്നേറ്റിരുന്നു എന്റെ ബെഡ്സൈഡ് ലാമ്പ് ഓൺ ചെയ്തു. എന്റെ തലച്ചോർ ആശയങ്ങളുമായി ഓടിക്കൊണ്ടിരുന്നു. ഈ അസാധ്യമായ ലക്ഷ്യം എങ്ങനെ സാക്ഷാത്കരിക്കുമെന്ന് എനിക്ക് കണ്ടെത്തേണ്ടി വന്നു.

അതിനാൽ അർദ്ധരാത്രിയിലും എന്റെ കിടക്കയിലും, ഞാൻ പ്രവേശിക്കാൻ പോകുന്ന ഉയർന്ന കാലയളവ് മനസ്സിലാക്കിയെടുത്തു. ഭാവിയിലേക്ക് പത്ത് ദിവസമുണ്ടെന്ന് ഞാൻ സങ്കൽപ്പിച്ചു, ഞാൻ സ്വയം ചോദിച്ചു, *ഞാൻ ഇതിനകം $20,000 വിറ്റിരുന്നെങ്കിൽ, ഇപ്പോൾ മുതൽ ഇനി വരെ ഞാൻ എന്തുചെയ്യേണ്ടി വരുമായിരുന്നു?*

വളരെ ചെറിയ കാലയളവായതിനാൽ, എന്റെ പരാജയ ഭയം വർദ്ധിക്കുമെന്ന് എനിക്കറിയാമായിരുന്നു. ഞാൻ സ്വയം ചോദിച്ചു, ആ ഭയത്തെ എനിക്ക് എങ്ങനെ നേരിടാൻ കഴിയും? എന്റെ ലക്ഷ്യത്തിലെത്താൻ കഴിയുമെന്ന് ഞാൻ വിശ്വസിക്കണം എന്നതായിരുന്നു ഏറ്റവും ലളിതമായ ഉത്തരം, അത് നേടുന്നതുവരെ എനിക്ക് ആ വിശ്വാസം ഉണ്ടായിരിക്കും. അങ്ങനെ ചെയ്യുന്നതിന്, എനിക്ക് എന്റെ ലക്ഷ്യത്തിലെത്താൻ കഴിയുമെന്ന് ഞാൻ എന്നോട് തന്നെ വീണ്ടും വീണ്ടും പറയേണ്ടിവരും, പ്രത്യേകിച്ച് എനിക്ക് മോശം ദിവസമുള്ളപ്പോൾ അല്ലെങ്കിൽ എന്റെ ഫലങ്ങൾ നന്നായി പോകാത്തപ്പോൾ.

ആ പ്രാരംഭ വിശ്വാസം അചഞ്ചലമായ വിശ്വാസമായി പരിണമിച്ചു.

പിന്നെ ഞാൻ ചിന്തിച്ചു, എന്റെ ഫലങ്ങൾ നന്നായി പോകാതെ വരുമ്പോൾ, മുന്നോട്ട് പോകാനുള്ള എന്റെ ആവേശം സ്വാഭാവികമായും എങ്ങനെ കുറയുമെന്ന്, കാരണം ലക്ഷ്യത്തിലെത്താൻ കഴിയുമോ എന്ന് ഞാൻ സംശയിക്കാൻ തുടങ്ങും. ആ ജഡത്വത്തെ ചെറുക്കാനുള്ള മാർഗ്ഗം, എന്റെ അവസാന നിമിഷം വരെ എനിക്കുള്ളതെല്ലാം അതിന് നൽകാൻ പ്രതിജ്ഞാബദ്ധത പുലർത്തുക എന്നതാണ്, വഴിയിൽ എന്റെ ഫലങ്ങൾ

എന്തുതന്നെയായാലും. എനിക്ക് ഉടനീളം ഉയർന്ന തലത്തിലുള്ള ശ്രമം നിലനിർത്തേണ്ടി വരും. ആ പ്രതിബദ്ധത അസാധാരണമായ ശ്രമമായി മാറി.

ആ സമയത്ത്, ഉയർന്ന കാലയളവിലുടനീളം പാലിക്കേണ്ട രണ്ട് തീരുമാനങ്ങൾ ഞാൻ എടുത്തു.

തീരുമാനം 1 : എന്തുതന്നെയായാലും, ഉയർന്ന കാലയളവിൽ $20,000 വിൽക്കുക എന്ന എന്റെ ലക്ഷ്യം കൈവരിക്കാൻ കഴിയുമെന്ന് ഞാൻ അചഞ്ചലമായ വിശ്വാസം സ്ഥാപിക്കുകയും നിലനിർത്തുകയും ചെയ്യും... മറ്റ് മാർഗ്ഗമില്ല.

തീരുമാനം 2 : എന്റെ വിജയങ്ങൾ എന്തുതന്നെയായാലും, അവസാന നിമിഷം വരെ എല്ലാ ദിവസവും ഞാൻ അസാധാരണമായ ശ്രമം നടത്തും.

എന്റെ പ്രതിബദ്ധത ഉറപ്പിക്കുന്നതിനായി ഞാൻ എന്റെ കിടക്കയ്ക്കരികിലെ മേശയിൽ നിന്ന് നോട്ട്ബുക്ക് എടുത്ത് രണ്ട് തീരുമാനങ്ങളും എഴുതി. പിന്നെ ഞാൻ അവയെ ഒറ്റ വാക്യമാക്കി, എനിക്ക് എളുപ്പത്തിൽ ഓർമ്മിക്കാനും എല്ലാ ദിവസവും എനിക്ക് തന്നെ ചൊല്ലാനും കഴിയുന്ന ഒരു മന്ത്രം, അത് എന്റെ രണ്ട് തീരുമാനങ്ങളെ ഓർമ്മിപ്പിക്കും : *20,000 ഡോളർ വിൽക്കുമെന്ന അചഞ്ചലമായ വിശ്വാസം നിലനിർത്താനും, എന്തുതന്നെയായാലും അത് സംഭവിക്കുന്നത് വരെ അസാധാരണമായ ശ്രമം നടത്താനും ഞാൻ പ്രതിജ്ഞാബദ്ധനാണ്... മറ്റ് മാർഗ്ഗമില്ല.*

എനിക്ക് അപ്പോഴും പേടിയായിരുന്നു. സത്യം പറഞ്ഞാൽ (നിങ്ങൾ സ്വയം അത്ഭുത സമവാക്യം ഉപയോഗിക്കുമ്പോൾ ഇത് മനസ്സിലാക്കേണ്ടത് പ്രധാനമാണ്), അടുത്ത പത്ത് ദിവസത്തിനുള്ളിൽ ഞാൻ $20,000 വിൽക്കുമെന്ന് ഞാൻ വിശ്വസിക്കുന്നില്ല. തീർച്ചയായും, അത് സാധ്യമാണെന്ന് ഞാൻ വിശ്വസിച്ചു, പക്ഷേ തീർച്ചയായും അത് സംഭാവ്യമല്ലായിരുന്നു. നമ്മുടെ ഏറ്റവും വലിയ ലക്ഷ്യങ്ങൾ സാധാരണയായി അങ്ങനെയല്ല, അതാണ് അവയെ അത്ഭുതങ്ങളാക്കുന്നതിന്റെ ഒരു ഭാഗം. എന്നിരുന്നാലും, എന്റെ പക്കലുള്ളതെല്ലാം അതിന് നൽകാൻ ഞാൻ പൂർണ്ണമായും പ്രതിജ്ഞാബദ്ധനായിരുന്നു.

കണക്ക് ലളിതമായിരുന്നു. പത്ത് ദിവസത്തിനുള്ളിൽ

എനിക്ക് 20,000 ഡോളർ വിൽക്കണമെങ്കിൽ, എനിക്ക് ഒരു ദിവസം ശരാശരി 2,000 ഡോളർ ആവശ്യമായിരുന്നു. അതായത് ആദ്യത്തെ ഏഴ് ദിവസങ്ങളിൽ എനിക്ക് 14,000 ഡോളറിൽ കൂടുതൽ വിൽപ്പന ഉണ്ടായിരിക്കണം. മുമ്പ് ഒരു ദിവസം ഞാൻ 2,000 ഡോളർ വിറ്റിരുന്നോ? തീർച്ചയായും. ഞാൻ എപ്പോഴും ആഘോഷിച്ചിരുന്നു, കാരണം 2,000 ഡോളർ ദിവസം ഒരു മികച്ച ദിവസമായിരുന്നു, വളരെ അപൂർവ്വമായ ഒരു ദിവസവുമായിരുന്നു. 2,000 ഡോളർ ദിവസം ഒരു ഭാഗ്യമായി ഞാൻ കരുതി. *അതിനാൽ തുടർച്ചയായി 10 ദിവസം എല്ലാ ദിവസവും അങ്ങനെ ചെയ്യുന്നത് ഒരു വലിയ നേട്ടമായിരിക്കും.*

ഞാൻ പുഷ് പീരിയഡ് ആരംഭിച്ചപ്പോൾ, ഭാഗ്യം എവിടെയും കണ്ടെത്താനായില്ല. ആദ്യ ആഴ്ച ഉയർച്ച താഴ്ചകളാൽ അടയാളപ്പെടുത്തിയിരിക്കുന്നു. എന്റെ ലക്ഷ്യത്തിലെത്താൻ എനിക്ക് എത്തേണ്ടതിന്റെ 50 ശതമാനം മാത്രം അകലെയാണ് ഞാൻ തീർത്തിരുന്നത്. വെറും 7,000 ഡോളറിന്റെ വിൽപ്പന, മൂന്ന് ദിവസം മാത്രം ബാക്കി നിൽക്കെ, ഞാൻ ആ സ്ഥാനത്ത് എത്തുമെന്ന് ഞാൻ ഭയപ്പെട്ടിരുന്നു. പക്ഷേ ഞാൻ എന്റെ ലക്ഷ്യം കുറയ്ക്കാൻ പോകുന്നില്ല. എന്തുതന്നെയായാലും, അവസാന നിമിഷം വരെ എന്റെ കൈവശമുള്ളതെല്ലാം ഞാൻ അതിനു നൽകുമെന്ന് ഞാൻ സ്വയം പ്രതിജ്ഞയെടുത്തിരുന്നു. മൂന്ന് ദിവസം മാത്രം ബാക്കി നിൽക്കെ, ഞാൻ എന്റെ ആദ്യത്തെ അപ്പോയിന്റ്മെന്റിനായി പുറപ്പെട്ടു. വാഹനമോടിക്കുന്നതിനിടയിലും ഞാൻ എന്റെ മന്ത്രം ആവർത്തിച്ചു : *20,000 ഡോളർ വിൽക്കുമെന്ന അചഞ്ചലമായ വിശ്വാസം നിലനിർത്താൻ ഞാൻ പ്രതിജ്ഞാബദ്ധനാണ്, എന്തുതന്നെയായാലും അത് സംഭവിക്കുന്നത് വരെ അസാധാരണമായ ശ്രമം നടത്തുക... മറ്റ് മാർഗ്ഗമില്ല. രസകരമെന്നു പറയട്ടെ, ഞാൻ അത് കൂടുതൽ പറയുംതോറും ഞാൻ അതിൽ വിശ്വസിച്ചു.*

ആറ് കട്ട്കോ അവതരണങ്ങൾക്ക് ശേഷം, 3,000 ഡോളറിൽ കൂടുതൽ വിൽപ്പനയോടെ ഞാൻ ദിവസം അവസാനിപ്പിച്ചു! അതിനർത്ഥം ഉയർന്ന കാലയളവിൽ എനിക്ക് ഇപ്പോൾ $10,000-ത്തിൽ കൂടുതലായിരുന്നു എന്നാണ്. ആ ദിവസം എനിക്ക് അത്യാവശ്യം ഉണ്ടായിരുന്ന ഒരു ഉത്തേജനം നൽകി, എനിക്ക് വീണ്ടും ഊർജ്ജസ്വലത തോന്നി. എന്റെ കറുത്ത നിസ്സാൻ എക്സ്റ്റെറ കാർ ഞാൻ പുറത്തെടുത്ത് റഫറൽ നോട്ട്ബുക്ക് എടുത്ത് വിളിക്കാൻ

തുടങ്ങി. വൈകുന്നേരം 7:00 മണി ആയിരുന്നു, ഏറ്റവും കൂടുതൽ ഫോൺ വിളിക്കുന്ന സമയം. അടുത്ത രണ്ട് ദിവസത്തിനുള്ളിൽ 10,000 ഡോളർ എങ്ങനെ വിൽക്കാൻ കഴിയുമെന്ന ആശങ്ക മാറ്റിവെച്ച് ഞാൻ ഫോൺ വിളിക്കുന്നതിൽ ശ്രദ്ധ കേന്ദ്രീകരിച്ചു.

അടുത്ത രണ്ട് ദിവസവും സമാനമായ രീതിയിൽ തന്നെയായിരുന്നു കാര്യങ്ങൾ നടന്നത്; ചൊവ്വാഴ്ച ഞാൻ $3,238-ഉം ബുധനാഴ്ച $4,194-ഉം വിറ്റു, അങ്ങനെ ഉയർന്ന കലയാളവിന് എനിക്ക് $17,024 ലഭിച്ചു. എനിക്ക് പ്രചോദനം തോന്നി, പക്ഷേ ഞങ്ങളുടെ ടീം പിറ്റേന്ന് രാവിലെ 7:00 മണിക്ക് യോഗം ചേരാൻ തീരുമാനിച്ചിരുന്നു, സാൻ ഫ്രാൻസിസ്കോയിൽ നടക്കുന്ന കോൺഫറൻസിലേക്ക് ഒന്നിച്ചു കാറിൽ പോകാൻ, അതിനാൽ എനിക്ക് സമയമില്ലായിരുന്നു.

അതോ ഉണ്ടായിരുന്നോ?

എന്റെ ലക്ഷ്യത്തിൽ നിന്ന് പിന്മാറാൻ തയ്യാറല്ലായിരുന്നു, ഞാൻ ഫ്രാങ്കിനെ വിളിച്ച് കോൺഫറൻസിന് മുമ്പ് കുറച്ച് കൂടി അപ്പോയിന്റ്മെന്റുകൾ എടുക്കാൻ വേണ്ടി കാറിൽ ഒന്നിച്ചു പോകുന്നത് ഒഴിവാക്കാൻ അനുവദിക്കണമെന്ന് ആവശ്യപ്പെട്ടു. എന്റെ പ്രതിബദ്ധതയിൽ പ്രചോദിതനായി അദ്ദേഹം സമ്മതിച്ചു.

ഞാൻ ഉടനെ എന്റെ റഫറൽ നോട്ട്ബുക്ക് പുറത്തെടുത്ത് വിളിക്കാൻതുടങ്ങി.നാൽപ്പത്മിനിറ്റിനുശേഷം,പിറ്റേന്ന്രാവിലെ എന്റെ രണ്ട്അപ്പോയിന്റ്മെന്റുകളും ഷെഡ്യൂൾ ചെയ്തു. ബാക്കിയുള്ള $3,000 വെറും രണ്ട് അപ്പോയിന്റ്മെന്റുകൾക്കിടയിൽ വിൽക്കുക എന്നത് തീർച്ചയായും സാധ്യതയില്ലായിരുന്നു, പലരുടെയും ധാരണയിൽ അത് അത്ര യാഥാർത്ഥ്യബോധമുള്ളതല്ലായിരുന്നു, തീർച്ചയായും അത് സാധ്യമായിരുന്നു. ഒരു ബോണസ് എന്ന നിലയിൽ, എന്റെ ഉറ്റ സുഹൃത്തും സഹപ്രവർത്തകനുമായ ആദം കുർചാക്ക് എന്നോടൊപ്പം ഉണ്ടായിരിക്കും. അന്ന് വൈകുന്നേരം അദ്ദേഹം എന്നെ വിളിച്ച് താൻ ടൗണിൽ വരുമെന്ന് അറിയിക്കുകയും അടുത്ത ദിവസത്തെ എന്റെ അപ്പോയിന്റ്മെന്റുകളിൽ കൂടെ വരാമോ എന്ന് ചോദിക്കുകയും ചെയ്തു.

പിറ്റേന്ന് രാവിലെ, ആദം എന്നെ കണ്ടുമുട്ടി, ഞങ്ങൾ ഒരുമിച്ച് എന്റെ ആദ്യ അപ്പോയിന്റ്മെന്റിലേക്ക് പോയി. ഞാൻ ആശങ്ക വർദ്ധിച്ചയാളായിരുന്നു! ഇത് യഥാർത്ഥത്തിൽ സംഭവിക്കുമോ?

ഫ്രീവേയിലൂടെ സഞ്ചരിക്കുമ്പോൾ ഞാൻ എന്റെ കാറിന്റെ ഗ്ലാസ് താഴ്ത്തി. ആദം വണ്ടി ഓടിക്കുന്നുണ്ടെന്ന വസ്തുത അവഗണിച്ചുകൊണ്ട് ഞാൻ എന്റെ മന്ത്രം ആവർത്തിച്ച് ഉച്ചരിച്ചു: "20,000 ഡോളർ വിൽക്കുമെന്ന അചഞ്ചലമായ വിശ്വാസം നിലനിർത്താൻ ഞാൻ പ്രതിജ്ഞാബദ്ധനാണ്, എന്തുതന്നെയായാലും അത് സംഭവിക്കുന്നത് വരെ അസാധാരണമായ ശ്രമം നടത്തുക... മറ്റ് മാർഗ്ഗമില്ല!" 20,000 ഡോളർ വിൽക്കുമെന്ന അചഞ്ചലമായ വിശ്വാസം നിലനിർത്താൻ ഞാൻ പ്രതിജ്ഞാബദ്ധനാണ്, എന്തുതന്നെയായാലും അത് സംഭവിക്കുന്നത് വരെ അസാധാരണമായ ശ്രമം നടത്തുക... മറ്റ് മാർഗ്ഗമില്ല! ഞാൻ അത് കൂടുതൽ പറയുംതോറും ഞാൻ അത് കൂടുതൽ വിശ്വസിച്ചു. ആദം പൊട്ടിച്ചിരിച്ചു. എന്റെ ഊന്നിപ്പറയുന്ന മന്ത്രം അയാൾക്ക് വളരെ രസകരമായി തോന്നി.

രാവിലെ 7:58-ന് ഞാൻ മിസിസ് ഹാമർലിംഗിന്റെ ഡ്രൈവ്വേയിലേക്ക് വണ്ടി കയറി, പിന്നെ എന്റെ പിന്നിലേക്ക് കൈ നീട്ടി, ആദവും ഞാനും അവരുടെ മുൻവാതിലിലേക്ക് പോകുന്നതിനുമുമ്പ്, പിൻസീറ്റിൽ നിന്ന് ഒരു ഡസനിലധികം റേസർ-മൂർച്ചയുള്ള അടുക്കള കത്തികൾ നിറച്ച എന്റെ ചെറിയ നേവി ബ്ലൂ കട്ട്കോ ബാഗ് എടുത്തു.

ടക്... ടക്.

എന്റെ കൈപ്പത്തികൾ വിയർത്തു. എന്റെ ഹൃദയം മിടിക്കുന്നുണ്ടായിരുന്നു. ഞാൻ ഒരു ദീർഘനിശ്വാസമെടുത്തു, ആദമിനെ നോക്കി, അവസാനമായി ഒരിക്കൽ കൂടി എന്റെ മനസ്സിൽ എന്റെ മന്ത്രം ഉരുവിട്ടു : *20,000 ഡോളർ വിൽക്കുമെന്ന അചഞ്ചലമായ വിശ്വാസം നിലനിർത്താനും, എന്തുതന്നെയായാലും അത് ചെയ്യുന്നത് വരെ അസാധാരണമായ ശ്രമം നടത്താനും ഞാൻ പ്രതിജ്ഞാബദ്ധനാണ്... മറ്റ് മാർഗ്ഗമില്ല.*

ആരും മറുപടി പറഞ്ഞില്ല, അതുകൊണ്ട് ഞാൻ ബെൽ അടിച്ചു. ഡ്രൈവ്വേയിലൂടെയും വീടിന്റെ മുൻവശത്തുകൂടെയും ഞാൻ ചുറ്റും നോക്കി, എന്താണ് കാണാൻ പോകുന്നതെന്ന് ഉറപ്പില്ല. മിസിസ് ഹാമർലിംഗ് കുറ്റിക്കാട്ടിൽ ഒളിച്ചിരിക്കുകയായിരിക്കാം? ഞാൻ വീണ്ടും ബെൽ അടിച്ചു. എന്നിട്ടും മറുപടിയില്ല. ഞാൻ എന്റെ കാറിലേക്ക് തിരികെ പോയി എന്റെ മൊബൈൽ ഫോണിനായി മിസിസ് എച്ചിനെ അവരുടെ

വീട്ടിലെ ഫോണിൽ വിളിച്ചു, അത് മാത്രമായിരുന്നു അവരുടെ എന്റെ കൈവശമുണ്ടായിരുന്ന നമ്പർ. മറുപടിയില്ല, ഞാൻ വീണ്ടും വിളിച്ചു... എന്നിട്ടും മറുപടിയില്ല.

എനിക്ക് അവിശ്വാസമായിരുന്നു, *ഇത് സംഭവിക്കാൻ പാടില്ല!*

അരമണിക്കൂറോളം ഞാൻ കാത്തിരുന്നു. വീട്ടിലേക്ക് കുറച്ചു കൂടി വിളിച്ചു, ഒന്നുമില്ല. ഞങ്ങൾ പ്രതിനിധികൾ "നോ-ഷോ" എന്ന് വിളിക്കുന്ന രീതിയായിരുന്നു അത്, ഇതിലും മോശമായ ഒരു സമയത്ത് അത് വരാൻ സാധ്യതയില്ല. ഞാൻ ഒരു ദീർഘ നിശ്വാസംഎടുത്തു,പിന്നെആദവുംഞാനുംഎന്റെകാറിൽതിരികെ ചാടി എന്റെ അവസാന അപ്പോയിന്റ്മെന്റിലേക്ക് പോയി – എന്റെ ലക്ഷ്യത്തിലെത്താനുള്ള അവസാന അവസരം. ഞങ്ങൾ ഒരു മണിക്കൂർ നേരത്തെ എത്തി, റോഡരികിൽ പാർക്ക് ചെയ്തു.

ആ മണിക്കൂർ എനിക്ക് നല്ലതായിരുന്നില്ലായെന്ന് എനിക്ക് ചിന്തിക്കാൻ വളരെയധികം സമയം നൽകി. ഭയം വീണ്ടും ഉള്ളിലേക്ക് കയറി. ഞാൻ എന്നെത്തന്നെ സംശയിക്കാൻ തുടങ്ങി. ഇതെങ്ങനെ സംഭവിക്കും? എന്റെ പക്കലുള്ളതെല്ലാം ഞാൻ നൽകിയിരുന്നു. ഞാൻ അചഞ്ചലമായ വിശ്വാസം നിലനിർത്തിയിരുന്നു. ഞാൻ അസാധാരണമായ ശ്രമം നടത്തിയിരുന്നു. ഇപ്പോൾ എല്ലാം അടുത്ത അപ്പോയിന്റ്മെന്റിനെ ആശ്രയിച്ചായിരുന്നു. എന്റെ അവസാന അപ്പോയിന്റ്മെന്റ്. എന്റെ വയറു വേദനിച്ചു. ഒടുവിൽ ഞാൻ മിസ്സിസ് കരോൾ ജോൺസിന്റെ വാതിലിൽ മുട്ടി, എന്റെ അത്ഭുത മന്ത്രം നിശബ്ദമായി ആവർത്തിച്ചു: *20,000 ഡോളർ വിൽക്കുമെന്ന അചഞ്ചലമായ വിശ്വാസം നിലനിർത്താൻ ഞാൻ പ്രതിജ്ഞാബദ്ധനാണ്, എന്തുതന്നെയായാലും അത് സംഭവിക്കുന്നത് വരെ അസാധാരണമായ ശ്രമം നടത്തുക... മറ്റ് മാർഗ്ഗമില്ല!*

മുപ്പത് സെക്കൻഡുകൾക്ക് ശേഷം വാതിൽ തുറന്നു, ദൈവത്തിന് നന്ദി. ഇപ്പോൾ ഞാൻ നാല്പത് വയസ്സുള്ള ഒരു സ്വർണ്ണ നിറമുള്ള സ്ത്രീയെ നേരിട്ട് കണ്ടു.

"ഞാൻ നിങ്ങളെ സഹായിക്കട്ടെ?" ആ സ്ത്രീയുടെ സ്വീഡിഷ് ഉച്ചാരണം എന്നെ അത്ഭുതപ്പെടുത്തി. ഞാൻ ഫോണിൽ സംസാരിച്ച സ്ത്രീ ഇതല്ലായിരുന്നു.

"നീ കരോൾ ആണോ?" ഞാൻ ചോദിച്ചു.

അല്ല, അവൾ തീർച്ചയായും കരോൾ ആയിരുന്നില്ല. അവൾ കരോളിന്റെ സഹോദരഭാര്യയാണെന്ന് മനസ്സിലായി, സ്വീഡനിൽ നിന്ന് തന്റെ സഹോദരന്റെ അമ്പതാം പിറന്നാൾ പാർട്ടിയിൽ പങ്കെടുക്കാൻ വന്നതായിരുന്നു അവൾ, അത് കുറച്ച് ദിവസങ്ങൾക്ക് മുമ്പായിരുന്നു. സ്വീഡിഷ് നാത്തൂൻ കരോളിനെ വിളിച്ചപ്പോൾ, കരോൾ പട്ടണത്തിന് പുറത്താണെന്നും ഞങ്ങളുടെ അപ്പോയിന്റ്മെന്റ് അവൾ പൂർണ്ണമായും മറന്നുപോയെന്നും സ്ഥിരീകരിച്ചു. അവൾ കൃത്യസമയത്ത് തിരിച്ചെത്താൻ പോകുന്നില്ലായിരുന്നു. "എനിക്ക് നിങ്ങളെ സഹായിക്കാൻ കഴിയുന്ന എന്തെങ്കിലും ഉണ്ടോ?" സഹോദരി ചോദിച്ചു.

ഞാൻ ഒരു നിമിഷം ആലോചിച്ചു. *തന്റെ സഹോദരന്റെ അമ്പതാം പിറന്നാൾ പാർട്ടിക്ക് അവധിക്കാലം ആഘോഷിക്കാൻ വന്ന സഹോദരി കത്തികൾ വാങ്ങാൻ പോകുന്നില്ല, അല്ലേ? പ്രത്യേകിച്ച് 3,000 ഡോളറിന്റെ കത്തികൾ.* "ചോദിച്ചതിന് നന്ദി, പക്ഷേ ഞാൻ അങ്ങനെ കരുതുന്നില്ല."

ആദം തൊണ്ട ശരിയാക്കി എന്റെ നേരെ ചാരി നിന്നു. "ഹലോ," അവൻ പറഞ്ഞു, "നീ ഒരു പിപിടി അവതരണം നടത്തുന്നത് കാണാൻ ഞാൻ ഇവിടെ വരെ വണ്ടിയോടിച്ചു. ഈ നല്ല സ്ത്രീ നിങ്ങളെ അവതരണം നടത്താൻ അനുവദിക്കാൻ തയ്യാറാണെങ്കിൽ, എനിക്ക് ഇപ്പോഴും അത് കാണാൻ ഇഷ്ടമാണ്."

എന്റെ ശരീരത്തിലൂടെ ഒരു കുളിർ പടർന്നു കയറിയപ്പോൾ ഞാൻ ആദാമിനെ നോക്കി. സമയം നിശ്ചലമായതുപോലെ. അവസാന നിമിഷം ഇതുവരെ വന്നിട്ടില്ല, ആ നല്ല സ്ത്രീ സഹായിക്കാൻ തയ്യാറായിരുന്നു. ഒരുപക്ഷേ, എങ്ങനെയെങ്കിലും, ആദം ഇന്ന് എന്നെ അത് ഓർമ്മിപ്പിക്കാൻ വന്നതാണോ?

"ശരിക്കും, രണ്ടാമതൊന്ന് ചിന്തിച്ചു നോക്കൂ," ഞാൻ ആ സ്ത്രീയോട് പറഞ്ഞു, "നിങ്ങൾക്ക് സഹായിക്കാൻ എന്തെങ്കിലും ചെയ്യാൻ കഴിയും. കരോളിന് ഉയർന്ന നിലവാരമുള്ള അടുക്കള കട്ട്ലെറികൾ കാണിക്കാൻ ഞാൻ ഒരു അവതരണം നടത്തേണ്ടതായിരുന്നു, ഇത് ഈ ആഴ്ചയിലെ എന്റെ അവസാന അപ്പോയിന്റ്മെന്റാണ്. എന്റെ അപ്പോയിന്റ്മെന്റുകളിൽ ഞാൻ വീഴ്ച വരുത്താതിരിക്കാൻ, നിങ്ങൾക്കായി എന്റെ അവതരണം നടത്താൻ കഴിയുമെങ്കിൽ ഞാൻ ശരിക്കും നന്ദിയുള്ളവനാണ്. നിങ്ങൾ അതിന് തയ്യാറാകുമോ?"

അതിശയകരമെന്നു പറയട്ടെ, സ്വീഡിഷ് നാത്തൂൻ സമ്മതിച്ചു. "ശരി, അകത്തേക്ക് വരൂ!"

ഞങ്ങൾ മുൻവാതിലിലൂടെ നടന്നുപോകുമ്പോൾ ആദം എന്നെ നോക്കി പുഞ്ചിരിച്ചു. ഞാൻ നിശബ്ദമായി മനസ്സിൽ അവനോട് നന്ദി പറഞ്ഞു. അസാധാരണമായ ശ്രമത്തിന്റെ അവസാനത്തെ പ്രവൃത്തിയായി, എന്റെ ജീവിതത്തിലെ ഏറ്റവും മികച്ചതും ആവേശഭരിതവുമായ കട്ട്കോ അവതരണം ഞാൻ നടത്തി.

അറുപത് മിനിറ്റിനുശേഷം, ഞാൻ എന്റെ അവതരണം പൂർത്തിയാക്കി, ഒരു സെറ്റ് കട്ട്കോ വാങ്ങാൻ എന്തെങ്കിലും സാധ്യതയുണ്ടോ എന്ന് സഹോദരിയോട് ചോദിക്കാൻ തയ്യാറെടുക്കുമ്പോൾ, വിശ്വസിക്കാൻ പ്രയാസമുള്ള ഒരു കാര്യം അവർ പറഞ്ഞു : "ഹാൽ, നിങ്ങൾ വന്ന സമയം കൊള്ളാം. കഴിഞ്ഞ ആഴ്ച സ്വീഡനിലെ ഞങ്ങളുടെ വീട്ടിൽ, ഉയർന്ന നിലവാരമുള്ള ഒരു അടുക്കള കത്തി വാങ്ങുന്നതിനായി ഞാനും ഭർത്താവും പണം നിക്ഷേപിക്കാൻ പോകുകയായിരുന്നു, പക്ഷേ അമേരിക്കയിലേക്കുള്ള ഞങ്ങളുടെ യാത്രയ്ക്ക് ശേഷം വരെ കാത്തിരിക്കണമെന്ന് ഞങ്ങൾ രണ്ടുപേരും സമ്മതിച്ചു. അതിനുപുറമെ, എന്റെ സഹോദരന്റെ അമ്പതാം പിറന്നാളിന് ഏറ്റവും അനുയോജ്യമായ സമ്മാനം കണ്ടെത്താൻ ഞങ്ങളുടെ കുടുംബം മുഴുവൻ ശ്രമിച്ചുകൊണ്ടിരിക്കുകയാണ്, പക്ഷേ ഇതുവരെ ഒരെണ്ണം കണ്ടെത്തിയില്ല. അവന് പാചകം ചെയ്യാൻ വളരെ ഇഷ്ടമാണ്, അതുകൊണ്ട് ഇത് തികച്ചും ഉത്തമമായിരിക്കും!"

അടിപൊളി. അവിശ്വസനീയതയോടെ ഞാൻ മനസ്സിൽ ചിന്തിച്ചു. ഞാൻ അവളെ നോക്കി പുഞ്ചിരിച്ചു, പ്രതീക്ഷയോടെ തലയാട്ടി.

"നിങ്ങൾക്കറിയാമോ, നമുക്ക് അത് ചെയ്യാം. നിങ്ങളുടെ രണ്ട് അൾട്ടിമേറ്റ് സെറ്റുകൾ ഞാൻ എടുക്കാം : ഒന്ന് എനിക്കും എന്റെ ഭർത്താവിനും, മറ്റൊന്ന് എന്റെ സഹോദരന് അവന്റെ ജന്മദിനത്തിന് നൽകാൻ."

എന്റെ കസേരയിൽ നിന്ന് ചാടിയെഴുന്നേറ്റ് അവളെ കെട്ടിപ്പിടിക്കാതിരിക്കാൻ ഞാൻ എന്നെത്തന്നെ നിയന്ത്രിക്കേണ്ടിവന്നു. ആ വിൽപ്പന എനിക്ക് ആ ദിവസത്തേക്ക് $3,000-ത്തിലധികം വരുമാനം നേടിത്തന്നു, എന്റെ $20,000 ലക്ഷ്യവും കവിഞ്ഞു!

ആ കണ്ടുമുട്ടലിന് ശേഷം ഞങ്ങൾ പിരിഞ്ഞപ്പോൾ, എന്നിൽ ഒരു ബോധ്യം ജനിച്ചു. എനിക്ക് അസാധാരണമായ ഒരു ജീവിതം വേണമെങ്കിൽ, അത് സൃഷ്ടിക്കുന്നത് ഈ രണ്ട് തീരുമാനങ്ങളാണെന്ന് ഞാൻ മനസ്സിലാക്കാൻ തുടങ്ങി. അചഞ്ചലമായ വിശ്വാസം, അസാധാരണമായ പരിശ്രമവുമായി സംയോജിപ്പിച്ച്, അസാധാരണമായ ഫലങ്ങൾ സ്ഥിരമായി സൃഷ്ടിക്കുന്നതിനുള്ള സൂത്രവാക്യമായിരുന്നു. വളരെ പ്രധാനപ്പെട്ടതും അപ്രതീക്ഷിതവുമായ, സ്പർശിക്കാവുന്നതും അളക്കാവുന്നതുമായ ഫലങ്ങൾ, അവ അത്ഭുതങ്ങൾ പോലെ തോന്നി.

സമവാക്യം പരീക്ഷിച്ചുനോക്കുകയും മറ്റുള്ളവരെ അത് പഠിപ്പിക്കുകയും ചെയ്യുക

അടുത്ത ഉയർന്ന കാലയളവ് ഒരു പരീക്ഷണമായി മാറി. ഞാൻ അതേ തന്ത്രം പ്രയോഗിച്ചു. വീണ്ടും $20,000 വിൽക്കാനുള്ള സാധ്യത ഞാൻ സൃഷ്ടിച്ചു, അത് നാലാം തവണയും റെക്കോർഡ് സൃഷ്ടിക്കും. എന്റെ ഫലങ്ങൾ എന്തുതന്നെയായാലും, അവസാന നിമിഷം വരെ അചഞ്ചലമായ വിശ്വാസം നിലനിർത്താനും അസാധാരണമായ പരിശ്രമം നടത്താനും ഞാൻ പ്രതിജ്ഞാബദ്ധനാണ്. എന്നിരുന്നാലും, ഇത്തവണ എന്റെ ജേർണലിൽ "അത്ഭുത സമവാക്യം" എന്ന് പരാമർശിക്കാൻ തുടങ്ങിയ ഫോർമുല വീണ്ടും പ്രവർത്തിക്കുമോ എന്ന ജിജ്ഞാസയോടെയായിരുന്നു അത്.

അങ്ങനെ സംഭവിച്ചു. അടുത്ത ഉയർന്ന കാലയളവ് $23,701 ഞാൻ പൂർത്തിയാക്കി. ആ സമയത്ത് എനിക്ക് അത് പൂർണ്ണമായി മനസ്സിലായില്ലെങ്കിലും, ഞാൻ നിശ്ചയിച്ച ഏതൊരു ലക്ഷ്യവും നേടാൻ സഹായിക്കുന്ന ഒരു അത്ഭുത പ്രഗത്ഭന്റെ ഗുണങ്ങളും സവിശേഷതകളും ഞാൻ വികസിപ്പിച്ചുകൊണ്ടിരുന്നു. ശരി, ഒരുപക്ഷേ അത് ഞാൻ മാത്രമായിരിക്കാം, എനിക്ക് ഭാഗ്യം ലഭിക്കുകയായിരിക്കാം എന്ന് ഞാൻ കരുതി. സമവാക്യം യഥാർത്ഥമാണോ എന്ന് കൃത്യമായി അറിയാൻ ഞാൻ ആഗ്രഹിച്ചു, അതിനാൽ ഞാൻ അത് എന്റെ സഹപ്രവർത്തകരെ, അവരെ പരിശീലിപ്പിക്കാൻ എന്നെ നിയമിച്ച കട്ട്കോ പ്രതിനിധികളെ, അത് പഠിപ്പിക്കാൻ തുടങ്ങി. നിങ്ങൾ വായിക്കാൻ പോകുന്ന കഥ ഗെറി അസിംഗറിന്റേതാണ്, ഞാൻ അത്ഭുത സമവാക്യം പഠിപ്പിച്ച ആദ്യത്തെ കട്ട്കോ പ്രതിനിധിയായിരുന്നു. നിങ്ങൾക്ക്

കാണാൻ കഴിയുന്നതുപോലെ, ഗെറിയുടെ കഥ എന്റെ സ്വന്തം കഥയുമായി വളരെ സമാനമായി – ഏതാണ്ട് സമാനമായി, ശരിക്കും – സംഭവിച്ചു.

അത്ഭുത സമവാക്യം പ്രവർത്തിക്കുന്നു

2005-ലെ വേനൽക്കാലത്ത്, ആഴ്ചതോറുമുള്ള അടിസ്ഥാനത്തിൽ മറ്റേതൊരു പ്രതിനിധിയേക്കാളും കൂടുതൽ വിൽപ്പന നടത്തിയിട്ടുണ്ടെങ്കിലും, മൊത്തത്തിൽ അവൾ ഒരിക്കലും ഒരു വലിയ വിൽപ്പനക്കാരിയായിരുന്നില്ല എന്നതിനാലാണ് ഗെറി എന്റെ അടുത്തേക്ക് വന്നത്. അവളുടെ ഏറ്റവും വലിയ ഉയർന്ന കാലയളവ് $12,000-ൽ കൂടുതലായിരുന്നു, അടുത്ത ലെവലായ $15,000-ൽ എത്താൻ എനിക്ക് സഹായിക്കാനാകുമോ എന്ന് ചോദിച്ച് അവൾ എന്റെ അടുത്തെത്തി. ഞാൻ പറഞ്ഞു, "ഇല്ല, പക്ഷേ $20,000 വിൽക്കാൻ ഞാൻ നിന്നെ സഹായിക്കും, കാരണം ഗെറി, നിനക്ക് കഴിയുമെന്ന് ഞാൻ വിശ്വസിക്കുന്നു." ഞാൻ അവളോട് അത്ഭുത സമവാക്യത്തെക്കുറിച്ച് പറഞ്ഞു.

ഗെറിയുടെ മറുപടി "എനിക്കറിയില്ല. ഞാൻ മുമ്പ് ഒരിക്കലും അങ്ങനെയൊന്നും ചെയ്തിട്ടില്ല. പക്ഷേ, അത്ഭുത സമവാക്യം നിങ്ങൾക്ക് പ്രവർത്തിക്കുന്നുണ്ടെങ്കിൽ, ഹാൽ, അത് എനിക്ക് എന്തുകൊണ്ട് പ്രവർത്തിക്കില്ലെന്ന് മനസ്സിലാകുന്നില്ല.

എന്റെ ഉയർന്ന കാലയളവ് തുടങ്ങിയപ്പോൾ തന്നെ, അവളുടെ ആദ്യത്തെ അഞ്ച് വിൽപ്പന പ്രകടനങ്ങൾ $1,000 എന്ന വമ്പിച്ച നേട്ടം കൈവരിച്ചു, അവൾ പ്രതീക്ഷിച്ചതുപോലെയുള്ള തുടക്കമല്ലായിരുന്നു അത്. അവൾ തന്നിൽത്തന്നെ വിശ്വാസം നിലനിർത്താൻ തീരുമാനിച്ചു, പുതിയ പ്രചോദനത്തോടെ അവൾ രണ്ടാം ദിവസത്തേക്ക് പുറപ്പെട്ടു. അവൾ വലിയ സെറ്റുകൾ കുറച്ച് വിറ്റു, ദിവസം അവസാനിച്ചപ്പോൾ 3,000 ഡോളറിലധികം വിറ്റു. ആ ആഴ്ചയിലെ ബാക്കി വിൽപ്പന ഉയർന്നും താഴ്ന്നും തുടർന്നു. മുന്നേറ്റത്തിന്റെ രണ്ടാം ആഴ്ചയുടെ തുടക്കത്തിൽ, അവൾ വെറും 8,500 ഡോളറിലായിരുന്നു. അവൾക്ക്

ഭയമായിരുന്നു, പക്ഷേ അവൾ തന്റെ പ്രക്രിയ തുടർന്നു, അപ്പോയിന്റ്മെന്റുകൾ നിശ്ചയിച്ചു, ഡെമോകൾ ചെയ്തു.

രണ്ടാം വെള്ളിയാഴ്ചയിലേക്ക് പെട്ടെന്ന് തന്നെ കടന്നു. ഏകദേശം $15,000 വിൽപ്പനയായിരുന്നു അവൾക്ക്, അവൾ ആദ്യം ഉദ്ദേശിച്ചിരുന്ന ജോലി പൂർത്തിയാക്കണമെങ്കിൽ വാരാന്ത്യത്തിൽ $5,000 വേണമായിരുന്നു. ആ രാത്രിയിൽ അവൾ അമ്പത് കോളുകൾ വിളിച്ചു (വെള്ളിയാഴ്ച രാത്രിയിൽ ഇതുവരെ ചെയ്തതിനേക്കാൾ കൂടുതൽ) ആ വാരാന്ത്യത്തിനായി ഏഴ് ഡെമോകൾ സജ്ജമാക്കി. പിന്നെ അവൾ എന്നെ വിളിച്ചു.

“ഹാൽ, എന്റെ കണക്ക് 15,000 ഡോളറാണ്! എന്റെ ലക്ഷ്യത്തിൽ നിന്ന് ഞാൻ ഇപ്പോഴും 5,000 ഡോളർ അകലെയാണ്, എനിക്ക് തീർച്ചയായും പരിഭ്രാന്തിയുണ്ട്, പക്ഷേ അവസാന നിമിഷം വരെ അത്ഭുത സമവാക്യം നടപ്പിലാക്കാൻ ഞാൻ നൂറു ശതമാനം പ്രതിജ്ഞാബദ്ധയാണ്.

വിചിത്രമായി തോന്നുന്നു, പക്ഷേ അത് സംഭവിക്കുമെന്ന് ഞാൻ വിശ്വസിക്കുന്നു! അല്ലെങ്കിൽ, എന്റെ ലക്ഷ്യത്തിലെത്താൻ പോകുന്നുവെന്ന് എനിക്ക് അചഞ്ചലമായ വിശ്വാസമുണ്ടെന്ന് പറയണം, കാരണം മറ്റ് മാർഗ്ഗമില്ല!

ആ ശനിയാഴ്ച ഉച്ചതിരിഞ്ഞ്, ഞങ്ങൾ അന്ന് വിറ്റഴിച്ചതിൽ വെച്ച് ഏറ്റവും വലിയ സെറ്റ്, അൾട്ടിമേറ്റ് സെറ്റ്, വാങ്ങിയ വളരെ നല്ല ഒരു ദമ്പതികളെ അവൾ കണ്ടു, അത് എന്റെ അത്ഭുതം സൃഷ്ടിക്കാൻ ഞാൻ വിറ്റ അതേ സെറ്റ് ആയിരുന്നു. ആ ദമ്പതികൾ ഗെറിക്ക് ധാരാളം റഫറലുകൾ നൽകി എന്നു മാത്രമല്ല, അവളെ അടുത്ത വീട്ടിലേക്ക് കൊണ്ടുപോയി അവരുടെ അയൽക്കാരന് നേരിട്ട് പരിചയപ്പെടുത്തി. അയാൾ മറ്റൊരു അൾട്ടിമേറ്റ് സെറ്റ് വാങ്ങി!

ഉച്ചകഴിഞ്ഞ് 3:00 മണി മാത്രമായിരുന്നു, അവൾക്ക് ആ ദിവസത്തേക്ക് ഇതിനകം 2,500 ഡോളറിൽ കൂടുതൽ ഉണ്ടായിരുന്നു. ലഘു ഭക്ഷണം കഴിഞ്ഞ്, അവൾ അടുത്ത ഡെമോയിലേക്ക് തിടുക്കത്തിൽ പോയി. ബാം! മറ്റൊരു

$1,000 വിൽപ്പന. തന്റെ കാറിൽ തിരിച്ചെത്തിയ അവൾ താൻ പിടിക്കാൻ ബുദ്ധിമുട്ടുന്ന ഒരു സാധ്യതയുള്ള ഉപഭോക്താവുമായി ബന്ധപ്പെട്ടു. അർദ്ധരാത്രിയിൽ ജോലിയിൽ നിന്ന് ഇറങ്ങിയതിന് ശേഷം മാത്രമേ തനിക്ക് അപ്പോയിന്റ്മെന്റ് ചെയ്യാൻ കഴിയൂ എന്ന് അദ്ദേഹം അവളോട് പറഞ്ഞു. മനസ്സില്ലാമനസ്സോടെ അവൾ സമ്മതിച്ചു. അവൾ ചെയ്തത് നല്ലൊരു കാര്യമായിരുന്നു. പുലർച്ചെ രണ്ട് മണിക്ക് പൂർത്തിയാക്കിയ ആ ഡെമോ, അവളുടെ വിൽപ്പന ലക്ഷ്യത്തിന് മുകളിൽ അവളെ എത്തിച്ചു.

പക്ഷേ മത്സരത്തിൽ ഇനിയും സമയം ബാക്കിയുണ്ടായിരുന്നു, അതിനാൽ അവൾ തന്റെ വിശ്വാസവും പരിശ്രമവും നിലനിർത്തി വിൽപ്പന തുടർന്നു. ആ ഉയർന്ന കാലയളവ് $23,000-ൽ അധികം പൂർത്തിയാക്കി, ഇത് അവളുടെ മുൻകാല മികച്ചതിന്റെ ഇരട്ടിയായിരുന്നു. അവൾ ഒരിക്കൽ കണ്ടിരുന്ന സ്വപ്നം ഇപ്പോൾ യാഥാർത്ഥ്യമായി. അത്ഭുത സമവാക്യം സത്യമാണെന്ന് തെളിഞ്ഞു : അസാധാരണ ശ്രമം + അചഞ്ചലമായ വിശ്വാസം = അത്ഭുതങ്ങൾ.

ഗെറിയുടെ അനുഭവത്തിനുശേഷം, ഞാൻ എന്റെ ഡസൻ കണക്കിന് സഹപ്രവർത്തകരെ അത്ഭുത സമവാക്യം പഠിപ്പിക്കുന്നത് തുടർന്നു, ഞാൻ അത് പഠിപ്പിച്ച മിക്കവാറും എല്ലാവരും $20,000-ൽ കൂടുതൽ വിലമതിക്കുന്ന സ്വന്തം ആ ഉയർന്ന കാലയളവ് അത്ഭുതം സൃഷ്ടിച്ചു. ആ ഫലങ്ങൾ കേട്ടിട്ടുപോലുമില്ലായിരുന്നു.

വാക്യത്തിന്റെ സാധുതയിലുള്ള എന്റെ ആത്മവിശ്വാസം വളർന്നു. പ്രതിനിധികൾ ഒന്നിനു പുറകെ ഒന്നായി അവരുടെ സ്വയം അടിച്ചേൽപ്പിച്ച പരിമിതി മനോഭാവത്തെ വിജയകരമായി മറികടക്കുകയും, ഒരിക്കൽ സാധ്യമാണെന്ന് അവർ വിശ്വസിച്ചിരുന്നതിലും അപ്പുറമുള്ള വ്യക്തമായ ഫലങ്ങൾ നൽകുകയും ചെയ്തു. വ്യക്തമായി പറഞ്ഞാൽ, ഞാൻ അവരെ പഠിപ്പിക്കുന്നത് മറ്റൊന്നുമല്ല. പുതിയ വിൽപ്പന തന്ത്രങ്ങളോ മുൻ ഉപഭോക്താക്കളെ പിന്തുടരാനുള്ള തന്ത്രങ്ങളോ ഉണ്ടായിരുന്നില്ല. അത്ഭുത സമവാക്യം പ്രയോഗിക്കുന്നതിനെക്കുറിച്ചുള്ള എന്റെ കഥ ഞാൻ

അവരോട് പറഞ്ഞു – ഞാൻ ഇപ്പോൾ പറഞ്ഞ അതേ കഥ – ഈ പുസ്തകത്തിലുടനീളം നമ്മൾ ചെയ്യാൻ പോകുന്നതുപോലെ, അചഞ്ചലമായ വിശ്വാസത്തിന്റെയും അസാധാരണ പരിശ്രമത്തിന്റെയും തത്വങ്ങൾ വികസിപ്പിച്ച അവർ അത് പ്രയോഗിച്ചു, അത്രമാത്രം.

പിന്നെ അത്ഭുത സമവാക്യം കൂടുതൽ മുന്നോട്ട് പോകുമെന്ന് തെളിയിക്കപ്പെട്ടു.

കോളേജ് പഠനം പൂർത്തിയാക്കിക്കൊണ്ടിരുന്ന താരതമ്യേന പുതിയൊരു സെയിൽസ് പ്രതിനിധിയായ റോബർട്ട് അറൗക്കോ, തന്റെ ആദ്യത്തെ $10,000 ഉയർന്ന കാലയളവ് കൈവരിക്കാൻ സഹായിക്കുന്നതിനായി എന്നെ ബന്ധപ്പെട്ടു. ഞാൻ ഗെറിയോട് പറഞ്ഞതുപോലെ, അത്ഭുത സമവാക്യം ഉപയോഗിച്ച് അവന് തന്റെ ലക്ഷ്യം ഇരട്ടിയാക്കാനും 20,000 ഡോളർ വിൽക്കാനും കഴിയുമെന്ന് ഞാൻ വിശ്വസിക്കുന്നു എന്ന് ഞാൻ അവനോട് പറഞ്ഞു, കാരണം ഇത് മറ്റ് നിരവധി ആളുകൾക്ക് പ്രവർത്തിക്കുന്നത് ഞാൻ കണ്ടിട്ടുണ്ട്. ഞാൻ അവനെ സമവാക്യം പഠിപ്പിച്ചു കഴിഞ്ഞപ്പോൾ, അവൻ ഒരു നിമിഷം ചിന്തിച്ചു, പിന്നെ എന്റെ സ്വന്തം മാതൃകയെ വെല്ലുവിളിച്ചു. അയാൾ ചോദിച്ചു, "ഹാൽ, അത്ഭുത സമവാക്യം ഉപയോഗിച്ച് രണ്ടാഴ്ചയ്ക്കുള്ളിൽ എനിക്ക് $30,000 വിൽക്കാൻ കഴിയുമെന്ന് നിങ്ങൾ കരുതുന്നുണ്ടോ?" വ്യക്തിപരമായി പറഞ്ഞാൽ, ഞാൻ ഒരിക്കലും ആ നാഴികക്കല്ല് പിന്നിട്ടിട്ടില്ല, പക്ഷേ അദ്ദേഹത്തിന് സൃഷ്ടിക്കാൻ കഴിയുന്ന അത്ഭുതത്തിന്റെ വലുപ്പത്തിന് പരിധികളുണ്ടെന്ന് ഞാൻ വിശ്വസിക്കുന്നില്ലെന്ന് ഞാൻ അദ്ദേഹത്തോട് പറഞ്ഞു. രണ്ടാഴ്ചയ്ക്കുള്ളിൽ റോബർട്ട് 31,000 ഡോളറിലധികം വിറ്റു, രണ്ടാം ആഴ്ചയിൽ 20,000 ഡോളറിലധികം വിറ്റു. അവസാന നിമിഷം വരെ തന്റെ കൈവശമുള്ളതെല്ലാം നൽകി, അവസാന മണിക്കൂറിൽ അയാൾ 6,000 *ഡോളറിലധികം വിറ്റു.*

അത്ഭുത സമവാക്യത്തിന്റെ ആവർത്തിച്ചുള്ള വിജയം അത് യാദൃശ്ചികമല്ലെന്നും ഭാഗ്യമല്ലെന്നും തെളിയിച്ചു. മറിച്ച്, അത് തെളിയിക്കപ്പെട്ടതും വിശ്വസനീയവും ആവർത്തിക്കാവുന്നതുമായ ഒരു തന്ത്രമായിരുന്നു, അത് ശരിയായി മനസ്സിലാക്കുകയും നടപ്പിലാക്കുകയും ചെയ്താൽ, ഏതൊരാൾക്കും അവരുടെ പൂർണ്ണ ശേഷി ഉടനടി പ്രവേശനം ചെയ്യാൻ തുടങ്ങാനും മുമ്പ്

ഉണ്ടായിരുന്നതിനേക്കാൾ മികച്ച ഫലങ്ങൾ സൃഷ്ടിക്കാനും ഇത് സഹായിക്കും.

വിൽപ്പന പ്രതിനിധികൾക്ക് അപ്പുറമുള്ള അത്ഭുത സമവാക്യം പരീക്ഷിക്കുന്നു

ഇത് എനിക്ക് എങ്ങനെ ബാധകമാകുമെന്ന് നിങ്ങൾ ചിന്തിച്ചേക്കാം? എനിക്ക് മനസ്സിലായി, കാരണം ഞാൻ സ്വയം ചിന്തിച്ചു: *അത്ഭുത സമവാക്യം* വിൽപ്പന ലോകത്തിന് പുറത്ത് പ്രവർത്തിക്കുമോ? വാസ്തവത്തിൽ, അതുകൊണ്ടാണ് ഈ പുസ്തകം എഴുതാൻ എനിക്ക് ഏകദേശം ഇരുപത് വർഷമെടുത്തത്. സമവാക്യത്തിന്റെ സാർവ്വത്രിക സാധുത സ്ഥിരീകരിക്കുന്നതിനായി എണ്ണമറ്റ പ്രശസ്തരായ നേട്ടക്കാരെ പഠിക്കുന്നതിനു പുറമേ, എനിക്ക് കഴിയുന്നത്ര ആളുകളെ ഞാൻ അത് പഠിപ്പിച്ചു, തുടർന്ന് അവർ എല്ലാത്തരം അത്ഭുതങ്ങളും സൃഷ്ടിക്കാൻ അത് ഉപയോഗിച്ചു. ഏതൊരു വ്യക്തിക്കും, ഏത് സാഹചര്യത്തിലും, അത്ഭുത സമവാക്യം പ്രവർത്തിക്കുമെന്നതിന് എനിക്ക് തെളിവ് ആവശ്യമായിരുന്നു.

ചുരുക്കത്തിൽ പറഞ്ഞാൽ, അത് അത്ഭുതങ്ങൾ ചെയ്യുന്നു.

അത്ഭുത സമവാക്യം വിജയകരമായി ഉപയോഗിക്കുകയും അവരുടെ കഥകൾ എന്നോട് പങ്കുവെക്കുകയും ചെയ്ത ചില ആളുകളുടെ ഒരു ചെറിയ പട്ടിക ഇതാ. അത്ഭുത സമവാക്യം ഉപയോഗിച്ച് :

> സ്റ്റാർബക്സിൽ ബാരിസ്റ്റയായി വർഷം തോറും $12,000 സമ്പാദിക്കുന്ന ഒരു ഒറ്റയായ അമ്മയായിരുന്നു ആഞ്ചല മെയ്. അതായത്, സ്വന്തമായി ഒരു ബിസിനസ്സ് ആരംഭിക്കാൻ തീരുമാനിക്കുന്നത് വരെ, ഒരു വർഷത്തിനുള്ളിൽ അവൾ ആദ്യത്തെ ആറ് അക്കങ്ങൾ നേടി, കഴിഞ്ഞ മൂന്ന് വർഷമായി തുടർച്ചയായി അവളുടെ വരുമാനം ഏഴക്കമായി വർദ്ധിപ്പിച്ചു.
>
> ടിം നിക്കോളേവ് പതിനാറാം വയസ്സിൽ റഷ്യയിൽ നിന്ന് ഇവിടെയെത്തി, പതിനേഴാം വയസ്സിൽ (കട്ട്കോയിൽ ജോലി ചെയ്യുമ്പോൾ) അത്ഭുത സമവാക്യം പഠിച്ചു, തന്റെ സ്വപ്നങ്ങളുടെ ജീവിതം കെട്ടിപ്പടുക്കാൻ അത് ഉപയോഗിച്ചു. ഇപ്പോൾ മുപ്പതുകളുടെ തുടക്കത്തിൽ,

അദ്ദേഹം സാമ്പത്തികമായി സ്വതന്ത്രനാണ്, അടിസ്ഥാനപരമായി വിരമിച്ച (അതായത് റിയൽ എസ്റ്റേറ്റിൽ നിന്നുള്ള അദ്ദേഹത്തിന്റെ നിഷ്ക്രിയ വരുമാനം അദ്ദേഹത്തിന്റെ ചെലവുകളെ കവിയുന്നു, കൂടാതെ അവന് വേണ്ടപ്പോൾ മാത്രമേ ജോലി ചെയ്യൂ). ടിം പറയുന്നതനുസരിച്ച്, അദ്ദേഹം പഠിച്ച ഏറ്റവും വിലപ്പെട്ട പാഠം, എത്തിച്ചേരാൻ കഴിയാത്തതായി തോന്നുന്ന ഒരു ലക്ഷ്യത്തിലേക്കുള്ള നിങ്ങളുടെ പാത എങ്ങനെ പുരോഗമിക്കുമെന്ന് പലപ്പോഴും പ്രവചിക്കാൻ കഴിയില്ല എന്നതാണ്. എന്നാൽ, അവസാന നിമിഷം വരെ നിങ്ങൾക്കുള്ളതെല്ലാം അതിനായി നൽകുന്നതിലൂടെ, വഴിയിലെ നിങ്ങളുടെ ഫലങ്ങൾ പരിഗണിക്കാതെ, നിങ്ങൾ അനിവാര്യമായും നിങ്ങളുടെ ലക്ഷ്യത്തിലെത്തുന്നു – അല്ലെങ്കിൽ അതിലും മികച്ചതിൽ.

ഭക്ഷണ ക്രമക്കേടുകൾ, മയക്കുമരുന്ന്, മദ്യപാനം, ദുരുപയോഗം, ഉത്കണ്ഠ, വിഷാദം എന്നിവയുടെ പ്രത്യാഘാതങ്ങൾ തുടങ്ങിയ ജീവിത നിയന്ത്രണ പ്രശ്നങ്ങളുമായി മല്ലിടുന്ന യുവതികൾക്കായി ഒരു വീട് സ്ഥാപിക്കാൻ ഷെല്ലി ബോയ്സ് സ്വപ്നം കണ്ടിരുന്നുവെങ്കിലും അത് എങ്ങനെ ചെയ്യണമെന്ന് അവർക്ക് അറിയില്ലായിരുന്നു. അത്ഭുത സമവാക്യം അവളുടെ ചിന്തയിൽ വിപ്ലവം സൃഷ്ടിച്ചു, സാധ്യമാണെന്ന് അവൾ വിശ്വസിക്കുന്നതെന്തും ചെയ്യാൻ കഴിയുമെന്ന് അവളെ വിശ്വസിപ്പിച്ചു. ചൂസ് ലൈഫ് മിനിസ്ട്രിയുടെ ഹോംസ്റ്റേഡ് ഫോർ ഹോപ്പ് ഈ വർഷം സെപ്റ്റംബറിൽ തുറക്കും.

2017-ലെ ന്യൂയോർക്ക് സിറ്റി മാരത്തൺ പൂർത്തിയാക്കുക എന്നത് ബ്രാൻഡൻ ലാബെല്ലയുടെ സ്വപ്നമായിരുന്നു. ഓട്ടത്തിന് മൂന്ന് ദിവസം മുമ്പ്, കാൽമുട്ടിന്റെ ഉൾവശത്തുള്ള മീഡിയൽ കൊളാറ്ററൽ ലിഗമെന്റ് കീറി, അദ്ദേഹം ക്രച്ചസിൽ ഒതുങ്ങി. ഓട്ടത്തിൽ നിന്ന് പുറത്തുപോകുന്നതിനുപകരം, മുൻ ന്യൂയോർക്ക് സിറ്റി മാരത്തണുകളിൽ പൂർത്തിയാക്കിയ ക്രച്ചസുകളിൽ ഏറ്റവും വേഗതയേറിയ സമയം നോക്കി, ആ സമയം മറികടക്കാൻ പോകുകയാണെന്ന് അദ്ദേഹം തീരുമാ

നിച്ചു. അചഞ്ചലമായ വിശ്വാസത്തിന്റെയും അസാധാരണമായ പരിശ്രമത്തിന്റെയും സംയോജിത ശക്തികളിലൂടെ, എന്തുതന്നെയായാലും ഓട്ടം പൂർത്തിയാക്കാൻ പോകുകയാണെന്ന് അദ്ദേഹം തീരുമാനിച്ചു. അദ്ദേഹം അധികാരത്തിലെത്തുകയും ഏറ്റവും വേഗതയേറിയ സമയത്തെ മറികടന്ന് ഒരു ലോക റെക്കോർഡ് സ്ഥാപിക്കുകയും ചെയ്തു!

പതിനാലാമത്തെ വയസ്സിൽ കാരി സ്മോലെൻസ്കി ഒരു ഡിജെ കമ്പനി ആരംഭിച്ചു. ഡെന്റൽ സ്കൂളിൽ പഠിക്കുമ്പോൾ, പരമ്പരാഗത മാതൃകകൾ തകർക്കാനും ഇവന്റ് നിർമ്മാണത്തിലും വിനോദത്തിലും ഒരു ഭാവി പിന്തുടരാനുമുള്ള തന്റെ അചഞ്ചലമായ വിശ്വാസവും അസാധാരണ പരിശ്രമവും മൂലം, തന്റെ അഭിനിവേശങ്ങൾ പിന്തുടരാൻ അദ്ദേഹം തീരുമാനിച്ചു. ഇന്ന് നാൽപ്പത് വർഷങ്ങൾക്ക് ശേഷം, അദ്ദേഹത്തിന്റെ കമ്പനി കുടുംബം ലോകമെമ്പാടും പരിപാടികൾ നടത്തുന്നു, അദ്ദേഹം പത്ത് ലക്ഷത്തിലധികം ആളുകളെ രസിപ്പിച്ചിട്ടുണ്ട്, കൂടാതെ പ്രതിവർഷം ദശലക്ഷക്കണക്കിന് ഡോളർ വരുമാനം നേടുന്ന ഒരു തലത്തിലേക്ക് അദ്ദേഹം തന്റെ ബിസിനസ്സ് വളർത്തിയെടുത്തിട്ടുണ്ട്.

അഭിനിവേശത്തെക്കുറിച്ച് ഒരു പുസ്തകം എഴുതുകയും സ്വന്തം നാടൻ വാർഷിക സമ്മേളനമായ പാഷൻ സമ്മിറ്റ് വിജയകരമായി ആരംഭിക്കുകയും ചെയ്തുകൊണ്ട് കാരി തന്റെ അഭിനിവേശങ്ങൾ പിന്തുടരുമ്പോൾ അത്ഭുത സമവാക്യം ഉപയോഗിക്കുന്നത് തുടരുന്നു.

2016-ൽ, ഏഞ്ചൽ മൊറേൽസ് പതിനൊന്ന് മാസത്തേക്ക് ഒറ്റയ്ക്ക് ലോകം ചുറ്റി സഞ്ചരിച്ചു. അഞ്ച് വ്യത്യസ്ത ഭൂഖണ്ഡങ്ങളിലെ ഇരുപത്തിയാറ് രാജ്യങ്ങൾ അദ്ദേഹം സന്ദർശിച്ചു. തന്റെ സ്വപ്നം സാക്ഷാത്കരിക്കുന്നതിനായി അദ്ദേഹം രണ്ട് വർഷം പണം സമ്പാദിച്ചു, ഗവേഷണം ചെയ്തു, തയ്യാറെടുപ്പുകൾ നടത്തി. ജോലി ഉപേക്ഷിച്ച് ലോകം ചുറ്റി സഞ്ചരിക്കാൻ പോകുകയാണെന്ന് അദ്ദേഹം ആളുകളോട് പറഞ്ഞപ്പോൾ ആരും അദ്ദേഹത്തെ വിശ്വസിച്ചില്ല. എന്നാൽ തന്റെ അചഞ്ചലമായ വിശ്വാസ

ത്താൽ അദ്ദേഹം ലോകം ചുറ്റാനുള്ള ടിക്കറ്റ് വാങ്ങി, അത് തന്റെ സ്വപ്നം യാഥാർത്ഥ്യമാക്കി.

ദിവസം മുഴുവൻ വീഡിയോ ഗെയിമുകൾ കളിച്ചു കൊണ്ടിരുന്ന വിഷാദരോഗിയും ആത്മഹത്യാ പ്രവണത യുള്ളവനുമായ ഒരു കൗമാരക്കാരനിൽ നിന്ന്, എല്ലാ പ്രായത്തിലുമുള്ള ആളുകളെയും അവരുടെ സ്വപ്നങ്ങൾ സാക്ഷാത്കരിക്കാനും പ്രതിരോധശേഷിയുള്ളവരാ കാനും പ്രചോദിപ്പിക്കുന്ന ഒരു വായുവിൽ അഭ്യാസങ്ങൾ നടത്തുന്ന കലാകാരനും അധ്യാപകനുമായി അലസ് ബാക്കസ് വളർന്നു. അത്ഭുത സമവാക്യം ഉപയോഗി ക്കുന്നത് തുടരുന്നതിനാൽ, കഴിഞ്ഞ പന്ത്രണ്ട് മാസത്തിനു ള്ളിൽ അദ്ദേഹത്തിന്റെ വരുമാനം മൂന്നിരട്ടിയാക്കാൻ കഴിഞ്ഞു.

ഇരുപത്തിനാല് മാസത്തിനുള്ളിൽ, കെൻ വിംബർലി മുപ്പത് പൗണ്ടിലധികം നഷ്ടപ്പെടുത്തി, 352,000 ഡോളർ കടം വീട്ടി, തന്റെ ബ്രോക്കറേജ് ബിസിനസ്സിന്റെ വാർഷിക വിൽപ്പന 20 മില്യൺ ഡോളറിൽ നിന്ന് 70 മില്യൺ ഡോളറായി ഉയർത്തി.

വെൻസെന്റ് വാലന്റി തന്റെ സ്വപ്ന സ്ത്രീയെ വിവാഹം കഴിച്ചു, സ്വപ്നതുല്യമായ വീട് വാങ്ങി, കുട്ടികളുടെ പുസ്തകം എഴുതി, രണ്ട് കമ്പനികൾ ആരംഭിച്ചു (ഒന്ന് വിറ്റു).

ഉത്കണ്ഠ മൂലം കിടപ്പിലായ അവസ്ഥയിൽ നിന്ന് ജെസ്സി വാൾട്ട്ലേഴ്സ് വിജയകരമായ ഒരു റിയൽ എസ്റ്റേറ്റ് ബ്രോക്കറും അവളുടെ പള്ളിയിൽ ഒരു പ്രഭാഷകയും ആയി മാറി.

മൈക്ക് ഈറ്റൺ തൊണ്ണൂറ് പൗണ്ട് ഭാരം കുറച്ചു, ഒരു സ്റ്റാൻഡ്-അപ്പ് കൊമേഡിയൻ ആകുക എന്ന തന്റെ സ്വപ്നം സാക്ഷാത്കരിച്ചു.

ദി മിറക്കിൾ മോർണിംഗ് എന്ന സിനിമയുടെ നിർമ്മാതാവായ തെരേസ ലോറിക്കോയെ ആ സിനിമയുടെ നിർമ്മാണത്തിനിടയിൽ ഒരു ബസ് ഇടിക്കുകയും, അവരുടെ ശരീരം തളർന്നുപോകുകയും (ഞാൻ കാൻസർ ചികിത്സയിലായിരുന്ന അതേ

> സമയത്താണ്). ഞങ്ങൾ പരസ്പരം ചാരി നിന്നു, പൂർണ്ണമായി സുഖം പ്രാപിക്കാൻ ഒരേസമയം അത്ഭുത സമവാക്യം ഉപയോഗിച്ചു.

ഈ കഥകൾ ശേഖരിക്കുമ്പോൾ, ഞാൻ യഥാർത്ഥത്തിൽ പിശാചിന്റെ വക്താവായി അഭിനയിക്കാൻ ശ്രമിച്ചു, അചഞ്ചലമായ വിശ്വാസവും അസാധാരണ പരിശ്രമവും ഉപയോഗിച്ച് ലക്ഷ്യങ്ങൾ നേടിയെടുക്കാത്ത ആളുകളെ കണ്ടെത്താൻ കഴിയുമോ എന്ന് നോക്കി, പക്ഷേ എനിക്ക് ഒരാളെ പോലും കണ്ടെത്താൻ കഴിഞ്ഞില്ല.

ലോകപ്രശസ്തരായ അത്ഭുത പ്രഗത്ഭർ മുതൽ നിങ്ങൾക്ക് പേരുകൾ അറിയാത്ത, സമവാക്യം ഉപയോഗിച്ച് സ്പഷ്ടവും അളക്കാവുന്നതുമായ അത്ഭുതങ്ങൾ വിജയകരമായി സൃഷ്ടിച്ച ആളുകൾ വരെയുള്ള ലോകമെമ്പാടുമുള്ള വ്യക്തികളുടെ കൂടുതൽ കഥകൾ ഈ പുസ്തകത്തിലുടനീളം ഞാൻ പങ്കിടും. ഓരോ കഥയും നിങ്ങൾക്ക് സാധ്യമായതിന്റെ തെളിവായി വർത്തിക്കുന്നു. വലുതോ ചെറുതോ ആയ ഏത് ലക്ഷ്യത്തിനും, രണ്ട് തീരുമാനങ്ങൾ എടുക്കുകയും നിലനിർത്തുകയും ചെയ്യുന്ന ഏതൊരാൾക്കും, സമവാക്യത്തിന്റെ ഭംഗി ഇതാണ്.

നിങ്ങളുടെ സ്വന്തം അത്ഭുത സമവാക്യ യാത്ര

ഈ പുസ്തകത്തിന്റെ ബാക്കി ഭാഗം, നിങ്ങൾ ആഗ്രഹിക്കുന്ന ജീവിതത്തിലേക്കുള്ള ഒരു പാലമായി വർത്തിക്കും – അത് ആഗ്രഹിക്കുന്നതിലൂടെയല്ല, മറിച്ച് അത് ആഗ്രഹിക്കുന്നതിൽ നിന്ന് അത് സൃഷ്ടിക്കുന്നതിലേക്ക് എങ്ങനെ നീങ്ങാമെന്ന് മനസ്സിലാക്കുന്നതിലൂടെ. ഈ പ്രക്രിയയിലൂടെ ഞാൻ നിങ്ങളെ നയിക്കും – ഇത് ഒരു പ്രക്രിയയാണ് – അങ്ങനെ സ്പഷ്ടവും അളക്കാവുന്നതുമായ അത്ഭുതങ്ങൾ സൃഷ്ടിക്കുന്നത് ആത്യന്തികമായി നിങ്ങളുടെ മാനദണ്ഡമായി മാറുന്നു. രണ്ട് തീരുമാനങ്ങളും ഉൾക്കൊള്ളാൻ നിങ്ങൾ തിരഞ്ഞെടുക്കുമ്പോൾ, നിങ്ങൾ ഒരു അത്ഭുത പ്രഗത്ഭനായിത്തീരുന്നു, നിങ്ങൾ ഭൂതകാലത്തിൽ ഉണ്ടായിരുന്ന രീതിയിൽ നിന്ന് വ്യത്യസ്തമായി ചിന്തിക്കുകയും ജീവിക്കുകയും ചെയ്യും, അത് നിങ്ങളുടെ വർത്തമാനത്തിലും ഭാവിയിലും വ്യത്യസ്ത ഫലങ്ങളിലേക്ക് നിങ്ങളെ തള്ളിവിടും.

ഈ പുതിയ അത്ഭുത പ്രഗത്ഭൻ വ്യക്തിത്വത്തെ ഉൾക്കൊള്ളുന്നതിനുള്ള ആദ്യപടി, നമുക്കെല്ലാവർക്കും ഉള്ളതും എന്നാൽ സാധാരണയായി നമുക്കറിയാത്തതുമായ അന്തർലീനമായ മനുഷ്യ സംഘർഷത്തെ തിരിച്ചറിയുകയും മറികടക്കുകയും ചെയ്യുക എന്നതാണ്. അടുത്ത അധ്യായത്തിൽ, നിങ്ങളുടെ ജീവിതത്തിൽ ഇത് എങ്ങനെ പ്രകടമാകുമെന്ന് നോക്കാം, തുടർന്ന് അതിൽ നിന്ന് പുറത്തുകടക്കാൻ ശ്രമിക്കുക, അതുവഴി നിങ്ങൾക്ക് ആവശ്യമുള്ള ഫലങ്ങൾ നേടാനാകും.

3

അന്തർലീനമായ മനുഷ്യ സംഘർഷം

പരിമിതിയിൽ നിന്ന് പരിധിയില്ലാത്തതിലേക്ക് മാറുന്നു

നാം ജീവിക്കുന്ന ലോകം – നാം മനസ്സിലാക്കുന്ന ജീവിതം – നമ്മുടെ ആന്തരിക യാഥാർത്ഥ്യത്തിന്റെ ഒരു പൂർണ്ണ പ്രതിഫലനമാണ്, ഒരു കണ്ണാടി പ്രതിച്ഛായയാണ്.

—പാട്രിക് കോണർ

നിങ്ങളും, മറ്റനേകം ആളുകളെ പോലെ, നിങ്ങളെക്കുറിച്ചുള്ള ഒരു അടിസ്ഥാന വസ്തുത മറന്നുപോയിരിക്കാൻ സാധ്യതയുണ്ട് : *നിങ്ങൾ... പരിധിയില്ലാത്തവരാണ്.*

മനുഷ്യർ മഹത്വത്തിനായി രൂപകൽപ്പന ചെയ്യപ്പെട്ടവരാണ്, ആ വസ്തുതയുടെ തെളിവുകൾ ധാരാളമുണ്ട്. ഓരോ ദിവസവും, നമ്മളിൽ മറ്റൊരാൾ നമ്മുടെ പങ്കിട്ട പരിധിയില്ലാത്ത സാധ്യതകൾ ഉപയോഗപ്പെടുത്തുകയും നമുക്കെല്ലാവർക്കും നേടാൻ കഴിയുന്ന കാര്യങ്ങൾക്കായി പുതിയ മാനദണ്ഡങ്ങൾ സ്ഥാപിക്കുകയും ചെയ്യുമ്പോൾ, മുമ്പ് കൈവശം വച്ചിരുന്ന പരിമിതികൾ തകരുന്നു. മറ്റൊരാൾ ചെയ്ത ഏതൊരു കാര്യവും നിങ്ങൾക്ക് സാധ്യമായതിന്റെ തെളിവാണ്. നിങ്ങളുടെ ജീവിതത്തിനായി നിങ്ങൾ ആഗ്രഹിക്കുന്നതെല്ലാം ഇപ്പോൾ നിങ്ങൾക്ക് ലഭ്യമാണ്, നിങ്ങൾ തീരുമാനമെടുക്കുന്നതിനും നിങ്ങൾക്ക് ആവശ്യമുള്ളത് പിന്തുടരുന്നതിനും കാത്തിരിക്കുന്നു.

നിങ്ങളുടെ കുട്ടിക്കാലത്തേക്ക് തിരിഞ്ഞുനോക്കിയാൽ, നിങ്ങളെക്കുറിച്ച് ഇങ്ങനെ തോന്നിയത് നിങ്ങൾക്ക് സ്വയം ഓർമ്മിക്കാൻ കഴിഞ്ഞേക്കും. ഒരു പ്രശസ്ത ബാലെരിനയോ ബേസ്ബോൾ കളിക്കാരൻ ആകുക എന്നത് തികച്ചും വിശ്വസനീയവും നിങ്ങളുടെ കൈയെത്തും ദൂരത്തുമുള്ളതായി തോന്നി. നിങ്ങളുടെ മനസ്സ് കാണിച്ചുതരുന്നത് നേടാൻ കഴിയില്ലെന്ന് നിങ്ങൾ ഒരിക്കലും കരുതിയിരുന്നില്ല. *എല്ലാം സാധ്യമായിരുന്നു.* നിങ്ങളുടെ ഭാവി അനന്തമായിരുന്നു. നമ്മളിൽ ചിലർക്ക് ഈ അവബോധം പൂർണ്ണമായും നഷ്ടപ്പെട്ടിരിക്കുന്നു. "എന്തായിരിക്കാം" എന്നതിനെക്കുറിച്ച് മതിയായ പ്രേരണയോ ഓർമ്മപ്പെടുത്തലോ ഉപയോഗിച്ച് മറ്റുള്ളവർക്ക് ഈ കാഴ്ചപ്പാട് വീണ്ടെടുക്കാൻ കഴിയും. എന്നിട്ടും, ഈ വികാരം വിദൂരമാണെന്ന് തോന്നുന്നു, അവർ ഇന്ന് ജീവിക്കുന്ന ജീവിതത്തിന് ഇതിന് ഇനി പ്രസക്തിയില്ല. കൗണ്ടറിൽ ബില്ലുകളുടെ കൂമ്പാരം, അവ നിറവേറ്റാത്ത ജോലി, അവർക്ക് ഒഴിവാക്കാൻ കഴിയാത്ത കുറച്ച് അധിക പൗണ്ട് എന്നിവയുമായി ഒരു ജീവിതം. എന്നാൽ ഈ

വിവരങ്ങള്‍ ഓര്‍മ്മിച്ചിട്ടില്ല എന്നത് അത് സത്യമല്ലാതാക്കുന്നില്ല, അതിന്റെ പ്രസക്തി കുറയുന്നുമില്ല.

അപ്പോള്‍ ഈ പ്രധാനപ്പെട്ട വസ്തുത നമ്മള്‍ എങ്ങനെ മറന്നു?

നമ്മളുടേതായ ഒരു തെറ്റുമില്ലാതെ, നമ്മള്‍ അറിയാതെ തന്നെ നമ്മളെത്തന്നെ നശിപ്പിച്ചു കൊണ്ടിരിക്കുകയാണ്, പ്രായമാകും തോറും അത് കൂടുതല്‍ വഷളാകുന്നു. എനിക്കറിയാം, അത് അത്ര പ്രോത്സാഹജനകമല്ല, പക്ഷേ അത് സത്യമാണ്. ജീവിതത്തില്‍ നമ്മള്‍ ചില കഠിനമായ പ്രതിബന്ധങ്ങളെ നേരിടുന്നു, നമ്മുടെ സ്വന്തം തലയ്ക്കുള്ളിലും ചുറ്റുമുള്ള ലോകത്തിലും. ഈ തടസ്സങ്ങള്‍ അല്‍പ്പം ഗൂഢമായേക്കാം. പലപ്പോഴും, അവ നിലനില്‍ക്കുന്നുണ്ടെന്ന് നമുക്ക് അറിയില്ല.

ഒന്നാമതായി, നമ്മുടെ തലച്ചോറില്‍ ഉറച്ചുനില്‍ക്കുന്ന ഈ സഹജമായ പ്രവണതകള്‍ നമുക്കുണ്ട്, അവ നമ്മെ മഹത്വത്തിലേക്കുള്ള പാതയില്‍ നിന്ന് നിരന്തരം തട്ടിമാറ്റുന്നു. നമ്മുടെ ജന്മസിദ്ധമായ മനുഷ്യ സ്വഭാവം നമ്മെ എളുപ്പവഴിയിലേക്ക് നയിക്കുകയും, സ്വയം സംശയിക്കുകയും, കാര്യങ്ങള്‍ ബുദ്ധിമുട്ടാകുമ്പോള്‍ ഉപേക്ഷിക്കുകയും ചെയ്യുന്നു. എളുപ്പവഴി സാധാരണയായി ഹ്രസ്വകാലത്തേക്ക് കൂടുതല്‍ സുഖകരമായിരിക്കും, *നമ്മുടെ തലച്ചോര്‍ ആ ആശ്വാസത്തെ ഇതിലേക്ക് വിവര്‍ത്തനം ചെയ്യുന്നു, അതായിരിക്കണം ഞാന്‍ ചെയ്യേണ്ടത്.*

പിന്നെ, നമ്മള്‍ വളര്‍ന്നു വരുമ്പോള്‍, ചുറ്റുമുള്ളവരില്‍ നിന്നുള്ള സന്ദേശങ്ങള്‍ (വാമൊഴിയായും അല്ലാതെയും) ഉള്‍ക്കൊള്ളാന്‍ പാകമാകുമ്പോള്‍, നിയമങ്ങള്‍ പാലിക്കാനും, പൊരുത്തപ്പെടാനും, അതിനൊപ്പം പോകാനും നമ്മെ പഠിപ്പിക്കുന്നു. മറ്റുള്ളവരുടെ യുക്തിരഹിതമായ പരിമിതി വിശ്വാസങ്ങള്‍ നമ്മളെ സ്വാധീനിക്കാന്‍ പോലും നമ്മള്‍ അനുവദിക്കുന്നു, കൂടാതെ നമുക്ക് സാധ്യമായ കാര്യങ്ങളെക്കുറിച്ചുള്ള നമ്മുടെ ആശയങ്ങളെ അടിച്ചമര്‍ത്തുകയും ചെയ്യുന്നു. നമ്മുടെ പ്രിയപ്പെട്ടവര്‍ പുറംതള്ളുകയും "നീ അതിന് നല്ലൊരു അവസരം തന്നു" എന്ന് പറയുകയും ചെയ്യുന്നു, പക്ഷേ നമ്മുടെ പൂര്‍ണ്ണ ശേഷിയിലേക്ക് ഇറങ്ങിച്ചെന്നതിന് ഒരിക്കലും നമ്മളെ ഉത്തരവാദികളാക്കരുത്, ഒരുപക്ഷേ അവര്‍ സ്വന്തം കഴിവുകള്‍ നിറവേറ്റാത്തതുകൊണ്ടാകാം. മധ്യസ്ഥതയുടെ ആഴങ്ങളിലേക്ക് പോലും ഞങ്ങള്‍ പരസ്പരം പിന്തുണയ്ക്കുന്നു.

കുറച്ച് സമയത്തിന് ശേഷം, നമ്മൾ കൺഫോർമിസ്റ്റുകളിൽ ചേരുകയും ഒടുവിൽ "എന്തുകൊണ്ട് എനിക്ക് അത്ഭുതപ്പെടാൻ കഴിയില്ല" എന്ന പാട്ടും നൃത്തവും മുഴുവനായി വാങ്ങുകയും ചെയ്യുന്നു. സ്വയം അട്ടിമറിക്കുന്ന പരിമിതികളുടെ ഒരു ആയുധശേഖരം നമ്മൾ ശേഖരിക്കുന്നു, അത് മിക്കപ്പോഴും, നമുക്കുണ്ടെന്ന് പോലും നമ്മൾ മനസ്സിലാക്കുന്നില്ല. കടന്നുപോകാൻ നമ്മൾ വേണ്ടത്ര പരിശ്രമിച്ചു. പലപ്പോഴും വ്യക്തമായ ലക്ഷ്യമോ ഉദ്ദേശ്യമോ ഇല്ലാതെ ഓട്ടോപൈലറ്റിലാണ് നമ്മൾ നമ്മുടെ ദിവസങ്ങളിലൂടെ കടന്നുപോകുന്നത്. മറ്റുള്ളവർ നമ്മുടെ മേൽ പരിധികൾ സ്ഥാപിക്കാൻ നമ്മൾ അനുവദിക്കുന്നു. ഒടുവിൽ, നമ്മൾ യഥാർത്ഥത്തിൽ ആഗ്രഹിക്കുന്നതിലും നമുക്ക് കഴിയുന്നതിലും കുറഞ്ഞ കാര്യങ്ങൾക്ക് നാം വഴങ്ങുന്നു. ഭാഗികമായി, നമ്മുടെ തലച്ചോറും, നമ്മുടെ സദുദ്ദേശ്യമുള്ള സുഹൃത്തുക്കളും, കുടുംബാംഗങ്ങളും നമ്മുടെ അത്ഭുതങ്ങളുടെ ജീവിതത്തെ പണയപ്പെടുത്തിയിരിക്കുന്നു.

ഷീഷ്. നിരന്തരം ഈ തടസ്സങ്ങളെല്ലാം നേരിടുമ്പോൾ ഒരു ആൺകുട്ടിക്കോ പെൺകുട്ടിക്കോ എങ്ങനെയാണ് അസാധാരണമായ ഒരു ജീവിതം സൃഷ്ടിക്കാൻ കഴിയുക?

നല്ല ചോദ്യം. നാമെല്ലാവരും നേരിടുന്ന അന്തർലീനമായ മനുഷ്യ സംഘർഷം മനസ്സിലാക്കുന്നതിലാണ് ഉത്തരം സ്ഥിതി ചെയ്യുന്നത് : **ഉള്ളിന്റെ ഉള്ളിൽ, നമ്മൾ പരിധിയില്ലാത്തവരാണെന്ന് നമുക്കറിയാം. എന്നാൽ നമ്മുടെ സ്വന്തം തലച്ചോറും നമുക്ക് ചുറ്റുമുള്ള ലോകവും നമ്മെ പരിമിതപ്പെടുത്തുന്നു, അതിനാൽ നമ്മൾ നാം ആയിരിക്കേണ്ടതിലും ചെറുതായി തുടരുന്നു.** ഈ സംഘർഷം നമ്മെ അസന്തുഷ്ടിയിലേക്കും, ഉത്കണ്ഠയിലേക്കും, ഈ ലോകത്ത് മറ്റെന്തോ - അതിലുപരി എന്തോ - നമുക്കായി ഉണ്ടെന്നുള്ള നിരന്തരമായ തോന്നലിലേക്കും നയിക്കുന്നു. നമുക്കത് അറിയാം, പക്ഷേ അതിനെക്കുറിച്ച് എന്തുചെയ്യണമെന്ന് നമുക്കറിയില്ല.

അതുവരെ.

നിങ്ങൾക്ക് സങ്കൽപ്പിക്കാൻ കഴിയുന്ന ഏറ്റവും അസാധാരണമായ ജീവിതം–നിങ്ങൾ ആഗ്രഹിക്കുന്നതും, അർഹിക്കുന്നതും, വിധിക്കപ്പെട്ടതും – സൃഷ്ടിക്കാൻ, നിങ്ങൾ ഈ ആന്തരിക സംഘർഷത്തെ മറികടന്ന് മഹത്വത്തിലേക്ക് നയിക്കുന്ന പാത സ്വീകരിക്കണം, അത് ഏറ്റവും എളുപ്പമുള്ള പാതയായിരിക്കണമെന്നില്ല, കൂടുതൽ സുഖകരമോ,സുരക്ഷിതമോ ആയ ഓപ്ഷൻ ആയിരി

ക്കില്ല. നിങ്ങളുടെ പരിമിതി (നിങ്ങളുടെ ഭൂതകാലത്തെ അടിസ്ഥാനമാക്കിയുള്ളത്) അല്ലെങ്കിൽ പരിധിയില്ലാത്തത് (നിങ്ങളുടെ കഴിവിനെ അടിസ്ഥാനമാക്കിയുള്ളത്) എന്നിവയുമായി ബന്ധപ്പെട്ട ഒരു തീരുമാനത്തെക്കുറിച്ച് നിങ്ങൾ മനസ്സിൽ വിലപേശുന്നതായി തോന്നുമ്പോൾ, പരിധിയില്ലാത്തത് തിരഞ്ഞെടുക്കുക.

അത് എളുപ്പമല്ല. അങ്ങനെയാകുമെന്ന് ഞാൻ ഒരിക്കലും പറഞ്ഞിട്ടില്ല. പക്ഷേ അത് സാധ്യമാണ്, പ്രത്യേകിച്ച്, നിങ്ങൾക്ക് അത് സാധ്യമാണ്. ഈ അധ്യായത്തിന്റെ അവസാനം വരെ വായിക്കാൻ നിങ്ങൾ തയ്യാറാണെങ്കിൽ, നിങ്ങൾക്കും നിങ്ങൾ അർഹിക്കുന്ന അത്ഭുതകരമായ ജീവിതത്തിനും ഇടയിൽ എന്താണ് നിൽക്കുന്നതെന്ന് നിങ്ങൾക്ക് ധാരാളം പുതിയ ഉൾക്കാഴ്ചകൾ ലഭിക്കും. നിങ്ങൾ മനസ്സിലാക്കാൻ പോകുന്നു, വൗ, *എനിക്ക് ഇത് പൂർണ്ണമായും ചെയ്യാൻ കഴിയും.*

അതുകൊണ്ട് നമുക്ക് തുടങ്ങാം.

നിങ്ങൾ സ്വയം നടത്തുന്ന യുദ്ധം

നമുക്ക് ചില പരാമർശങ്ങൾ നോക്കാം. നിങ്ങളുടെ ജീവിതത്തിൽ ഇപ്പോൾ എവിടെയായിരുന്നാലും, നിങ്ങളുടെ കളിയുടെ ഉന്നതിയിലായാലും അല്ലെങ്കിൽ അസുഖകരമോ, വേദനാജനകമോ അല്ലെങ്കിൽ അതിനിടയിലുള്ള എവിടെയെങ്കിലും നിലനിൽക്കുന്ന സാഹചര്യങ്ങളായാലും, ഇത് പരിഗണിക്കുക : *നിങ്ങൾ പഠിക്കേണ്ടത് എന്താണെന്ന് മനസ്സിലാക്കാൻ നിങ്ങൾ എവിടെയായിരിക്കണമെന്ന് (നിങ്ങൾ ആരാണെന്ന്) നിങ്ങൾ കൃത്യമായി അറിയുന്നു, അതിനാൽ നിങ്ങൾ ആഗ്രഹിച്ചതെല്ലാം സൃഷ്ടിക്കാൻ കഴിവുള്ള വ്യക്തിയായി നിങ്ങൾക്ക് മാറാം.*

ഹെ. അതൊരു വാചാലമായ വാക്കുകളാണ്, പക്ഷേ ഞാൻ അതിലെ ഓരോ വാക്കും വിശ്വസിക്കുന്നു. നിങ്ങൾക്കും അങ്ങനെ തോന്നുമെന്ന് ഞാൻ പ്രതീക്ഷിക്കുന്നു. നിങ്ങളുടെ ജീവിതത്തിലെ ഈ ഘട്ടം വരെ നിങ്ങൾ അനുഭവിച്ച എല്ലാ അനുഭവങ്ങളും, ഏറ്റവും ബുദ്ധിമുട്ടുള്ളവ ഉൾപ്പെടെ, നിങ്ങൾ അതിൽ നിന്ന് പഠിക്കാൻ തീരുമാനിക്കുമ്പോൾ അത് ഒരു മുതൽക്കൂട്ടാണ്.

ഇവിടെയാണ് പ്രശ്നം (നിങ്ങൾ ഇടപെടേണ്ട സ്ഥലം): നിങ്ങൾ ആഗ്രഹിക്കുന്ന ജീവിതം നയിക്കുന്നില്ലെങ്കിൽ അത് നിങ്ങളുടെ തെറ്റായിരിക്കാം അല്ലെങ്കിൽ അല്ലായിരിക്കാം, പക്ഷേ അടുത്ത

ഘട്ടത്തിലേക്ക് പോകാൻ ആവശ്യമായ മാറ്റങ്ങൾ വരുത്തേണ്ടത് നിങ്ങളുടെ ഉത്തരവാദിത്തമാണ്. ആരും നിങ്ങൾക്കുവേണ്ടി അത് ചെയ്യാൻ പോകുന്നില്ല. ലെവൽ 10-ൽ നിങ്ങളുടെ ജീവിതം നയിക്കാൻ തീരുമാനിക്കുന്നത് നിങ്ങളാണ്. അവിടെ എത്തിച്ചേരാനുള്ള ആദ്യപടി ഈ ആഭ്യന്തര സംഘർഷം മറികടക്കുക എന്നതാണ്.

പരിമിതമായതോ പരിധിയില്ലാത്തതോ ആയ ജീവിതം നയിക്കാനുള്ള തീരുമാനം എല്ലാത്തരം വഴികളിലും പ്രകടമാകുന്നു : ഞാൻ എന്റെ ജോലി ഉപേക്ഷിച്ച് സ്വന്തമായി ഒരു ബിസിനസ്സ് ആരംഭിക്കണോ? മറ്റൊരാളെ കിട്ടുമോ എന്ന് അറിയാതെ ഞാൻ ഈ ബന്ധം ഉപേക്ഷിക്കണോ? പത്ത് പൗണ്ട് കുറയ്ക്കണമെങ്കിൽ എനിക്ക് ഇഷ്ടമുള്ള ഭക്ഷണം കഴിക്കുന്നത് നിർത്തണോ? *ഈ ഓരോ തീരുമാനങ്ങളും നിങ്ങളുടെ ജീവിതത്തിന്റെ വ്യത്യസ്ത മേഖലകളെ ബാധിക്കുന്നു. എന്നിരുന്നാലും, അവയെല്ലാം പരിമിതമാണെന്ന് ചുരുക്കിപ്പറയുന്നു – നിങ്ങളുടെ ഭൂതകാലം, നിങ്ങളുടെ ഭയങ്ങൾ, നിങ്ങളുടെ പരാജയങ്ങൾ, അല്ലെങ്കിൽ മറ്റ് ആളുകൾ എന്നിവയാൽ പരിധിയില്ലാത്തവയായി മാറുന്നു.* നിങ്ങളുടെ മനസ്സിലുള്ള ഒരു തീരുമാനത്തെക്കുറിച്ച് ഇപ്പോൾ ചിന്തിക്കുക. ഈ ലെൻസിലൂടെ നിങ്ങൾക്ക് അത് ഫിൽട്ടർ ചെയ്യാൻ കഴിയുമോ? അങ്ങനെ ചെയ്യുമ്പോൾ അത് വ്യത്യസ്തമായി കാണപ്പെടുമോ?

ഞാൻ *വിസ്മയ പുലരി* എഴുതുമ്പോൾ, ഭയവും ആത്മ സംശയവുമായി നിരന്തരം മല്ലിട്ടു, അത് എഴുത്ത് ഉപേക്ഷിക്കാനും നിർത്താനും എന്നെ പ്രേരിപ്പിച്ചു. ആ ആശയത്തിൽ ഞാൻ വളരെയധികം വിശ്വസിക്കുകയും അതിന്റെ ഫലങ്ങൾ നേരിട്ട് കാണുകയും ചെയ്തിട്ടും, എന്റെ ആന്തരിക ശബ്ദം എന്റെ വഴിയിൽ തടസ്സമായി നിന്നു: *ആളുകളെ നേരത്തെ എഴുന്നേൽക്കണമെന്ന് ബോധ്യപ്പെടുത്താൻ ഞാൻ ആരാണ്? "ഞാൻ ഒരു പ്രഭാത വ്യക്തിയല്ല" എന്ന ആഴത്തിൽ വേരൂന്നിയ പരിമിതമായ വിശ്വാസത്തെ മറികടക്കാൻ എനിക്ക് എങ്ങനെ ഒരാളെ നിർബന്ധിക്കാൻ കഴിയും, (അവരുടെ പെരുമാറ്റം ശക്തിപ്പെടുത്തിയിട്ടുണ്ട്) അത് അവർ അവരുടെ ജീവിതത്തിലുടനീളം വിശ്വസിച്ചിട്ടുണ്ടാകാം?* ഭാഗ്യവശാൽ, എന്റെ ആന്തരിക സംഘർഷങ്ങൾ എന്റെ പ്രവൃത്തികളിൽ അന്തിമ തീരുമാനം എടുക്കാൻ ഞാൻ അനുവദിച്ചില്ല. എന്റെ ഭയങ്ങൾ എന്റെ പ്രവൃത്തികളെ നിയന്ത്രിക്കാൻ ഞാൻ അനുവദിച്ചില്ല.

നമ്മുടെ ജീവിതത്തിൽ ഈ സംഘർഷം നൂറുകണക്കിന്, ഒരുപക്ഷേ ആയിരക്കണക്കിന്, എങ്ങനെ പ്രത്യക്ഷപ്പെടുന്നുവെന്ന് നമുക്ക് തീർച്ചയായും തിരിച്ചറിയാൻ കഴിയുമെങ്കിലും, ഏറ്റവും കൂടുതൽ പ്രത്യക്ഷപ്പെടാൻ സാധ്യതയുള്ള നാല് ആന്തരിക സംഘർഷങ്ങളുണ്ട്, അവയെ നാം മറികടക്കണം. ഒന്നാമതായി, പുതിയ അവസരങ്ങളെ അപകടകരമാണെന്ന് രേഖപ്പെടുത്തുന്ന ഒരു തലച്ചോറ് നമുക്കുണ്ട്. നമ്മൾ ആഗ്രഹിക്കുന്നതെല്ലാം നമുക്ക് അർഹതയുണ്ടെന്ന ധാരണയും നമ്മൾ നിരസിക്കുന്നു, പകരം നമ്മുടെ ജീവിതത്തിന്റെ ഒരു മേഖലയിലോ, നിരവധി മേഖല കളിലോ, അല്ലെങ്കിൽ എല്ലാ മേഖലകളിലോ ശരാശരി പരിശ്ര മവും ഫലങ്ങളും സ്വീകരിക്കാൻ ശ്രമിക്കുന്നു. നമ്മുടെ ജന്മസിദ്ധ മായ കഴിവുകളെക്കുറിച്ച് നാം മറക്കുകയും, നമുക്ക് നേടാൻ കഴിയു ന്നതെല്ലാം കാണാതിരിക്കുകയും ചെയ്യുന്നു. ഒടുവിൽ, ലോകം നമ്മുടെ ചിന്തയെ സ്വാധീനിക്കാൻ അനുവദിക്കുകയും നമ്മെ നിർവ്വചിക്കുകയും ചെയ്യുന്നു, ഇത് സാധാരണയായി നമ്മൾ യഥാർ ത്ഥത്തിൽ ഉള്ളതിനേക്കാൾ കഴിവുള്ളവരല്ലെന്ന് വിശ്വസിക്കാൻ ഇടയാക്കുന്നു.

ഈ പരിമിതികൾക്കെല്ലാം എതിരായി നിൽക്കേണ്ടത് നിങ്ങളുടെ ഉള്ളിൽ, ഉപയോഗിക്കപ്പെടാതെ കിടക്കുന്ന ഒരു സാധ്യതയുണ്ടെന്ന വിശ്വാസമാണ്. അതിനാൽ നമ്മുടെ ആന്തരിക ഉത്കണ്ഠ നിലനിൽക്കുന്നു.

നിങ്ങളുടെ ജീവിതത്തെക്കുറിച്ചുള്ള മഹത്തായ പദ്ധതികളിൽ ഒരു യഥാർത്ഥ വിള്ളൽ വീഴ്ത്താൻ ഈ സംഘർഷങ്ങൾ ഓരോന്നും മാത്രം പര്യാപ്തമാണ്. എന്നിരുന്നാലും, അവ ഒരുമിച്ച്, നിങ്ങൾക്ക് യഥാർത്ഥത്തിൽ ആവശ്യമുള്ളതിലേക്ക് നിങ്ങളുടെ വഴി നയിക്കു ന്നത് മിക്കവാറും അസാധ്യമാക്കുന്നു. നമുക്ക് കൂടുതൽ ആഴത്തിൽ പോയി ഓരോ സംഘർഷവും പര്യവേക്ഷണം ചെയ്യാം, അതുവഴി അത് എവിടെ നിന്നാണ് വരുന്നതെന്നും നിങ്ങൾ അതിനെ മറി കടക്കുന്നില്ലെങ്കിൽ അതിന്റെ ഫലങ്ങൾ എന്തായിരിക്കുമെന്നും നമുക്ക് മനസ്സിലാക്കാൻ കഴിയും. ഈ അധ്യായത്തിന്റെ അവസാന ത്തോടെ, നിങ്ങൾ കാത്തിരുന്ന ജീവിതം സൃഷ്ടിക്കുന്നതിലേക്ക് നീങ്ങാൻ തുടങ്ങുന്നതിനായി ഈ ഓരോ സംഘർഷങ്ങളെയും എങ്ങനെ മറികടക്കാമെന്ന് നമ്മൾ ചർച്ച ചെയ്യും.

അവസരത്തെക്കുറിച്ചും പദവി നിലനിർത്തുന്നതിനെക്കുറിച്ചും ഉള്ള യുക്തിരഹിതമായ ഭയം

നമ്മളിൽ മിക്കവരും പുതിയൊരു ലക്ഷ്യത്തെക്കുറിച്ച് ആവേശ ഭരിതരായിരിക്കുകയും പിന്നീട് കാര്യങ്ങൾ കഠിനമാകുമ്പോഴോ അല്ലെങ്കിൽ നമ്മൾ ആരംഭിക്കുന്നതിന് മുമ്പുതന്നെയോ പെട്ടെന്ന് നിർത്തുകയും ചെയ്യുന്ന ചക്രങ്ങളിലേക്ക് വീഴുന്നു. എന്തുകൊണ്ടാണ് ഇത്?

ഇതെല്ലാം ആരംഭിക്കുന്നത് മനുഷ്യ മസ്തിഷ്കത്തിൽ നിന്നാണ്. മനുഷ്യ മസ്തിഷ്കം അതിശയകരമാണ്. അത് നമ്മുടെ ശരീരത്തിന്റെ കേന്ദ്ര കമാൻഡ് സെന്ററാണ്. ഇത് നമ്മുടെ ശ്വാസകോശങ്ങളെ ശ്വസിപ്പിക്കുകയും, നമ്മുടെ ഹൃദയത്തെ പമ്പ് ചെയ്യുകയും, നമ്മുടെ ശരീരം ചലിപ്പിക്കുകയും ചെയ്യുന്നു. നമ്മുടെ ജീവിതത്തിൽ നമ്മെ നല്ലവരായി തോന്നിപ്പിക്കുന്നതോ മോശമായി തോന്നാൻ കാരണമാകുന്നതോ ആയ വശങ്ങളിൽ ശ്രദ്ധ കേന്ദ്രീകരിച്ച്, നമ്മുടെ ജീവിതം എത്രത്തോളം നല്ലതാണോ ചീത്തയാണോ എന്ന് നിർണ്ണയിക്കാൻ പോലും ഇത് നമ്മെ പ്രാപ്തരാക്കുന്നു. നമ്മൾ ചെയ്യുന്നതും ചെയ്യാത്തതുമായ എല്ലാ കാര്യങ്ങളും ആരംഭിക്കുന്നത് നമ്മുടെ തലച്ചോറിൽ നിന്നാണ്. എന്നാൽ നമ്മുടെ മസ്തിഷ്കം ജീവിതം അനുഭവിക്കാൻ നമ്മെ പ്രാപ്തരാക്കുന്നുണ്ടെങ്കിലും, നമ്മൾ ആഗ്രഹിക്കുന്ന ജീവിതം സൃഷ്ടിക്കുന്നതിന് അത് തടസ്സമാകുന്നു.

നാമെല്ലാവരും അനന്തമായ കഴിവുകളോടെയാണ് ജനിച്ചതെങ്കിലും, പ്രാകൃതവും ചരിത്രാതീതവുമായ നിരവധി പ്രതിപ്രവർത്തനങ്ങൾക്ക് കീഴിൽ പ്രവർത്തിക്കുന്ന ഒരു തലച്ചോറുമായാണ് നാമെല്ലാം ജനിക്കുന്നത്. ഗുഹാമനുഷ്യരുടെ കാലത്ത്, വേഗത്തിൽ സഞ്ചരിക്കുന്ന ഒരു സിംഹത്തെ കാണാതിരിക്കുന്നത് വേദനാജനകമായ മരണമാണെന്ന് അർത്ഥമാക്കുന്നതിനാൽ, നമ്മുടെ പരിസ്ഥിതിയെ അപകടത്തിനായി പരിശോധിക്കാൻ നമ്മൾ കഠിനമായി പരിശ്രമിക്കപ്പെടുന്നു. തെറ്റായ പച്ചക്കറികൾ കഴിക്കുന്നത് വിഷാംശം ഉണ്ടാക്കാം. ആഴ്ചയിൽ പലതവണ ജീവിതത്തിനും മരണത്തിനും ഇടയിലുള്ള സാഹചര്യങ്ങൾ നമ്മൾക്ക് നേരിടേണ്ടി വന്നേക്കാം. അക്ഷരാർത്ഥത്തിൽ മറ്റൊരു ദിവസം കൂടി കടന്നുപോകാൻ നമ്മൾ ശ്രമിക്കുകയായിരുന്നു.

ഭാഗ്യവശാൽ, നമ്മളിൽ മിക്കവർക്കും ഇത്തരം അനുഭവങ്ങൾ പലപ്പോഴും – അല്ലെങ്കിൽ ഒരിക്കലും – നേരിടേണ്ടിവരില്ല.

പക്ഷേ നമ്മുടെ തലച്ചോറിന് അത് അറിയില്ല. അത് ഇപ്പോഴും പരിഭ്രാന്തിയാണ്, എല്ലായ്പ്പോഴും സാധ്യതയുള്ള ഭീഷണികൾക്കായി സ്കാൻ ചെയ്യുന്നു, നമ്മെ സുരക്ഷിതമായി സൂക്ഷിക്കാനുള്ള നിരന്തരമായ ശ്രമത്തിലാണ്. അതിന് എപ്പോഴും പരിഭ്രാന്തിയാണ്, സാധ്യതയുള്ള ഭീഷണികൾക്കായി സ്കാൻ ചെയ്യുന്നു, നമ്മെ സുരക്ഷിതമായി നിലനിർത്താനുള്ള നിരന്തരമായ ശ്രമത്തിലാണ്.

എന്നാൽ മരണത്തെ ഭയപ്പെടുന്നതിനുപകരം, നമ്മുടെ സുഖസൗകര്യങ്ങളിൽ നിന്ന് നമ്മെ പുറത്തേക്ക് കൊണ്ടുപോകാൻ സാധ്യതയുള്ള എന്തിനെക്കുറിച്ചും നമ്മുടെ തലച്ചോർ വളരെ ജാഗ്രതയിലാണ്. മരണഭയത്തിന് പകരം വൈകാരികവും ശാരീരികവുമായ പരാജയഭീതിയും അസ്വസ്ഥതയും നിലവിൽ വന്നു. സുരക്ഷിതരായിരിക്കുക എന്നത് ഇനി വേട്ടക്കാരെ ഒഴിവാക്കുക മാത്രമല്ല; ഇപ്പോൾ നമ്മൾ അവസരങ്ങളും ഒഴിവാക്കുന്നു. മിക്കവാറും, അജ്ഞാതമായതിനെ നമ്മൾ ഭയപ്പെടുന്നു. നമ്മൾ ആഗ്രഹിക്കുന്ന വ്യക്തിയായി വളരാൻ സഹായിക്കുന്ന ഒരു പുതിയ അവസരം തുറന്നുവരുമ്പോൾ, നമ്മുടെ തലച്ചോർ പരിഭ്രാന്തി സൃഷ്ടിക്കുന്ന ഒരു അലാറം മുഴക്കുന്നു. തെറ്റായി സംഭവിക്കാവുന്ന എല്ലാ കാര്യങ്ങളിലൂടെയും നമ്മൾ ഉടനടി കടന്നുപോകുന്നു : ഞാൻ പരാജയപ്പെടാം, എനിക്ക് നാണക്കേട് തോന്നിയേക്കാം, *എനിക്ക് നിരാശ തോന്നിയേക്കാം.* ഈ സമ്മർദ്ദങ്ങളെല്ലാം ബുദ്ധിപരമായ തീരുമാനങ്ങൾ എടുക്കുന്നത് ബുദ്ധിമുട്ടാക്കുകയും നമ്മുടെ വൈകാരിക ക്ഷേമത്തെ തടസ്സപ്പെടുത്തുകയും ചെയ്യുന്നു. ചിലപ്പോൾ നമ്മുടെ വികാരങ്ങൾ മറുവശത്തേക്കാൾ നമ്മെ നിയന്ത്രിക്കുന്നതായി തോന്നാം.

നമ്മുടെ ബാഹ്യ സാഹചര്യങ്ങൾ നമ്മുടെ ആന്തരിക അവസ്ഥയെ നിയന്ത്രിക്കാൻ തുടങ്ങുന്നു. നമ്മൾ പ്രതികരണശേഷിയുള്ളവരായിത്തീരുകയും ഏത് സാഹചര്യത്തിലും എങ്ങനെ മികച്ച രീതിയിൽ പ്രതികരിക്കാമെന്ന് ശാന്തമായി ചിന്തിക്കാനുള്ള ഇടം നഷ്ടപ്പെടുകയും ചെയ്യുന്നു. നമ്മുടെ വികാരങ്ങൾ നിയന്ത്രണം ഏറ്റെടുക്കുമ്പോൾ, നമ്മുടെ ലക്ഷ്യങ്ങളിൽ ശ്രദ്ധ കേന്ദ്രീകരിക്കുക അസാധ്യമാണ്, അപ്പോൾ ഏതൊരു ചെറിയ തിരിച്ചടിയും മറികടക്കാനാവില്ല. അങ്ങനെ നമ്മൾ നമ്മളുടെ സുഖ സാഹചര്യമായ ഗുഹയിലേക്ക് വീണ്ടും

ഇഴഞ്ഞു നീങ്ങുന്നു. അകത്ത് ഇരുട്ടാണെങ്കിലും, സുരക്ഷിതത്വം തോന്നുന്നു.

നമ്മുടെ എല്ലാ ഊർജ്ജവും മാനസിക ശ്രദ്ധയും ആ സമ്മർദ്ദ പ്രതികരണത്തെ ഒഴിവാക്കാൻ ശ്രമിക്കുന്നതിനാണ് ലക്ഷ്യമിടുന്നത് (അങ്ങനെ, കാര്യങ്ങൾ കൂടുതൽ വഷളാക്കുന്നു), തുടർന്ന് ഒരു മികച്ച അവസരത്തെ വളരെ കഠിനവും, വളരെ അപകടകരവും, ശ്രമിക്കാൻ കഴിയാത്തത്ര അധികവുമാണെന്ന് നാം വ്യാഖ്യാനിക്കുന്നു. നമ്മുടെ മാനദണ്ഡമായി നമ്മൾ മനസ്സിലാക്കിയതിൽ നിന്ന് നമ്മെ അകറ്റുന്ന ഏതൊരു അവസരവും ഒഴിവാക്കേണ്ട ഒന്നായി കണക്കാക്കപ്പെടുന്നു. നമ്മളിൽ മറ്റുള്ളവർക്ക് കണ്ടെത്താൻ കഴിയാത്ത ഒന്ന് അത്ഭുത പ്രഗത്ഭർ കണ്ടുപിടിച്ചു : ഈ സമ്മർദ്ദ പ്രതികരണത്തെ എങ്ങനെ മറികടക്കാം.

അല്ലെങ്കിൽ, കൂടുതൽ കൃത്യമായി പറഞ്ഞാൽ, അത് ദോഷകരമാകുമ്പോഴോ അവരെ പിന്നോട്ട് നിർത്തുമ്പോഴോ അത് എങ്ങനെ ഒഴിവാക്കാം. അസുഖകരമായ ഒരു സാഹചര്യവും യഥാർത്ഥത്തിൽ ജീവിതമോ, മരണമോ ആയ ഒരു സാഹചര്യവും തമ്മിലുള്ള വ്യത്യാസം മനസ്സിലാക്കാൻ അവർ തങ്ങളുടെ തലച്ചോറിനെ പരിശീലിപ്പിച്ചിരിക്കുന്നു. കാര്യങ്ങൾ ശരിയാകുമെന്ന വിശ്വാസത്തിൽ ശ്രദ്ധ കേന്ദ്രീകരിക്കാനും അത് നിലനിർത്താനും അവർ എപ്പോഴും തീരുമാനിക്കുന്നു. തെറ്റായി സംഭവിക്കുമോ എന്ന ഭയം അവർ എപ്പോഴും മാറ്റുന്നു. പരാജയപ്പെടാനുള്ള സാധ്യത എപ്പോഴും നിലനിൽക്കുന്നുണ്ടെന്ന് അവർക്കറിയാമെങ്കിലും, അവരെ സന്തോഷിപ്പിക്കാനും സംതൃപ്തരാക്കാനും സഹായിക്കുന്ന സാധ്യതകൾ പര്യവേക്ഷണം ചെയ്യുന്നതിനും പിന്തുടരുന്നതിനും അവർ സമയം ചെലവഴിക്കുന്നു ("സാധ്യതയുടെ ഒരു പുതിയ മാതൃക" എന്ന അഞ്ചാം അധ്യായത്തിൽ നിങ്ങൾ പഠിക്കുന്നതുപോലെ, വാസ്തവത്തിൽ അങ്ങനെയല്ല). തങ്ങളുടെ ഭയങ്ങളെയും മുൻകാല പരാജയങ്ങളെയും കുറിച്ച് ചിന്തിച്ചുകൊണ്ടിരുന്നതിനുപകരം, അത്ഭുത പ്രഗത്ഭർ സ്വയം വിശ്വസിക്കേണ്ടതിന്റെയും ഏറ്റവും അർത്ഥവത്തായ ലക്ഷ്യങ്ങൾ യാഥാർത്ഥ്യമാക്കാൻ ഏതൊക്കെ നടപടികൾ സ്വീകരിക്കണമെന്ന് സജീവമായി കണ്ടെത്തുന്നതിന്റെയും പ്രാധാന്യം മനസ്സിലാക്കുന്നു. യഥാർത്ഥത്തിൽ അവരുടെ തലച്ചോറിന്റെ നിയന്ത്രണം ഏറ്റെടുക്കുന്നതിലൂടെ, അവർ അവരുടെ ജീവിതത്തിന്റെ നിയന്ത്രണം ഏറ്റെടുത്തു.

നമ്മളിൽ മിക്കവർക്കും അങ്ങനെ സംഭവിച്ചിട്ടില്ല. ജോലി സ്ഥലത്തേക്ക് കടന്നുവരാത്ത ഹൈസ്കൂൾ വിദ്യാർത്ഥികൾ മുതൽ ഫോർച്യൂൺ 500 സിഇഒമാർ വരെ, നാമെല്ലാവരും യുക്തിരഹിതമായ ഭയങ്ങളും അമിതമായ സമ്മർദ്ദ പ്രതികരണവും നേരിടുന്നു. യുക്തിരഹിതമായ ഭയങ്ങൾ നമ്മുടെ സ്വപ്നങ്ങളിൽ നിന്നും നമുക്ക് ജീവിക്കാൻ കഴിയുന്ന ജീവിതത്തിൽ നിന്നും വായുവിനെ എങ്ങനെ വലിച്ചെടുക്കുന്നുവെന്ന് നാം പരിഗണിക്കേണ്ടതുണ്ട്. അവസരങ്ങളെ ഭയന്ന് ഒഴിവാക്കുന്നതിനുപകരം, നമ്മൾ ഒരു ദീർഘനിശ്വാസം എടുക്കണം – എന്നിട്ട് അവയിലേക്ക് ഓടണം. പരാജയപ്പെടാൻ നാം തയ്യാറാകണം, നമ്മുടെ തെറ്റുകളിൽ നിന്ന് പഠിക്കണം, വീണ്ടും ശ്രമിക്കണം. നമ്മുടെ ഭയത്തിന് പകരം വിശ്വാസം സ്ഥാപിക്കേണ്ടതുണ്ട് (ഇതിനെക്കുറിച്ച് കൂടുതൽ കാര്യങ്ങൾ വരും). വാസ്തവത്തിൽ, ഈ സംഘർഷത്തെ മറികടന്ന് വിജയം നേടാൻ മറ്റ് മാർഗ്ഗങ്ങളൊന്നുമില്ല.

വഴിതെറ്റിയ അവകാശവാദവും പ്രബുദ്ധമായ അവകാശവാദവും

പത്താം ലെവൽ വിജയത്തെ നിങ്ങൾ എങ്ങനെ നിർവ്വചിച്ചാലും, ഈ പുസ്തകം വായിക്കുന്ന നിങ്ങൾ കൂടുതൽ വിജയം നേടാൻ ആഗ്രഹിക്കുമെന്ന് എനിക്ക് ഉറപ്പുണ്ട്. എന്നാൽ ഏത് തലത്തിലുള്ള വിജയമാണ് നിങ്ങൾ അർഹിക്കുന്നതെന്ന് നിങ്ങൾ കരുതുന്നു?

നിർഭാഗ്യവശാൽ, നമ്മിൽ മിക്കവരും നമുക്ക് ഉള്ളതിനേക്കാളും അല്ലെങ്കിൽ നമ്മുടെ അടുത്തുള്ളവർ കണ്ടിട്ടുള്ളതിനേക്കാളും കൂടുതൽ നമ്മൾ അർഹിക്കുന്നുവെന്ന് യഥാർത്ഥത്തിൽ വിശ്വസിക്കുന്നില്ല അല്ലെങ്കിൽ ആത്മാർത്ഥമായി തോന്നുന്നില്ല.

വിജയം, സന്തോഷം, സംതൃപ്തി എന്നിവയുടെ എത്ര തലങ്ങളായാലും, നമ്മുടെ ഭാവിയിൽ നാം പ്രതീക്ഷിക്കുന്നതിന്റെ മാനദണ്ഡവും നിലവാരവുമായിമാറാൻനാംശീലിച്ചിരിക്കുന്നു.അങ്ങനെ, വലിയ രീതിയിൽ മുന്നോട്ട് പോകാനുള്ള പദ്ധതികളൊന്നുമില്ലാതെ നമ്മൾ നമ്മുടെ ഭൂതകാലത്തെ നിലനിർത്തുന്നു. നമ്മളിൽ പലരും ഒരിക്കലും ഗേറ്റിൽ നിന്ന് പുറത്തു കടക്കാറില്ല, കാരണം റോഡിന്റെ അവസാനത്തിലുള്ളത് നമുക്ക് അർഹമാണെന്ന് നമ്മൾ ശരിക്കും വിശ്വസിക്കുന്നില്ല. ഒരു അത്ഭുത പ്രഗത്ഭൻ

ആകാൻ, നിങ്ങളുടെ ഏറ്റവും വലിയ ലക്ഷ്യങ്ങളും സ്വപ്നങ്ങളും സാധ്യമാണെന്നും, സംഭാവ്യമാണെന്നും, അനിവാര്യമാണെന്നും മാത്രമല്ല... അവ നേടിയെടുക്കാൻ നിങ്ങൾ അർഹനാണെന്നും നിങ്ങൾ വിശ്വസിക്കേണ്ടതുണ്ട്. ആ അവസാനത്തെ ഭാഗം ഇല്ലാതെ, നിങ്ങൾക്ക് ഒരിക്കലും ലക്ഷ്യത്തിലെത്താൻ കഴിയില്ല, കാരണം നിങ്ങൾ അവിടെ എത്താൻ അർഹനാണെന്ന് നിങ്ങൾ വിശ്വസിക്കുന്നില്ല. നിങ്ങളുടെ മഹത്വത്തിൽ നിന്ന് പിന്മാറാൻ നിങ്ങൾക്ക് എപ്പോഴും ഒരു ഒഴികഴിവ് കണ്ടെത്താനാകും. എന്നാൽ നിങ്ങൾക്ക് വിജയത്തിന് അർഹതയുണ്ടെന്ന് നിങ്ങൾ വിശ്വസിക്കുമ്പോൾ, നിങ്ങൾ അതിനായി പോരാടും.

ഇപ്പോൾ, *അർഹതയുള്ള* എന്ന വാക്ക് ഉപയോഗിക്കുന്നത് ചില ആളുകൾക്ക് അസ്വസ്ഥതയുണ്ടാക്കുമെന്ന് എനിക്കറിയാം. *അവകാശം* എന്ന വാക്ക് പലപ്പോഴും പ്രത്യേക ആനുകൂല്യങ്ങളോ വിഭവങ്ങളോ അർഹിക്കുന്നുവെന്ന് വിശ്വസിക്കുന്ന വ്യക്തികളുമായി ബന്ധപ്പെട്ടിരിക്കുന്നു, എന്നിരുന്നാലും അവ നേടുന്നതിന് അവർ ഒന്നും ചെയ്തിട്ടില്ല. അവകാശബോധം പലപ്പോഴും ഇടുങ്ങിയ ചിന്താഗതിയുമായോ അഹങ്കാരവുമായോ ബന്ധപ്പെട്ടിരിക്കുന്നു, കൂടാതെ അവകാശ സമുച്ചയമുള്ള ഒരു വ്യക്തി, താൻ പ്രപഞ്ചത്തിന്റെ കേന്ദ്രമല്ലെന്ന് ഒരിക്കലും മനസ്സിലാക്കാത്ത ഒരു കുട്ടിയെപ്പോലെയാണ്. എന്തെങ്കിലും ശ്രമം നടത്തിയിട്ടുണ്ടോ ഇല്ലയോ എന്നത് പരിഗണിക്കാതെ തന്നെ അർഹതയെക്കുറിച്ചുള്ള ഒരു ബോധത്തെയാണ് ഇത് വിവരിക്കുന്നത്. മിക്ക ആളുകളും അവകാശമായി കരുതുന്നത് ഇതാണ്. എന്നാൽ നിങ്ങൾ അറിഞ്ഞിരിക്കേണ്ട മറ്റ് രണ്ട് തരത്തിലുള്ള അവകാശങ്ങളുണ്ട്. ഒന്നിലേക്ക് നിങ്ങൾ നീങ്ങി, മറ്റൊന്ന് ഒഴിവാക്കണം.

നാമെല്ലാവരും പരിശ്രമിക്കേണ്ട ഒരു അടിസ്ഥാന വിശ്വാസമാണ് *പ്രബുദ്ധമായ അവകാശം*, ഭൂമിയിലെ മറ്റേതൊരു വ്യക്തിയെയും പോലെ, നമ്മളോരോരുത്തരും അർഹരും, യോഗ്യരും, സൃഷ്ടിക്കാനും നമ്മുടെ ജീവിതത്തിനായി ആഗ്രഹിക്കുന്നതെന്തും (അതായത്, നേടിയെടുക്കാൻ നാം പരിശ്രമിക്കാൻ തയ്യാറുള്ള എന്തും) സ്വന്തമാക്കാനും പ്രാപ്തരുമാണെന്ന അടിസ്ഥാന വിശ്വാസമാണ് ഇതിന്റെ സവിശേഷത. *ഏതൊരു* വലിയ നേട്ടവും ആരംഭിക്കുന്നത് ഒരു വ്യക്തിക്ക് അത് നേടിയെടുക്കാൻ ആവശ്യമായ പരിശ്രമം നടത്താൻ കഴിയുമെന്നും തുടർന്നുള്ള വിജയത്തിന് താൻ അർഹനാണെന്നും വിശ്വസിക്കുന്നതിലൂടെയാണ്.

ഇത്തരത്തിലുള്ള അവകാശം ആരോഗ്യകരവും സ്പഷ്ടവും അളക്കാവുന്നതുമായ അത്ഭുതങ്ങൾ സൃഷ്ടിക്കുന്നതിന് ഒരു മുൻവ്യവസ്ഥയുമാണ്. ഇത് നമ്മുടെ സ്വന്തം കഴിവിലുള്ള നമ്മുടെ വിശ്വാസത്തെയും ആ കഴിവിനെക്കുറിച്ചുള്ള നമ്മുടെ അംഗീകാരത്തെയും വീണ്ടും ശക്തിപ്പെടുത്തുന്നു. വ്യക്തമായി പറഞ്ഞാൽ, ഞാൻ ഉൾപ്പെടെ പലർക്കും ഇത് ബുദ്ധിമുട്ടാണ്. നമ്മുടെ ശ്രമങ്ങളെ അംഗീകരിക്കുന്നതിൽ നിന്ന് നാം പിന്തിരിയുന്നു. വ്യക്തമായി പറഞ്ഞാൽ, ഞാൻ ഉൾപ്പെടെ പലർക്കും ഇത് ബുദ്ധിമുട്ടാണ്. നമ്മുടെ ശ്രമങ്ങളെ അംഗീകരിക്കുന്നതിൽ നിന്ന് നാം പിന്തിരിയുന്നു. നന്നായി ചെയ്ത ഒരു ജോലിയെ ആരെങ്കിലും പ്രശംസിക്കുകയോ നന്ദി പറയുകയോ ചെയ്യുമ്പോൾ നമുക്ക് സന്തോഷം വരും. ചിലപ്പോൾ നമ്മൾ പ്രതിഫലം പോലും നിരസിക്കും; "അതൊരു വലിയ കാര്യമല്ലായിരുന്നു," എന്ന് നമ്മൾ പറയും, അങ്ങനെയാണെങ്കിൽ പോലും. പ്രശംസ ലഭിക്കുന്നത് അസ്വസ്ഥത സൃഷ്ടിക്കുന്നു. ഒരു ലക്ഷ്യം നേടിയെടുക്കാൻ എത്രത്തോളം ബുദ്ധിമുട്ടാണെന്ന് ചിന്തിക്കുക, നിങ്ങൾ അതിന് അർഹനല്ലെന്ന് നിങ്ങൾക്ക് തോന്നുമ്പോൾ. അത്ഭുതകരമായ ഫലങ്ങൾ സൃഷ്ടിക്കാൻ ആവശ്യമായ ശ്രമം നടത്തുന്നത് നിങ്ങൾക്ക് അർഹതയില്ലെന്ന് തോന്നുമ്പോൾ അസാധ്യമാണ്.

പല സന്ദർഭങ്ങളിലും, നിങ്ങളുടെ അചഞ്ചലമായ വിശ്വാസം ജ്വലിപ്പിക്കാൻ നിങ്ങൾ ഉപയോഗിക്കുന്നത് പ്രബുദ്ധമായ അവകാശമാണ്. നിങ്ങൾക്ക് അത് നേടാൻ കഴിയുമെന്ന് വിശ്വസിക്കുന്നതിനേക്കാൾ, അന്തിമഫലം അർഹിക്കുന്നുവെന്ന് വിശ്വസിക്കുന്നത് പലപ്പോഴും എളുപ്പമാണെന്ന് നിങ്ങൾ കണ്ടെത്തും. പക്ഷേ എല്ലാവരുടെയും കാര്യത്തിലോ എല്ലാ അത്ഭുതങ്ങളുടെയും കാര്യത്തിലോ ഇത് അങ്ങനെയല്ല. എന്നെ സംബന്ധിച്ചിടത്തോളം, ഈ അർഹമായ വികാരം കുഴിച്ചെടുക്കുന്നത് എല്ലായ്പ്പോഴും അത്ര എളുപ്പത്തിൽ സംഭവിക്കുന്നില്ലെന്ന് എനിക്കറിയാം. മറ്റുള്ളവർ കഷ്ടപ്പെടുന്നത് അല്ലെങ്കിൽ ഭാഗ്യം കുറഞ്ഞവരെ കാണുമ്പോൾ, *"എനിക്ക് അവരെക്കാൾ സന്തോഷമോ, വിജയമോ അർഹിക്കുന്നത് എന്തുകൊണ്ട്?"* എന്ന് ഞാൻ ചിന്തിക്കുന്നു. നിങ്ങൾ സ്ഥിരമായി പരിശ്രമിക്കാൻ തുടങ്ങുമ്പോൾ, കൂടുതൽ പരിശ്രമം നടത്തുമ്പോൾ, നിങ്ങൾ കൂടുതൽ അർഹതയുള്ളവരാണെന്ന് സ്വാഭാവികമായും അനുഭവപ്പെടും. അത്ഭുത സമവാക്യം

പ്രവർത്തിക്കുന്നതിന്, നിങ്ങൾ ആഗ്രഹിക്കുന്ന എന്തും നിങ്ങൾ അർഹിക്കുന്നു, അതിനായി പരിശ്രമിക്കാൻ തയ്യാറാണ് എന്ന വസ്തുതയേക്കാൾ ക്രമം അത്ര പ്രധാനമല്ല. അത്ഭുത പ്രഗത്ഭർ അവരുടെ സംഭാവനകൾ സ്വന്തമാക്കുകയും അവരുടെ പരിശ്രമ ങ്ങളുടെ പ്രതിഫലത്തിന് അർഹരാണെന്ന് കരുതുകയും ചെയ്യുന്നു.

മറുവശത്ത്, നമുക്ക് *വഴിതെറ്റിയ അവകാശവാദമുണ്ട്*, ഇത് അർഹതയുടെ വികാരമായി മുഖംമൂടി ധരിച്ച അലസതയാണ്.

നമ്മൾ സ്വയം പറയും, "ഓ, എനിക്ക് ഈ കുക്കി വേണം. ഭക്ഷണം കഴിക്കുന്നതിൽ ഞാൻ വളരെ തൽപരനാണ്." അല്ലെങ്കിൽ "എനിക്ക് ശരിക്കും ആവശ്യമില്ലാത്ത ഈ സാധനം വാങ്ങാൻ ഞാൻ അർഹനാണ്. എന്റെ ചെലവുകൾ സംബന്ധിച്ച് ഞാൻ വളരെ നല്ലവനാണ്." അല്ലെങ്കിൽ "എനിക്ക് ജിമ്മിൽ പോകുന്നത് ആവശ്യമില്ല. ഞാൻ വളരെ നന്നായി വ്യായാമം ചെയ്യുന്നുണ്ട്." ഇവയിൽ ഏതെങ്കിലും നിങ്ങൾക്ക് പരിചിതമായി തോന്നുന്നുണ്ടോ? നാമെല്ലാവരും ഇത് ഇടയ്ക്കിടെ ചെയ്യാറുണ്ട്, പക്ഷേ ഇത് ദോഷകരമാണ്.

ഇത്തരത്തിലുള്ള പെരുമാറ്റം മധ്യസ്ഥതയെ ശക്തിപ്പെടു ത്തുന്നു; നമ്മൾ സ്വയം "നല്ലവരായി" പെരുമാറുന്നു. പക്ഷേ "വളരെ നല്ലത്" എന്നത് അത്ര നല്ലതല്ല, അത്ഭുതകരമായ ഫലങ്ങളി ലേക്ക് നമ്മെ അടുപ്പിക്കുകയുമില്ല. മോശം പ്രകടനത്തിന് സ്വയം പ്രശംസിക്കാൻ ഇത് നിങ്ങളെ അനുവദിക്കുന്നു. അത് നിങ്ങൾക്ക് മടിയനായിരിക്കാൻ അനുവാദം നൽകുന്നു. ക്ഷീണവും അമിത മായി ജോലി ചെയ്യുന്നതും അനാരോഗ്യകരമാകുന്നതുപോലെ, നിങ്ങൾ ചെയ്യണമെന്ന് നിങ്ങൾക്കറിയാവുന്നതിലും കുറവ് ചെയ്യു ന്നത് നിങ്ങളുടെ ലക്ഷ്യങ്ങൾ കൈവരിക്കുന്നതിന് ഹാനികരമാണ്.

നിങ്ങളിൽ നിന്ന് ശരാശരി ശ്രമം സ്വീകരിക്കുന്നത് നിങ്ങളെ ലെവൽ 10 വിജയം നേടുന്നതിൽ നിന്ന് തടയുന്നു, കൂടാതെ നിങ്ങൾക്ക് ആവശ്യമായ പരിശ്രമത്തിന്റെ അളവ് നിങ്ങൾ നേടാൻ ശ്രമിക്കുന്നതിനെ ആശ്രയിച്ചിരിക്കും. മാരത്തോണിനായി പരിശീ ലിക്കുന്ന ഒരാൾക്ക് ആഴ്ചയിൽ അഞ്ച് ദിവസം ഓടേണ്ടിവന്നേക്കാം, അതേസമയം ആരോഗ്യവാനായിരിക്കാൻ ശ്രമിക്കുന്ന ഒരാൾക്ക് ആഴ്ചയിൽ കുറച്ച് തവണ മുപ്പത് മിനിറ്റ് മാത്രമേ നടക്കേണ്ടതുള്ളൂ. മറ്റാരും ശ്രദ്ധിക്കാത്തപ്പോൾ നിങ്ങൾ എത്രത്തോളം പരിശ്രമി ക്കുന്നു എന്നതിനെക്കുറിച്ചുള്ള സത്യം നിങ്ങൾക്ക് മാത്രമേ

അറിയൂ. ലെവൽ 10 വിജയത്തെക്കുറിച്ചുള്ള നിങ്ങളുടെ നിർവ്വചനം നിങ്ങൾക്കും നിങ്ങൾ നേടാൻ ശ്രമിക്കുന്ന കാര്യങ്ങൾക്കും സവിശേഷമാണ്. നിങ്ങളുടെ ലക്ഷ്യത്തിന് അർഹതയുണ്ടെന്ന് നിങ്ങൾക്ക് തോന്നുന്നതിനും മടിയനാകുന്നതിന്റെ കെണിയിൽ വീഴാതിരിക്കുന്നതിനും നിങ്ങളുടെ പ്രവർത്തനങ്ങളെയും ആവശ്യമായ പരിശ്രമത്തെയും നിങ്ങളുടെ ലക്ഷ്യവുമായി യോജിപ്പിക്കുക എന്നതാണ് പ്രധാന കാര്യം.

സത്യം പറഞ്ഞാൽ : മടിയനായിരിക്കുന്നത് നല്ലതായിരിക്കും. ഉത്തരവാദിത്തങ്ങളോ, ആശങ്കകളോ, കുറ്റബോധമോ ഇല്ലാതെ വീട്ടിൽ വെറുതെ കിടന്നുറങ്ങുന്നതും, ടെലിവിഷൻ കാണുന്നതും ആർക്കാണ് ഇഷ്ടപ്പെടാത്തത്? പക്ഷേ (ഇതൊരു വലിയ 'പക്ഷേ'യാണ്) കുറ്റബോധമില്ലാതെ മടിയനായിരിക്കാൻ, നിങ്ങൾ ആദ്യം എന്തെങ്കിലും നേടിയെടുക്കണം, അത് സ്വയം നേടിയ മടിക്ക് പ്രതിഫലം നൽകും. എന്റെ കുട്ടികളോടൊപ്പം സമയം ചെലവഴിക്കുക, എന്റെ ഭാര്യയുടെ ജീവിതത്തിന് മൂല്യം കൂട്ടുന്ന എന്തെങ്കിലും ചെയ്യുക, "കുറ്റബോധമില്ലാത്ത" മടി ആസ്വദിക്കുന്നതിന് മുമ്പ് എന്റെ ജോലി സംബന്ധമായ എല്ലാ ജോലികളും പൂർത്തിയാക്കുക എന്നിവയ്ക്ക് എനിക്ക് ഒരു നിയമമുണ്ട്. നിങ്ങൾ നെറ്റ്ഫ്ലിക്സിൽ അമിതമായി ആസ്വദിക്കാൻ പോകുകയാണെങ്കിൽ, ഇവിടെ വിധിയില്ല; ദിവസത്തിലെ നിങ്ങളുടെ ഏറ്റവും പ്രധാനപ്പെട്ട മുൻഗണനകൾ നിറവേറ്റിയതിന് ശേഷം അത് ചെയ്യാൻ മറക്കരുത്.

മടികൊണ്ട് ഉണ്ടാകുന്ന ഒരു പ്രധാന പ്രശ്നം, അത് നേടുന്നതിനായി ഒന്നും ചെയ്യാതെ വരുമ്പോൾ, അത് കൂടുതൽ വിജയത്തിന് അർഹതയുണ്ടെന്ന് തോന്നുന്നതിൽ നിന്ന് നിങ്ങളെ തടയുന്നു എന്നതാണ് നിങ്ങൾ തുടർച്ചയായി പരിശ്രമിക്കുന്നില്ലെങ്കിൽ, നിങ്ങൾ പരിശ്രമിക്കുന്നത് നേടാൻ നിങ്ങൾ അർഹനല്ല, അത് നിങ്ങൾക്കറിയാം. ഇത് നിങ്ങളെ നിങ്ങളിൽ തന്നെ വിശ്വസിക്കാതിരിക്കാനും, ഇപ്പോഴുള്ളതിനേക്കാൾ മികച്ചത് നിങ്ങൾ അർഹിക്കുന്നുവെന്ന് വിശ്വസിക്കാതിരിക്കാനും ഇടയാക്കുന്നു. അതുകൊണ്ടാണ് മിസ്ഡയറക്റ്റഡ് എന്റൈറ്റിൽമെന്റ് വളരെ അപകടകരമാകുന്നത്. അതുകൊണ്ടാണ് വഴിതെറ്റിയ അവകാശവാദം വളരെ അപകടകരമാകുന്നത്.

വഴിതെറ്റിയ അവകാശവാദത്തിന്റെ മറ്റൊരു പ്രകടനമായ

നാം നമുക്ക് മുന്നിൽ കൊണ്ടുവരുന്ന മറ്റൊരു തടസ്സം "തിരക്കിലായിരിക്കുക" എന്നതാണ്. (ഡ്രംറോൾ...) തിരക്കിലായതിനാൽ പുതിയൊരു അവസരം പ്രയോജനപ്പെടുത്താനോ നിങ്ങളുടെ ഏറ്റവും വലിയ സ്വപ്നത്തിൽ പ്രവർത്തിക്കാൻ സമയം കണ്ടെത്താനോ കഴിയില്ലെന്ന് എത്ര തവണ നിങ്ങൾ സ്വയം പറഞ്ഞിട്ടുണ്ട്? അമിതമായി തിരക്കിലാകുക എന്നതിനർത്ഥം യഥാർത്ഥത്തിൽ പ്രാധാന്യമില്ലാത്ത കാര്യങ്ങൾ ചെയ്യുക എന്നതാണ്, അതിനാൽ നമ്മൾ ഉൽപ്പാദനക്ഷമതയുള്ളവരാണെന്ന് കരുതി സ്വയം വഞ്ചിക്കുന്നു. ഡസൻ കണക്കിന് ഇമെയിലുകൾക്ക് മറുപടി നൽകുന്നത് നമ്മൾ ഉൽപ്പാദനക്ഷമവും അർഹരുമാണെന്ന് തോന്നിയേക്കാം, പക്ഷേ ആഴത്തിൽ, നോക്കിയാൽ ഇത് ഒരു നുണയാണെന്ന് നമുക്കറിയാം.

കൈൽ ന്യൂപോർട്ടിന്റെ *ഡീപ്പ് വർക്ക് : റൂൾസ് ഫോർ ഫോക്കസ്ഡ് സക്സസ് ഇൻ എ ഡിസ്ട്രാക്റ്റഡ് വേൾഡ്* എന്ന പുസ്തകത്തിൽ, ആഴത്തിലുള്ള ജോലി ചെയ്യാനുള്ള നമ്മുടെ കഴിവ്, അല്ലെങ്കിൽ ദീർഘകാലത്തേക്ക് ധാരാളം മസ്തിഷ്കശക്തി ആവശ്യമുള്ള ഒരു ജോലിയിൽ ശ്രദ്ധ കേന്ദ്രീകരിക്കാനുള്ള കഴിവ്, ഈ കഴിവ് തന്നെ ഒരു ആസ്തിയായി മാറുന്നതുപോലെ കുറഞ്ഞുവരികയാണെന്ന് അദ്ദേഹം വിശദീകരിക്കുന്നു. ഈ കഴിവ് വികസിപ്പിക്കാൻകഴിയുന്നവർക്ക്അതിനുള്ളപ്രതിഫലംലഭിക്കും.അത്ഭുതങ്ങളുടെ പശ്ചാത്തലത്തിൽ, ചുറ്റുമുള്ള ശ്രദ്ധ വ്യതിചലനങ്ങളിൽ നിന്ന് സ്വയം വേർപെടുത്തി, അപ്രധാനമായ ജോലികളിൽ സമയം ചെലവഴിക്കുന്നതിനപ്പുറം, പകരം ദീർഘകാലത്തേക്ക് അവരുടെ മാനസിക (ശാരീരിക) ഊർജ്ജം ഒരൊറ്റ ലക്ഷ്യത്തിൽ കേന്ദ്രീകരിക്കാൻ കഴിയുന്നവർക്ക് മാത്രമേ സ്പഷ്ടവും അളക്കാവുന്നതുമായ അത്ഭുതങ്ങൾ സൃഷ്ടിക്കാൻ കഴിയൂ. താഴ്ന്ന മുൻഗണനയുള്ള പ്രവർത്തനങ്ങളിൽ സമയം പാഴാക്കി തിരക്കിലായിരിക്കുന്നത് ഈ ആശയത്തിന് നേരിട്ട് എതിരാണ്.

നമ്മുടെ ചെയ്യേണ്ട കാര്യങ്ങളുടെ പട്ടിക പരിശോധിക്കുമ്പോൾ, ഏറ്റവും കുറഞ്ഞ പ്രാധാന്യമുള്ളതും അപകടസാധ്യത കുറഞ്ഞതുമായ പ്രവർത്തനങ്ങളിലേക്ക് ആകർഷിക്കപ്പെടുന്നത് വളരെ സ്വാഭാവികമാണ്, കാരണം അവയ്ക്ക് ഏറ്റവും കുറച്ച് കാര്യമായ പ്രത്യാഘാതങ്ങൾ മാത്രമേ ഉണ്ടാകൂ. ഇമെയിൽ പരിശോധിക്കൽ, സോഷ്യൽ മീഡിയയിൽ പോസ്റ്റ് ചെയ്യൽ,

ഓൺലൈൻ ഗവേഷണം നടത്തൽ, ഭൗതികമോ ഡിജിറ്റൽ ആയതോ ആയ ഏതെങ്കിലും തരത്തിലുള്ള സംഘാടനങ്ങൾ, അല്ലെങ്കിൽ മറ്റ് ഉയർന്ന മുൻഗണനയുള്ള ജോലികൾ മാറ്റിവയ്ക്കുന്നത് ന്യായീകരിക്കാൻ നിങ്ങൾ അത് ഉപയോഗിക്കുകയാണെങ്കിൽ വ്യക്തിഗത വികസനം പോലും ഈ പ്രവർത്തനങ്ങളിൽ ഉൾപ്പെട്ടേക്കാം. മുൻഗണന കുറഞ്ഞ പ്രവർത്തനങ്ങളിൽ തിരക്കിലായിരിക്കുന്നതിലൂടെ, നമ്മുടെ ഏറ്റവും പ്രധാനപ്പെട്ട ലക്ഷ്യങ്ങളും സ്വപ്നങ്ങളും കൈവരിക്കുന്നതിനുള്ള ദിശയിലേക്ക് നമ്മെ നയിക്കുന്ന, യഥാർത്ഥത്തിൽ പ്രാധാന്യമുള്ള പ്രവർത്തനങ്ങളിൽ ഏർപ്പെടുന്നതിൽ നിന്ന് നാം സ്വയം ശ്രദ്ധ തിരിക്കുകയും സുരക്ഷിതരായിരിക്കുകയും ചെയ്യുന്നു. ഉയർന്ന മുൻഗണനയുള്ള പ്രവർത്തനങ്ങൾ ചെയ്യുന്നത് ഭയാനകമായേക്കാം, കാരണം അവ നമ്മുടെ ജീവിതത്തിൽ അർത്ഥവത്തായേക്കാവുന്ന കാര്യമായ പ്രത്യാഘാതങ്ങൾ ഉണ്ടാക്കും, അത് നമ്മുടെ "ഞാൻ അർഹിക്കുന്നു" എന്ന പേശിയെ വളച്ചൊടിക്കാൻ നിർബന്ധിതരാക്കും. നമ്മൾ ആഗ്രഹിക്കുന്ന വിജയത്തിന് അർഹരാണെന്ന് തോന്നുന്നതിൽ നിന്ന് നമ്മെ തടയുന്ന ഒരു പെരുമാറ്റമാണ് മുൻഗണന കുറഞ്ഞ പ്രവർത്തനങ്ങളിൽ തിരക്കിലായിരിക്കുന്നത്.

സാധ്യതയുള്ള ഡിസ്മോർഫിയയും സാധുവായ സാധ്യതയും

മുപ്പത്തിയേഴാം വയസ്സിൽ എനിക്ക് വളരെ അപൂർവ്വവും മാരകവുമായ ഒരു തരം കാൻസർ ഉണ്ടെന്ന് കണ്ടെത്തിയതിനെക്കുറിച്ച് നിങ്ങൾ പിന്നീട് വായിക്കും. ഞാൻ ആദ്യമായി കാൻസർ ചികിത്സ ആരംഭിച്ചപ്പോൾ, എന്റെ ഭാരം 167 പൗണ്ടിൽ നിന്ന് 127 പൗണ്ടായി പെട്ടെന്ന് കുറഞ്ഞു. ആദ്യത്തെ മൂന്ന് ആഴ്ചകളിൽ ആണ് മുപ്പത് പൗണ്ട് കുറഞ്ഞത്. ആറടിയിൽ കൂടുതൽ ഉയരമുള്ള ശരീരത്തിൽ, എന്റെ കവിളെല്ലുകൾ കൂടുതൽ പ്രകടമായി, അതുപോലെ വാരിയെല്ലുകളും ഇടുപ്പിന്റെ എല്ലുകളും കൂടുതൽ പ്രകടമായി. എന്റെ ശരീരത്തിലെ എല്ലാ രോമങ്ങളും നഷ്ടപ്പെട്ടു.

രസകരമായ കാര്യം എന്തെന്നാൽ, ഞാൻ കണ്ണാടിയിൽ നോക്കിയപ്പോൾ, മുടിയില്ലാതെ പഴയ അതേ എന്നെ തന്നെയാണ് കണ്ടത്. ഒരു മെലിഞ്ഞ കാൻസർ രോഗി എന്നെ തിരിഞ്ഞു നോക്കുന്നത് ഞാൻ കണ്ടില്ല; ഞാൻ എപ്പോഴും എങ്ങനെയാണോ ഉണ്ടായിരുന്ന അതേ വ്യക്തിയെയാണ് കണ്ടത്.

എന്റെ ശരീരം വ്യത്യസ്തമായി കാണപ്പെടണമെന്ന് എനിക്ക് ബുദ്ധിപരമായി അറിയാമായിരുന്നു. ഞാൻ ഉദ്ദേശിക്കുന്നത്, പ്രത്യേകിച്ച് ഇതിനകം മെലിഞ്ഞ ഒരാൾക്ക്, നാൽപ്പത് പൗണ്ട് ഭാരം കുറയുക എന്നത് വളരെ വലിയ കാര്യമാണ്. വാസ്തവത്തിൽ, എന്റെ ശരീരഭാരത്തിന്റെ ഏകദേശം നാലിലൊന്ന് ഏതാനും ആഴ്ചകൾക്കുള്ളിൽ അപ്രത്യക്ഷമായി.

എന്റെ ഭാര്യ ഉർസുലയോട് ഞാൻ ഇപ്പോഴും പഴയതുപോലെ തന്നെയാണെന്ന് പറഞ്ഞപ്പോൾ, അവരുടെ മുഖത്തെ ഭാവം എനിക്ക് അങ്ങനെ തോന്നുന്നില്ലെന്ന് പറയുന്നുണ്ടായിരുന്നു. എന്റെ നല്ലവരായ മാതാപിതാക്കൾ അവസരം കിട്ടുമ്പോഴെല്ലാം എന്നെ പോറ്റാൻ ശ്രമിച്ചുകൊണ്ടിരുന്നു എന്ന് പറയേണ്ടതില്ലല്ലോ. പുറം ലോകത്തിൽ നിന്ന് എനിക്ക് ലഭിച്ച സന്ദേശങ്ങൾ എന്റെ ആന്തരിക ധാരണകളിൽ നിന്ന് വളരെ വ്യത്യസ്തമായിരുന്നു. ഈ സാഹചര്യത്തിൽ, എന്നെക്കുറിച്ചുള്ള എന്റെ ധാരണ വളച്ചൊടിക്കപ്പെട്ടു.

ഞാൻ ചിന്തിച്ചു, *ഇങ്ങനെയായിരിക്കണം ശരീര ഡിസ്മോർഫിയ ഉള്ള ഒരാൾക്ക് തോന്നുന്നത് – ഒരു ചെറിയ അല്ലെങ്കിൽ തോന്നാത്ത ശാരീരിക വൈകല്യത്തിന്റെ പേരിൽ കാര്യമായ അരക്ഷിതാവസ്ഥ അനുഭവിക്കുന്ന ഒരാൾക്ക് – തോന്നുന്നത്, പക്ഷേ നേരെ തിരിച്ചാണ്.* ആരോഗ്യകരമായ ഭാരം സ്കെയിലിൽ വ്യക്തമായി കാണിക്കുമ്പോൾ, തങ്ങൾ തടിച്ചവരാണെന്ന് കരുതി അത്തരം ആളുകൾ ക്ഷീണിതരാകുന്നതുവരെ വ്യായാമം ചെയ്യും. മറ്റാരും ശ്രദ്ധിക്കുന്നില്ലെങ്കിലും, അവരുടെ മുഖത്തിന് വളരെ വലുതാണെന്ന് അവർ തീരുമാനിച്ച മൂക്കിൽ നിന്ന് ശ്രദ്ധ എങ്ങനെ തിരിച്ചുവിടാമെന്ന് അവർ നിരന്തരം ചിന്തിക്കുന്നു. അവർക്ക് അവരുടെ ശരീരം കൃത്യമായി കാണാൻ കഴിയില്ല. അതുപോലെ എനിക്കും കഴിയില്ല.

നിർഭാഗ്യവശാൽ, നമ്മൾ ഇത് നമ്മുടെ സ്വന്തം കഴിവുകൾ ഉപയോഗിച്ചും ചെയ്യുന്നു. നമുക്ക് യഥാർത്ഥത്തിൽ എന്തുചെയ്യാൻ കഴിയുമെന്ന് നമുക്ക് മനസ്സിലാകുന്നില്ല. വാസ്തവത്തിൽ, നിങ്ങൾ ഒരു നിമിഷം നിർത്തി നിങ്ങളുടെ ചിന്തകൾ ശ്രദ്ധിച്ചാൽ, *നമ്മളിൽ മിക്കവരും അറിയാതെ സ്വയം ആവർത്തിക്കുന്ന നിരവധി നിഷേധാത്മക പ്രസ്താവനകൾ നിങ്ങൾ കേൾക്കാൻ സാധ്യതയുണ്ട് : ഞാൻ യോഗ്യനല്ല. എനിക്ക് ഭാഗ്യമില്ല. എനിക്ക് തിരക്കുണ്ട്. ഞാൻ മടിയനാണ്. എവിടെ തുടങ്ങണമെന്ന് എനിക്കറിയില്ല. അവൻ/*

അവൾ എന്നെക്കാൾ മികച്ചവരാണ്. എന്റെ ജീവിതത്തിന്റെ ഈ മേഖല മെച്ചപ്പെടുത്താൻ ഞാൻ ശ്രമിച്ചിട്ടുണ്ട്, പക്ഷേ ഞാൻ ഒരിക്കലും അതിൽ ഉറച്ചുനിൽക്കുന്നില്ല. ഇതുപോലുള്ള നിഷേധാത്മക പ്രസ്താവനകൾ നമ്മുടെ തലയിൽ നിരന്തരമായ ഭ്രമണത്തിൽ നാം കേൾക്കുന്ന റെക്കോർഡിംഗാണ്. നമ്മൾ അവ ധാരാളം കേൾക്കുന്നതിനാൽ അവ സത്യമാണെന്ന് വിശ്വസിക്കുകയും അതനുസരിച്ച് പ്രവർത്തിക്കുകയും ചെയ്യുന്നു.

മുൻകാല പരാജയങ്ങളിലേക്ക് വിരൽ ചൂണ്ടിക്കൊണ്ട് നമ്മൾ പറയുന്നു, "ഇല്ല, ഞാൻ അത് വീണ്ടും ശ്രമിക്കാൻ പോകുന്നില്ല". വർഷങ്ങളായി നമ്മളുടെ കഴിവുകളെക്കുറിച്ച് നമ്മൾക്ക് ലഭിച്ച അവഹേളനങ്ങൾ നമ്മൾ ആന്തരികമായി ഉൾക്കൊള്ളുന്നു. നമ്മുടെ പരിമിതികളെ പിന്തുണയ്ക്കുന്നതിനും തെളിയിക്കുന്നതിനുമുള്ള തെളിവുകൾക്കായി നമ്മൾ തിരയുന്നു. ഇതൊക്കെയാണെങ്കിലും, നമ്മുടെ ഭൂതകാല മാതൃകയെ അടിസ്ഥാനമാക്കി, യാഥാർത്ഥ്യ ബോധമുള്ളതോ നേടാൻ സാധ്യതയുള്ളതോ ആയ കാര്യങ്ങൾ എന്താണെന്ന നിഗമനങ്ങളിൽ നാം എത്തിച്ചേരുകയും, നമ്മൾ യഥാർത്ഥത്തിൽ ഉള്ളതിനേക്കാൾ കഴിവുള്ളവരല്ല എന്ന തെറ്റായ വിശ്വാസത്തിൽ കലാശിക്കുകയും ചെയ്യുന്നു.

ഏറ്റവും വിജയിച്ച വ്യക്തി ഉൾപ്പെടെ, സ്വന്തം ഭൂതകാലത്തിലേക്ക് തിരിഞ്ഞുനോക്കുകയോ പരാജയങ്ങൾ കാണുകയോ ചെയ്യാത്തവരായി, ഈ ഗ്രഹത്തിൽ ആരും തന്നെയില്ല. പ്രധാനം, നിങ്ങൾ ആ രീതിയിൽ ജീവിക്കേണ്ടതില്ല എന്നതാണ്; നിങ്ങളുടെ പരിധിയില്ലാത്ത ഭാവിയെ അടിസ്ഥാനമാക്കി നിങ്ങൾക്ക് ബോധപൂർവ്വം തീരുമാനങ്ങൾ എടുക്കാൻ കഴിയും.

വിസ്മയ പുലരിയിൽ, "നിങ്ങളുടെ ജീവിതത്തെ മാറ്റിമറിക്കുന്ന ഇമെയിൽ" എന്ന പേരിൽ ഒരു ബോണസ് അധ്യായം ഞാൻ ഉൾപ്പെടുത്തിയിട്ടുണ്ട്. എന്റെ ശക്തികളെയും ബലഹീനതകളെയും കുറിച്ച് എനിക്ക് കൃത്യമായ ഒരു വീക്ഷണമില്ലെന്ന് ഞാൻ മനസ്സിലാക്കിയ സമയത്തെക്കുറിച്ചുള്ള ഒരു കഥ ഞാൻ പറഞ്ഞിട്ടുണ്ടായിരുന്നു, അതിനാൽ എന്നെ നന്നായി അറിയാവുന്ന ഇരുപതിലധികം ആളുകൾക്ക് ഞാൻ ഒരു ഇമെയിൽ അയച്ച്, അവരുടെ സത്യസന്ധമായ ഫീഡ്ബാക്ക് ചോദിച്ചു. ഈ ഗ്രൂപ്പിൽ കുടുംബാംഗങ്ങൾ, സുഹൃത്തുക്കൾ, സഹപ്രവർത്തകർ, ഉപദേഷ്ടാക്കൾ, എന്തിന് മുൻ കാമുകിമാർ പോലും ഉണ്ടായിരുന്നു. എനിക്ക്

ലഭിച്ച പ്രതികരണങ്ങൾ കണ്ണുതുറപ്പിക്കുന്നതും പ്രചോദനം നൽകുന്നതുമായിരുന്നു, കൂടാതെ അല്പം വേദനാജനകവും. എന്നെത്തന്നെ 3D-യിൽ കാണുന്നതുപോലെയായിരുന്നു അത്; ഒടുവിൽ ഞാൻ എന്നെത്തന്നെ മുഴുവൻ കണ്ടു, ഞാൻ എന്നെത്തന്നെ എങ്ങനെ വീക്ഷിച്ചുവെന്നും, വ്യത്യസ്ത നിലവാരങ്ങളിൽ എന്നെ അറിയുന്ന പലതരം ആളുകൾക്ക് മുന്നിൽ ഞാൻ എങ്ങനെ പ്രത്യക്ഷപ്പെട്ടെന്നും. ആ വ്യായാമം എന്റെ ജീവിതത്തെ മാറ്റിമറിച്ചു, കാരണം എനിക്ക് ലഭിച്ച ഫീഡ്ബാക്ക് ഞാൻ സ്വീകരിച്ചു, അത് എഴുതി, അതനുസരിച്ച് എന്റെ പെരുമാറ്റത്തിൽ മാറ്റങ്ങൾ വരുത്തുന്നത് തുടർന്നു. ഈ വ്യായാമം ഇത് പരീക്ഷിച്ച മറ്റ് പലരുടെയും ജീവിതത്തെ മാറ്റിമറിച്ചിട്ടുണ്ട്. നിങ്ങൾക്ക് നിങ്ങളെത്തന്നെ പൂർണ്ണമായും കൃത്യമായി കാണാൻ കഴിയില്ലെന്ന് നിങ്ങൾ കരുതുന്നുവെങ്കിൽ (ഒരുപക്ഷേ നിങ്ങൾക്ക് കഴിയില്ലായിരിക്കാം), തീർച്ചയായും പരിഗണിക്കേണ്ട ഒരു വ്യായാമമാണിത്.

ശരാശരിയെന്ന നിലയിൽ നിന്ന് അസാധാരണതയിലേക്ക് മാറിയവരെല്ലാം ആദ്യം സ്വയം മുൻകാലങ്ങളിൽ ഉണ്ടായിരുന്നതിനേക്കാൾ മികച്ചവരായിട്ടാണ് കാണുന്നത്. തങ്ങളുടെ പരിധിയില്ലാത്ത കഴിവുകളെ അടിസ്ഥാനമാക്കി ഒരു ദർശനം കാണാനും ആ ദർശനവുമായി പൊരുത്തപ്പെട്ടു ജീവിക്കാനും അവർ തയ്യാറായിരുന്നു. ആദ്യം ചെയ്യാൻ എളുപ്പമുള്ളത് വളരെ കുറവാണ് – ചില കാര്യങ്ങൾ അങ്ങനെയാണ് – അത് ആധികാരികമല്ലെന്ന് തോന്നാം. എന്നിരുന്നാലും, കാലക്രമേണ നിങ്ങൾ ആ ദർശനം പലപ്പോഴും (കാണുക : ദിവസവും) വീണ്ടും സന്ദർശിക്കുമ്പോൾ, അത് കൂടുതൽ കൂടുതൽ സത്യമായി അനുഭവപ്പെടും, കാരണം അത് യഥാർത്ഥമായ നിങ്ങളാണ്. ഒടുവിൽ, കാലക്രമേണ, നിങ്ങളുടെ പുതിയ ദർശനം നിങ്ങളുടേതായി മാറുന്നു പുതിയ വ്യക്തിത്വവും അനിവാര്യമായും നിങ്ങളുടെ പുതിയ യാഥാർത്ഥ്യവും.

ലോകം നിങ്ങളെ നിർവ്വചിക്കുന്നതും, നിങ്ങൾ നിങ്ങളെ നിർവ്വചിക്കുന്നതും

നിങ്ങൾ എപ്പോഴെങ്കിലും വളരെ ചെറിയ ഒരു പഴയ ജീൻസ് ധരിച്ചിട്ടുണ്ടെങ്കിൽ, അത് എത്രത്തോളം അസ്വസ്ഥത ഉണ്ടാക്കുമെന്ന് നിങ്ങൾക്കറിയാം. ബട്ടൺ നിങ്ങളുടെ വയറ്റിൽ തുളച്ചു കയറുന്നു. തുണി നിങ്ങളുടെ കാലുകളിൽ പിടിക്കുന്നു. സാധാരണ

നടക്കാൻ പോലും ബുദ്ധിമുട്ടായിരിക്കാം. അതൊരു നല്ല കാഴ്ചയല്ല എന്നു മാത്രമല്ല, അസ്വസ്ഥതയുമുണ്ടാക്കുന്നു.

യാഥാർത്ഥ്യം എന്തെന്നാൽ, നമ്മുടെ ജീവിതത്തിലും സമാനമായ ഒന്ന് നമ്മൾ ചെയ്യുന്നു. നമ്മൾ ആരായിരിക്കണമെന്ന് മറ്റുള്ളവർ നിർദ്ദേശിക്കാൻ അനുവദിക്കുമ്പോൾ, നമ്മൾ നമ്മുടെ സഹജാവബോധം അല്പം വ്യത്യസ്തമാക്കാൻ നിർബന്ധിതരാകുന്നു. നമ്മുടെ സ്വന്തം നിബന്ധനകൾക്ക് അനുസൃതമായി കാര്യങ്ങൾ ചെയ്യാൻ. നമുക്ക് യഥാർത്ഥത്തിൽ വേണ്ടതിനുവേണ്ടി പോരാടാൻ. മറ്റുള്ളവർ നമ്മളെ ഉൾക്കൊള്ളണമെന്ന് വിശ്വസിക്കുന്ന ഒരു അച്ചിൽ നമ്മൾ സ്വയം കുത്തിവയ്ക്കുന്നു. ഈ പ്രക്രിയയിൽ, നമുക്ക് ഇഷ്ടമുള്ളത്ര സ്വതന്ത്രമായി നീങ്ങാൻ കഴിയില്ലെന്നും മറ്റുള്ളവരുടെ പ്രതീക്ഷകളാൽ പരിമിതപ്പെടുത്തപ്പെടുകയോ നിയന്ത്രിക്കപ്പെടുകയോ ചെയ്യാൻ കഴിയില്ലെന്നും അത് അസ്വസ്ഥതയുണ്ടാക്കുന്നുവെന്നും നമുക്ക് തോന്നും.

നമ്മളെ പലപ്പോഴും ചെറുതായി ചിന്തിക്കാനും, അതിരുകൾക്കുള്ളിൽ നിൽക്കാനും, *മറ്റുള്ളവരുടെ നിയമങ്ങളിൽ ഒതുങ്ങി നിൽക്കാനും,* പിന്തുടരാനും പഠിപ്പിച്ചിട്ടുണ്ട്. സമൂഹവുമായി പൊരുത്തപ്പെടാൻ നമ്മെ സഹായിക്കുന്നതിനാണ് ഈ നിയമങ്ങൾ രൂപകൽപ്പന ചെയ്തിരിക്കുന്നത്, എന്നാൽ ലെവൽ 10 വിജയം നേടാനുള്ള നമ്മുടെ സഹജമായ ആഗ്രഹത്തിന് എതിരായി അവ പ്രവർത്തിക്കുന്നു. എന്റെ ഔപചാരിക വിദ്യാഭ്യാസത്തിൽ ഒരിടത്തും, പരിധിക്ക് പുറത്ത് എങ്ങനെ ചിന്തിക്കാമെന്നും, എന്റെ അതുല്യമായ കഴിവുകൾ പര്യവേക്ഷണം ചെയ്യാമെന്നും, ലോകത്തിലെ ഏറ്റവും വിജയകരമായ ആളുകൾ ഏത് ഭരണം വഹിക്കുന്നുവെന്ന് കണ്ടെത്താമെന്നും എന്നെ പഠിപ്പിച്ചിട്ടില്ല, അത് അവരോടൊപ്പം ചേരുന്നതിനുള്ള വ്യക്തമായ ഒരു റോഡ് മാപ്പ് എനിക്ക് നൽകുമായിരുന്നു. ആ പാഠ്യപദ്ധതി എവിടെയായിരുന്നു?

ജീവിതത്തിൽ സാധാരണമായി വേണ്ടത് സ്കൂളിൽ പോകുക, സ്ഥിരമായ ഒരു ജോലി നേടുക, അറുപത്തിയഞ്ച് വയസ്സ് വരെ ജോലി ചെയ്യുക എന്നതാണ്, അപ്പോൾ നിങ്ങൾക്ക് ഒരു സാധാരണ വിരമിക്കലിന് മതിയായ പണം ലഭിക്കുമെന്ന് പ്രതീക്ഷിക്കുന്നു. പൊരുത്തപ്പെടാൻ ഉത്തരവാദിത്തമുള്ളവരും, അനുസരണയുള്ളവരും, ശരാശരി ആളുകളുമായിരിക്കാൻ നമ്മൾ ബാധ്യ

സ്ഥരാണ്. എന്നാൽ ഈ പെരുമാറ്റങ്ങളെല്ലാം പഠിച്ചെടുത്തതാണ്. നിങ്ങൾ ആരാണോ, അല്ലെങ്കിൽ ആവാൻ നിങ്ങൾക്ക് തിരഞ്ഞെടുക്കാൻ കഴിയുന്ന വ്യക്തിയുമായി അതിന് യാതൊരു ബന്ധവുമില്ല.

ആത്യന്തികമായി നമ്മൾ നമ്മുടെ സ്വന്തം സഹജവാസനകളെ അവിശ്വസിക്കാനും നമ്മളോട് തന്നെ ദോഷം കാണിക്കാനും പഠിക്കുന്നു. അസാധാരണ വിജയം നേടുന്ന ആളുകളെ നമ്മൾ അസാധാരണരായി കാണുന്നു. അവർ "വ്യത്യസ്തമാണ്". കുട്ടിക്കാലം മുതൽ വർഷങ്ങളായി, നമുക്ക് സാധ്യമായ കാര്യങ്ങളെക്കുറിച്ചുള്ള മറ്റുള്ളവരുടെ വിശ്വാസങ്ങളാൽ നാം നിയന്ത്രിതരാണ്.

പ്രവർത്തനത്തിലെ പരിമിതികളെ മറികടക്കൽ

അടുത്തിടെ, ഞാൻ കണ്ടിട്ടുള്ളതിൽ വച്ച് ഏറ്റവും പ്രചോദനം നൽകുന്ന വ്യക്തികളിൽ ഒരാളായ ഇരുപത്തിരണ്ടുകാരനായ നിക്ക് സാന്റോനാസ്റ്റാസോയെ പരിചയപ്പെടാൻ ഇടയായി. ഹാൻഹാർട്ട് സിൻഡ്രോം എന്ന വളരെ അപൂർവ്വമായ ജനിതക രോഗവുമായാണ് നിക്ക് ജനിച്ചത്, ആ അവസ്ഥ മൂലം അദ്ദേഹത്തിന് കാലുകൾ ഇല്ലാതായി, വലതു കൈ പൂർണ്ണമായും രൂപപ്പെട്ടിട്ടില്ല, ഇടതു കൈയിൽ ഒരു വിരൽ മാത്രമേയുള്ളൂ. 2014-ൽ നിക്ക് പോസ്റ്റ് ചെയ്ത "മൈ ലൈഫ് സ്റ്റോറി" എന്ന യൂട്യൂബ് വീഡിയോയിൽ, ഹാൻഹാർട്ട് സിൻഡ്രോമിന്റെ അറിയപ്പെടുന്ന പന്ത്രണ്ട് കേസുകൾ മാത്രമേയുള്ളൂവെന്ന് അദ്ദേഹം വിശദീകരിച്ചു. ഈ അവസ്ഥയുമായി ജീവിച്ചിരിക്കുന്ന നാല് പേരിൽ ഒരാളായിരുന്നു നിക്ക്.

അവിശ്വസനീയമെന്നു പറയട്ടെ, ഈ ശാരീരിക പരിമിതികൾ തന്റെ താൽപ്പര്യങ്ങൾക്കോ സ്വപ്നങ്ങൾക്കോ തടസ്സമാകാൻ അദ്ദേഹം ഒരിക്കലും അനുവദിക്കുന്നില്ല. നിക്ക് സ്കേറ്റ്ബോർഡിംഗ് ചെയ്യാറുണ്ട്, ബോട്ടുകൾക്ക് പിന്നിൽ വേക്ക്-സർഫ് ചെയ്യാറുണ്ട്, ഹൈസ്കൂൾ വാഴ്സിറ്റി ഗുസ്തി ടീമിൽ അംഗമായിരുന്നു, ഫിറ്റ്നസ് മത്സരങ്ങളിൽ പങ്കെടുത്തിട്ടുണ്ട്, കൂടാതെ ഒരു ഫിറ്റ്നസ് മോഡലുമാണ്. സിഎൻഎൻ-ലും ഫോക്സിലും പ്രത്യക്ഷപ്പെട്ട അദ്ദേഹം

തന്റെ രസകരമായ യൂട്യൂബ് വീഡിയോകളിലൂടെ ഒരു ഓൺലൈൻ താരമായി മാറി. പന്ത്രണ്ട് വയസ്സുള്ളപ്പോൾ നിക്ക് ടുഡേ ഷോയിൽ പ്രത്യക്ഷപ്പെട്ടപ്പോൾ, പരിധിയില്ലാത്തവനാണെന്ന തോന്നൽ തനിക്ക് എവിടെ നിന്ന് ലഭിച്ചു എന്ന ചോദ്യത്തിന് മറുപടിയായി, എന്തും സാധ്യമാണെന്ന് തനിക്കറിയാമെന്ന് അദ്ദേഹം പറഞ്ഞു; രസകരവും ഇഷ്ടപ്പെടുന്നതുമായ കാര്യങ്ങൾ പരീക്ഷിക്കാൻ മാത്രമാണ് താൻ ആഗ്രഹിച്ചത്. പരാജയപ്പെട്ടുമെന്ന് അയാൾക്ക് ഭയമില്ലായിരുന്നു, കാരണം വീണ്ടും തിരിച്ചുവന്ന് ശ്രമിക്കാൻ കഴിയുമെന്ന് അവനറിയാമായിരുന്നു.

വലിയ അസാധ്യതകൾ തനിക്കെതിരെ അണിനിരന്നിട്ടും, താൻ ആരാണെന്നും എന്താണ് ആഗ്രഹിക്കുന്നതെന്നും മനസ്സിലാക്കുന്നതിൽ നിക്ക് ഒരിക്കലും പരാജയപ്പെട്ടിട്ടില്ല, മാത്രമല്ല അയാൾ തനിക്കായി അസാധാരണമായ ഒരു ജീവിതം സൃഷ്ടിച്ചു. ലോകത്തിന്റെ തന്നെക്കുറിച്ചുള്ള ധാരണകൾ തന്നെ നിർവ്വചിക്കാൻ അദ്ദേഹം അനുവദിച്ചില്ല. താൻ ആരാണെന്നും, താൻ മഹത്വത്തിനായി വിധിക്കപ്പെട്ടവനാണെന്നും അവന് എപ്പോഴും കൃത്യമായി അറിയാമായിരുന്നു – മറ്റ് മാർഗ്ഗമില്ലായിരുന്നു. ഒരു ബോഡി ബിൽഡറും ഫിറ്റ്നസ് മോഡലും എന്നതിന് പുറമേ, ഒരു മോട്ടിവേഷണൽ സ്പീക്കർ എന്ന നിലയിലും നിക്ക് ഇപ്പോൾ തന്റെ പ്രചോദന സന്ദേശം പങ്കിടുന്നു. വാസ്തവത്തിൽ, അടുത്ത വർഷത്തെ എക്കാലത്തെയും മികച്ച [ബ്ലൂപ്രിന്റ്] തത്സമയ പരിപാടിയിൽ മുഖ്യ സന്ദേശം നൽകാൻ ഞാൻ അദ്ദേഹത്തെ ബുക്ക് ചെയ്തു.

ഈ രൂപത്തിലേക്ക് സ്വയം തള്ളിവിടുന്നത് ഏറ്റവും കുറഞ്ഞ പ്രതിരോധത്തിനുള്ള വഴിയാണെങ്കിലും, "എനിക്ക് കൂടുതൽ കഴിവുണ്ടെന്ന് എനിക്കറിയാം" എന്ന ചൊറിച്ചിൽ ഇല്ലാതാക്കാൻ ഒരു വഴി തേടിക്കൊണ്ട് അത് നമ്മളെ ഇപ്പോൾ നിൽക്കുന്ന അവസ്ഥയിലേക്ക് എത്തിച്ചിരിക്കുന്നു.

നിക്ക് തിരിച്ചറിഞ്ഞതുപോലെ, ഉള്ളിന്റെ ഉള്ളിൽ, നമുക്ക് കൂടുതൽ ചെയ്യാൻ കഴിയുമെന്ന് നമുക്കറിയാം. നമുക്ക് കൂടുതൽ

വേണം. നമ്മൾ അർത്ഥവത്തായ ഒരു ജീവിതം നയിക്കാനും ലോകത്തിൽഒരുമാറ്റമുണ്ടാക്കാനുംആഗ്രഹിക്കുന്നു.രണ്ടുംചെയ്യാൻ നമുക്ക് കഴിവുണ്ടെന്ന് ആ ആന്തരിക ശബ്ദം പറയുന്നത് നമ്മളിൽ പലർക്കും കേൾക്കാൻ കഴിയും. അതൊരു ശാന്തമായ ശബ്ദമായി രിക്കാം, പലപ്പോഴും ഭയത്താലും അരക്ഷിതാവസ്ഥയാലും മുങ്ങി പ്പോയേക്കാം, പക്ഷേ അത് അവിടെയുണ്ട്. ഒരുപക്ഷേ നിങ്ങൾ ഈ ശബ്ദം നിങ്ങളുടെ ഉള്ളിൽ കേട്ടിട്ടുണ്ടോ?

അപ്പോൾ നിങ്ങൾ നിങ്ങളെത്തന്നെ എങ്ങനെ നിർവ്വചിക്കും?

ആ ചോദ്യത്തിന് ഇതുവരെ അർത്ഥവത്തായ രീതിയിൽ ഉത്തരംനൽകാൻനിങ്ങൾക്ക്കഴിയുന്നില്ലെങ്കിൽ,വിഷമിക്കേണ്ട. പലർക്കും കഴിയില്ല,പകരം മറ്റുള്ളവർ നമുക്ക് നൽകിയ ഒരു കൂട്ടം ലേബലുകൾ നമ്മൾ പുറത്തുവിടുകയും അവയെ സുവിശേഷമായി സ്വീകരിക്കുകയും ചെയ്യുന്നു. *ഞാൻ ഒരു ഭാര്യ/ഭർത്താവ്, അമ്മ/അച്ഛൻ, അഭിഭാഷകൻ/വിദ്യാർത്ഥി, സർഗ്ഗാത്മക/വിശകലന വിദഗ്ധൻ, വീട്ടമ്മ/ദാതാവ് എന്നിവരാണ്. ലേബലുകൾ എന്നെന്നേക്കുമായി നിലനിൽക്കാം,* പക്ഷേ അവ നിങ്ങളെ പരിധിയില്ലാത്ത ഒരു വ്യക്തിയായി ചിത്രീകരിക്കുന്നുണ്ടോ?

കുട്ടികളായിരിക്കെ, നാമെല്ലാവരും ഏതെങ്കിലും വിധത്തിൽ ലേബൽ ചെയ്യപ്പെട്ടിരുന്നു. അത് ഒരു ക്ലിനിക്കൽ രോഗനിർണ്ണ യമായാലും അല്ലെങ്കിൽ നമ്മളുടെ കുടുംബം നൽകിയ ഒരു വിളി പ്പേരായാലും, പ്രശ്നം എന്തെന്നാൽ നമ്മൾ പലപ്പോഴും കുട്ടികളാ യിരിക്കുമ്പോൾ നമ്മൾക്ക് നൽകിയ ലേബലുകളിലേക്ക് വളർന്നു എന്നതാണ്. നമ്മളിൽ ചിലർ മാലാഖമാരായിരുന്നു (എന്റെ സഹോദരി). മറ്റുള്ളവർ (ഞാൻ) കുഴപ്പക്കാരായിരുന്നു. *ഇനിയും ചിലർ നല്ല കായികതാരങ്ങളോ കലാകാരന്മാരോ ആയിരിക്കാം.*

അതിനെ അടിസ്ഥാനമാക്കി നമ്മുടെ ചുറ്റുമുള്ളവർ നമ്മളെ എങ്ങനെ കാണുന്നു എന്ന് മനസ്സിലാക്കാൻ ആ പേരുകളും ലേബലുകളും നമ്മെ സഹായിച്ചു. നമ്മളെക്കുറിച്ചുള്ള മറ്റുള്ളവരുടെ ധാരണകളെ അടിസ്ഥാനമാക്കി നമ്മൾ ആരാണെന്ന് പെട്ടെന്ന്

മനസ്സിലായി. ആ ലേബലുകളാണ് ഒരു പരിധിവരെ നമ്മുടെ സൗഹൃദവലയത്തെയും, പ്രവർത്തനങ്ങളെയും, ഇഷ്ടാനിഷ്ടങ്ങളെയും, ഭാവിയിലേക്കുള്ള അഭിലാഷങ്ങളെയും രൂപപ്പെടുത്തിയത്. കുട്ടിക്കാലത്തെ മണ്ടൻ വിളിപ്പേരുകളും മെഡിക്കൽ രോഗനിർണ്ണയങ്ങളും സ്വാഭാവികമായി മോശമാണെന്ന് ഞാൻ പറയുന്നില്ല. വിളിപ്പേരുകൾ പലപ്പോഴും സ്നേഹത്തിന്റെ ഒരു പദമാണ് (എനിക്ക് പതിനഞ്ച് വയസ്സുള്ളപ്പോൾ ഒരു റേഡിയോ ഡിജെ ആയി ജോലി ചെയ്തതിന് എന്റെ അമ്മ എനിക്ക് "യോ പാൽ ഹാൽ" എന്ന വിളിപ്പേര് നൽകിയതിനുശേഷം ആളുകൾ എന്നെ "യോ പാൽ ഹാൽ" എന്ന് വിളിക്കുന്നത് നിർത്തിയിട്ടില്ല). നമുക്ക് ആവശ്യമായ സഹായത്തിലേക്ക് നമ്മെ നയിക്കാൻ മെഡിക്കൽ രോഗനിർണ്ണയങ്ങൾക്ക് കഴിയും. ആ പേരുകളും ലേബലുകളും നമ്മെ നിർവ്വചിക്കാനും പരിമിതപ്പെടുത്താനും അനുവദിക്കുമ്പോഴാണ് പ്രശ്നം ഉടലെടുക്കുന്നത്. പിന്നീട് ആ പരിധികൾ നമ്മെ പ്രായപൂർത്തിയാകുന്നതുവരെ പിന്തുടരുന്നു, അവിടെ നമ്മൾ ആരാണെന്ന് മറ്റുള്ളവർ നമ്മോട് പറയാൻ ശ്രമിക്കുന്നു.

എന്റെ കുട്ടികളുടെ കാര്യത്തിൽ ഞാൻ ഇതിനെക്കുറിച്ച് പ്രത്യേകിച്ചും ബോധവാനാണ്, അതിനാൽ അവരെ നിർവ്വചിക്കുകയും പരിമിതപ്പെടുത്തുകയും ചെയ്യുന്ന ലേബലുകളിൽ നിന്ന് അവരെ സംരക്ഷിക്കാൻ ഞാൻ ശ്രമിക്കുന്നു. ഉദാഹരണത്തിന്, എന്റെ മകൾക്ക് എഡിഎച്ച്ഡി ഉണ്ടെന്ന് അവൾക്ക് സ്വയം തോന്നുന്നു, എന്തുകൊണ്ടെന്ന് എനിക്ക് പോലും മനസ്സിലാകുന്നില്ല. അവൾക്ക് ഒരിക്കലും ഔദ്യോഗികമായി രോഗനിർണ്ണയം നടത്തിയിട്ടില്ല, അവളുടെ അധ്യാപകരാരും ആ ലേബൽ നൽകിയിട്ടുമില്ല. എന്റെ സ്വന്തം എഡിഎച്ച്ഡി-യെക്കുറിച്ച് (ഔപചാരികമായി എനിക്ക് പ്രായപൂർത്തിയായപ്പോൾ രോഗനിർണ്ണയം നടത്തി) ഞാൻ സംസാരിക്കുന്നത് അവൾ കേട്ടിരിക്കാൻ സാധ്യതയുണ്ട്. അവളുടെ മനസ്സിൽ അത് എങ്ങനെ കടന്നുകൂടിയാലും, അവൾക്ക് കഴിയുമെന്ന് അവൾ വിശ്വസിക്കുന്നതിനെ പരിമിതപ്പെടുത്താനുള്ള ഒരു മാർഗ്ഗമായി ഈ സ്വയം രോഗനിർണ്ണയം അവൾ ഉപയോഗിക്കരുതെന്ന് ഞാൻ ആഗ്രഹിക്കുന്നു.

നമ്മൾ ഒരുമിച്ച് അതിനെക്കുറിച്ച് സംസാരിക്കുമ്പോൾ, നമ്മളിൽ ചിലർക്ക് ഭാഗ്യം ലഭിച്ചിട്ടുള്ള ഒരു സ്വഭാവ സവിശേഷതയായിട്ടാണ് ഞാൻ എഡിഎച്ച്ഡി-യെ വിശേഷിപ്പിക്കുന്നത്.

സർഗ്ഗാത്മകത പുലർത്താനും മഹത്തായ ആശയങ്ങളിൽ ഇടറി വീഴാനും ഇത് നമ്മെ പ്രാപ്തരാക്കുന്നു (കാരണം നമ്മുടെ മനസ്സ് ഒരു ആശയത്തിൽ നിന്ന് മറ്റൊന്നിലേക്ക് നിരന്തരം കുതിക്കുന്നു). "എഡിഎച്ച്ഡി ഉള്ള പ്രശസ്തരായ/വിജയിച്ച ആളുകൾ" പോലുള്ള വാക്യങ്ങൾ ഞാൻ ഗൂഗിളിൽ തിരഞ്ഞു, രോഗനിർണ്ണയം ഒരിക്കലും അവരെ പരിമിതപ്പെടുത്താൻ അനുവദിക്കാത്ത ആളുകളുടെ കഥകൾ ഞാൻ അവൾക്ക് കാണിച്ചുകൊടുത്തു, അത് ഒരു നേട്ടമാണ് എന്നതിന്റെ തെളിവായി അവരുടെ നേട്ടങ്ങൾ ഞാൻ അവൾക്ക് ചൂണ്ടിക്കാണിച്ചു. ശ്രദ്ധ കേന്ദ്രീകരിക്കാൻ നമ്മൾ കുറച്ചുകൂടി കഠിനാധ്വാനം ചെയ്യേണ്ടി വന്നേക്കാം, പക്ഷേ നമുക്ക് "കഴിയില്ല" എന്നല്ല എന്ന് ഞാൻ അവളോട് വിശദീകരിച്ചു. അവൾക്കു വേണ്ടിയുള്ള എന്റെ ഉദ്ദേശ്യം, അവൾക്ക് എന്തു ചെയ്യാൻ കഴിയുമെന്ന് അവൾ തന്നെയല്ലാതെ മറ്റാരും നിർവ്വചിക്കില്ല എന്നതാണ്. ചില ദിവസങ്ങളിൽ അവൾ എന്റെ വിശദീകരണം മറ്റുള്ളവരെക്കാൾ എളുപ്പത്തിൽ സ്വീകരിക്കും. മുതിർന്നവർ പലപ്പോഴും ചെയ്യുന്നതുപോലെ, അവർ ചിലപ്പോൾ അവളുടെ പരിമിതികൾക്കുവേണ്ടി പോരാടാറുണ്ട്.

...പിന്നെ നമ്മൾ നമ്മുടെ പരിമിതികളെ ന്യായീകരിക്കുന്നു

നമ്മളെല്ലാവരും വേദനിക്കുകയും, നിരാശപ്പെടുകയും ചെയ്തിട്ടുണ്ട്. ശരിയായ വഴിക്ക് പോയിരുന്നെങ്കിൽ എന്ന് ആഗ്രഹിച്ചതും എന്നാൽ അങ്ങനെ സംഭവിക്കാതിരുന്നതുമായ സാഹചര്യങ്ങൾ നാമെല്ലാവരും അനുഭവിച്ചിട്ടുണ്ട്. അതെ, അതെല്ലാം മോശമായിരുന്നു. പക്ഷേ, അതിലും മോശമായ കാര്യം, അത്തരം അനുഭവങ്ങൾ നമ്മുടെ ലോകം മുഴുവൻ വർണ്ണാഭമാക്കാൻ അനുവദിക്കുമ്പോഴാണ്. വീണ്ടും ഉപദ്രവിക്കപ്പെടുമോ എന്ന ഭയം നമ്മെ റിസ്ക് എടുക്കുന്നതിൽ നിന്നും അവസരങ്ങൾ തേടുന്നതിൽ നിന്നും തടയുന്നു. അത് നമ്മെ ചെറുതായി നിലനിർത്തുന്നു.

നമ്മുടെ പരിമിതികൾക്കായി വാദിക്കുന്ന സ്വയം വിനാശകരമായ ചക്രത്തിലേക്ക് നമ്മെ നയിക്കാൻ അനുവദിക്കുന്നത് അതിലും മോശമാണ്, അതായത് ഏതെങ്കിലും തരത്തിലുള്ള ഒറ്റപ്പെട്ട അനുഭവം കാരണം നമുക്ക് ചെയ്യാൻ കഴിയാത്തതോ ആകാൻ കഴിയാത്തതോ അല്ലെങ്കിൽ നമുക്ക് ആവശ്യമുള്ളതോ ആയ എന്തെങ്കിലും ഉണ്ടെന്ന വിശ്വാസത്തെ നാം തുടർച്ചയായി

ശക്തിപ്പെടുത്തുന്നു. നമുക്ക് യോഗ്യതയോ കഴിവോ ഇല്ലെന്ന് കരുതുകയോ അത് നടക്കില്ലെന്ന് കരുതുകയോ ചെയ്യുന്നതിനാൽ, ഓരോ പുതിയ അവസരത്തിലും നമ്മൾ സ്വയം ഒരു "ഔട്ട്" നൽകുന്നു, എന്നിട്ട് നമ്മുടെ സ്വപ്നങ്ങളുടെ ജീവിതം പ്രതീക്ഷിച്ചതു പോലെ എന്തുകൊണ്ട് നടന്നില്ല എന്ന് ചിന്തിച്ച് നമ്മൾ തല പുകയ്ക്കുന്നു.

"ഞാൻ നെഗറ്റീവ് അല്ല; ഞാൻ യാഥാർത്ഥ്യബോധ മുള്ളവനാണ്" എന്ന് പറഞ്ഞുകൊണ്ട് ആരെങ്കിലും തങ്ങളുടെ പരാതിയെ ന്യായീകരിക്കുന്നത് നിങ്ങൾ എപ്പോഴെങ്കിലും കേട്ടിട്ടുണ്ടോ? സ്വന്തം പരിമിതികൾക്കുവേണ്ടി വാദിക്കുന്ന തിനുള്ള ഒരു ക്ലാസ്സിക് ഉദാഹരണമാണിത്. ശരിക്കും, അത് യുക്തിസഹമല്ല. ഇത് പരിഗണിക്കുക : നമ്മുടെ പരിമിതികളിൽ ശ്രദ്ധ കേന്ദ്രീകരിക്കുകയും അവയെ വാക്കുകളിൽ വിവരിക്കുകയും ചെയ്യുന്നത് (ഇത് നമ്മെ മെച്ചപ്പെടുത്തുന്നതിനുള്ള അർത്ഥ വത്തായ നടപടികൾ സ്വീകരിക്കുന്നതിൽ നിന്ന് അനിവാര്യ മായും നിരുത്സാഹപ്പെടുത്തുന്നു) നമ്മുടെ പരിധിയില്ലാത്ത കഴിവുക ളിൽ ശ്രദ്ധ കേന്ദ്രീകരിക്കുകയും വാക്കുകളിൽ വിവരിക്കുകയും ചെയ്യുന്നതിനേക്കാൾ (ഇത് നമുക്ക് ശക്തി നൽകുകയും എന്തും മെച്ചപ്പെടുത്താനും നേടാനുമുള്ള കഴിവുണ്ടെന്ന് നമ്മെ ഓർമ്മിപ്പി ക്കുകയും ചെയ്യുന്നു) കൂടുതൽ "യാഥാർത്ഥ്യബോധമുള്ളതാകുന്നത്" എങ്ങനെയാണ്? രണ്ടും ഒരുപോലെ യാഥാർത്ഥ്യബോധമുള്ള താണ്, എന്നാൽ നിങ്ങൾ സ്ഥിരമായി ശ്രദ്ധ കേന്ദ്രീകരിക്കുന്നത് നിങ്ങളുടെ ഇപ്പോഴത്തെ ജീവിത നിലവാരത്തിലും ഭാവിയിലും വളരെ വ്യത്യസ്തമായ സ്വാധീനം ചെലുത്തും.

കൂടാതെ, എന്താണ് സാധ്യമെന്നും എന്താണ് സാധ്യമല്ലാ ത്തതെന്നും ആർക്കും ശരിക്കും അറിയില്ല. നമുക്ക് അറിയാത്തത് നമുക്കറിയില്ല എന്നത് സത്യമാണ്. അസാധ്യമെന്നു കരുതിയി രുന്ന കാര്യങ്ങൾ എല്ലാ ദിവസവും സാധ്യമാകുകയും ഒടുവിൽ സാധാരണമാവുകയും ചെയ്യുന്നു. ഒരു പുരുഷനോ സ്ത്രീക്കോ നാല് മിനിറ്റിനുള്ളിൽ ഒരു മൈൽ ഓടാൻ കഴിയില്ലെന്ന് വിദഗ്ദ്ധർ ഒരിക്കൽ വിശ്വസിച്ചിരുന്നു. 1954-ൽ ബ്രിട്ടീഷ് ഓട്ടക്കാരനായ റോജർ ബാനിസ്റ്റർ വെറും 3 മിനിറ്റും 59.4 സെക്കൻഡും കൊണ്ട് ഒരു മൈൽ ഓടി അസാധ്യമായത് സാധ്യമാക്കിയതോടെ കാര്യങ്ങൾ മാറിമറിഞ്ഞു. നാല്പത്തിയാറ് ദിവസങ്ങൾക്ക് ശേഷം,

ജോൺ ലാൻഡി ബാനിസ്റ്ററിന്റെ റെക്കോർഡ് തകർത്തു. ഇപ്പോൾ ഹൈസ്കൂൾ വിദ്യാർത്ഥികൾ പതിവായി നാല് മിനിറ്റ് മറികടക്കുന്നു.

ഇമെയിൽ, ടെക്സ്റ്റ് മെസ്സേജിംഗ്, ഫാക്സ് മെഷീനുകൾ എന്നിവയ്ക്ക് മുമ്പുള്ള കാലം നമ്മളിൽ ചിലർക്ക് ഓർമ്മയുണ്ട്, അന്ന് കത്തുകളും ബിസിനസ്സ് രേഖകളും ഒരാളിൽ നിന്ന് മറ്റൊരാളി ലേക്ക് മാറ്റുന്നതിനുള്ള ഏറ്റവും നല്ല മാർഗ്ഗം സ്നൈൽ മെയിൽ ആയിരുന്നു. ജിപിഎസ് കിട്ടുന്നതിനു മുമ്പ് ഞങ്ങൾ പുതിയ സ്ഥലങ്ങളിലേക്ക് (പ്രത്യേകിച്ച് രാത്രിയിൽ) എങ്ങനെ വണ്ടി യോടിച്ചു എന്ന് എനിക്ക് ഓർമ്മയില്ല. വളരെക്കാലം മുമ്പ്, നമ്മുടെ കൈപ്പത്തിയിൽ മൊബൈൽ ഫോണുകൾ ഘടിപ്പിച്ചിരുന്നില്ല എന്ന് തോന്നുന്ന ഒരു കാലമുണ്ടായിരുന്നു. ഇന്ന് എന്റെ വീട്ടിൽ അലക്സ എന്നൊരു സംസാരിക്കുന്ന റോബോട്ട് ഉണ്ട്, അത് എന്റെ കുടുംബത്തിനായി സംഗീതം പ്ലേ ചെയ്യുന്നു, ഓർമ്മപ്പെടുത്ത ലുകൾ സജ്ജമാക്കുന്നു, പാചകക്കുറിപ്പുകൾ തിരയുന്നു, എന്റെ കുട്ടികൾക്ക് കഥകൾ പറഞ്ഞു കൊടുക്കുന്നു, ഞങ്ങളുടെ ലൈറ്റുകൾ ഓണാക്കുകയും കെടുത്തുകയും ചെയ്യുന്നു, ഓൺലൈനായി എനിക്ക് സാധനങ്ങൾ വാങ്ങുന്നു, മറ്റ് എല്ലാത്തരം കാര്യങ്ങളും ചെയ്യുന്നു. കുറച്ച് വർഷങ്ങൾക്ക് മുമ്പ്, അത് സയൻസ് ഫിക്ഷൻ സിനിമകളിൽ മാത്രമേ സാധ്യമായിരുന്നുള്ളൂ, ഇപ്പോൾ അത് നമ്മുടെ ദൈനംദിന യാഥാർത്ഥ്യമാണ്. ഈ പുരോഗതി കണ്ടെത്തിയ ആളുകളിൽ ആരെങ്കിലും അവരുടെ സന്ദേഹവാദിയുടെ "യുക്തി"ക്ക് വഴങ്ങി യിരുന്നെങ്കിൽ, നമ്മുടെ ലോകം ഇന്നത്തേതിൽ നിന്ന് വളരെ വ്യത്യസ്തമായി കാണപ്പെടുമായിരുന്നു.

ഭാവി എങ്ങനെ വികസിക്കുന്നു എന്നതിനെക്കുറിച്ചും പ്രപഞ്ചം യഥാർത്ഥത്തിൽ എങ്ങനെ പ്രവർത്തിക്കുന്നു എന്നതിനെക്കുറിച്ചും ചിന്തിക്കുമ്പോൾ, നമുക്ക് ഇതുവരെ മനസ്സിലാകാത്തതിനേക്കാൾ കൂടുതൽ കാര്യങ്ങൾ ഉണ്ടാകാനുള്ള സാധ്യത വളരെ കൂടുത ലാണ്. അതുകൊണ്ട് നമ്മുടെ പരിധിയില്ലാത്ത സ്വഭാവത്തെ ക്കുറിച്ച് ആരോഗ്യകരമായ ഒരു സംശയം നല്ലതായിരിക്കാ മെങ്കിലും, ആരോഗ്യകരമായ ഒരു ശുഭാപ്തിവിശ്വാസം അതിലും മികച്ചതായിരിക്കാം.

ഈ എല്ലാ സംഘർഷങ്ങളെയും മറികടക്കാനുള്ള വഴി

നമ്മുടെ മുന്നിൽ നിരവധി പ്രതിബന്ധങ്ങൾ ഉള്ളപ്പോൾ, ഈ ആന്തരിക സംഘർഷത്തിൽ നിന്ന് രക്ഷപ്പെടാനും ജീവിതത്തിന്റെ എല്ലാ മേഖലകളിലും പരിധിയില്ലാത്ത വിജയത്തിലേക്ക് എങ്ങനെ ചുവടുവെക്കാനും കഴിയും? പലരും വർഷങ്ങളോളം തെറാപ്പിയിൽ ചെലവഴിക്കുന്നു, വ്യക്തിഗത പരിശീലകർക്കായി എണ്ണമറ്റ ഡോളർ ചെലവഴിക്കുന്നു, അവരുടെ സന്തോഷം കണ്ടെത്തുന്നതിന്റെ പേരിൽ ധാരാളം സമയം ചെലവഴിക്കുന്നു. തെറാപ്പിയോ വ്യക്തിഗത പരിശീലനമോ സഹായകരമല്ലെന്ന് ഞാൻ പറയുന്നില്ല. രണ്ടിലും ഞാൻ ഉറച്ച വിശ്വസിക്കുന്ന ആളാണ്.

എന്നാൽ നമ്മൾ പര്യവേക്ഷണം ചെയ്യാൻ തുടങ്ങിയ ലളിതവും എന്നാൽ ജീവിതത്തെ മാറ്റിമറിക്കുന്നതുമായ രണ്ട് തീരുമാനങ്ങളുമായി യോജിച്ച് ആളുകൾക്ക് അവരുടെ ജീവിതം നയിക്കുന്നതിൽ നിന്ന് ധാരാളം നേട്ടങ്ങൾ നേടാൻ കഴിയുമെന്ന് ഞാൻ വിശ്വസിക്കുന്നു, അത് നിങ്ങൾക്ക് ഇപ്പോൾ വളരെ പരിചിതമാണ്: അചഞ്ചലമായ വിശ്വാസവും അസാധാരണമായ പരിശ്രമവും. ഒന്നാം അധ്യായത്തിൽ നമ്മൾ ചർച്ച ചെയ്ത ഫീഡ്ബാക്ക് ലൂപ്പ് ഓർക്കുന്നുണ്ടോ? ഇവിടെയാണ് അത് നിർണ്ണായകമാകുന്നത്.

നിങ്ങൾ പ്രബുദ്ധമായ അവകാശത്തിലേക്കുള്ള കുതിച്ചുചാട്ടം നടത്തുകയും നിങ്ങൾ ആഗ്രഹിക്കുന്നതെല്ലാം അർഹിക്കുന്നുവെന്നും അതിനായി പരിശ്രമിക്കാൻ തയ്യാറാണെന്നും തീരുമാനിക്കുകയും തുടർന്ന് നിങ്ങളുടെ സ്വയം അടിച്ചേൽപ്പിച്ച പരിമിതികൾ വാങ്ങുന്നതിനുപകരം നിങ്ങളുടെ പരിധിയില്ലാത്ത കഴിവുകളിൽ നിങ്ങൾ സജീവമായി വിശ്വസിക്കുകയും ചെയ്യുമ്പോൾ, നിങ്ങളുടെ ജീവിതം മെച്ചപ്പെടുത്തുന്നതിന് ആവശ്യമായ ഊർജ്ജവും പ്രചോദനവും നിങ്ങൾ വളർത്തുന്നു. നിങ്ങൾ ഇത് കൂടുതൽ ചെയ്യുമ്പോൾ, അത് കൂടുതൽ ആധികാരികമാണെന്ന് നിങ്ങൾ മനസ്സിലാക്കും – അതോടൊപ്പം, നിങ്ങൾക്ക് നിങ്ങളിൽ തന്നെ കൂടുതൽ വിശ്വാസമുണ്ടാകും. നിങ്ങൾക്ക് എന്തു ചെയ്യാൻ കഴിയും, എന്തു ചെയ്യാൻ പാടില്ല എന്ന് നിങ്ങൾ നിർദ്ദേശിക്കുന്നതിനാൽ, നിങ്ങൾക്ക് എന്തും ചെയ്യാൻ കഴിയുമെന്ന് നിങ്ങൾക്കറിയാം. നിങ്ങളുടെ ഭൂതകാലമല്ല. നിങ്ങളുടെ മാതാപിതാക്കളല്ല, സമൂഹമല്ല, നിങ്ങൾ

മാത്രം. പരിധിയില്ലാത്തവരാകാനുള്ള ആഗ്രഹത്തിനും നിങ്ങൾ അനുഭവിക്കുന്ന പരിമിതികൾക്കും ഇടയിലുള്ള നിങ്ങളുടെ സഹജമായ സംഘർഷത്തിൽ നിന്ന് മുക്തി നേടാനുള്ള വഴിയാണ് ഈ രണ്ട് തീരുമാനങ്ങളും ദീർഘകാലത്തേക്ക് എടുക്കുകയും നിലനിർത്തുകയും ചെയ്യുന്നത്.

ഈ ഫീഡ്ബാക്ക് ലൂപ്പ് നിങ്ങളെ സ്വയമേവ സ്പഷ്ടവും അളക്കാവുന്നതുമായ അത്ഭുതങ്ങൾ സൃഷ്ടിക്കുന്നതിനുള്ള പാതയിലേക്ക് നയിക്കും. ഇത് അൽപ്പം കാലാവസ്ഥാ വിരുദ്ധമാണെന്ന് തോന്നിയേക്കാമെന്ന് ഞാൻ മനസ്സിലാക്കുന്നു, നിങ്ങളുടെ ആജീവനാന്ത ആഭ്യന്തര സംഘർഷത്തിൽ നിന്ന് നിങ്ങളെ പുറത്തെടുക്കുന്ന ഈ രണ്ട് ലളിതമായ തീരുമാനങ്ങൾ മാത്രമേ ഉള്ളൂ – മുൻകാലങ്ങളിൽ നിരന്തരമായ ഉയർന്ന തലത്തിലുള്ള വിജയങ്ങൾ നിങ്ങളെ ഒഴിവാക്കിയതിന്റെ പ്രാഥമിക കാരണം – എന്നാൽ ഇത് ശരിക്കും ആവശ്യമാണ്. അവസരങ്ങളെക്കുറിച്ചുള്ള നിങ്ങളുടെ യുക്തിരഹിതമായ ഭയം അത് സ്വയം അനുഭവിക്കുന്നതിൽ നിന്ന് നിങ്ങളെ പിന്തിരിപ്പിക്കാൻ അനുവദിക്കരുത്.

മനുഷ്യശരീരത്തിൽ അന്തർലീനമായിരിക്കുന്ന സംഘർഷത്തിന്റെ നാല് അടിസ്ഥാന പ്രകടനങ്ങളെക്കുറിച്ചും അവയെ എങ്ങനെ മറികടക്കാമെന്നും ഇപ്പോൾ നിങ്ങൾ മനസ്സിലാക്കിക്കഴിഞ്ഞാൽ, അടുത്ത അധ്യായത്തിലേക്ക് കടക്കാം, അത്ഭുത സമവാക്യം പ്രവർത്തിക്കുന്നതിന് ഏറ്റവും അനുയോജ്യമായ വൈകാരികാവസ്ഥയിലേക്ക് നിങ്ങളെ എങ്ങനെ എത്തിക്കാമെന്ന് അത് നിങ്ങളോട് പറയും. സൂചന : നിങ്ങളെ പിന്നോട്ട് വലിക്കുന്ന എല്ലാ നെഗറ്റീവ് വികാരങ്ങളെയും നിങ്ങൾ പുറത്തുവിടേണ്ടതുണ്ട്. പക്ഷേ, നിങ്ങൾ വായിക്കാൻ പോകുകയാണെങ്കിൽ, ഇതിന് ഏകദേശം അഞ്ച് മിനിറ്റ് മാത്രമേ എടുക്കൂ. ഞാൻ വാഗ്ദാനം ചെയ്യുന്നു.

4

വൈകാരികമായി അജയ്യനായി മാറുന്നു

നിങ്ങളെ പിന്നോട്ട് വലിക്കുന്ന എല്ലാ നിഷേധ വികാരങ്ങളെയും എങ്ങനെ സ്വതന്ത്രമാക്കാം

നിങ്ങൾ ഇപ്പോൾ സൃഷ്ടിക്കുന്ന വേദന എപ്പോഴും ഒരുതരം സ്വീകാര്യതയില്ലായ്മയാണ്, ഉള്ളതിനോടുള്ള അബോധാവസ്ഥയിലുള്ള പ്രതിരോധമാണ്. ചിന്തയുടെ തലത്തിൽ, പ്രതിരോധം ഒരുതരം വിധിന്യായമാണ്. വൈകാരിക തലത്തിൽ, അത് ഒരുതരം നിഷേധാത്മകതയാണ്.

—എഖാർട്ട് ടോൾ

വൈകി ഓടുന്ന തിരക്കേറിയ പ്രഭാതങ്ങൾ നിങ്ങൾക്ക് ഇഷ്ടമല്ലേ, ഡ്രൈവ്‌വേയിൽ നിന്ന് കാർ പുറത്തെടുക്കുമ്പോൾ, ഫ്രീവേയിൽ ഒരു കാർ അപകടത്തിൽപ്പെട്ടിട്ടുണ്ടെന്നും ഗതാഗതം പുനഃസ്ഥാപിക്കപ്പെട്ടിട്ടുണ്ടെന്നും നിങ്ങൾ മനസ്സിലാക്കുന്നു? നിങ്ങൾ എവിടെയെങ്കിലും പോകണം, ഈ പ്രത്യേക പ്രഭാതത്തിൽ നിങ്ങൾക്ക് ഏറ്റവും ആവശ്യമുള്ളത് ബമ്പർ-ടു-ബമ്പർ ട്രാഫിക്കാണ്! അല്ലെങ്കിൽ അതിലും മോശമായി, വൈകി ഓടുകയും അതേ അപകടത്തിൽ ഉൾപ്പെടുകയും ചെയ്ത വ്യക്തിയെക്കുറിച്ച് ചിന്തിക്കുക? *പാവം*, നിങ്ങൾ കരുതുന്നു. *അവർ എന്നെക്കാൾ മോശമായ അവസ്ഥയിലാണ്.* തീർച്ചയായും, അവർ സുഖമായിരിക്കുമെന്ന് നിങ്ങൾ ഒരു നിമിഷം പ്രതീക്ഷിക്കുന്നു, പക്ഷേ നിങ്ങളുടെ ശ്രദ്ധ പെട്ടെന്ന് നിങ്ങളിലേക്കും നിങ്ങളുടെ ഒരിക്കലും അവസാനിക്കാത്ത പ്രശ്നങ്ങളിലേക്കും മാറുന്നു.

അല്ലെങ്കിൽ ഒരു വലിയ കാര്യം അന്തിമമാകാൻ നിങ്ങൾ കാത്തിരിക്കുകയാണെങ്കിലോ? നിങ്ങൾ മാസങ്ങളായി അതിൽ പ്രവർത്തിക്കുന്നു. ഇത് നിങ്ങളുടെ കമ്പനിക്ക് ധാരാളം പണം കൊണ്ടുവരികയും നിങ്ങളുടെ വ്യവസായത്തിൽ നിങ്ങളുടെ കമ്പനിയുടെ പ്രശസ്തി ഉയർത്തുകയും ചെയ്യും. അത്ഭുതകരമെന്നു പറയട്ടെ, വഴിയിൽ എല്ലാ വിശദാംശങ്ങളും ശരിയായ രീതിയിൽ സംഭവിച്ചു. ഇനി നിങ്ങൾക്ക് ഒപ്പിട്ട കരാർ മാത്രം ലഭിച്ചാൽ മതി. പക്ഷേ നിങ്ങളുടെ കോൺട്രാക്റ്റ് വാഗ്ദാനം ചെയ്ത ദിവസം അത് എത്തുന്നില്ല. കരാറിനെക്കുറിച്ച് പരിശോധിക്കാൻ നിങ്ങൾ ബന്ധപ്പെടുമ്പോൾ, മറുവശത്ത് പിന്മാറുകയാണെന്ന് അറിയിക്കുന്ന ഭയാനകമായ ഇമെയിൽ നിങ്ങൾക്ക് ലഭിക്കും. *വേണ്ടാാ!!!!!* മൂന്നാം തവണയും ഇമെയിൽ വായിച്ചതിനുശേഷം, നിങ്ങൾ ഓഫീസിന്റെ വാതിൽ അടച്ചിട്ട് നഷ്ടപ്പെട്ട ഇടപാടിനെക്കുറിച്ച് ദുഃഖിക്കും – ശേഷിക്കുന്ന ദിവസം മുഴുവൻ.

ഒരു സംഗീത പരിപാടിക്ക് രണ്ട് ടിക്കറ്റുകൾ വാങ്ങി നിങ്ങളുടെ പ്രിയപ്പെട്ടവരോടൊപ്പം പോകാൻ പദ്ധതിയിടുമ്പോൾ എങ്ങനെയിരിക്കും? ഇതാണ് നിങ്ങളുടെ പ്രിയപ്പെട്ട ബാൻഡ്,

മാസങ്ങളായി നിങ്ങൾ രണ്ടുപേരും ഈ വൈകുന്നേരത്തിനായി കാത്തിരിക്കുകയായിരുന്നു. നിങ്ങൾ രണ്ടുപേർക്കും അത്താഴത്തിന് മുൻകൂട്ടി റിസർവേഷൻ നടത്തുകയും പ്രത്യേക രാത്രിയ്ക്കായി ഒരു പുതിയ വസ്ത്രം വാങ്ങുകയും ചെയ്യുന്നു. ഈ അനുഭവം നിങ്ങളുടെ പങ്കാളിയേക്കാൾ പങ്കിടാൻ നിങ്ങൾ ആഗ്രഹിക്കുന്ന മറ്റാരുമില്ല, പരിപാടി കാണുന്നതിൽ നിന്ന് നിങ്ങളെ തടയാൻ യാതൊന്നിനും കഴിയില്ല. പക്ഷേ, ഒരു ആഴ്ച മുമ്പ്, നിങ്ങളുടെ മറ്റേ പകുതി പറയുന്നു, ജോലിസംബന്ധമായി ഒരു യാത്ര പോകണമെന്ന്. കേൾക്കാൻ വരുന്ന ആരോടെങ്കിലും നിങ്ങളുടെ നിരാശയെക്കുറിച്ച് പരാതി പറഞ്ഞുകൊണ്ട് നിങ്ങൾ അടുത്ത കുറച്ച് ദിവസങ്ങൾ ചെലവഴിക്കും.

ജീവിതം ചിലപ്പോഴൊക്കെ ശരിക്കും തളർന്നുപോയേക്കാം. ജീവിതത്തിൽ നമ്മുടെ നിയന്ത്രണത്തിന് പുറത്തുള്ള നിരവധി വശങ്ങളുണ്ട്, നിയന്ത്രണാതീതമായി തോന്നുന്നത് ആരും ഇഷ്ടപ്പെടുന്നില്ല. എന്നാൽ തുരങ്കത്തിന്റെ അറ്റത്ത് ഒരു വെളിച്ചമുണ്ട്, കാരണം അഞ്ച് മിനിറ്റോ അതിൽ കുറവോ സമയത്തിനുള്ളിൽ എല്ലാ നിഷേധാത്മക വികാരങ്ങളും ഇല്ലാതാക്കുന്ന ഒരു തെളിയിക്കപ്പെട്ട സമീപനമുണ്ട്. നിഷേധാത്മക വികാരങ്ങൾ അനുഭവിക്കുന്നതും അളക്കാവുന്നതും സ്പഷ്ടവുമായ അത്ഭുതങ്ങൾ സൃഷ്ടിക്കുന്നതും തമ്മിലുള്ള ബന്ധം നമുക്ക് ഒരു നിമിഷം പിന്നോട്ട് പോയി നോക്കാം. നമ്മൾ ചർച്ച ചെയ്തതു പോലെ, അത്ഭുതങ്ങൾ സാധ്യതയിൽ നിന്നാണ് ജനിക്കുന്നത് – നിങ്ങൾക്ക് എന്തും സാധ്യമാണെന്നും നിങ്ങൾ പരിശ്രമിക്കാൻ തയ്യാറുള്ള എല്ലാ വിജയത്തിനും നിങ്ങൾ അർഹനാണെന്നും ഉള്ള ധാരണയിൽ നിന്നാണ്. എന്നിരുന്നാലും, നിങ്ങളുടെ വൈകാരികാവസ്ഥ അനുകൂലമല്ലാത്തപ്പോൾ – നിങ്ങൾ സമ്മർദ്ദം, ഭയം, ഉത്കണ്ഠ, പശ്ചാത്താപം, നീരസം അല്ലെങ്കിൽ മറ്റേതെങ്കിലും അസുഖകരമായ വികാരങ്ങൾ എന്നിവ അനുഭവിക്കുന്നുണ്ടെങ്കിൽ – സാധ്യമായതിനെക്കുറിച്ച് നിങ്ങൾ ചിന്തിക്കുന്നില്ല. നിങ്ങൾ നിങ്ങളുടെ പദ്ധതികൾ ശരിയായി ക്രമീകരിക്കുകയോ നിങ്ങളുടെ പ്രശ്നങ്ങൾക്കുള്ള സൃഷ്ടിപരമായ പരിഹാരങ്ങൾ ചർച്ച ചെയ്യുകയോ ചെയ്യുന്നില്ല. നിങ്ങൾ ഊർജ്ജത്താൽ നിറഞ്ഞവരല്ല. ഇല്ല, നിങ്ങൾ നിങ്ങളുടെ നിഷേധാത്മക വികാരങ്ങളിലാണ് ശ്രദ്ധ കേന്ദ്രീകരിക്കുന്നത്. നീ നിന്റെ മുറിവുകൾ നക്കുകയാണ്, അങ്ങനെ

പറയാം. അതേസമയം, സാധ്യതകൾ നിങ്ങളെ കടന്നുപോകുന്നു, കാരണം ആ നിഷേധാത്മക വികാരങ്ങൾക്കപ്പുറം മറ്റൊന്നിനും നിങ്ങളുടെ തലച്ചോറിൽ ഇടമില്ല.

നിങ്ങൾ എപ്പോഴെങ്കിലും അനുഭവിച്ച ഓരോ നിഷേധാത്മക വികാരത്തിന്റെയും അടിസ്ഥാന കാരണം എന്താണെന്ന് നിങ്ങൾ എപ്പോഴെങ്കിലും ചിന്തിച്ചിട്ടുണ്ടോ? കോപം, ക്രോധം, നിരാശ, ദുഃഖം, ഭയം, നിരാശ, വിരസത, വിദ്വേഷം, ശല്യം, നാണക്കേട്, കുറ്റബോധം, ഉത്കണ്ഠ – നിങ്ങൾ വിളിക്കുന്ന എല്ലാ നെഗറ്റീവ് വികാരങ്ങളെക്കുറിച്ചും ഞാൻ സംസാരിക്കുന്നു. നിങ്ങൾ അതിനെക്കുറിച്ച് അൽപ്പം ചിന്തിച്ചിരുന്നെങ്കിൽ, ഓരോ തവണയും നിങ്ങൾക്ക് നിഷേധാത്മക വികാരം തോന്നുന്നതിന് വ്യത്യസ്തമായ ഒരു കാരണം കണ്ടെത്താൻ സാധ്യതയുണ്ട്. നമുക്ക് തോന്നുന്ന വിധത്തിന് എപ്പോഴും എന്തെങ്കിലും അല്ലെങ്കിൽ ആരെയെങ്കിലും കുറ്റപ്പെടുത്തേണ്ടി വരും. അവൻ പറഞ്ഞത് കേട്ട് എനിക്ക് ദേഷ്യം വന്നു. സംഭവിച്ചതിൽ ഞാൻ അസ്വസ്ഥനാണ്. *എനിക്ക് എന്ത് (അല്ലെങ്കിൽ ആരെ) നഷ്ടപ്പെട്ടു എന്നതിൽ ഞാൻ ദുഃഖിതനാണ്. എന്റെ പ്ലേറ്റിൽ ആവശ്യത്തിലധികം ഉള്ളതിനാൽ എനിക്ക് സമ്മർദ്ദമുണ്ട്.* ഞാൻ ആസൂത്രണം ചെയ്ത രീതിയിൽ കാര്യങ്ങൾ നടന്നേക്കില്ല എന്നതിനാൽ എനിക്ക് ആശങ്കയുണ്ട്. നമ്മുടെ വൈകാരിക വേദനയ്ക്ക് കാരണം സാഹചര്യങ്ങളും, അവസ്ഥകളും, നമ്മുടെ പ്രതീക്ഷകൾ നിറവേറ്റാത്ത ആളുകളുമാണെന്ന് നമ്മൾ തെറ്റായി അനുമാനിക്കുന്നു. സത്യത്തിൽ നിന്ന് കൂടുതലായി മറ്റൊന്നും ഉണ്ടാകില്ല.

നമ്മുടെ വൈകാരിക വേദനയ്ക്കും നമുക്ക് മോശം തോന്നിയ സമയങ്ങൾക്കും *ചുറ്റും നടക്കുന്ന* കാര്യങ്ങളുമായി വലിയ ബന്ധമൊന്നുമില്ല, മറിച്ച് നമ്മുടെ ഉള്ളിൽ നടക്കുന്ന കാര്യങ്ങളുമായി ബന്ധപ്പെട്ടിരിക്കുന്നു. ഈ അധ്യായം വായിച്ചുകഴിഞ്ഞാൽ, നിങ്ങൾക്ക് ഇനി ഒരിക്കലും വിഷമം തോന്നേണ്ടി വരില്ല. നിങ്ങൾ പഠിക്കാൻ പോകുന്നത് മനുഷ്യ സ്വഭാവത്തെയും നമ്മുടെ നെഗറ്റീവ് വികാരങ്ങൾക്ക് കാരണമാകുന്നത് വിശ്വസിക്കാൻ നമ്മെ നിർബന്ധിച്ചിരിക്കുന്ന കാര്യങ്ങളെയും നിർവ്വചിക്കുന്നു, വൈകാരിക അജയ്യതയിലേക്കുള്ള വാതിൽ തുറക്കുന്ന താക്കോലാണിത്. വൈകാരികമായി അജയ്യനാകുക എന്നതിനർത്ഥം നിങ്ങളുടെ വികാരങ്ങളെ നിങ്ങൾ നിയന്ത്രിക്കുമെന്നാണ്,

തീർച്ചയായും, നിങ്ങൾ ആഗ്രഹിക്കുന്നില്ലെങ്കിൽ, നിങ്ങൾക്ക് ഇനി ഒരിക്കലും വൈകാരിക വേദന അനുഭവിക്കേണ്ടി വരില്ല (നിങ്ങൾ ഉടൻ കണ്ടെത്തുന്നതുപോലെ, നിങ്ങൾ ആഗ്രഹിക്കുന്ന ചില സമയങ്ങളുണ്ട്).

നമ്മുടെ നിഷേധാത്മക വികാരങ്ങൾക്ക് ഉത്തരവാദിത്വം ഏറ്റെടുക്കൽ

ഇത് കഠിനമായി തോന്നുമെന്ന് എനിക്കറിയാം, പക്ഷേ എനിക്ക് അത് പുറത്തുകൊണ്ടുവരണം : *നിങ്ങൾ അനുഭവിച്ചിട്ടുള്ളതും, ഇപ്പോൾ അനുഭവിക്കുന്നതും, ഭാവിയിൽ അനുഭവിക്കാവുന്നതുമായ എല്ലാ വേദനാജനകമായ വികാരങ്ങളും നിങ്ങൾ സ്വയം സൃഷ്ടിച്ചതാണ്, അവ പൂർണ്ണമായും ഐച്ഛികമാണ്.* നിങ്ങൾക്ക് ആന്തരിക പോരാട്ടത്തിന് കാരണമാകുന്ന വേദനാജനകമായ അല്ലെങ്കിൽ അസുഖകരമായ എല്ലാ വികാരങ്ങളെയും കുറിച്ചാണ് ഞാൻ സംസാരിക്കുന്നത്.

ഭൂതകാലത്തിൽ നിന്നും വർത്തമാനത്തിൽ നിന്നുമുള്ള നിങ്ങളുടെ എല്ലാ വൈകാരിക വേദനകളും മോചിപ്പിക്കാനും ഭാവിയിൽ അത് സൃഷ്ടിക്കുന്നത് നിർത്താനും നിങ്ങൾക്ക് ശക്തിയുണ്ടെന്ന് ഞാൻ നിങ്ങളോട് പറഞ്ഞാലോ? മറ്റൊരു വിധത്തിൽ പറഞ്ഞാൽ, സ്വയം സൃഷ്ടിക്കുന്ന നിഷേധാത്മക വികാരങ്ങൾ നിർത്താനും വൈകാരിക വേദനയിൽ നിന്ന് മുക്തമായി ജീവിക്കാനും നിങ്ങൾക്ക് ഇന്ന് മുതൽ ജീവിതകാലം മുഴുവൻ കഴിയും. *വൈകാരികമായി അജയ്യനാകുക എന്നതിന്റെ അർത്ഥം അതാണ്.*

നമ്മുടെ ബാഹ്യ സാഹചര്യങ്ങൾ എത്ര ബുദ്ധിമുട്ടാണെങ്കിലും, നിഷേധാത്മക വികാരങ്ങളിൽ നിന്ന് പൂർണ്ണമായും മുക്തരാകാൻ നമുക്കെല്ലാവർക്കും ഒരു തിരഞ്ഞെടുപ്പുണ്ടെന്ന് ഞാൻ മനസ്സിലാക്കിയ സമയത്തെക്കുറിച്ചുള്ള ഒരു കഥ ഞാൻ നിങ്ങളുമായി പങ്കുവെക്കട്ടെ.

എനിക്ക് ഇരുപത് വയസ്സുള്ളപ്പോൾ, ഒരുപാട് വൈകാരിക

പ്രതികൂല സാഹചര്യങ്ങൾ എന്റെ ലോകത്തേക്ക് ഇരച്ചുകയറി. കട്ട്കോയിലെ ഒരു വിൽപ്പന സമ്മേളനത്തിൽ ഒരു പ്രസംഗം കഴിഞ്ഞ് വീട്ടിലേക്ക് പോകുമ്പോൾ, മദ്യപിച്ച ഒരു ഡ്രൈവർ മണിക്കൂറിൽ 70 മൈലിൽ കൂടുതൽ വേഗതയിൽ സഞ്ചരിച്ച് എന്റെ കാറിൽ ഇടിച്ചു, അതേ വേഗതയിൽ വന്ന മറ്റൊരു കാർ എന്റെ കാറിന്റെ വശങ്ങളിലേക്ക് ഇടിച്ചു. മദ്യപിച്ച ഡ്രൈവറുടെ കാർ അല്ലായിരുന്നു, എന്റെ ഡ്രൈവറുടെ സൈഡ് ഡോറിൽ ഇടിച്ച രണ്ടാമത്തെ കാർ ആണ് കൂടുതൽ കേടുപാടുകൾ വരുത്തിയത്. ഭാഗ്യവശാൽ, മറ്റാർക്കും പരിക്കേറ്റില്ല. നിർഭാഗ്യവശാൽ, എനിക്ക് അത്ര ഭാഗ്യമുണ്ടായിരുന്നില്ല.

മറ്റേ വാഹനവുമായുള്ള കൂട്ടിയിടിയുടെ ഫലമായി എന്റെ കാറിന്റെ വാതിൽ എന്റെ ശരീരത്തിന്റെ ഇടതുവശത്ത് അമർന്നു, തൽക്ഷണം എന്റെ തുടയെല്ല്, കണ്ണിന്റെ തടം, പെൽവിസ് എന്നിവയുൾപ്പെടെ പതിനൊന്ന് അസ്ഥികൾ ഒടിഞ്ഞു. അപകടം നടന്ന് അമ്പത് മിനിറ്റിനുശേഷം, അഗ്നിശമന സേന ഒടുവിൽ അശ്രാന്ത പരിശ്രമം നടത്തി എന്നെ ഫോർഡ് മസ്റ്റാങ്ങിൽ നിന്ന് പുറത്തെടുത്തു, അപ്പോഴാണ് ഞാൻ വളരെയധികം രക്തം നഷ്ടപ്പെട്ട് മരിച്ചത്. എന്റെ ഹൃദയം ആറ് മിനിറ്റ് നേരത്തേക്ക് മിടിക്കുന്നത് നിർത്തി. ഭാഗ്യവശാൽ, എന്റെ ബോധം തിരികെവന്നു, പിന്നെ എയർലിഫ്റ്റ് ചെയ്ത് ആശുപത്രിയിലേക്ക് കൊണ്ടുപോയി, അവിടെ ഞാൻ അടുത്ത ആറ് ദിവസം കോമയിൽ കഴിഞ്ഞു.

ഒടുവിൽ ഞാൻ കോമയിൽ നിന്ന് ഉണർന്നപ്പോൾ, എന്റെ ജീവിതകാലംമുഴുവൻഞാൻവീൽചെയറിൽഒതുങ്ങിനിൽക്കേണ്ടി വരുമെന്ന് ഡോക്ടർമാർ എന്നോട് പറഞ്ഞു. (ഉണരാൻ ഏറ്റവും നല്ല വാർത്തയല്ല.) എനിക്ക് അവിശ്വാസം തോന്നി. ഏത് പ്രായത്തിലുള്ളവർക്കും അത് കേൾക്കാൻ പ്രയാസമാണ്. പക്ഷേ, ഇരുപത് വയസ്സുള്ളപ്പോൾ എനിക്ക് തോന്നി, *'ഇതൊന്നും സംഭവിക്കാൻ പാടില്ല;' നടക്കാൻ പോകുന്ന ഒരുപാട് ലക്ഷ്യങ്ങൾ എനിക്കുണ്ട്.*

ഞാൻ ഒരു ദീർഘനിശ്വാസം എടുത്തു, ആദ്യത്തെ ആ വിറയൽഒഴിവാക്കി,ഡോക്ടർമാർഎന്നോട്പറഞ്ഞതിനെക്കുറിച്ച് വീണ്ടും ചിന്തിച്ചു. ആ നിമിഷം, എന്റെ ആശുപത്രി കിടക്കയിൽ, എന്റെ പ്രതികരണം തിരഞ്ഞെടുക്കാനുള്ള ഉത്തരവാദിത്തവും

അവസരവും എനിക്കുണ്ടെന്ന് ഞാൻ ഓർത്തു. *ഇത് ന്യായമല്ല എന്നതുപോലുള്ള, എന്നെ നിരുത്സാഹപ്പെടുത്തുകയും ശക്തി നഷ്ട പ്പെടുത്തുകയും ചെയ്യുന്ന ഒരു പ്രതികരണം എനിക്ക് തിരഞ്ഞെ ടുക്കാം. എനിക്ക് ഇത് അർഹമല്ല. ഇത് എനിക്ക് സംഭവിച്ചതിൽ എനിക്ക് വെറുപ്പാണ്.* എന്റെ ജീവിതം നശിച്ചു. അല്ലെങ്കിൽ എനിക്ക് ഇത് മാറ്റാൻ കഴിയില്ല എന്നതുപോലുള്ള, എന്നെ പ്രോത്സാഹിപ്പിക്കുകയും ശക്തിപ്പെടുത്തുകയും ചെയ്യുന്ന ഒരു പ്രതികരണം എനിക്ക് തിരഞ്ഞെടുക്കാം. *എന്റെ സാഹചര്യങ്ങ ളെക്കുറിച്ച് വിഷമിക്കുന്നതിൽ അർത്ഥമില്ല. എനിക്ക് നന്ദിയുള്ള വനായിരിക്കാൻ ഒരുപാട് കാര്യങ്ങളുണ്ട്. എന്റെ ജീവിതം എന്നത് ഞാൻ എന്ത് കണ്ടെത്തുന്നുവോ അതാണ്.* എന്റെ യാഥാർത്ഥ്യത്തെ ചെറുത്ത് എന്റെ നിഷേധാത്മക ചിന്തകളെയും വികാരങ്ങളെയും മുറുകെ പിടിക്കുക അല്ലെങ്കിൽ എന്റെ യാഥാർ ത്ഥ്യത്തെ നിരുപാധികമായി അംഗീകരിച്ച് എന്റെ വൈകാരിക വേദനയിൽ നിന്ന് മുക്തനാകുക എന്ന ഒരു തിരഞ്ഞെടുപ്പ് എനിക്കു ണ്ടായിരുന്നു. ഞാൻ രണ്ടാമത്തേത് തിരഞ്ഞെടുത്തു.

എന്റെ പുതിയ യാഥാർത്ഥ്യത്തെ നിരുപാധികം അംഗീകരി ക്കാൻ ഞാൻ തീരുമാനിച്ചു: *ഞാൻ ഒരു വാഹനാപകടത്തിൽ പെട്ടു, പതിനൊന്ന് അസ്ഥികൾ ഒടിഞ്ഞു, തലച്ചോറിന് സ്ഥിരമായ ക്ഷതം സംഭവിച്ചു, ഇനി ഒരിക്കലും ഞാൻ നടക്കില്ലെന്ന് ഡോക്ടർ മാർ വിശ്വസിക്കുന്നു.* അഞ്ച് മിനിറ്റിനുള്ളിൽ ഞാൻ അത് അംഗീകരിച്ചു.

അഞ്ച് മിനിറ്റ്? എനിക്ക് വിശ്വസിക്കാൻ പറ്റുന്നില്ല! നിങ്ങൾ സ്വയം ചിന്തിക്കുന്നുണ്ടാകാം. അല്ലെങ്കിൽ നിങ്ങൾ മുൻകൈ യെടുത്ത് ചിന്തിക്കുന്നുണ്ടാകാം, *അവൻ അത് എങ്ങനെ ചെയ്തു?* ശരി, എന്റെ അപകടത്തിന് മുമ്പുള്ള പതിനെട്ട് മാസക്കാലം, എന്റെ സെയിൽസ് സ്ഥാനത്ത് ജോലി ചെയ്തുകൊണ്ടിരിക്കുമ്പോൾ, ആ നിമിഷത്തിനായി ഞാൻ അറിയാതെ തന്നെ എന്റെ തലച്ചോറിനെ പരിശീലിപ്പിക്കുകയായിരുന്നു. (പ്രതിരോധത്തിന്റെ വിപരീതം) സ്വീകാര്യത എന്റെ വൈകാരിക സ്ഥിരസ്ഥിതിയായി മാറിയിരുന്നു.

അഞ്ച് മിനിറ്റ് നിയമം

എന്റെ ആശുപത്രി കിടക്കയിൽ വെച്ച്, കട്ട്കോയിലെ എന്റെ

ആദ്യ മാനേജരും ഒരു യഥാർത്ഥ അത്ഭുത പ്രഗത്ഭനുമായ ജെസ്സി ലെവിൻ എന്റെ പ്രാരംഭ പരിശീലനത്തിൽ എന്നെ പഠിപ്പിച്ച ഒരു കാര്യം ഞാൻ ഉടനടി ഓർത്തു. "അഞ്ച് മിനിറ്റ് നിയമം" എന്നാണ് അത് വിളിച്ചിരുന്നത്, "എന്തെങ്കിലും പദ്ധതി പ്രകാരം നടക്കാത്തപ്പോൾ വിഷമം തോന്നുന്നതിൽ തെറ്റില്ല, പക്ഷേ അഞ്ച് മിനിറ്റിൽ കൂടുതൽ അങ്ങനെ സംഭവിക്കരുത്" എന്ന് അത് അടിസ്ഥാനപരമായി പ്രസ്താവിച്ചു. ഒരു പരാജയം, നിരാശ, അല്ലെങ്കിൽ മറ്റേതെങ്കിലും അനാവശ്യ ഫലം എന്നിവ നേരിടുമ്പോൾ നമ്മുടെ ഫോണുകളിൽ അഞ്ച് മിനിറ്റ് ടൈമർ സജ്ജീകരിക്കാനും അതിനെക്കുറിച്ച് വിഷമിക്കാൻ അഞ്ച് മിനിറ്റ് സമയം നൽകാനും ജെസ്സി ഞങ്ങളെ പഠിപ്പിച്ചു.

നമുക്ക് അഞ്ച് മിനിറ്റ് നേരത്തേക്ക് ശല്യപ്പെടുത്താനും, ഞരങ്ങാനും, കരയാനും, പരാതിപ്പെടാനും, തുറന്നുപറയാനും, ചുമരിൽ ഇടിക്കാനും കഴിയും – നമ്മൾക്ക് എന്ത് വേണമെങ്കിലും ചെയ്യാം. ആ അഞ്ച് മിനിറ്റ് വികാരങ്ങൾ അനുഭവിക്കാൻ ഇടം നൽകി, പക്ഷേ സമയപരിധി, അനാവശ്യവും അനാരോഗ്യ കരവുമായ ഒരു കാലഘട്ടത്തേക്ക് ഏതെങ്കിലും പ്രതികൂല സാഹ ചര്യത്തെക്കുറിച്ച് ചിന്തിച്ചുനിൽക്കുന്നതിൽ നിന്ന് നമ്മളെ തടഞ്ഞു. മിക്ക ആളുകളും തങ്ങളെ മോശമായി തോന്നിപ്പി ക്കുന്ന നിഷേധാത്മക വികാരങ്ങൾ വീണ്ടും വീണ്ടും അനുഭവിച്ചു കൊണ്ടേയിരിക്കുന്ന ആ വൈകാരിക തമോദ്വാരത്തിലേക്ക് വീഴുന്നതിൽ നിന്ന് അത് ഞങ്ങളെ തടഞ്ഞു.

ടൈമർ ഓഫ് ആയപ്പോൾ, "അത് മാറ്റാൻ കഴിയില്ല" എന്ന വാക്കുകൾ ഉച്ചത്തിൽ പറയണമെന്നും, എന്തെങ്കിലും മാറ്റാൻ കഴിയുന്നില്ലെങ്കിൽ അതിനെ ചെറുക്കണമെന്നും – വൈകാരിക ഊർജ്ജം അതിൽ ചെലവഴിക്കുകയും അത് വ്യത്യസ്തമായിരി ക്കണമെന്ന് ആഗ്രഹിക്കുകയും ചെയ്യുന്നത് – അർത്ഥശൂന്യ മാണെന്ന് മാത്രമല്ല വേദനാജനകമാണെന്നും ജെസ്സി ഞങ്ങളെ പഠിപ്പിച്ചു. ഇത് ആന്തരിക വൈകാരിക കഷ്ടപ്പാടുകൾ സൃഷ്ടി ക്കുന്നു, പക്ഷേ നിങ്ങളുടെ കഷ്ടപ്പാടിന് കാരണമായി നിങ്ങൾ കരുതുന്ന സംഭവത്തെ മാറ്റാൻ ഒന്നും ചെയ്യുന്നില്ല.

അഞ്ച് മിനിറ്റ് നിയമം ഞാൻ ആദ്യമായി പഠിച്ചപ്പോൾ, ഞാൻ ചിന്തിച്ചത് ഓർക്കുന്നു, *ആഹ്... അഞ്ച് മിനിറ്റ്? എന്തെങ്കിലും കുഴപ്പം സംഭവിച്ചാൽ അസ്വസ്ഥനാകാൻ എനിക്ക്*

അഞ്ച് മിനിറ്റിൽ കൂടുതൽ സമയം വേണ്ടിവരും! പിന്നെ ഞാൻ അത് പ്രയോഗിക്കാൻ തുടങ്ങി. എന്റെ ഉപഭോക്താക്കളിൽ ഒരാൾ വിളിച്ച് ഓർഡർ റദ്ദാക്കും, ഞങ്ങൾ ഫോൺ കട്ട് ചെയ്തയുടനെ തന്നെ എന്റെ ഫോണിലെ അഞ്ച് മിനിറ്റ് ടൈമർ ഓൺ ആക്കും. ഞാൻ വേഗത്തിൽ നടക്കുകയും ശപിക്കുകയും എന്റെ നിഷേധാത്മക ചിന്തകളാലും വികാരങ്ങളാലും വിഴുങ്ങപ്പെടുകയും ചെയ്യും. എന്ത് സംഭവിച്ചാലും ഞാൻ അതിനെ ചെറുക്കുമായിരുന്നു, അങ്ങനെ സംഭവിക്കാതിരുന്നെങ്കിൽ എന്ന് ഞാൻ ആഗ്രഹിച്ചു. പിന്നെ ബസർ മുഴങ്ങും. പിന്നെ എന്താണെന്നറിയാമോ? പ്രതീക്ഷിച്ചതുപോലെ തന്നെ, എനിക്ക് ഇപ്പോഴും അസ്വസ്ഥത തോന്നി! *അഞ്ച് മിനിറ്റ് പോരാ!* ഞാൻ എന്റെ ഉള്ളിൽ അലറിവിളിക്കും. പക്ഷേ ഞാൻ അതിൽ തുടർന്നു, അതിശയകരമെന്നു പറയട്ടെ, വെറും ഏതാനും ആഴ്ചകൾക്കുള്ളിൽ എല്ലാം മാറി.

എന്റെ ഫോണിൽ ടൈമർ സെറ്റ് ചെയ്ത്, വേഗത കൂട്ടാനും ശപിക്കാനും തുടങ്ങും, എന്നിട്ട് ഫോൺ എടുത്ത് അസ്വസ്ഥനാകാൻ ഇനിയും നാല് മിനിറ്റും പതിനേഴ സെക്കൻഡും ബാക്കിയുണ്ടെന്ന് മനസ്സിലാക്കും. എന്നിരുന്നാലും, എന്റെ യാഥാർത്ഥ്യത്തെചെറുക്കുന്നത്തുടരണോഅതോഇപ്പോൾഎന്റെനിയന്ത്രണത്തിലല്ലാത്തതും ഭൂതകാലത്തിലുള്ളതുമായ കാര്യങ്ങളെ പൂർണ്ണമായും അംഗീകരിക്കണോ എന്നത് എന്റെ ഇഷ്ടമാണ് എന്ന പുതിയ അവബോധത്തോടെ, ഞാൻ സ്വീകാര്യത തിരഞ്ഞെടുക്കാൻ തുടങ്ങി. ഞാൻ ചിന്തിച്ചു, *"എന്നെ മുന്നോട്ട് നയിക്കുന്ന എന്തെങ്കിലും സജീവമായി ചെയ്യാൻ എനിക്ക് ചെലവഴിക്കാൻ കഴിയുമ്പോൾ, അടുത്ത നാല് മിനിറ്റ് അസ്വസ്ഥതയോടെ ചെലവഴിക്കുന്നത് എന്തുകൊണ്ട്?* ഒരു തരത്തിൽ പറഞ്ഞാൽ, എന്റെ വൈകാരിക അജയ്യത ഞാൻ വളർത്തിയെടുക്കാൻ തുടങ്ങിയിരുന്നു, അത്രയും വേഗത്തിൽ നിരുപാധികമായ സ്വീകാര്യത തിരഞ്ഞെടുക്കാൻ എനിക്ക് കഴിഞ്ഞു.

അഞ്ച് മിനിറ്റ് നിയമം വളരെ ഫലപ്രദമാണ്, കാരണം ഇത് വൈകാരിക വേദനയെക്കുറിച്ചുള്ള ഒരു പാഠം വ്യക്തമാക്കുന്നു : *ഇത് നമ്മുടെ വൈകാരിക വേദനയ്ക്ക് കാരണമാകുന്ന അനുഭവമോ സാഹചര്യമോ സംഭവമോ അല്ല, മറിച്ച് ജീവിതത്തെ അതേപടി സ്വീകരിക്കാനും മുന്നോട്ട് പോകാനുമുള്ള നമ്മുടെ വിമുഖതയാണ് കാരണം.*

നമ്മൾ ശാഠ്യക്കാരായി മാറുകയും "ഇത് സംഭവിക്കാൻ പാടില്ല!" എന്ന് പറയുകയും ചെയ്യുമ്പോൾ, അപ്പോഴാണ് വേദനാ ജനകവും ഉപയോഗശൂന്യവുമായ വികാരങ്ങളാൽ നാം വലയുന്നത്. അഞ്ച് മിനിറ്റ് മുമ്പ്, അഞ്ച് മാസം മുമ്പ്, അല്ലെങ്കിൽ അഞ്ച് പതിറ്റാണ്ടുകൾക്ക് മുമ്പ് എന്തെങ്കിലും സംഭവിച്ചാലും, ഏത് കാലഘട്ടത്തിലും ഇത് സത്യമാണ്. നിങ്ങൾ ചെറുത്തുനിൽക്കുകയും അത് വ്യത്യസ്തമായിരിക്കണമെന്ന് ആഗ്രഹിക്കുകയും ചെയ്യുന്നിടത്തോളം, നിങ്ങൾ വൈകാരിക വേദന സൃഷ്ടിച്ച് നില നിർത്തുന്നത് തുടരും. നിങ്ങൾ അത് സ്വീകരിക്കുന്ന നിമിഷം, നിങ്ങൾ സ്വതന്ത്രനാകും.

ആശുപത്രി കിടക്കയിൽ തിരിച്ചെത്തിയ ഞാൻ, എന്റെ പുതിയ യാഥാർത്ഥ്യത്തെക്കുറിച്ച് അവിശ്വസനീയത അനുഭവിക്കാൻ അഞ്ച് മിനിറ്റ് എടുത്തു. പിന്നെ ഞാൻ എന്നെത്തന്നെ ഓർമ്മിപ്പിച്ചു, എനിക്ക് അത് മാറ്റാൻ കഴിയില്ല, അതിനാൽ അതിനെ ചെറുക്കുന്നതിൽ അർത്ഥമോ മൂല്യമോ ഇല്ലെന്ന്. അത് പൂർണ്ണമായും സ്വീകരിക്കാനുള്ള ബോധപൂർവ്വമായ തീരുമാനം ഞാൻ എടുത്തു. അതെ, അഞ്ച് മിനിറ്റിനുള്ളിൽ. ഇനി, *ഇത് പറയുന്നതിനേക്കാൾ എളുപ്പമാണ്* എന്ന് നിങ്ങൾ കരുതുന്നുണ്ടെങ്കിൽ, അത് അങ്ങനെയാണ്. ഒരു കാര്യം നമുക്ക് പുതിയതായിരിക്കുമ്പോൾ എല്ലാം ചെയ്യുന്നതിനേക്കാൾ എളുപ്പമാണ് പറയുന്നത്. ഓർക്കുക, എന്റെ അപകടത്തിന് ഒന്നര വർഷം മുമ്പ് ഞാൻ അഞ്ച് മിനിറ്റ് നിയമം പരിശീലിച്ചിരുന്നു, അതിനാലാണ് എനിക്ക് ഇത് വേഗത്തിൽ പ്രയോഗിക്കാൻ കഴിഞ്ഞത്. അഞ്ച് മണിക്കൂറോ അഞ്ച് ദിവസമോ എടുത്താൽ പോലും, എന്റെ സാഹചര്യങ്ങൾ സംഭവിച്ചതുപോലെ തന്നെ സ്വീകരിക്കാനുള്ള തീരുമാനം, അവ സംഭവിക്കരുതേ എന്ന് ആഗ്രഹിക്കുകയും എന്റെ ജീവിതകാലം മുഴുവൻ അവ എന്നെ പ്രതികൂലമായി ബാധിക്കാൻ അനുവദിക്കുകയും ചെയ്യുന്നതിനേക്കാൾ വളരെ മികച്ചതായിരുന്നു.

അടുത്ത രണ്ട് ദിവസത്തേക്ക്, ആശുപത്രി കിടക്കയിൽ

കിടന്ന്, എന്റെ പുതിയ യാഥാർത്ഥ്യത്തെക്കുറിച്ച് ഞാൻ ചിന്തിച്ചു. വീൽചെയറിൽ ജീവിക്കുന്നതിനെക്കുറിച്ചും എങ്ങനെയാണ് കാറുകളിൽ കയറുന്നതും ഇറങ്ങുന്നതും എന്നതിനെക്കുറിച്ചും ഞാൻ ചിന്തിച്ചു. ഞാൻ എന്റെ ജോലി എങ്ങനെ ചെയ്യും. ഞാൻ എങ്ങനെ ഡേറ്റ് ചെയ്യും. അങ്ങനെ ഒരുപാട് കാര്യങ്ങൾ. ഞാൻ അതേ നിഗമനത്തിലെത്തുന്നത് തുടർന്നു : *എനിക്ക് നന്ദിയുള്ളവനായിരിക്കാൻ വളരെയധികം കാര്യങ്ങളുണ്ട്, എന്റെ ജീവിതം ഞാൻ തിരഞ്ഞെടുക്കുന്നതെന്തും ആകാം.*

ഇത് നിങ്ങളെ സന്തോഷിപ്പിക്കില്ല

ഇനി, ഒരു കാര്യം നേരെയാക്കാം. എന്റെ ജീവിതകാലം മുഴുവൻ വീൽചെയറിൽ കഴിയാനുള്ള സാധ്യതയിൽ ഞാൻ *സന്തുഷ്ടനായിരുന്നില്ല*; അത് വളരെ നന്നായി സംഭവിക്കുമെന്ന വസ്തുതയിൽ എനിക്ക് സമാധാനമുണ്ടായിരുന്നു. അവിടെ വലിയ വ്യത്യാസമുണ്ട്.

നമ്മുടെ ആത്യന്തിക ലക്ഷ്യമായി സന്തോഷത്തിലേക്ക് വിരൽ ചൂണ്ടുന്ന നിരവധി തത്ത്വചിന്തകൾ ഉണ്ട്. സന്തോഷത്തിന് ഒരു കുഴപ്പവുമില്ല. എനിക്ക് സന്തോഷവാനായിരിക്കാൻ ഇഷ്ടമാണ്. എന്നിരുന്നാലും, സന്തോഷം ഒരു വികാരമാണ്, വികാരങ്ങൾ ക്ഷണികമാണ്. നിങ്ങൾ എപ്പോഴെങ്കിലും സന്തോഷവാനായിരുന്നിട്ടുണ്ടോ, പെട്ടെന്ന് ഒരു അസുഖകരമായ സംഭാഷണം അതിനെ മാറ്റിമറിച്ചിട്ടുണ്ടോ? ഒരു നിമിഷം സന്തോഷിക്കുകയും അടുത്ത നിമിഷം അസ്വസ്ഥനാകുകയും ചെയ്യാം. അപ്പോൾ സന്തോഷം എന്നത് നമ്മൾ കരുതുന്നതുപോലെയുള്ള ഒരു അന്തിമ കാര്യമായിരിക്കില്ല.

ഈ ഭാഗത്തിന് ഞാൻ "ഇത് നിങ്ങളെ സന്തോഷിപ്പിക്കില്ല" എന്നാണ് പേരിട്ടിരിക്കുന്നത്, കാരണം അഭികാമ്യമല്ലാത്ത എന്തെങ്കിലും സംഭവിക്കുമ്പോൾ, അത് സ്വീകരിക്കുന്നത് നിങ്ങൾ അതിൽ സന്തുഷ്ടരാകുമെന്ന് അർത്ഥമാക്കുന്നില്ല. വ്യക്തിപരമായി പറഞ്ഞാൽ, ഒരു വാഹനാപകടത്തിൽ പെട്ട് ഇനി ഒരിക്കലും നടക്കില്ലെന്ന് പറഞ്ഞതിൽ ഞാൻ സന്തുഷ്ടനല്ല. പിന്നീട് എനിക്ക് കാൻസർ രോഗനിർണ്ണയം നടത്തിയപ്പോൾ ഞാൻ സന്തോഷിച്ചില്ല, കൂടാതെ അസാധാരണമായി ഭയാനകമായ ഒരു രോഗനിർണ്ണയം ലഭിച്ചു. മീറ്റിംഗിൽ എത്താൻ വൈകിയാൽ

ബമ്പർ-ടു-ബമ്പർ ട്രാഫിക്കിൽ മുഴുകുന്നത് എനിക്ക് സന്തോഷം നൽകുന്നില്ല. ഭാഗ്യവശാൽ, സന്തോഷം തോന്നുന്നതിനേക്കാൾ വളരെ ശക്തമായ ഒരു കാര്യമാണ് സ്വീകാര്യത നമുക്ക് ചെയ്യുന്നത്.

പോസിറ്റീവ് ചാർജ്ജുള്ളതും *നെഗറ്റീവ് ചാർജ്ജുള്ളതുമായ* രണ്ട് പൊതു വികാരങ്ങൾ ഉണ്ടെന്ന് പരിഗണിക്കുക. സന്തോഷം, ആനന്ദം, ആവേശം, കൃതജ്ഞത, സ്നേഹം തുടങ്ങിയ പോസിറ്റീവ് വികാരങ്ങൾ നമ്മിൽ ഒരു സന്തോഷകരമായ ഊർജ്ജം സൃഷ്ടിക്കുന്നു, അത് നമ്മെ സന്തോഷിപ്പിക്കുന്നു. ഭയം, കോപം, അസൂയ, ഖേദം, നീരസം തുടങ്ങിയ നെഗറ്റീവ് വികാരങ്ങൾ നമ്മുടെ ഉള്ളിൽ അസുഖകരമായ ഒരു ഊർജ്ജം സൃഷ്ടിക്കുന്നു, അത് നമ്മെ മോശമെന്ന് തോന്നിപ്പിക്കുന്നു. പോസിറ്റീവ് ചാർജ്ജുള്ള വികാരങ്ങൾക്കും നെഗറ്റീവ് ചാർജ്ജുള്ള വികാരങ്ങൾക്കും ഇടയിലുള്ള ഇടത്തിലാണ് *ആന്തരിക സമാധാനത്തിന്റെ* മണ്ഡലം, അതാണ് നമ്മൾ പിന്തുടരുന്നത്. ആന്തരിക സമാധാനം ഒരു വികാരമല്ല. അതൊരു അവസ്ഥയാണ്. അത് വൈകാരികമായി ജ്വലിക്കുന്നതല്ല, പോസിറ്റീവോ നെഗറ്റീവോ അല്ല. അത് നിഷ്പക്ഷമാണ്.

ആന്തരിക സമാധാനം എന്നത് ബോധത്തിന്റെ ഒരു തലമാണ്, കൂടുതൽ കൃത്യമായി പറഞ്ഞാൽ, *ബോധപൂർവ്വമായ അവബോധമാണ്*, ഏത് നിമിഷവും നമുക്ക് അനുഭവിക്കാൻ ആഗ്രഹിക്കുന്ന ഏത് വികാരവും തിരഞ്ഞെടുക്കാൻ കഴിയുന്ന ഇടമാണിത്. ആന്തരിക സമാധാനം നമുക്ക് ആവശ്യമുള്ളതെന്തും സൃഷ്ടിക്കാനുള്ള വൈകാരിക ഇടം നൽകുന്നു, കൂടാതെ അത്ഭുതങ്ങൾ സൃഷ്ടിക്കുന്നതിനുള്ള ആരംഭ സ്ഥലവുമാണ്. സ്വീകാര്യതയുടെ കവാടത്തിലൂടെ എപ്പോൾ വേണമെങ്കിലും പ്രവേശിക്കാൻ കഴിയുന്ന ഒരു അചഞ്ചലമായ അവസ്ഥയാണിത്. നമ്മുടെ ജീവിതത്തിലെ മാറ്റമില്ലാത്തതും നമ്മുടെ നിയന്ത്രണത്തിന് പുറത്തുള്ളതുമായ എല്ലാ സാഹചര്യങ്ങളെയും അവസ്ഥകളെയും നിരുപാധികമായി അംഗീകരിക്കാനുള്ള തീരുമാനം എടുക്കാനുള്ള നമ്മുടെ സന്നദ്ധതയെ ആശ്രയിച്ചിരിക്കുന്നു. മറ്റൊരു വിധത്തിൽ പറഞ്ഞാൽ, വൈകാരികമായ അജയ്യതയിലേക്കുള്ള വാതിൽ തുറക്കുന്ന താക്കോലാണ് സ്വീകാര്യത. എന്റെ നിയന്ത്രണത്തിന് പുറത്തുള്ളതെല്ലാം അംഗീകരിക്കുന്നത് (വാഹനാപകടം, എന്റെ

തകര്‍ന്ന എല്ലുകള്‍, മസ്തിഷ്കക്ഷതം, ആശുപത്രിയില്‍ താമസിക്കല്‍, ഞാന്‍ ഇനി ഒരിക്കലും നടക്കാതിരിക്കാനുള്ള സാധ്യത, എന്റെ മുഖം, കൈ, ശരീരം, കാല്‍ എന്നിവയിലുടനീളമുള്ള സ്ഥിരമായ പാടുകള്‍ എന്നിവയെല്ലാം) എനിക്ക് ആന്തരിക സമാധാനം നല്‍കി, അങ്ങനെ സ്വയം സൃഷ്ടിച്ച വൈകാരിക വേദനയില്‍ നിന്ന് മുക്തനായി. സ്വീകാര്യതയിലൂടെ, എല്ലാ പ്രതിരോധങ്ങളും അനാവശ്യമായ വേദനയും ഒഴിവാക്കിയത്, എന്റെ പുതിയ അപ്രതീക്ഷിതവും സങ്കല്‍പ്പിക്കാനാവാത്തതുമായ സാഹചര്യങ്ങള്‍ക്കിടയിലും, എനിക്ക് സങ്കല്‍പ്പിക്കാന്‍ കഴിയുന്ന ഏറ്റവും മികച്ച ജീവിതം സൃഷ്ടിക്കുന്നതിന്, എനിക്ക് നിയന്ത്രിക്കാന്‍ കഴിയുന്ന കാര്യങ്ങളില്‍ എന്റെ മുഴുവന്‍ ഊര്‍ജ്ജവും കേന്ദ്രീകരിക്കാന്‍ ഒരു ഇടം സൃഷ്ടിച്ചു.

വ്യക്തമായും, അക്കാലത്തെ എന്റെ ഡോക്ടര്‍മാരുടെ അഭിപ്രായത്തില്‍, അപകടത്തിന് ഇരയായവരില്‍ ഭൂരിഭാഗവും എന്നോട് പറഞ്ഞതുപോലെയുള്ള വാര്‍ത്തകള്‍ കൈകാര്യം ചെയ്യുന്ന രീതി ഇതല്ല. മിക്ക ആളുകളും അവരുടെ പുതിയ യാഥാര്‍ത്ഥ്യത്തെ യാന്ത്രികമായി എതിര്‍ക്കുകയും എന്താണ് കുറവെന്ന് കാണുകയും ചെയ്യുന്നു. തങ്ങള്‍ക്ക് ഉണ്ടാകുമെന്ന് കരുതിയതും ഉണ്ടായിരിക്കണമെന്ന് വിശ്വസിച്ചതുമായ ജീവിത ദര്‍ശനങ്ങളെ അവര്‍ വെളുപ്പിക്കുന്നു, അവരുടെ നിഷേധാത്മക വികാരങ്ങള്‍ അവരെ വിഴുങ്ങാന്‍ അനുവദിക്കുന്നു. അതാണ് "സാധാരണ" എന്ന് കണക്കാക്കുന്നത്. മൂന്നാം അധ്യായത്തില്‍ നമ്മള്‍ പഠിച്ചതുപോലെ, നമ്മുടെ തലച്ചോറിന് അപകടം കണ്ടെത്താനും അതില്‍ ശ്രദ്ധ കേന്ദ്രീകരിക്കാനും കഴിയും. നമ്മുടെ വ്യക്തിപരമായ പ്രതീക്ഷകള്‍ക്ക് വിപരീതമായി എന്തെങ്കിലും സംഭവിക്കുമ്പോഴെല്ലാം നമ്മള്‍ ഈ നിഷേധാത്മക വൈകാരികാവസ്ഥയ്ക്ക് തയ്യാറാണ്.

ഒരു സാഹചര്യത്തെക്കുറിച്ച് ആര്‍ക്കെങ്കിലും നെഗറ്റീവ് തോന്നാന്‍ അനുവദിക്കണമെങ്കില്‍, മദ്യപിച്ച വാഹനമോടിക്കുന്നയാള്‍ നിങ്ങളെ ഇടിച്ചിട്ടുകയും ഇനി ഒരിക്കലും നടക്കില്ലെന്ന്

പറയുകയും ചെയ്യുന്നത് നിങ്ങളെ ആ പട്ടികയിൽ ഒന്നാമനാക്കുമെന്ന് പറയുന്നത് ന്യായമാണെന്ന് ഞാൻ കരുതുന്നു.

എന്റെ പുതിയ യാഥാർത്ഥ്യത്തിലേക്ക് ഞാൻ മുന്നോട്ട് പോയെങ്കിലും, മറ്റ് മിക്ക രോഗികളും ആഘാതകരമായ സംഭവങ്ങളെ എങ്ങനെ കൈകാര്യം ചെയ്യുന്നു എന്നതിന്റെ മാതൃകയിൽ എന്റെ ഡോക്ടർമാർ ഇപ്പോഴും കുടുങ്ങിക്കിടക്കുകയായിരുന്നു. കഥ പറയുന്നതനുസരിച്ച് (അത് എനിക്ക് ലഭിച്ചുകൊണ്ടിരിക്കുന്നതുപോലെ),എന്റെ അപകടം കഴിഞ്ഞ് ഏകദേശം മൂന്ന് ആഴ്ചകൾ കഴിഞ്ഞും, ഞാൻ കോമയിൽ നിന്ന് ഉണർന്ന് ഏകദേശം ഒരു ആഴ്ച കഴിഞ്ഞും, എന്റെ മനോരോഗവിദഗ്ധൻ ഡോ. ലെബി ആശുപത്രിയിൽ എന്റെ മാതാപിതാക്കളെ സ്വാഗതം ചെയ്യുകയും തന്റെ ഓഫീസിലേക്ക് വരാൻ ആംഗ്യം കാണിക്കുകയും ചെയ്തു.

“മാർക്ക്, ജൂലി, വീണ്ടും ഹലോ. ഇന്ന് വന്നതിന് നന്ദി.” ശാരീരികമായും മാനസികമായും വൈകാരികമായും ഹാൽ എങ്ങനെ പ്രവർത്തിക്കുന്നു എന്നതിനെക്കുറിച്ച് നിങ്ങൾക്ക് പുതിയ കാര്യങ്ങൾ നൽകാൻ ഞാൻ ആഗ്രഹിച്ചു,“എന്റെ മാതാപിതാക്കൾ അദ്ദേഹത്തിന്റെ അരികിൽ ഇരുന്നപ്പോൾ അദ്ദേഹം പറഞ്ഞു. ശാരീരികമായി ഞാൻ വളരെ നന്നായിരിക്കുന്നു എന്ന് അദ്ദേഹം വിശദീകരിച്ചു. “ഹാലിനും നിങ്ങൾക്കും സങ്കൽപ്പിക്കാൻ പോലും കഴിയാത്ത രണ്ടാഴ്ചയായിരുന്നു കഴിഞ്ഞതെന്ന് എനിക്കറിയാം. പക്ഷേ, ഏറ്റവും മോശമായ അവസ്ഥയിലൂടെ അവൻ കടന്നുപോയി എന്ന് ഞാൻ വിശ്വസിക്കുന്നു, അവൻ ദീർഘവും ആരോഗ്യകരവുമായ ജീവിതം നയിക്കാതിരിക്കാൻ ഒരു കാരണവും ഞാൻ കാണുന്നില്ല."

എന്റെ അമ്മ കരയാൻ തുടങ്ങി. എന്റെ അച്ഛന്റെ കണ്ണുകൾ നിറഞ്ഞൊഴുകി, അദ്ദേഹം അമ്മയുടെ തോളിൽ കൈ വെച്ച് അവളെ കെട്ടിപ്പിടിച്ചു.

ഡോ. ലെബി തുടർന്നു, “എന്നാൽ ഞങ്ങൾക്ക് ഒരു ആശങ്കയുണ്ട്, അതിൽ നിങ്ങളുടെ സഹായം ആവശ്യമുണ്ട്. അദ്ദേഹത്തിന്റെ മാനസികവും വൈകാരികവുമായ അവസ്ഥ വിലയിരുത്തുമ്പോൾ, ഹാൽ നിഷേധാവസ്ഥയിലാണെന്ന് ഞങ്ങൾക്ക് തോന്നുന്നു.” ഇത് ശരിയാണെന്ന് താൻ വിശ്വസിക്കുന്നുവെന്ന് അദ്ദേഹം എന്റെ മാതാപിതാക്കളോട് വിശദീകരിച്ചു, കാരണം അദ്ദേഹമോ ഏതെങ്കിലും ആശുപത്രി ജീവനക്കാരനോ എന്നോട്

സംവദിക്കുമ്പോഴെല്ലാം ഞാൻ എപ്പോഴും സന്തോഷവാനും ആവേശഭരിതനുമായിരുന്നു. എനിക്ക് കഴിയുമ്പോഴെല്ലാം ഞാൻ തമാശകൾ പറഞ്ഞ് അവരെ ചിരിപ്പിച്ചു. "വർഷങ്ങളായി ഞാൻ അപകടത്തിൽ പെട്ടവരോടൊപ്പം പ്രവർത്തിച്ചുവരികയാണ്," അദ്ദേഹം തുടർന്നു. "ഹാലിന്റെ പെരുമാറ്റം അത്ര സാധാരണ മല്ലെങ്കിലും, ഇത്തരമൊരു ആഘാതകരമായ അനുഭവത്തിലൂടെ കടന്നുപോയ ഒരാൾക്ക് അവരുടെ പുതിയ യാഥാർത്ഥ്യവുമായി പൊരുത്തപ്പെടാൻ ബുദ്ധിമുട്ട് അനുഭവപ്പെടുന്നത് വളരെ സാധാര ണമാണ്. മിക്കവാറും, ഹാൽ ദുഃഖം, ഭയം, കോപം അല്ലെങ്കിൽ വിഷാദം തുടങ്ങിയ വേദനാജനകമായ വികാരങ്ങളെ അടിച്ച മർത്തുകയാണ്."

ആ വികാരങ്ങൾ അനുഭവിക്കാൻ ആഗ്രഹിക്കാതെ ഞാൻ, അത് ബോധപൂർവ്വം ചെയ്യുന്നതായിരിക്കാം എന്ന് അദ്ദേഹം വിശദീകരിച്ചു. അല്ലെങ്കിൽ അത് പൂർണ്ണമായും അബോധാ വസ്ഥയിലായിരിക്കാം. "എന്തായാലും, ആ വികാരങ്ങൾ ഒടുവിൽ ഉപരിതലത്തിലേക്ക് വരും, ഒരു ഘട്ടത്തിൽ അയാൾക്ക് യാഥാർ ത്ഥ്യത്തെ നേരിടേണ്ടിവരും" എന്ന് അദ്ദേഹം പറഞ്ഞു. "വിഷാദ ത്തിലേക്കോ മോശമായ മറ്റെന്തിലേക്കോ നയിച്ചേക്കാവുന്ന വിധത്തിൽ അത് സ്വയം ചെയ്യാൻ അനുവദിക്കുന്നതിനേക്കാൾ, അവനെ നിരീക്ഷിക്കാനും അവന്റെ വേദനാജനകമായ വികാര ങ്ങൾ പരിഹരിക്കുന്നതിലൂടെ അവനെ നയിക്കാൻ സഹായി ക്കാനും കഴിയുന്ന വിധത്തിൽ ആശുപത്രിയിൽ തന്നെ അവൻ അത് ചെയ്യണമെന്നാണ് ഞങ്ങൾ ആഗ്രഹിക്കുന്നത്."

എന്റെ അപകടത്തെ ഞാൻ വളരെ പോസിറ്റീവ് മനോഭാവ ത്തോടെയാണ് കൈകാര്യം ചെയ്യുന്നതെന്ന് എന്റെ മാതാപിതാ ക്കൾ കരുതിയിരുന്നു. ഇപ്പോൾ അവർക്ക് മനസ്സിലായി, എന്റെ പോസിറ്റിവിറ്റി ഒരു മിഥ്യയായിരിക്കാമെന്ന്. അവർ രണ്ടുപേരും അവരുടെ കസേരകളിൽ മുന്നോട്ട് ചാരി ഇരുന്നു.

"എന്താണ് നിങ്ങൾ പരാമർശിക്കുന്ന 'മോശമായ കാര്യം'?" അച്ഛൻ ചോദിച്ചു.

"അതെ, അപകടത്തിൽപ്പെട്ടവർ തങ്ങളുടെ വൈകാരിക വേദനയിൽ നിന്ന് താൽക്കാലിക ആശ്വാസം ലഭിക്കാൻ വേണ്ടിയോ ശ്രദ്ധ തിരിക്കുന്നതിന് വേണ്ടിയോ വിവിധ ദുശ്ശീല ങ്ങളിലേക്ക് തിരിയുന്നത് അസാധാരണമല്ല. മയക്കുമരുന്നി

നോടോ മദ്യത്തിനോടോ ഉള്ള ആസക്തി വളരെ സാധാരണമാണ്, അപകടത്തിൽപ്പെടുന്നവരിൽ ആത്മഹത്യാ നിരക്കും വളരെ കൂടുതലാണ്." ഞാൻ തീർച്ചയായും ആ പാതയിലൂടെ പോകുമെന്ന് താൻ പറയുന്നില്ലെന്ന് ഡോ. ലെബി വിശദീകരിച്ചു, പക്ഷേ എന്നെ സംബന്ധിച്ചിടത്തോളം ഏറ്റവും മികച്ച കാര്യം എനിക്ക് യഥാർത്ഥത്തിൽ എങ്ങനെ തോന്നുന്നുവെന്ന് മനസ്സിലാക്കുക എന്നതാണ്, അങ്ങനെ ഞാൻ ആശുപത്രി വിടുന്നതിനുമുമ്പ് എന്റെ വികാരങ്ങളെ എങ്ങനെ കൈകാര്യം ചെയ്യണമെന്ന് ഡോക്ടർമാർക്ക് അറിയുന്നതിലൂടെ എന്നെ നയിക്കാൻ കഴിയും.

"അപ്പോൾ ഹാൽ അടിച്ചമർത്തുകയാണെന്ന് നിങ്ങൾ കരുതുന്ന ഈ വികാരങ്ങളെക്കുറിച്ച് തുറന്നു പറയാൻ നമുക്ക് എന്തുചെയ്യാൻ കഴിയും?" എന്റെ അമ്മ ചോദിച്ചു.

എന്റെ മാതാപിതാക്കൾ എന്നോട് സംസാരിക്കണമെന്നും എനിക്ക് യഥാർത്ഥത്തിൽ എങ്ങനെ തോന്നുന്നുവെന്ന് കണ്ടെത്തണമെന്നും ഡോക്ടർ ലെബി പറഞ്ഞു. സങ്കടം, ഭയം, കോപം, അല്ലെങ്കിൽ വിഷാദം പോലും അനുഭവപ്പെടുന്നത് സാധാരണമാണെന്ന് അവർ എന്നെ ബോധ്യപ്പെടുത്തണമെന്ന് അദ്ദേഹം ആഗ്രഹിച്ചു. ആശുപത്രിയിൽ ആ വികാരങ്ങൾ പ്രകടിപ്പിക്കുന്നത് സുരക്ഷിതമാണെന്ന് എനിക്ക് ഉറപ്പ് വരുത്താൻ അദ്ദേഹം ആഗ്രഹിച്ചു.

ആ ദിവസം പിന്നീട്, അച്ഛൻ എന്റെ ആശുപത്രി മുറിയിലേക്ക് വന്നു. ഞാൻ ആശുപത്രി കിടക്കയിൽ ഇരുന്ന്, വലിപ്പമേറിയ ആശുപത്രി ഗൗൺ ധരിച്ച്, ചുമരിൽ ഘടിപ്പിച്ചിരുന്ന 28 ഇഞ്ച് ആശുപത്രി മുറിയിലെ ടെലിവിഷനിൽ ഓപ്രയെ കണ്ടുകൊണ്ടിരിക്കുകയായിരുന്നു.

എന്റെ അച്ഛന്റെ ചുവന്ന മുഖത്ത് ഒരു നിർബന്ധിത പുഞ്ചിരിയും വീർത്ത കണ്ണുകളിൽ കണ്ണുനീരും എനിക്ക് കാണാൻ കഴിഞ്ഞു, എന്തോ കുഴപ്പമുണ്ടെന്ന് എനിക്ക് പെട്ടെന്ന് തോന്നി.

"എങ്ങനെയുണ്ട് ഹാൽ?" എന്റെ കട്ടിലിൽ ഇരുന്നുകൊണ്ട് അദ്ദേഹം ചോദിച്ചു.

"നന്നായിരിക്കുന്നു അച്ഛാ. എന്താ? എന്താ വിശേഷം?" എന്താണ് സംഭവിക്കാൻ പോകുന്നതെന്ന് ഒരു സൂചന ലഭിക്കാൻ ശ്രമിച്ചുകൊണ്ട് ഞാൻ അച്ഛന്റെ മുഖം ശ്രദ്ധിച്ചു.

എനിക്ക് ചുറ്റും സന്ദർശകരുണ്ടായിരുന്നപ്പോൾ ഞാൻ സുഖമായിരിക്കുന്നുവെന്ന് തനിക്കറിയാമായിരുന്നുവെന്ന് എന്റെ

പിതാവ് വിശദീകരിച്ചു, എന്നാൽ ഞാൻ ഒറ്റയ്ക്കായിരിക്കുമ്പോൾ എനിക്ക് ശരിക്കും എങ്ങനെ തോന്നുന്നുവെന്നും അപകടത്തെ ക്കുറിച്ചും എനിക്ക് എന്താണ് സംഭവിച്ചതെന്നും അറിയാൻ അദ്ദേഹം ആഗ്രഹിച്ചു. എനിക്ക് സങ്കടമുണ്ടായിരുന്നോ? പേടിച്ചോ? ദേഷ്യമോ? അതോ വിഷാദമോ?

ഞാൻ ശ്രദ്ധിച്ചു കേട്ടു, തലയാട്ടി, പക്ഷേ അവന്റെ ചോദ്യങ്ങൾ എന്നെ അത്ഭുതപ്പെടുത്തി.

എന്റെ ഡോക്ടറുടെ ആശങ്കകളെക്കുറിച്ച് അദ്ദേഹം എന്നോട് പറഞ്ഞു, ഇനി ഒരിക്കലും നടക്കാൻ സാധ്യതയില്ലെന്ന് ഞാൻ ഭയപ്പെടുമെന്നും, എന്റെ അവസ്ഥയിൽ വിഷാദമുണ്ടാകുമെന്നും, മദ്യപിച്ച ഡ്രൈവറോട് ദേഷ്യപ്പെടുമെന്നും അദ്ദേഹം മനസ്സിലാക്കു ന്നുവെന്ന് പറഞ്ഞുകൊണ്ട് എന്നോട് സഹതാപം പ്രകടിപ്പിച്ചു. എനിക്ക് അനുഭവപ്പെടുന്ന ഏതൊരു വികാരവും തികച്ചും സാധാരണമാണെന്നും അവ അനുഭവിക്കുന്നതിൽ തെറ്റില്ലെന്നും അദ്ദേഹം പറഞ്ഞു.

അവന്റെ ചോദ്യങ്ങൾ ഗൗരവമായി പരിഗണിച്ചുകൊണ്ട് ഞാൻ ഒരു നിമിഷം നിശബ്ദനായി. എനിക്ക് സങ്കടം തോന്നു ന്നുണ്ടോ? *...ഭയം ...ദേഷ്യം ...അതോ വിഷാദമോ? എന്റെ അവസ്ഥ യിലുള്ള ഒരാൾക്ക് ഡോക്ടർമാർ "സാധാരണ" എന്ന് കരുതുന്ന ഈ വേദനാജനകമായ വികാരങ്ങളെ ഞാൻ നിഷേധിക്കുകയും മറച്ചുവെക്കുകയും ചെയ്യുന്നുണ്ടോ?* കോമയിൽ നിന്ന് പുറത്തുവന്ന തിനുശേഷം കഴിഞ്ഞ ആറ് ദിവസമായി ഞാൻ എന്റെ പുതിയ യാഥാർത്ഥ്യത്തെ മനസ്സിലാക്കുന്നതിൽ ചെലവഴിച്ചു എന്നത് കണക്കിലെടുക്കുമ്പോൾ, എന്റെ യഥാർത്ഥ വികാരങ്ങൾ പ്രകടി പ്പിക്കാൻ എനിക്ക് അധിക സമയം കിട്ടിയില്ല.

"അച്ഛാ, സത്യസന്ധമായി പറഞ്ഞാൽ നിങ്ങൾക്ക് എന്നെക്കാൾ നന്നായി അറിയാമെന്ന് ഞാൻ കരുതി."

അച്ഛൻ പുരികങ്ങൾ ഉയർത്തിയെങ്കിലും ഒന്നും പറഞ്ഞില്ല.

"ഞാൻ അഞ്ച് മിനിറ്റ് നിയമപ്രകാരമാണ് ജീവിക്കുന്ന തെന്ന് അറിയാമല്ലോ, അല്ലേ?"

അച്ഛൻ തലയാട്ടി. "തീർച്ചയായും, നിങ്ങൾ ഇതിനെക്കുറിച്ച് സംസാരിക്കുന്നത് ഞാൻ മുമ്പ് കേട്ടിട്ടുണ്ടെന്ന് ഞാൻ കരുതുന്നു."

"ശരി, ഏകദേശം രണ്ടാഴ്ച കഴിഞ്ഞു; എന്റെ അഞ്ച് മിനിറ്റിൽ കൂടുതൽ കഴിഞ്ഞു."

അച്ഛൻ ചിരിച്ചു. ഞാൻ തുടർന്നു, "എനിക്ക് മാറ്റാൻ കഴിയാത്ത ഒന്നിനെക്കുറിച്ച് എനിക്ക് വളരെ വിഷമമുണ്ട്." പകരം, ഞാൻ നന്ദിയുള്ളവനായിരിക്കാൻ തീരുമാനിക്കുന്നു. എന്റെ തകരാർ സംഭവിച്ച ഫോർഡ് മസ്റ്റാങ്ങിന്റെ ചിത്രങ്ങൾ എനിക്ക് കാണിച്ചുതന്നതിന് ശേഷം, ജീവിച്ചിരിക്കുന്നതിൽ ഞാൻ നന്ദിയുള്ളവനാണ്! എല്ലാം ഒരു കാരണത്താലാണ് സംഭവിക്കുന്നതെന്ന് ഞാൻ വിശ്വസിക്കുന്നു, പക്ഷേ ആ കാരണങ്ങൾ എന്താണെന്ന് തീരുമാനിക്കേണ്ടത് നമ്മുടെ ഉത്തരവാദിത്തമാണെന്നും ഞാൻ വിശ്വസിക്കുന്നു. അതുകൊണ്ട് ഇപ്പോൾ, ഈ അനുഭവത്തിൽ നിന്ന് എനിക്ക് എന്ത് പഠിക്കാനാകുമെന്നും അത് ഉപയോഗിച്ച് എനിക്ക് എങ്ങനെ പോസിറ്റീവ് ആയി എന്തെങ്കിലും ചെയ്യാൻ കഴിയുമെന്നും കണ്ടെത്തേണ്ടത് എന്റെ ഉത്തരവാദിത്തമാണ്.

ഞാൻ നിഷേധാത്മക ചിന്തയിൽ അല്ലെന്ന് അച്ഛന് ഉറപ്പുകൊടുത്തു. വാസ്തവത്തിൽ, അത് വളരെ വിപരീതമായിരുന്നു : എന്റെ യാഥാർത്ഥ്യത്തെക്കുറിച്ച് നിഷേധിക്കുന്നതിനുപകരം, ഞാൻ എന്റെ യാഥാർത്ഥ്യത്തെ പൂർണ്ണമായും അംഗീകരിച്ചു – ഭൂതകാലം, വർത്തമാനം, ഭാവി – അതിനാൽ അതിന് എന്റെ വൈകാരികാവസ്ഥയിൽ യാതൊരു നിയന്ത്രണവുമില്ല. എനിക്ക് ഇനി ഒരിക്കലും നടക്കാൻ കഴിയില്ല എന്നതിനെക്കുറിച്ച് ഡോക്ടർമാർ പറഞ്ഞത് ശരിയാണെങ്കിൽ, എനിക്ക് അതിൽ വിഷാദം തോന്നാം അല്ലെങ്കിൽ എന്റെ ജീവിതത്തിൽ ഇപ്പോഴും ബാക്കിയുള്ള എല്ലാത്തിനും നന്ദിയുള്ളവനാകാം എന്ന് ഞാൻ തീരുമാനിച്ചു. എന്തായാലും, ഞാൻ വീൽചെയറിൽ ആയിരിക്കും. ഞാൻ അദ്ദേഹത്തോട് പറഞ്ഞു, "അതൊരു സാധ്യതയായി ഞാൻ ഇതിനകം അംഗീകരിച്ചിട്ടുണ്ട്, എന്റെ ജീവിതകാലം മുഴുവൻ വീൽചെയറിൽ കഴിയുകയാണെങ്കിൽ, വീൽചെയറിൽ നിങ്ങൾ കണ്ടിട്ടുള്ളതിൽ വച്ച് ഏറ്റവും സന്തോഷവാനും നന്ദിയുള്ളവനുമായ വ്യക്തിയായിരിക്കും ഞാൻ എന്ന് ഞാൻ തീരുമാനിച്ചു!"

നടക്കാൻ സാധ്യതയില്ലെങ്കിലും, വീണ്ടും നടക്കാൻ കഴിയുമെന്ന് ഞാൻ ന്യായവാദം ചെയ്തു. ഡോക്ടർമാർ പറഞ്ഞതിനെ ഞാൻ എതിർക്കുകയായിരുന്നില്ല, നിഷേധിക്കുകയുമല്ലായിരുന്നു എന്ന് ഓർമ്മിക്കുക. ഡോക്ടർമാർ പ്രതീക്ഷിക്കാത്ത ഒരു സാധ്യത

യാണ് വീണ്ടും നടക്കുക എന്ന് ഞാൻ കരുതി, കാരണം അതിനുള്ള സാധ്യത വളരെ കുറവായിരുന്നു. അത് സംഭവിക്കുമോ എന്നോ എങ്ങനെ സംഭവിക്കുമെന്നോ എനിക്കറിയില്ലായിരുന്നു, പക്ഷേ നടക്കുക എന്ന എന്റെ ലക്ഷ്യം സാധ്യമാകുന്നതിൽ നിന്ന് മാറ്റാൻ എന്റെ കഴിവിന്റെ പരമാവധി ചെയ്യാൻ ഞാൻ പ്രതിജ്ഞാബദ്ധനായിരുന്നു... സംഭാവ്യമായത് വരെ... അനിവാര്യമായി.

അപ്പോൾ ഞാൻ നടക്കുന്നതായി സങ്കൽപ്പിച്ചു. ഞാൻ അതിനെക്കുറിച്ച് പ്രാർത്ഥിച്ചു. ഞാൻ അതിനെക്കുറിച്ച് ചിന്തിച്ചു. ഞാൻ അതിനെക്കുറിച്ച് സംസാരിച്ചു. അത് ഇപ്പോഴും സാധ്യമാണെന്ന് ഞാൻ അചഞ്ചലമായ വിശ്വാസം നിലനിർത്തി. പിന്നെ ഞാൻ എല്ലാ ദിവസവും ഫിസിക്കൽ തെറാപ്പിക്ക് പോയി. എന്റെ ഫിസിക്കൽ തെറാപ്പിസ്റ്റ് ഞങ്ങൾ പൂർത്തിയാക്കി എന്ന് പറഞ്ഞപ്പോൾ, കൂടുതൽ കാര്യങ്ങൾ ചെയ്യണമെന്ന് ഞാൻ – ചിലപ്പോൾ ശക്തമായി – ആവശ്യപ്പെട്ടു. അതായിരുന്നു എന്റെ അസാധാരണ ശ്രമം. എന്റെ വാഹനാപകടത്തിന് മൂന്ന് ആഴ്ച കഴിഞ്ഞപ്പോൾ, ഒരു അത്ഭുതം സംഭവിച്ചു എന്ന് നിങ്ങൾക്ക് പറയാൻ കഴിയും. എന്റെ ഒടിഞ്ഞ കാലിന്റെയും ഒടിഞ്ഞ പെൽവിസിന്റെയും എക്സ്-റേകളുമായി ഡോക്ടർമാർ എത്തി.

എങ്ങനെയെന്ന് അവർക്ക് മനസ്സിലായില്ലെന്ന് അവർ എന്നോടും എന്റെ മാതാപിതാക്കളോടും പറഞ്ഞു, പക്ഷേ അപകടം കഴിഞ്ഞ് വെറും മൂന്ന് ആഴ്ചകൾക്കുള്ളിൽ എന്റെ ശരീരം സുഖം പ്രാപിച്ചു, ആ ദിവസം എനിക്ക് എന്റെ *ആദ്യ ചുവട്* വയ്ക്കാൻ കഴിയുന്ന ഘട്ടത്തിലേക്ക്. ഞാൻ അത് ചെയ്തു.

എനിക്ക് മാറ്റാൻ കഴിയാത്തതിനെ, എന്റെ സാഹചര്യങ്ങളെ, പൂർണ്ണമായും അംഗീകരിക്കാൻ ഞാൻ തീരുമാനിച്ചതുകൊണ്ടാണ് എല്ലാ വൈകാരിക വേദനകളിൽ നിന്നും എന്നെ മോചിപ്പിച്ചതും, എനിക്ക് വേണ്ടതിൽ എന്റെ ഊർജ്ജം കേന്ദ്രീകരിക്കാൻ എന്നെ അനുവദിച്ചതും എന്ന് ഞാൻ വിശ്വസിക്കുന്നു. ഉപാധികളില്ലാത്ത സ്വീകാര്യത വൈകാരിക അജയ്യത നൽകി, അത് വീണ്ടും നടക്കുക എന്ന സ്വപ്നവും അളക്കാവുന്നതുമായ അത്ഭുതം സൃഷ്ടിക്കാൻ എന്നെ സഹായിച്ചു.

നിങ്ങളുടെ ഭൂതകാലത്തിൽ നിന്നും, വർത്തമാനത്തിൽ നിന്നും, ഭാവിയിൽ നിന്നും വൈകാരിക വേദനയിൽ നിന്ന് മോചനം നേടുന്നു

എന്റെ ഒരു പ്രസംഗത്തിനുശേഷം ഞാൻ പരിശീലിപ്പിച്ചതോ സംസാരിച്ചതോ ആയ പലരും ഈ ആശയം ബുദ്ധിപരമായി മനസ്സിലാക്കുന്നു, പക്ഷേ അത് അവർക്ക് പ്രവർത്തിക്കുമോ ഇല്ലയോ എന്ന് ചിന്തിക്കാൻ ബുദ്ധിമുട്ടുന്നു. വർഷങ്ങളുടെ വൈകാരിക വേദന അവരുടെ ഒരു പതിവ് അനുഭവമായി മാറിയിരിക്കുന്നു. അവർ ചോദിക്കുന്നു, *ഞാൻ ഇപ്പോൾ നേരിടുന്ന ഈ ഭയാനകമായ [ശൂന്യമായ ഇടം പൂരിപ്പിക്കുക] സാഹചര്യം എനിക്ക് എങ്ങനെ സ്വീകരിക്കാൻ കഴിയും? എന്നോട് സംസാരിക്കുമ്പോൾ അവരുടെ തോളുകൾ സാധാരണയായി ചെവി വരെ ഉയർത്തിപ്പിടിച്ചിരിക്കും, കണ്ണുകൾ മങ്ങിയിരിക്കും.* അവരുടെ വെല്ലുവിളി എന്തുതന്നെയായാലും, അവർ ശരിക്കും ബുദ്ധിമുട്ടുകയാണെന്ന് എനിക്ക് പറയാൻ കഴിയും. അവരുടെ വേദന ആഴമേറിയതാണ്.

വൈകാരിക വേദനയ്ക്ക് ഒരേയൊരു കാരണമേയുള്ളൂ എന്ന് ഞാൻ വിശദീകരിക്കുന്നു, അതിനെ ഒറ്റവാക്കിൽ സംഗ്രഹിക്കാം : പ്രതിരോധം. ലളിതമായി പറഞ്ഞാൽ, **നമ്മൾ അനുഭവിച്ചിട്ടുള്ളതോ, ഇപ്പോൾ അനുഭവിക്കുന്നതോ, ഭാവിയിൽ അനുഭവിക്കാൻ പോകുന്നതോ ആയ എല്ലാ വൈകാരിക വേദനകളും നമ്മുടെ യാഥാർത്ഥ്യത്തോടുള്ള നമ്മുടെ പ്രതിരോധത്താൽ സ്വയം സൃഷ്ടിക്കപ്പെട്ടതാണ്.** വ്യത്യസ്തമായി സംഭവിക്കാൻ പാടില്ലാത്ത എന്തെങ്കിലും വേണമെന്ന് ആശിക്കുകയും ആഗ്രഹിക്കുകയും ചെയ്യുന്ന രൂപത്തിലാണ് സാധാരണയായി പ്രതിരോധം പ്രത്യക്ഷപ്പെടുന്നത്. അത് കഴിഞ്ഞ കാലത്ത് എന്തെങ്കിലും സംഭവിച്ചോ ഇല്ലയോ എന്ന് ആഗ്രഹിക്കുന്നതോ, നിലവിൽ സംഭവിച്ചുകൊണ്ടിരിക്കുന്ന ഒന്നിനെ ചെറുക്കുന്നതോ, ഭാവിയിൽ സംഭവിക്കാവുന്നതോ സംഭവിക്കാത്തതോ ആയ ഒന്നിനെക്കുറിച്ച് ആകുലപ്പെടുന്നതോ (മറ്റൊരു തരത്തിലുള്ള പ്രതിരോധം) ആകാം. നമ്മുടെ യാഥാർത്ഥ്യത്തെ നാം എത്രത്തോളം ചെറുക്കുന്നു എന്നതിന്റെ അളവാണ് – നമ്മുടെ നിയന്ത്രണത്തിലല്ലാത്ത എന്തെങ്കിലും വ്യത്യസ്തമായിരിക്കണമെന്ന് നാം എത്രത്തോളം ആഗ്രഹിക്കുന്നു അല്ലെങ്കിൽ ആശിക്കുന്നു

എന്നതിന്റെ അളവാണ് – നാം അനുഭവിക്കുന്ന വൈകാരിക വേദനയുടെ അളവ് നിർണ്ണയിക്കുന്നത്.

ഒന്ന് ആലോചിച്ചു നോക്കൂ : നിങ്ങൾ കോഫി ഷോപ്പിൽ ഒരു നീണ്ട ക്യൂവിൽ കുടുങ്ങിക്കിടക്കുകയാണെങ്കിൽ, നിങ്ങൾക്ക് മറ്റെവിടെയെങ്കിലും പോകേണ്ടി വന്നാൽ, കൗണ്ടറിന് പിന്നിൽ ജോലി ചെയ്യുന്ന ആളുകളുടെ മാറ്റമില്ലാത്ത വേഗതയിൽ നിങ്ങൾക്ക് താരതമ്യേന കുറഞ്ഞ പ്രതിരോധം ഉണ്ടാകാം. നിങ്ങളുടെ പ്രതിരോധത്തിന്റെ അളവിന് തുല്യമായ ഒരു പരിധിവരെ നിഷേധാത്മക വികാരം നിങ്ങൾക്ക് അനുഭവപ്പെടും, ഉദാഹരണത്തിന് ശല്യം, അക്ഷമ അല്ലെങ്കിൽ നിരാശ. മറുവശത്ത്, നിങ്ങൾക്കും നിങ്ങളുടെ കുടുംബത്തിനും സാമ്പത്തിക സുരക്ഷ നൽകുന്ന ഒരു ജോലിയിൽ നിന്ന് നിങ്ങളെ അപ്രതീക്ഷിതമായി പുറത്താക്കി എന്നും നിങ്ങൾക്ക് ഒരു ബദൽ പദ്ധതി ഇല്ലായിരുന്നു എന്നും പറയാം. ആ യാഥാർത്ഥ്യത്തെക്കുറിച്ച് നിങ്ങൾ അനുഭവിക്കുന്ന ചെറുത്തുനിൽപ്പിന്റെ അളവ്, വൈകി ഓടുന്നതിനെതിരെ നിങ്ങൾക്കുള്ള ചെറുത്തുനിൽപ്പിനെക്കാൾ വളരെ തീവ്രമായിരിക്കും. നിങ്ങൾക്ക് ദേഷ്യം, നീരസം, നിരാശ, അല്ലെങ്കിൽ അജ്ഞാതമായ കാര്യങ്ങളെക്കുറിച്ചുള്ള ഭയം എന്നിവ അനുഭവപ്പെടാൻ സാധ്യതയുണ്ട്.

സൃഷ്ടിക്കപ്പെടുന്ന വേദനയുടെ തോത് എന്തുതന്നെയായാലും, ഈ രണ്ട് സൈദ്ധാന്തിക സന്ദർഭങ്ങളിലും നമ്മുടെ വൈകാരിക വേദനയുടെ കാരണം നാം അനുഭവിക്കുന്ന ഏതെങ്കിലും സംഭവമാണെന്ന് തെറ്റായി കരുതുന്നു. എന്നിരുന്നാലും, ഒരിക്കലും ഒരു സംഭവം കാരണമല്ല; അത് ആ സംഭവത്തോടുള്ള നമ്മുടെ പ്രതികരണമോ/പ്രതിരോധമോ ആണ്. ഒരേ ദുരന്തം രണ്ട് വ്യത്യസ്ത ആളുകൾക്ക് സംഭവിക്കാമെന്നതിന്റെ ലളിതമായ വസ്തുതയാണ് ഇതിന്റെ തെളിവ്; ഒരു വ്യക്തി സംഭവത്തെ എതിർക്കുന്നു, അത് തനിക്ക് അല്ലെങ്കിൽ അവൾക്ക് സംഭവിച്ച ഏറ്റവും മോശം കാര്യമാണെന്ന് കണക്കാക്കുകയും അത് തന്റെ ജീവിതത്തെ നശിപ്പിക്കുമെന്ന് അവകാശപ്പെടുകയും ചെയ്യുന്നു, അതേസമയം മറ്റൊരാൾ അത് സ്വീകരിക്കുന്നു, ആ ദുരന്തം കാരണം അവൻ അല്ലെങ്കിൽ അവൾ പഠിക്കാനും വളരാനും മുമ്പത്തേക്കാൾ മികച്ചവരാകാൻ പോകുന്നു എന്ന് തീരുമാനിക്കുന്നു. ഒരേ ദുരന്തം, എന്നാൽ വളരെ വ്യത്യസ്തമായ രണ്ട് വൈകാരിക അനുഭവങ്ങൾ സൃഷ്ടിക്കുന്ന രണ്ട് വ്യത്യസ്ത പ്രതികരണങ്ങൾ.

ഇനി ഒരിക്കലും അനാവശ്യമായ വൈകാരിക വേദന അനുഭവിക്കാതിരിക്കാനുള്ള ഏക മാർഗ്ഗം, നിങ്ങൾക്ക് സംഭവിച്ചതോ സംഭവിക്കാൻ പോകുന്നതോ ആയ എല്ലാം അംഗീകരിക്കാൻ ബോധപൂർവ്വമായ ഒരു തീരുമാനം എടുക്കുക എന്നതാണ്. ഞാൻ ഇത് എന്റെ സ്വന്തം മരണത്തിൽ പോലും പ്രയോഗിച്ചിട്ടുണ്ട്, നിങ്ങൾക്കും അത് ചെയ്യാൻ കഴിയും. പലരെയും പോലെ, മരിക്കാൻ എനിക്കും ഭയമായിരുന്നു. പക്ഷേ, അനിവാര്യമായ ഒന്നിനെയും ഭയപ്പെടുന്നതിൽ അർത്ഥമില്ലെന്ന് എനിക്ക് പിന്നീട് മനസ്സിലായി. ജനനവും മരണവും ഒരേ നാണയത്തിന്റെ രണ്ട് വശങ്ങളാണ്, അങ്ങനെ പറയാം. നിങ്ങൾക്ക് മാറ്റാൻ കഴിയാത്ത എല്ലാ കാര്യങ്ങളെയും (മരണം തീർച്ചയായും ആ വിഭാഗത്തിന് അനുയോജ്യമാണ്) സ്വീകരിക്കുന്നതിലൂടെ, ഭൂതകാലമോ വർത്തമാനമോ ഭാവിയോ ആകട്ടെ, ജീവിതത്തിന്റെ മാറ്റമില്ലാത്ത വശങ്ങൾ വ്യത്യസ്തമായിരിക്കണമെന്ന് നിങ്ങൾ ആഗ്രഹിക്കുന്നതിനാൽ വേദന സൃഷ്ടിക്കുന്നതിനുപകരം, ജീവിതവുമായി സമാധാനത്തിലായിരിക്കാനുള്ള സമ്മാനം നിങ്ങൾ സ്വയം നൽകുന്നു. ഓർക്കുക, നിങ്ങൾക്ക് മാറ്റാൻ കഴിയാത്ത കാര്യങ്ങളിൽ നിങ്ങൾ സന്തുഷ്ടരാകണമെന്നില്ല. എന്നിരുന്നാലും, നിങ്ങൾക്ക് അവയെ സ്വീകരിക്കാനും അവയുമായി സമാധാനത്തിലാകാനും ജീവിതകാലം മുഴുവൻ അനാവശ്യമായ വൈകാരിക ക്ലേശങ്ങൾ ഇല്ലാതാക്കാനും കഴിയും.

പ്രവർത്തനത്തിലുള്ള സ്വീകാര്യത

എന്റെ പ്രസംഗകല തൊഴിൽ ആരംഭിച്ചപ്പോൾ, ഞാൻ പ്രധാനമായും കോളേജ് കാമ്പസുകളിലാണ് സംസാരിച്ചിരുന്നത്. കാനഡയിലെ ടൊറന്റോയിൽ ഒരു പ്രസംഗം നടത്തി രണ്ടാഴ്ച കഴിഞ്ഞപ്പോൾ, എന്റെ അവതരണത്തിൽ പങ്കെടുത്ത ഇരുപത്തിയേഴ വയസ്സുള്ള ഡെവൺ ടെയ്‌ലറിൽ നിന്ന് എനിക്ക് ഒരു ഇമെയിൽ ലഭിച്ചു. ഇമെയിലിനൊപ്പം അവളുടെ കൈത്തണ്ടയുടെ ഒരു ഫോട്ടോയും ഉണ്ടായിരുന്നു, അതിൽ ആ ദിവസം അവൾ കുത്തിയ മൂന്ന് വാക്കുകൾ മാത്രമുള്ള ഒരു ടാറ്റൂ ഉണ്ടായിരുന്നു – എന്റെ പ്രസംഗത്തിൽ ഞാൻ പഠിപ്പിച്ച

മൂന്ന് വാക്കുകൾ : 'ഇത് മാറ്റാൻ കഴിയില്ല'. അവളുടെ ഇമെയിൽ വായിച്ചപ്പോൾ എനിക്ക് കണ്ണുനീർ വന്നു, സ്വീകാര്യതയുടെ സാർവ്വത്രിക ശക്തിയിലേക്ക് എന്റെ കണ്ണുകൾ കൂടുതൽ തുറന്നു.

അവളുടെ അച്ഛന്റെ പത്താം ചരമവാർഷികമായതിനാലാണ് അവൾ അന്ന് ആ ടാറ്റൂ കുത്തിയിരുന്നത്. ചുരുക്കി പറഞ്ഞാൽ, അച്ഛന്റെ മരണത്തിനു ശേഷമുള്ള പത്ത് വർഷക്കാലം താൻ കടുത്ത വിഷാദത്തിലായിരുന്നുവെന്നും, തെറാപ്പിയിലും, വിഷാദത്തിനുള്ള മരുന്നുകൾ കഴിച്ചും ചെലവഴിച്ചുവെന്നും അവൾ എന്നോട് പറഞ്ഞു. അവൾ വിഷാദരോഗത്തിലാണെന്ന ധാരണയിലാണ് ജീവിച്ചിരുന്നത് കാരണം അവളുടെ അച്ഛൻ മരിച്ചിരുന്നു, അവളുടെ ജീവിതത്തിലെ എല്ലാവരും ആ വിശ്വാസത്തെ ശക്തിപ്പെടുത്തിയിരുന്നു. "പാവം നീ" പോലുള്ള വികാരങ്ങൾ. "നിങ്ങൾക്ക് എങ്ങനെ തോന്നുന്നുവെന്ന് എനിക്ക് സങ്കൽപ്പിക്കാൻ കഴിയില്ല" അവളുടെ പിതാവ് മരിച്ച് വർഷങ്ങൾ കഴിഞ്ഞിട്ടും അവൾക്ക് അങ്ങനെ തോന്നണമെന്ന് വിശ്വസിക്കാൻ അവളെ പ്രേരിപ്പിച്ചു.

സ്വീകാര്യത, അഞ്ച് മിനിറ്റ് നിയമം, "അത് മാറ്റാൻ കഴിയില്ല" എന്ന മന്ത്രം എന്നിവയെക്കുറിച്ച് ഞാൻ സംസാരിക്കുന്നത് കേട്ടപ്പോൾ, അവളുടെ വിഷാദത്തിന് കാരണം അവളുടെ പിതാവിന്റെ മരണമായിരിക്കില്ലെന്ന് അവൾ ചിന്തിക്കാൻ തുടങ്ങിയെന്ന് ഇമെയിലിൽ അവൾ വിശദീകരിച്ചു. പകരം, ഒരുപക്ഷേ പത്ത് വർഷമായി അവൾ കടുത്ത വിഷാദത്തിലായിരുന്നതിന്റെ കാരണം പിതാവ് ഇല്ലാതായതിന്റെ യാഥാർത്ഥ്യത്തെ അവൾ നിരന്തരം പ്രതിരോധിച്ചതുകൊണ്ടായിരിക്കാം. തന്റെ പിതാവ് മരിച്ചുവെന്ന് ബോധപൂർവ്വം അംഗീകരിക്കാമെന്നും അത് സംഭവിച്ചില്ലെന്ന് ആഗ്രഹിച്ച് യാഥാർത്ഥ്യത്തെ ചെറുക്കുന്നത് അവസാനിപ്പിച്ച് സ്വയം സമാധാനം നൽകാനും കഴിയുമെന്ന് ആരും അവളോട് പറഞ്ഞിട്ടില്ല.

എന്റെ പ്രസംഗം കേട്ടതിനു ശേഷമുള്ള കഴിഞ്ഞ രണ്ടാഴ്ച, ഏകദേശം പത്ത് വർഷത്തിനിടെ ആദ്യമായിട്ടാണ് തനിക്ക് വിഷാദം അനുഭവപ്പെടാതിരുന്നതെന്ന് അവൾ

പറഞ്ഞു. പരിചിതവും വേദനാജനകവുമായ വികാരങ്ങൾ അവളെ പിന്തുടരുന്നതായി അവൾക്ക് അനുഭവപ്പെടാൻ തുടങ്ങുമ്പോഴെല്ലാം, അവൾ താൽക്കാലികമായി നിൽക്കുകയും ആഴത്തിൽ ശ്വസിക്കുകയും "അത് മാറ്റാൻ കഴിയില്ല" എന്ന വാക്കുകൾ ഉച്ചരിക്കുകയും പകരം സമാധാനം തിരഞ്ഞെടുക്കുകയും ചെയ്തു. അച്ഛന്റെ ഓർമ്മകൾ ഇനി അവളെ വേദനിപ്പിക്കാൻ അനുവദിക്കില്ല എന്നതിന്റെ സ്ഥിരമായ ഓർമ്മപ്പെടുത്തലായി, "അത് മാറ്റാൻ കഴിയില്ല" എന്ന ടാറ്റൂ കുത്താൻ അവൾ തീരുമാനിച്ചു. പകരം, തന്റെ അച്ഛനോടൊപ്പം ചെലവഴിച്ച സമയത്തിന് ആഴമായ നന്ദിയോടെ വൈകാരിക വേദനയെ മാറ്റിസ്ഥാപിക്കാൻ അവൾ ബോധപൂർവ്വം തീരുമാനിച്ചു.

ഇനി പറയുന്ന കാര്യങ്ങൾ പരിഗണിക്കുക

ഒരു അനുഭവത്തെ "നല്ലത്" അല്ലെങ്കിൽ "മോശം" എന്ന് കൃത്യമായി വിലയിരുത്താൻ ഇപ്പോൾ കഴിയില്ല. ഒരു അനുഭവത്തെ "നല്ലത്" അല്ലെങ്കിൽ "മോശം" എന്ന് വ്യാഖ്യാനിക്കുന്നതിലൂടെയാണ് നമ്മുടെ പ്രതിരോധം ആരംഭിക്കുന്നത്, കൂടാതെ നമ്മൾ മോശമെന്ന് കരുതുന്ന അനുഭവങ്ങളെ ചെറുക്കുകയും ചെയ്യുന്നു. എന്നിരുന്നാലും, ഒരു അനുഭവം സംഭവിക്കുമ്പോഴോ അതിനു തൊട്ടുപിന്നാലെയോ നല്ലതാണോ ചീത്തയാണോ എന്ന് വിലയിരുത്തുന്നത് പലപ്പോഴും അസാധ്യമാണ്. പലപ്പോഴും നമ്മുടെ ഏറ്റവും വലിയ പ്രതികൂല സാഹചര്യങ്ങൾ തന്നെയാണ് നമ്മുടെ ഏറ്റവും വലിയ അധ്യാപകനും നമ്മുടെ ഏറ്റവും പ്രയോജനകരമായ വളർച്ചയ്ക്ക് കാരണവുമായി മാറുന്നതും. വ്യക്തിപരമായി, എനിക്ക് സംഭവിച്ച ഏറ്റവും മികച്ച കാര്യങ്ങളിൽ ഒന്നായി എന്റെ വാഹനാപകടത്തെ ഞാൻ എപ്പോഴും കണ്ടിട്ടുണ്ട്, കാരണം അത് എന്നെ കൂടുതൽ ശക്തനാക്കി, എഴുത്തുകാരനും പ്രഭാഷകനുമെന്ന നിലയിലുള്ള എന്റെ ജീവിതത്തിലെ പ്രവർത്തനത്തിന് ഉത്തേജകമായി.

അക്ഷരാർത്ഥത്തിൽ എനിക്ക് കാൻസർ രോഗനിർണ്ണയം നടത്തിയ ദിവസം. ഞാൻ എന്റെ ഭാര്യ ഉർസുലയോട് പറഞ്ഞു, "ഇത് എനിക്ക് സംഭവിച്ച ഏറ്റവും നല്ല പുതിയ കാര്യമായിരിക്കും." നമ്മുടെ വെല്ലുവിളികളുടെ മൂല്യം മനസ്സിലാക്കാൻ പലപ്പോഴും

പ്രതിഫലനവും പിന്തിരിപ്പൻ ആശയങ്ങളും കൂടിച്ചേർന്ന് സമയ മെടുക്കും. ഉദാഹരണത്തിന്, ഒരു ബന്ധം അവസാനിച്ചാൽ നിങ്ങൾക്ക് അത് വലിയ നഷ്ടമായി തോന്നാം, ആഴ്ചകളോ മാസങ്ങളോ വർഷങ്ങളോ വേദന അനുഭവിച്ചേക്കാം, പക്ഷേ നിങ്ങളുടെ ജീവിതത്തിലെ സ്നേഹം കണ്ടെത്താനും നിങ്ങളുടെ മുൻ ബന്ധം അവസാനിച്ചതിൽ നന്ദിയുള്ളവരാകാനും അങ്ങനെ മെച്ചപ്പെട്ട ഒന്ന് ഉണ്ടാകാനും പിന്നീട് സാധ്യതയുണ്ട്. പിന്നോട്ടു നോക്കുമ്പോൾ 20/20 ആണെന്ന് പലപ്പോഴും പറയാറുണ്ട്. തീർച്ച യായും. പക്ഷേ, ഇപ്പോൾ കഷ്ടപ്പെടുകയും വർത്തമാനകാലത്തെ നിങ്ങളുടെ പ്രതികൂല സാഹചര്യങ്ങളിൽ നിന്ന് പഠിക്കാനും വളരാനും ഭാവിയിലെ ഒരു ഘട്ടം വരെ കാത്തിരിക്കുകയും ചെയ്യുന്നത് എന്തിനാണ്? ഉപാധികളില്ലാത്ത സ്വീകാര്യത നിങ്ങളുടെ വെല്ലുവിളികളെ ഉടൻ തന്നെ (അല്ലെങ്കിൽ കുറഞ്ഞത് അഞ്ച് മിനിറ്റിനുള്ളിൽ) സമാധാനപരമായി നേരിടാനുള്ള ഇടവും സ്വാതന്ത്ര്യവും നൽകുന്നു.

പ്രശ്നങ്ങളൊന്നുമില്ല. ഒരു പ്രശ്നവുമില്ല. *പ്രശ്നം* എന്ന വാക്ക് ഒരു സാഹചര്യത്തിന്റെ ലേബലാണ്. നമ്മൾ ആ രീതിയിൽ കാണാൻ തീരുമാനിച്ചാൽ മാത്രമേ പ്രശ്നങ്ങളായി മാറുന്ന സാഹചര്യ ങ്ങൾ ഉണ്ടാകൂ. ഏതൊരു സാഹചര്യത്തെയും ഒരു പ്രശ്നമായോ അവസരമായോ "ദൃഢനിശ്ചയം ചെയ്യപ്പെടേണ്ടവ" എന്നോ അല്ലെങ്കിൽ നമ്മൾ തിരഞ്ഞെടുക്കുന്ന മറ്റേതെങ്കിലും ലേബലായോ ലേബൽ ചെയ്യാൻ നമുക്ക് തിരഞ്ഞെടുക്കാം. നമ്മുടെ ഓരോ സാഹചര്യത്തിനും നാം നൽകുന്ന ലേബൽ, അതിനെക്കുറിച്ചുള്ള നമ്മുടെ ധാരണയും അനുഭവവും സൃഷ്ടിക്കുന്നു. നിങ്ങൾക്ക് സ്വയം സമ്മർദ്ദം ഉണ്ടാക്കാനും ജീവിതം ആവശ്യത്തിലധികം ദുഷ്കരമാ ക്കാനും ആഗ്രഹിക്കുന്നുണ്ടോ? നിങ്ങളുടെ എല്ലാ അഭികാമ്യ മല്ലാത്ത സാഹചര്യങ്ങളെയും പ്രശ്നങ്ങളായി മുദ്രകുത്തി, നിലവി ലുള്ള പ്രശ്നങ്ങൾക്ക് മുകളിൽ അവയെ കെട്ടിക്കിടത്തുക. അത് നിങ്ങളെ ഒരു ലെവൽ 10 ജീവിതം സൃഷ്ടിക്കാൻ കഴിയാത്തത്ര തിരക്കിലാക്കി മാറ്റും.

വികാരങ്ങളെ "നല്ലത്" അല്ലെങ്കിൽ "മോശം" എന്ന് കൃത്യമായി വിലയിരുത്താൻ നിങ്ങൾക്ക് കഴിയില്ല. വികാരങ്ങൾ അനിവാര്യ

മാണ്. നമ്മൾ മനുഷ്യരാണ്, മനുഷ്യർ വൈകാരിക ജീവിക ളാണ്. ആരെങ്കിലും നിങ്ങളോട് തെറ്റ് ചെയ്താൽ, ആദ്യം നിങ്ങൾക്ക് ആ വ്യക്തിയോട് ദേഷ്യമോ സങ്കടമോ നൈരാശ്യമോ നിരാശയോ തോന്നാൻ സാധ്യതയുണ്ട്. പ്രിയപ്പെട്ട ഒരാളെ നഷ്ടപ്പെടുക യാണെങ്കിൽ, നിങ്ങൾക്ക് സ്വാഭാവികമായും ദുഃഖം, നിരാശ, അല്ലെങ്കിൽ പൊതുവായ ഒരു നഷ്ടബോധം എന്നിവ അനുഭവ പ്പെടും. ഈ വികാരങ്ങളെല്ലാം സ്വാഭാവികമാണ്. നമ്മളുടെ ലക്ഷ്യം നിഷേധാത്മക വികാരങ്ങൾ ഇല്ലാതാക്കുകയല്ല, മറിച്ച് അവയുമായുള്ള നമ്മളുടെ ബന്ധം മാറ്റുക എന്നതാണ്.

നമ്മുടെ പ്രാരംഭ വികാരങ്ങൾ പ്രശ്നമല്ല; നമ്മെ സൃഷ്ടിക്കുകയോ തകർക്കുകയോ ചെയ്യുന്ന പ്രാരംഭ വികാരത്തിനപ്പുറം നമ്മൾ അവരോടൊപ്പം ചെയ്യുന്നത് അതാണ്. നിങ്ങൾക്ക് ഏതെങ്കിലും തരത്തിലുള്ള നിഷേധാത്മക വികാരങ്ങൾ തോന്നിപ്പിക്കുന്ന എന്തെങ്കിലും അനുഭവപ്പെടുകയും, പിന്നീട് അത് വേഗത്തിൽ സ്വീകരിക്കുകയും, അതിൽ നിന്ന് സമാധാനം കണ്ടെത്തുകയും, നിങ്ങളുടെ ദിവസം മുന്നോട്ട് കൊണ്ടുപോകുകയും ചെയ്താൽ, നിങ്ങൾ നല്ലവനാണ്. പ്രശ്നം നമ്മുടെ വിധിനിർണ്ണയവും വികാരങ്ങളോ ടുള്ള നിരന്തരമായ പ്രതിരോധവുമാണ്. നമ്മുടെ യാഥാർത്ഥ്യത്തോ ടുള്ള പ്രാരംഭ പ്രതിരോധമാണ് വൈകാരിക വേദനയ്ക്ക് കാരണ മാകുന്നതെങ്കിലും, വികാരത്തെ "തെറ്റാണ്" എന്ന നമ്മുടെ വിലയി രുത്തലും തുടർന്നുള്ള പ്രതിരോധവുമാണ് നമ്മെ ആ നിഷേധാത്മക വികാരത്തിൽ കുടുക്കി നിർത്തുകയും നമ്മുടെ വേദന നിലനിർത്തു കയും ചെയ്യുന്നത്. വിധിക്കുന്നതിനും ചെറുക്കുന്നതിനും ഇടയിൽ നമ്മൾ മാറിമാറി നടക്കുന്നു. അത് വൈകാരികമായി വേദനി പ്പിക്കുന്നു.

നമ്മുടെ വികാരങ്ങളെ "മോശം" അല്ലെങ്കിൽ "തെറ്റ്" എന്ന് വിലയിരുത്തുമ്പോൾ, ആ വികാരം നമ്മിൽ ചെലുത്തുന്ന സ്വാധീനം നാം വർദ്ധിപ്പിക്കുന്നു. വ്യക്തമായ കാരണമൊന്നുമില്ലാതെ സങ്കട ത്തോടെ ഉണർന്നപ്പോൾ *"എന്തുകൊണ്ടാണ് എനിക്ക് ഇങ്ങനെ തോന്നുന്നത്?"* എന്ന് നിങ്ങളുടെ ആന്തരിക ശബ്ദം മുഴങ്ങുന്നത് കേട്ടിട്ടുണ്ടോ? *എന്തോ കുഴപ്പമുണ്ടായിരിക്കണം.* നിങ്ങൾ അറിയു ന്നതിനു മുമ്പേ, നിങ്ങളുടെ ദുഃഖ നിമിഷം ഒരു തകർച്ചയിലേക്ക് മാറിയിരിക്കുന്നു. *ഒരുപക്ഷേ ഞാൻ വിഷാദത്തിലായിരിക്കാം!!!* ഒരു വികാരത്തിൽ നാം എത്രത്തോളം ശ്രദ്ധ കേന്ദ്രീകരിക്കുകയും

പിന്നീട് അതിനായി സ്വയം വിലയിരുത്തുകയും ചെയ്യുന്നുവോ അത്രത്തോളം നമുക്ക് അത് കൂടുതൽ വഷളാകും.

നിഷേധാത്മക വികാരങ്ങളെ ശത്രുവായി കാണരുത്. വാസ്തവത്തിൽ, എല്ലാ വികാരങ്ങൾക്കും ഒരു മൂല്യമുണ്ട്. നിങ്ങൾക്ക് പ്രധാനപ്പെട്ട എന്തെങ്കിലും അല്ലെങ്കിൽ ആരെയെങ്കിലും നഷ്ട പ്പെട്ടാൽ, ദുഃഖവും സങ്കടവും തോന്നുന്നത് സ്വാഭാവികം മാത്രമല്ല, അവ ആരോഗ്യകരവുമായിരിക്കും. ചിലപ്പോൾ നമ്മൾ എടുത്ത ഒരു തിരഞ്ഞെടുപ്പിന്റെ ഫലമായുണ്ടായ വേദന അനുഭവിക്കേണ്ടി വരും, അങ്ങനെ വീണ്ടും ആ തിരഞ്ഞെടുപ്പ് നടത്താതിരിക്കാൻ. നിങ്ങളുടെനിയന്ത്രണത്തിലല്ലാത്തസാഹചര്യങ്ങളുംസംഭവങ്ങളും നിങ്ങളുടെ വികാരങ്ങളെ നിയന്ത്രിക്കാൻ അനുവദിക്കുന്നതിനു പകരം, നിങ്ങളുടെ വൈകാരികാവസ്ഥയെ നിങ്ങൾ നിയന്ത്രിക്കുക എന്നതാണ് ഇവിടെയുള്ള വ്യത്യാസം.

നാളെ ഒരു പൂർണ്ണതയുള്ള ജീവിതം ആഗ്രഹിക്കരുത്. ഇന്ന് നിങ്ങളുടെ ജീവിതത്തിന്റെ പൂർണ്ണത കാണുക. നമ്മൾ ചെയ്യുന്ന മറ്റൊരു കാര്യം, പൂർണ്ണതയ്ക്കായി (കുറ്റബോധം) പരിശ്രമിക്കുകയും, നമ്മുടെ യാഥാർത്ഥ്യം എന്തായിരിക്കണമെന്ന് നാം കരുതുന്നതി നെക്കുറിച്ചുള്ള നമ്മുടെ കാഴ്ചപ്പാടുമായി നമ്മുടെ യാഥാർത്ഥ്യത്തെ അളക്കുകയും ചെയ്യുക എന്നതാണ്. ഇതും പ്രതിരോധത്തിന്റെ മറ്റൊരു രൂപം മാത്രമാണ്. നിങ്ങൾ അഭാവത്തിൽ ശ്രദ്ധ കേന്ദ്രീ കരിക്കുന്നു, നിങ്ങളുടെ യഥാർത്ഥ യാഥാർത്ഥ്യത്തെ നിങ്ങളുടെ പൂർണ്ണ യാഥാർത്ഥ്യത്തിനെതിരെ ചെറുക്കുന്നു, അതുവഴി വൈകാ രിക വേദന സൃഷ്ടിക്കുന്നു. എന്റെ ജീവിതം ഇപ്പോൾ തികഞ്ഞ താണ് എന്ന കാഴ്ചപ്പാടിലൂടെ നിങ്ങളുടെ ജീവിതം കാണാൻ നിങ്ങൾക്ക് എളുപ്പത്തിൽ തിരഞ്ഞെടുക്കാം. എനിക്ക് കാൻസർ ബാധിച്ച് എന്റെ ജീവിതത്തിലെ ഏറ്റവും പ്രയാസകരമായ ഒരു വർഷം കടന്നുപോയപ്പോൾ, എന്റെ പ്രിയപ്പെട്ട മന്ത്രങ്ങളിലൊന്ന് എന്റെ ജീവിതം എപ്പോഴും പൂർണ്ണമാണ് എന്നതായിരുന്നു. *എന്റെ ജീവിതത്തിനായി ഞാൻ ആഗ്രഹിക്കുന്നതെല്ലാം സൃഷ്ടിക്കാൻ എന്നെ പ്രാപ്തമാക്കുന്ന പാഠങ്ങൾ പഠിക്കാൻ ഞാൻ എപ്പോഴും എവിടെയായിരിക്കണമോ അവിടെയാണ്.* എന്റെ രോഗനിർ ണ്ണയം മാറ്റാൻ എനിക്ക് കഴിഞ്ഞില്ല, അതിനാൽ ഞാൻ അത് സ്വീകരിക്കാനും, അതിനോട് സമാധാനം പുലർത്താനും, എന്റെ

ജീവിതത്തിലെ ഏറ്റവും ദുഷ്കരമായ സമയത്തിലൂടെ കടന്നു പോകുമ്പോൾ ഞാൻ ഇതുവരെ അനുഭവിച്ചിട്ടുള്ളതിൽ വച്ച് ഏറ്റവും സന്തോഷവാനും നന്ദിയുള്ളവനുമായിരിക്കുമെന്ന് ബോധപൂർവ്വമായ തീരുമാനം എടുക്കാനും ഞാൻ തീരുമാനിച്ചു. എന്റെ രോഗനിർണ്ണയത്തെയും അതിൽ നിന്ന് അനിവാര്യമായും ലഭിച്ച പാഠങ്ങളെയും ജീവിതത്തിന്റെ പൂർണ്ണതയുടെ ഭാഗമായി കാണാൻ ഞാൻ തീരുമാനിച്ചു. നിങ്ങളുടെ വെല്ലുവിളി നിറഞ്ഞ സാഹചര്യങ്ങൾക്കിടയിലും നിങ്ങൾക്കും ഇത് ചെയ്യാൻ കഴിയും.

എന്റെ കാർ അപകടത്തെക്കുറിച്ചും ആശുപത്രി കിടക്കയിൽ നിന്ന് ഞാൻ എന്റെ സാഹചര്യങ്ങളെ എങ്ങനെ പൂർണ്ണമായി സ്വീകരിച്ചു എന്നതിനെക്കുറിച്ചും ഞാൻ പറയുന്നത് ആളുകൾ കേൾക്കുമ്പോൾ, മദ്യപിച്ച ഡ്രൈവറോട് എനിക്ക് കുറഞ്ഞപക്ഷം ദേഷ്യമൊന്നുമില്ലല്ലോ എന്ന് അവർ സാധാരണയായി സംശയിക്കുകയോ അത്ഭുതപ്പെടുകയോ ചെയ്യും. “അവൻ നിന്നോട് ചെയ്തതിന് നിനക്ക് എങ്ങനെ അവനെ വെറുക്കാതിരിക്കാൻ കഴിയും?” ചിലർ ചോദിക്കുന്നു. ചിലപ്പോൾ അവർക്ക് എന്നോട് ദേഷ്യം പോലും തോന്നും. പക്ഷേ ഞാൻ അവനെ വെറുക്കുന്നില്ല. വാസ്തവത്തിൽ, എനിക്ക് അദ്ദേഹത്തോട് ഒരു നിഷേധാത്മക വികാരവുമില്ല. അപകടം മുതൽ ഇന്നുവരെ എനിക്ക് അദ്ദേഹത്തോട് എന്തെങ്കിലും വികാരം തോന്നിയിട്ടുണ്ടെങ്കിൽ അത് *സഹാനുഭൂതിയാണ്.*

കണ്ടോ, ഞാൻ ഒരിക്കലും അവന്റെ ജീവിതം ജീവിച്ചിട്ടില്ല. ഒരുപക്ഷേ, അദ്ദേഹത്തിന്റെ സ്ഥാനത്ത്, ആ രാത്രി മദ്യപിച്ച് വാഹനമോടിക്കാൻ ഞാൻ അതേ തീരുമാനം തന്നെ എടുക്കുമായിരുന്നു. നമ്മുടെ ജീവിതാനുഭവത്തിന്റെയും നാം ആരാണെന്നതിന്റെയും അടിസ്ഥാനത്തിൽ മറ്റുള്ളവരെ വിലയിരുത്തുന്നത് നമുക്ക് എളുപ്പമാണ്. എന്നിരുന്നാലും, നിങ്ങൾ നിലവിൽ അല്ലെങ്കിൽ മുൻകാലങ്ങളിൽ വിധിച്ചതോ അസ്വസ്ഥനായതോ ആയ ഒരാളെക്കുറിച്ച് ചിന്തിക്കുക. ഇത് പരിഗണിക്കുക : *നിങ്ങൾ അവന്റെയോ അവളുടെയോ ജീവിതം നയിച്ചിരു*

ന്നെങ്കിൽ, അവന്റെയോ അവളുടെയോ തലച്ചോറുമായി ജനിച്ചിരു ന്നെങ്കിൽ, അവന്റെയോ അവളുടെ മാതാപിതാക്കളാൽ വളർത്ത പ്പെട്ടിരുന്നെങ്കിൽ, അവന്റെയോ അവളുടെ സുഹൃത്തുക്കളുടെയോ സ്വാധീനത്തിൽ ആയിരുന്നെങ്കിൽ, നിങ്ങൾ അവൻ അല്ലെങ്കിൽ അവൾ ചിന്തിക്കുന്നതുപോലെ തന്നെ ചിന്തിക്കുകയും പ്രവർത്തി ക്കുകയും ചെയ്യാനുള്ള സാധ്യത വളരെ കൂടുതലാണ്. ആ വീക്ഷണ കോണിൽ നിന്ന്, നമ്മുടെ വിധിന്യായത്തിന് പകരം സഹാനു ഭൂതിയും എല്ലാ ആളുകളെയും നിരുപാധികം സ്നേഹിക്കുന്നതും നമുക്ക് തിരഞ്ഞെടുക്കാം. നമുക്ക് അവരെ അവർ ആയിരിക്കുന്നതു പോലെ സ്വീകരിക്കാം, അതേസമയം തന്നെ അവർക്ക് അവരുടെ ഏറ്റവും മികച്ച പതിപ്പായി മാറാനുള്ള ഇടം നൽകാം.

എനിക്ക് സാധാരണയായി ലഭിക്കുന്ന മറ്റൊരു ചോദ്യം, *എന്ത് മാറ്റാൻ കഴിയുമെന്നും എന്ത് മാറ്റാൻ കഴിയില്ലെന്നും നിങ്ങൾക്ക് എങ്ങനെ അറിയാം എന്നതാണ്.* ലളിതമായ ഉത്തരം, സംഭവിച്ച തൊന്നും നിങ്ങൾക്ക് മാറ്റാൻ കഴിയില്ല എന്നതാണ്. നിങ്ങളുടെ പ്രവൃത്തികളിൽ ഇപ്പോൾ മാത്രമേ മാറ്റങ്ങൾ വരുത്താൻ കഴിയൂ, അത് ഭാവിയിൽ വ്യത്യസ്ത സാഹചര്യങ്ങളിലേക്ക് നയിക്കും. നിങ്ങളുടെ ഭൂതകാലവും വർത്തമാനകാല സാഹചര്യങ്ങളും ശരിയാണ്. ഈ നിമിഷത്തിൽ, നിങ്ങളുടെ ഭാവി മാത്രമേ സുഗമ മായി മാറ്റാൻ കഴിയൂ.

നിങ്ങളുടെ വെള്ളം കയറിയ ബേസ്മെന്റിൽ നിന്ന് വെള്ളം പമ്പ് ചെയ്ത് പുറത്തേക്ക് കളയാൻ കഴിയില്ല. കൂട്ടിയിടിച്ചതിന് ശേഷം നിങ്ങളുടെ ബമ്പറിലെ ഒരു പൊട്ടൽ പരിഹരിക്കാൻ നിങ്ങൾക്ക് കഴിയില്ല. നിങ്ങളോ മറ്റാരെങ്കിലുമോ പറഞ്ഞ ഒരു കാര്യം നിങ്ങൾക്ക് തിരിച്ചെടുക്കാൻ കഴിയില്ല. ഒരിക്കൽ അത് സംഭവിച്ചുകഴിഞ്ഞാൽ, അത് സംഭവിച്ചു, നിങ്ങൾക്ക് സമയത്തിലേക്ക് തിരിച്ചുപോയി അത് മാറ്റാൻ കഴിയില്ല. ഞാൻ ഉദ്ദേശിക്കുന്നത്, നിങ്ങൾ മാർട്ടി മക്ഫ്ലൈ അല്ലാത്ത ഒരു സമയം സഞ്ചരിക്കുന്ന ഡെലോറിയൻ അല്ലാത്ത പക്ഷം.

നിങ്ങൾ ഭൂതകാലത്തെ നിരുപാധികമായി അംഗീകരിക്കു മ്പോൾ, നിങ്ങൾ നീരസം, ഖേദം, കോപം, കുറ്റബോധം, നിങ്ങളുടെ പ്രതിരോധം സൃഷ്ടിച്ച മറ്റ് നിഷേധാത്മക വികാരങ്ങൾ എന്നിവ ഉപേക്ഷിക്കുന്നു. ഒരു ദിവസം നിങ്ങൾക്ക് സംഭവിക്കുന്ന എല്ലാ അജ്ഞാത സംഭവങ്ങളെയും (അതായത്

ജീവിതം സംഭവിക്കുന്നതിന് മുമ്പ് സ്വീകരിക്കുക) നിങ്ങൾ സ്വീകരിക്കുമ്പോൾ, നിങ്ങളുടെ എല്ലാ ഭയം, ഉത്കണ്ഠ, വിഷമം, പൂർണ്ണമായും അനാവശ്യമായ മറ്റ് തരത്തിലുള്ള വൈകാരിക വേദനകൾ എന്നിവയിൽ നിന്ന് നിങ്ങൾ മോചനം നേടുന്നു. നിങ്ങൾക്ക് ആന്തരിക സമാധാനത്തിന്റെ സമ്മാനം നൽകാനും വൈകാരികമായി അജയ്യനാകാനും, ആ സമയത്ത് അത് എത്ര വേദനാജനകമായിരുന്നാലും ഭാവിയിൽ എന്തെങ്കിലും സംഭവിക്കാനുള്ള സാധ്യത എത്ര ഭയാനകമായിരുന്നാലും, ഇതിനകം സംഭവിച്ചതോ സംഭവിക്കാൻ പോകുന്നതോ ആയ എല്ലാ പ്രതിരോധങ്ങളും നിങ്ങൾ ഒഴിവാക്കണം.

നിങ്ങളുടെ യാഥാർത്ഥ്യത്തെ നിരുപാധികമായി, അത് ഉള്ളതുപോലെ സ്വീകരിച്ചുകൊണ്ടാണ് നിങ്ങൾ ഇത് ചെയ്യുന്നത്. നിങ്ങളുടെ നിയന്ത്രണത്തിലല്ലാത്ത എല്ലാ കാര്യങ്ങളെയും അംഗീകരിക്കാനും വൈകാരിക അജയ്യത എന്ന സമ്മാനം സ്വയം നൽകാനും നിങ്ങൾക്ക് ഉപയോഗിക്കാവുന്ന മൂന്ന് വിദ്യകൾ ഇതാ :

1. **അഞ്ച് മിനിറ്റ് നിയമം :** ഈ പ്രക്രിയയിലെ എന്റെ ആദ്യപടിയായിരുന്നു ഇത് പ്രയോഗിക്കുക എന്നത്. നിങ്ങളുടെ വികാരങ്ങൾ പൂർണ്ണമായി അനുഭവിക്കാൻ ഒരു ടൈമർ സജ്ജീകരിച്ച് അഞ്ച് മിനിറ്റ് സമയം നൽകുക. ചവിട്ടുക, നിലവിളിക്കുക, കരയുക, പരാതിപ്പെടുക – ആ വികാരങ്ങൾ പ്രകടിപ്പിക്കാൻ നിങ്ങൾ എന്ത് ചെയ്താലും. സമയം കഴിഞ്ഞാലുടൻ, വളരെ ശക്തമായ മൂന്ന് വാക്കുകൾ പറഞ്ഞുകൊണ്ട് സാഹചര്യം അംഗീകരിക്കുക...
2. **"മാറ്റാൻ കഴിയില്ല" എന്ന മന്ത്രം :** അഞ്ച് മിനിറ്റ് മുമ്പ്, അഞ്ച് മാസം മുമ്പ്, അഞ്ച് പതിറ്റാണ്ട് മുമ്പ് സംഭവിച്ചത് എന്തുതന്നെയായാലും, ഇതിനകം സംഭവിച്ചത് മാറ്റാൻ കഴിയില്ലെന്ന് സ്വയം ഓർമ്മിപ്പിക്കുക, അതിനാൽ നിങ്ങൾക്ക് കഴിയണമെന്ന് ആഗ്രഹിക്കുന്നതിൽ ഒരു മൂല്യവുമില്ല. നിങ്ങൾക്ക് ഭൂതകാലത്തെ പഴയപടിയാക്കാൻ കഴിയില്ല, നിങ്ങളുടെ വർത്തമാനത്തിന്റെയോ

ഭാവിയുടെയോ മാറ്റാനാവാത്ത വശങ്ങളെ മാറ്റാനും കഴിയില്ല. ഒരു സാഹചര്യം മാറ്റാൻ കഴിയുന്നില്ലെങ്കിൽ, അതിനെ ചെറുത്തുനിൽക്കുന്നത് അനാവശ്യമായ വൈകാരിക വേദനയിലേക്ക് നയിക്കുമെന്ന് മനസ്സിലാക്കുക. ആ വേദന നിർത്താൻ അല്ലെങ്കിൽ ഒരിക്കലും അത് അനുഭവിക്കാതിരിക്കാൻ നിങ്ങൾക്ക് അധികാരമുണ്ട്.

നിങ്ങളുടെ വൈകാരിക പാറ്റേണുകൾ തകർക്കാൻ, നിങ്ങൾ ആദ്യം ആരംഭിക്കുമ്പോൾ ഈ രണ്ട് ഘട്ടങ്ങളും കുറച്ച് തവണ ആവർത്തിക്കേണ്ടി വന്നേക്കാം എന്ന് മനസ്സിലാക്കുക.

3. **ജീവിതം സംഭവിക്കുന്നതിനു മുമ്പ് അതിനെ സ്വീകരിക്കുക :** ഇതാണ് സ്വീകാര്യതയുടെ പരിണാമം, അഞ്ച് മിനിറ്റ് നിയമവും "അത് മാറ്റാൻ കഴിയില്ല" എന്ന മന്ത്രവും നിങ്ങൾ ഒരു നിശ്ചിത സമയത്തേക്ക് പരിശീലിച്ചുകഴിഞ്ഞാൽ നിങ്ങൾക്ക് ഇത് വളരെ എളുപ്പമായിരിക്കും.

എല്ലാ വൈകാരിക വേദനകളും സ്വയം സൃഷ്ടിക്കപ്പെട്ടതും പൂർണ്ണമായും ഓപ്ഷണലുമാണെന്ന വസ്തുത ഇപ്പോൾ നിങ്ങൾക്കറിയാം, നിങ്ങൾക്ക് മാറ്റാൻ കഴിയാത്ത ഒന്നിനെയും ഇനി ഒരിക്കലും ചെറുക്കില്ലെന്ന് ബോധപൂർവ്വം ഇപ്പോൾ തീരുമാനിക്കുന്നതിലൂടെ ഭാവിയിലെ വൈകാരിക വേദന തടയാൻ കഴിയും. ഒരു സമയത്തേക്കും വൈകാരിക വേദന സഹിക്കേണ്ടതില്ല, തിരിഞ്ഞു നോക്കുമ്പോൾ അത് അനാവശ്യമായിരുന്നുവെന്ന് തിരിച്ചറിയുക. നിങ്ങളുടെ സമാധാനം കണ്ടെത്താൻ പിന്തിരിഞ്ഞുനോക്കാൻ കാത്തിരിക്കരുത്. ജീവിതം എപ്പോഴും എല്ലാ വിധത്തിലും സമാധാനത്തോടെയിരിക്കാൻ, അത് സംഭവിക്കുന്നതിന് മുമ്പ് തന്നെ സ്വീകരിക്കുക.

അടുത്ത അധ്യായത്തിൽ, ലക്ഷ്യങ്ങൾ നിർണ്ണയിക്കുന്നതിനുള്ള ഒരു പുതിയ മാതൃകയും പരാജയഭയം എന്നെന്നേക്കുമായി ഇല്ലാതാക്കാൻ അത് എങ്ങനെ ഉപയോഗിക്കാമെന്നും നമ്മൾ പര്യവേക്ഷണം ചെയ്യാൻ പോകുന്നു. പക്ഷേ നമ്മൾ മുന്നോട്ട്

പോകുന്നതിനു മുമ്പ്, വൈകാരിക അജയ്യത എന്ന ആശയവുമായി നിങ്ങൾ കുറച്ച് മിനിറ്റ് ഇരിക്കണമെന്ന് ഞാൻ ആഗ്രഹിക്കുന്നു. നിങ്ങൾക്ക് വൈകാരിക വേദന ഉണ്ടാക്കുന്നത് എന്താണ്? നിങ്ങൾക്ക് സംഭവിച്ചതോ സംഭവിക്കാൻ പോകുന്നതോ ആയ എല്ലാത്തിനെയും അംഗീകരിക്കുന്നത് നിങ്ങളുടെ ജീവിതത്തെ എങ്ങനെ മാറ്റും? സമ്മർദ്ദം, കോപം, ദുഃഖം, നീണ്ടുനിൽക്കുന്ന മറ്റ് നിഷേധാത്മക വികാരങ്ങൾ എന്നിവ ഇല്ലെങ്കിൽ നിങ്ങൾക്ക് എത്രത്തോളം ഊർജ്ജം ലഭിക്കുമെന്ന് നിങ്ങൾ കരുതുന്നു?

ഇനി നമുക്ക് ഈ ആശയം യഥാർത്ഥ ജീവിതത്തിൽ പരീക്ഷിച്ചു നോക്കാം, അത് നിങ്ങളുടെ ജീവിതത്തിൽ എങ്ങനെ പ്രവർത്തിക്കുന്നുവെന്ന് നോക്കാം. ഈ ചോദ്യം പരിഗണിക്കുക : നിങ്ങളുടെവീൽചെയർഎന്താണ്? നിങ്ങളുടെജീവിതത്തിലെയോ ഭൂതകാലത്തിലെയോമാറ്റമില്ലാത്തഏത്സാഹചര്യമാണ്നിങ്ങൾ ചെറുക്കുകയും അതുവഴി അനാവശ്യമായ വൈകാരിക വേദന സൃഷ്ടിക്കുകയും ചെയ്യുന്നത്?

ഇനി ഒരു ദീർഘനിശ്വാസം എടുത്ത് അതിനെ നിരുപാധികം സ്വീകരിക്കാനും, അതിനോട് സമാധാനം പുലർത്താനും, വൈകാരികമായി അജയ്യനാകാനുള്ള സമ്മാനം സ്വയം നൽകാനുമുള്ള ബോധപൂർവ്വമായ തീരുമാനം എടുക്കുക.

5

സാധ്യതയുടെ ഒരു പുതിയ മാതൃക

നിങ്ങളുടെ ലക്ഷ്യം ലക്ഷ്യമല്ല

ഒരു ലക്ഷ്യം നിശ്ചയിക്കുന്നതിനുള്ള പ്രധാന കാരണം അത് നേടിയെടുക്കാൻ നിങ്ങളെ പ്രേരിപ്പിക്കുന്ന കാര്യങ്ങളാണ്. ഇത് എപ്പോഴും നിങ്ങൾക്ക് ലഭിക്കുന്നതിനേക്കാൾ വളരെ വലിയ മൂല്യമായിരിക്കും.

—ജിം റോൺ

നമുക്കെല്ലാവർക്കും സ്വപ്നങ്ങളുണ്ട്, നമ്മുടെ ജീവിതം എങ്ങനെയായിരിക്കണമെന്നുള്ള മഹത്തായ ദർശനങ്ങൾ. ഈ ദർശനങ്ങളെക്കുറിച്ച് ചിന്തിക്കുമ്പോൾ നമുക്ക് നല്ല അനുഭവം തോന്നുന്നു. സാധ്യമായത് നമ്മൾ സങ്കൽപ്പിക്കുന്നു. ചില സമയങ്ങളിൽ, ആ ദർശനങ്ങൾ കൈവരിക്കുന്നതിനുള്ള ദിശയിലേക്ക് നമ്മെ നയിക്കാൻ കഴിയുന്ന ഒരു ചെറിയ ലക്ഷ്യ ക്രമീകരണത്തിലോ പ്രവർത്തന ആസൂത്രണത്തിലോ പോലും നമ്മൾ ഏർപ്പെടാറുണ്ട്. എന്നിരുന്നാലും, അർത്ഥവത്തായ ലക്ഷ്യങ്ങൾ സ്വയം സ്ഥാപിക്കുന്നവർ വളരെ കുറവാണ്, മാത്രമല്ല ലക്ഷ്യങ്ങൾ നേടുന്നവർ അതിലും കുറവാണ്. ജനുവരി അവസാനിക്കുന്നതിനു മുമ്പേ തന്നെ അവസാനിക്കുന്ന പുതുവത്സര പ്രതിജ്ഞകളെക്കുറിച്ച് ഒന്ന് ആലോചിച്ചു നോക്കൂ.

ദുഃഖകരമായ സത്യം എന്തെന്നാൽ, മിക്ക ആളുകളുടെയും യഥാർത്ഥ ജീവിതം ഒരിക്കലും ആ മഹത്തായ ദർശനവുമായി പൊരുത്തപ്പെടുന്നില്ല എന്നതാണ്. ആ ദശലക്ഷം ഡോളർ ഒരിക്കലും യാഥാർത്ഥ്യമാകില്ല. നമ്മുടെ സ്വപ്നത്തിലെ ആൾ ഒരിക്കലും നമ്മുടെ വാതിലിലൂടെ കടന്നുവരില്ല. നമ്മുടെ സ്വപ്ന ജോലി ഒരിക്കലും നമ്മുടെ കൈകളിൽ വീഴില്ല. അതുകൊണ്ട് നമുക്ക് എത്തിപ്പിടിക്കാൻ കഴിയില്ലെന്ന് വിശ്വസിക്കുന്ന കാര്യങ്ങൾക്കായി എപ്പോഴും ആഗ്രഹിക്കേണ്ടി വരുന്നു. സമയം കൂടുംതോറും നമുക്ക് പ്രായമാകുംതോറും അത് കൂടുതൽ വഷളാകുന്നു.

കുറച്ചുകൂടി മെച്ചപ്പെട്ട ഒരു മാർഗ്ഗം ഉണ്ടാകണം.

പരാജയപ്പെടാൻ പാടില്ലാത്ത ഒരു മാതൃകയിൽ നിന്ന് നിങ്ങൾ പ്രവർത്തിക്കുകയാണെങ്കിൽ എന്തുചെയ്യും? നിങ്ങൾ ശ്രമിക്കുന്ന ഓരോ ലക്ഷ്യവും ഫലിക്കുമെന്ന് നിങ്ങൾക്കറിയാമെങ്കിലോ?

നിങ്ങളുടെ ലക്ഷ്യങ്ങളെ സമീപിക്കുന്ന രീതിയിൽ ഈ പുതിയ സമീപനം മാറ്റം വരുത്തുമോ? നിങ്ങൾ വലിയ ലക്ഷ്യങ്ങൾ വെക്കുമോ? കൂടുതൽ റിസ്കുകൾ എടുക്കുമോ? കൂടുതൽ പ്രചോദനം തോന്നുന്നുണ്ടോ?

എന്റെകാഴ്ചപ്പാടിൽ,ലക്ഷ്യങ്ങളുമായുള്ളനമ്മുടെഇപ്പോഴത്തെ ബന്ധം അൽപ്പം വ്യത്യസ്തമാണെന്ന് തോന്നുന്നു. നമ്മുടെ ലക്ഷ്യങ്ങളെ സമീപിക്കുന്ന രീതി നമ്മെ രണ്ട് ഉത്തരവാദിത്ത ങ്ങളിൽ ഒന്നിലേക്ക് നയിക്കുന്നു, ഒന്നുകിൽ നമ്മൾ ഉദ്ദേശിച്ച ഫലത്തിൽ എത്തിച്ചേരുകയും വിജയിക്കുകയും ചെയ്യുന്നു, അത് നമ്മളെ സന്തോഷിപ്പിക്കുന്നു; അല്ലെങ്കിൽ നമ്മൾ ഉദ്ദേശിച്ച ഫലത്തിൽ എത്താതെ പരാജയപ്പെടുന്നു, ഇത് സാധാരണയായി നമ്മെ മോശമായി തോന്നിപ്പിക്കുന്നു. എല്ലാ ലക്ഷ്യനിർണ്ണയ ത്തിനും (പ്രതീക്ഷയോടെ) നമ്മുടെ ഉദ്ദേശിച്ച ഫലം നേടുന്ന തിനും തുടർന്ന് അവസാനം വരെ ആ ഘട്ടങ്ങൾ പിന്തുടരുന്ന തിനും ആവശ്യമായ ശിശ്രു ഘട്ടങ്ങൾ കണ്ടെത്തുന്നതിനും ശേഷം, എല്ലാം പറയുകയും പൂർത്തിയാക്കുകയും ചെയ്യുമ്പോൾ വിജയി ക്കാൻ (അല്ലെങ്കിൽ പരാജയപ്പെടാൻ) നമുക്ക് ഇപ്പോഴും അമ്പത്തി യഞ്ച് സാധ്യത മാത്രമേയുള്ളൂ. എല്ലാ ലക്ഷ്യനിർണ്ണയത്തിനും (പ്രതീക്ഷയോടെ) നമ്മുടെ ഉദ്ദേശിച്ച ഫലം നേടുന്നതിനും തുടർന്ന് അവസാനം വരെ ആ ഘട്ടങ്ങൾ പിന്തുടരുന്നതിനും ആവശ്യമായ ഘട്ടങ്ങൾ കണ്ടെത്തുന്നതിനും ശേഷം, എല്ലാം പറയുകയും പൂർത്തിയാക്കുകയും ചെയ്യുമ്പോൾ വിജയിക്കാൻ (അല്ലെങ്കിൽ പരാജയപ്പെടാൻ) നമുക്ക് അപ്പോഴും പകുതി സാധ്യത മാത്രമേ യുള്ളൂ. അത് എനിക്ക് അത്ര വലിയ പ്രചോദനം നൽകുന്നില്ല.

അത് ശരിക്കും ഒരു തരം നിരാശാജനകമായി തോന്നുന്നു. ഒന്നുകിൽ നിങ്ങളുടെ ലക്ഷ്യങ്ങൾ ചെറുതാക്കി വയ്ക്കുക എന്ന ദിശയിലേക്ക്നിങ്ങളെനയിക്കുന്നഒരുമാതൃകപോലെതോന്നുന്നു, അങ്ങനെ നിങ്ങൾക്ക് അവയിലെത്താൻ കഴിയുമെന്ന് ഉറപ്പാണ്, അല്ലെങ്കിൽ ഭയപ്പെടുത്തുന്ന പരാജയം സാധ്യമാകാതിരിക്കാൻ ശ്രമിക്കുക പോലും ചെയ്യാതിരിക്കുക. ഒരു തരത്തിലുള്ള ഉറപ്പുമില്ലാതെ ആ സമയവും പരിശ്രമവും ചെലവഴിക്കുന്നത് നിങ്ങളുടെ സമയം പാഴാക്കുന്നതായി തോന്നുന്നു, അല്ലേ? നമ്മുടെ ലക്ഷ്യങ്ങൾ അസാധ്യമാണെന്ന് തോന്നുകയോ അല്ലെങ്കിൽ വളരെയധികം ജോലി പോലെ തോന്നുകയോ അല്ലെങ്കിൽ അവ വളരെ സമയമെടുക്കുമെന്ന് തോന്നുകയോ ചെയ്യുമ്പോൾ, നമ്മുടെ സുഖപ്രദമായ സോഫയിലേക്ക് തിരികെ പോയി റിമോട്ട് കൺട്രോളിനായി വീണ്ടും തപ്പുന്നത് എളുപ്പമാണ്.

ഈ മാതൃക ഇത്രയധികം ആളുകളെ എങ്ങനെ പരിമിത

പ്പെടുത്തുന്നുവെന്ന് ഞാൻ കാണുന്നു. പരാജയ-വിജയ മാതൃക മനസ്സിലാക്കുന്നതിനുമുമ്പ്, ലക്ഷ്യങ്ങളെ പരിമിതപ്പെടുത്തുന്ന ഈ രീതിയിലേക്ക് കടക്കുന്നതിൽ ഞാനും കുറ്റക്കാരനായിരുന്നു. അന്ന് എനിക്ക് അത് മനസ്സിലായില്ല, പക്ഷേ പരാജയം ഒഴിവാക്കാൻ ഞാൻ എന്റെ ലക്ഷ്യങ്ങൾ ചെറുതായി സൂക്ഷിച്ചു – ഈ ഗ്രഹത്തിലെ മറ്റേതൊരു വ്യക്തിയെയും പോലെ ഞാനും യോഗ്യനും, അർഹനും, ആഗ്രഹിക്കുന്നതെന്തും നേടാൻ പ്രാപ്തനുമാണെന്ന് തിരിച്ചറിയുന്നതുവരെ. നിങ്ങളും അങ്ങനെ തന്നെ. എന്നാൽ ലോകത്തിൽ നമ്മുടെ വ്യക്തിമുദ്ര പതിപ്പിക്കണമെങ്കിൽ നാം ലക്ഷ്യങ്ങളെക്കുറിച്ച് വ്യത്യസ്തമായ രീതിയിൽ ചിന്തിക്കണം. എന്റെ ഒരു ഉപദേഷ്ടാവിന്റെ സഹായത്താൽ, ഞാൻ അന്വേഷിച്ചുകൊണ്ടിരുന്നത് എനിക്ക് കണ്ടെത്താൻ കഴിഞ്ഞു : ലക്ഷ്യങ്ങളെ സമീപിക്കാനുള്ള ഒരു പുതിയ മാർഗ്ഗം, പരാജയ സാധ്യത ഇല്ലാതാക്കുന്ന ഒന്ന്.

ഈ അധ്യായത്തിന്റെ ബാക്കി ഭാഗം ലക്ഷ്യങ്ങളുമായുള്ള നിങ്ങളുടെ പുതിയ ബന്ധത്തിലേക്ക് നിങ്ങളെ എളുപ്പമാക്കും, അതിൽ നിങ്ങളുടെ വിജയം അനിവാര്യമായിരിക്കും. നമ്മൾ ആദ്യം ഒരു ലക്ഷ്യത്തിന്റെ യഥാർത്ഥ ഉദ്ദേശ്യം പുനർനിർവ്വചിക്കും, അത് നിങ്ങൾക്ക് സാധ്യമായ കാര്യങ്ങളെക്കുറിച്ച് വളരെ വലിയ രീതിയിൽ ചിന്തിക്കാൻ നിങ്ങളെ അനുവദിക്കുകയും അതേ സമയം നാമെല്ലാവരും മറികടക്കേണ്ട പരാജയത്തെക്കുറിച്ചുള്ള ദുർബ്ബലപ്പെടുത്തുന്ന ഭയം നീക്കം ചെയ്യുകയും ചെയ്യും.

ഒരു ലക്ഷ്യത്തിന്റെ യഥാർത്ഥ ലക്ഷ്യം

എല്ലാവരും തങ്ങളുടെ ലക്ഷ്യങ്ങളും സ്വപ്നങ്ങളും നേടിയെടുക്കാൻ ആഗ്രഹിക്കുന്നു. അതുകൊണ്ടായിരിക്കാം നിങ്ങൾ ഈ പുസ്തകം വായിക്കുന്നത്. നേട്ടത്തിലേക്കുള്ള ഏറ്റവും എളുപ്പമുള്ള പാത തേടുന്നത് നമ്മുടെ സ്വഭാവമാണെന്നും നമുക്കറിയാം. താഴ്ന്നു നിൽക്കുന്ന പഴം ഏറ്റവും രുചികരമാകണമെന്നില്ല, പക്ഷേ നമ്മളിൽ മിക്കവരും അതിനായി പരിശ്രമിക്കുന്നു. ഒരു ലക്ഷ്യത്തിൽ വളരെയധികം പരിശ്രമിക്കുന്നതിനുമുമ്പ്, വിജയത്തിന്റെ ഒരുതരം ഉറപ്പ് നമുക്ക് വേണം.

നിങ്ങൾ ഒരു ശുഭാപ്തിവിശ്വാസിയാണെങ്കിൽ, “എന്തും സാധ്യമാണ്” എന്ന ശുഭാപ്തിവിശ്വാസ ക്ലബ്ബിന്റെ വിശ്വാസ

പ്രമാണം നിങ്ങൾ പാലിക്കാൻ സാധ്യതയുണ്ട്. എന്നിരുന്നാലും, സാധ്യമായ കാര്യങ്ങൾ നമ്മൾ വളരെ അപൂർവ്വമായി മാത്രമേ പിന്തുടരാറുള്ളൂ, പകരം സാധ്യമാണെന്ന് നമ്മൾ വിശ്വസിക്കുന്ന കാര്യങ്ങൾ നേടുന്നതിലാണ് നമ്മുടെ ഊർജ്ജം കേന്ദ്രീകരിക്കുന്നത്.

ഒന്ന് ആലോചിച്ചു നോക്കൂ, നിങ്ങൾക്ക് നേടാൻ കഴിയുമെന്ന് നിങ്ങൾ ശരിക്കും വിശ്വസിക്കാത്ത ഒരു ലക്ഷ്യം നിങ്ങൾ അവസാനമായി പിന്തുടർന്നത് എപ്പോഴാണ്? നിങ്ങൾ കരുതിയിരിക്കാം അത് സമയം പാഴാക്കലാണെന്ന്, നിങ്ങളുടെ ഊർജ്ജം അതിൽ ചെലവഴിക്കുകയോ പരാജയത്തിനും ഒരുപക്ഷേ നാണക്കേടിനും സ്വയം സജ്ജമാക്കുകയോ ചെയ്യേണ്ടതില്ലെന്ന്. ഞാൻ ഉദ്ദേശിക്കുന്നത്, നേടിയെടുക്കാൻ കഴിയില്ലെന്ന് വിശ്വസിക്കുന്ന ലക്ഷ്യങ്ങൾക്ക് പിന്നാലെ ആരാണ് പോകുന്നത്? അത് അൽപ്പം അർത്ഥശൂന്യമാണെന്ന് തോന്നുന്നു, അല്ലേ? ശരി, ലക്ഷ്യങ്ങൾ വെക്കുന്നതിന്റെ ഏറ്റവും വലിയ നേട്ടം അവ നേടിയെടുക്കുക എന്നതാണ് എന്ന് നിങ്ങൾ കരുതുന്നുവെങ്കിൽ, അതെ, തീർച്ചയായും ഏറ്റവും എളുപ്പമുള്ള ലക്ഷ്യങ്ങൾ തിരഞ്ഞെടുക്കുക. എന്നാൽ ഒരു ലക്ഷ്യം കൈവരിക്കുക എന്നത്, അതിന്റെ പ്രത്യക്ഷമായ ഫലത്തിലെന്നപോലെ, ഒരു ലക്ഷ്യം വെക്കുന്നതിന്റെ ആത്യന്തിക ലക്ഷ്യമോ ഏറ്റവും പ്രധാനപ്പെട്ട നേട്ടമോ അല്ല. അത് ഏറ്റവും ഉയർന്ന മൂല്യമല്ല. വാസ്തവത്തിൽ, ഈ പുതിയ മാതൃകയിൽ, നിങ്ങൾ ഒരു ലക്ഷ്യം കൈവരിക്കുന്നുണ്ടോ ഇല്ലയോ എന്നത് നിങ്ങളുടെ ലക്ഷ്യത്തിന്റെ അന്തിമഫലത്തിന്റെ യഥാർത്ഥ ലക്ഷ്യവുമായി ബന്ധപ്പെട്ടതല്ല.

എന്റെ കൂടെ ഇവിടെ നിൽക്കൂ.

നിങ്ങൾ നിശ്ചയിക്കുന്ന ഓരോ ലക്ഷ്യത്തിന്റെയും യഥാർത്ഥ ഉദ്ദേശ്യം, സ്ഥിരമായി പ്രധാനപ്പെട്ട ലക്ഷ്യങ്ങൾ സ്ഥാപിക്കാനും നേടാനും കഴിയുന്ന തരത്തിലുള്ള വ്യക്തിയായി മാറുക എന്നതാണ്. മറ്റൊരു വിധത്തിൽ പറഞ്ഞാൽ, ഒരു ലക്ഷ്യത്തിന്റെ ഉദ്ദേശ്യം ഒരു ലക്ഷ്യം നേടുന്നയാളുടെ ഗുണങ്ങളും സവിശേഷതകളും വികസിപ്പിക്കുക എന്നതാണ്. ഈ പ്രക്രിയയിലൂടെ നിങ്ങൾ ആരായിത്തീരുന്നുവോ അതാണ് നിങ്ങളുടെ ജീവിതകാലം മുഴുവൻ നിങ്ങളെ സേവിക്കുകയും ഏതൊരു ഹ്രസ്വകാല നേട്ടത്തെയും മറികടക്കുകയും ചെയ്യുന്നത്.

ആത്യന്തികമായി, നിങ്ങളുടെ ഓരോ ലക്ഷ്യങ്ങളും ഒരു അത്ഭുത പ്രഗത്ഭന്റെ മാനസികാവസ്ഥയും പെരുമാറ്റരീതികളും വികസിപ്പിക്കുന്നതിന് ഉപയോഗിക്കാനാണ് നിങ്ങൾ ആഗ്രഹിക്കുന്നത്. ഓരോ ലക്ഷ്യത്തിലും അത്ഭുത സമവാക്യം വീണ്ടും വീണ്ടും പ്രയോഗിച്ചുകൊണ്ട് നിങ്ങൾ അവിടെ എത്തുന്നു, അതുവഴി നിങ്ങളുടെ ദീർഘകാല വിജയം അനിവാര്യമാക്കുന്നു. ഓരോ ലക്ഷ്യവും സ്വയം വികസിപ്പിക്കാനും യഥാർത്ഥത്തിൽ സാധ്യമായത് പരീക്ഷിക്കാനുമുള്ള ഒരു അവസരം മാത്രമാണ്. നമ്മൾ അത് കൂടുതൽ ചെയ്യുംതോറും നമുക്ക് അതിൽ മികച്ച പ്രകടനം കാഴ്ചവയ്ക്കാൻ കഴിയും.

രണ്ടാം അധ്യായത്തിൽ നമ്മൾ പരാമർശിച്ച ഒരു കാര്യം ഞാൻ ആവർത്തിക്കാൻ പോകുന്നു, എന്റെ ഉപദേഷ്ടാവായ ഡാൻ കാസെറ്റ എനിക്ക് ലക്ഷ്യങ്ങളെക്കുറിച്ച് പഠിപ്പിച്ച തന്നതും അതാണ്. വീണ്ടും, ഇത് ഡാന്റെ ഉപദേഷ്ടാക്കളിൽ ഒരാളായ ജിം റോണിൽ നിന്ന് അദ്ദേഹത്തിന് പകർന്നു കിട്ടിയ ഒരു പാഠമാണ്. ചുരുക്കി പറഞ്ഞാൽ: *ഒരു ലക്ഷ്യം വെക്കുന്നതിന്റെ ഉദ്ദേശ്യം ലക്ഷ്യത്തിലെത്തുക എന്നതല്ല. ഒരു ലക്ഷ്യം വെക്കുന്നതിന്റെ യഥാർത്ഥ ഉദ്ദേശ്യം, നിങ്ങൾ ഏതെങ്കിലും ഒരു പ്രത്യേക ലക്ഷ്യത്തിൽ എത്തിയോ ഇല്ലയോ എന്നത് പരിഗണിക്കാതെ, നിങ്ങളുടെ ലക്ഷ്യങ്ങൾ നേടിയെടുക്കാൻ കഴിയുന്ന തരത്തിലുള്ള വ്യക്തിയായി സ്വയം വികസിപ്പിക്കുക എന്നതാണ്. ചില ലക്ഷ്യങ്ങൾ നിങ്ങൾ നേടിയെടുക്കും, ചിലത് നേടാതിരിക്കും. നിങ്ങളുടെ ഫലങ്ങൾ എന്തുതന്നെയായാലും, അവസാന നിമിഷം വരെ നിങ്ങൾക്കുള്ളതെല്ലാം നൽകുന്നതിലൂടെ നിങ്ങൾ ആരായി തീരുന്നു എന്നതാണ് നിങ്ങളുടെ ജീവിതകാലം മുഴുവൻ വലുതും, കൂടുതൽ വലുതുമായ ലക്ഷ്യങ്ങൾ കൈവരിക്കാൻ സഹായിക്കുന്ന മാനസികാവസ്ഥയും പെരുമാറ്റരീതികളും വികസിപ്പിക്കാൻ നിങ്ങളെ പ്രാപ്തരാക്കുന്നത്.*

നിങ്ങളുടെ ലക്ഷ്യം പ്രവർത്തനത്തിലുള്ള ലക്ഷ്യമല്ല

നിങ്ങൾക്ക് ലൂയിസ് ഹോവസിനെ പരിചയമുണ്ടാകും. വർഷങ്ങൾക്ക് മുമ്പ് ഞാൻ എന്റെ അച്ചീവ് യുവർ ഗോൾസ്

പോഡ്കാസ്റ്റിൽ അദ്ദേഹത്തെ അഭിമുഖം നടത്തി, ദി മിറക്കിൾ മോർണിംഗ് ഡോക്യുമെന്ററിയിൽ അദ്ദേഹം പ്രത്യക്ഷപ്പെട്ടു. അദ്ദേഹത്തിന് ഒരു കൗതുകകരമായ കഥയുണ്ട്. ഒരു ലക്ഷ്യത്തിന്റെ യഥാർത്ഥ ഉദ്ദേശ്യം എങ്ങനെയാണെന്ന് തെളിയിച്ചതിന്റെ ഏറ്റവും മികച്ച ഉദാഹരണങ്ങളിൽ ഒരാളാണ് അദ്ദേഹം.

ചെറുപ്പത്തിൽ ലൂയിസിന്റെ ജീവിതത്തിലെ പ്രധാന ലക്ഷ്യം ഒരു പ്രൊഫഷണൽ അത്‌ലറ്റ് ആകുക എന്നതായിരുന്നു. അവൻ യഥാർത്ഥത്തിൽ ഈ ലക്ഷ്യം നേടി. പരിക്കേൽക്കുന്നതിനു മുമ്പ് അദ്ദേഹം അരീന ലീഗ് ഫുട്ബോളിന്റെ ഒരു സീസൺ കളിച്ചു. അദ്ദേഹത്തിന്റെ കരിയർ മാത്രമല്ല, ജീവിതവും പ്രതിസന്ധിയിലായി.

ലൂയിസിന് ഒരു ബദൽ പദ്ധതിയും ഉണ്ടായിരുന്നില്ല. അവൻ തകർന്നുവീഴുകയും പൊട്ടിത്തെറിക്കുകയും ചെയ്തു. ജീവിതത്തിൽ എന്താണ് ചെയ്യേണ്ടതെന്ന് അയാൾക്ക് ഒരു ധാരണയുമില്ലായിരുന്നു. അവൻ മറ്റ് ലക്ഷ്യങ്ങളൊന്നും ഒരിക്കലും ചിന്തിച്ചിരുന്നില്ല. എന്നിരുന്നാലും, എന്തെങ്കിലും കണ്ടുപിടിക്കണമെന്ന് അദ്ദേഹത്തിന് അറിയാമായിരുന്നു, അതിനാൽ അദ്ദേഹം ഒരു കൂട്ടം സ്വാധീനകരെ ബന്ധപ്പെടുകയും അഭിമുഖങ്ങൾ നടത്തുകയും അവരിൽ നിന്ന് പഠിക്കുകയും ചെയ്തുകൊണ്ട് ആരംഭിച്ചു. ഒരു മെന്റർ അദ്ദേഹത്തോട് ലിങ്ക്ഡ്ഇൻ പരിശോധിക്കാൻ പറഞ്ഞു, അക്കാലത്ത് അത് താരതമ്യേന പുതിയതായിരുന്നു. മറ്റുള്ളവർ തന്നോട് സഹായം ചോദിക്കാൻ തുടങ്ങുന്ന തരത്തിൽ സ്വന്തമായി ഒരു പ്രൊഫൈൽ നിർമ്മിക്കുന്നത് വരെ അദ്ദേഹം എല്ലാ ദിവസവും മണിക്കൂറുകളോളം ആ സൈറ്റ് പഠിക്കാൻ ചെലവഴിച്ചു. അദ്ദേഹം എന്തെങ്കിലും പ്രത്യേക സംഭാവന നൽകുന്നുണ്ടെന്ന് ലോകം മനസ്സിലാക്കുന്നതുവരെ അദ്ദേഹം തന്റെ അഭിനിവേശവും ജിജ്ഞാസയും പിന്തുടർന്നു. ആ അഭിനിവേശവും ജിജ്ഞാസയുമാണ് ഒടുവിൽ അദ്ദേഹത്തെ പോഡ്കാസ്റ്റിംഗിലേക്ക് നയിച്ചത്.

വർഷങ്ങൾ വേഗത്തിൽ മുന്നോട്ട് പോയി, ലൂയിസ് ഇപ്പോൾ ലോകത്തിലെ ഏറ്റവും അറിയപ്പെടുന്ന പോഡ്കാസ്റ്റർമാരിൽ ഒരാളാണ്. 40 ദശലക്ഷത്തിലധികം

ഡൗൺലോഡുകൾ ഉള്ള 'ദി സ്കൂൾ ഓഫ് ഗ്രേറ്റ്നെസ്' എന്ന മികച്ച 100 പോഡ്കാസ്റ്റുകളുടെ ഒരു ആതിഥേയത്വം അദ്ദേഹത്തിനുണ്ട്. *ന്യൂയോർക്ക് ടൈംസിന്റെ* ബെസ്റ്റ് സെല്ലിംഗ് പുസ്തകത്തിന്റെ രചയിതാവായ അദ്ദേഹത്തെ, മുപ്പത് വയസ്സിന് താഴെയുള്ള രാജ്യത്തെ ഏറ്റവും മികച്ച നൂറ് സംരംഭകരിൽ ഒരാളായി വൈറ്റ് ഹൗസും പ്രസിഡന്റ് ബരാക് ഒബാമയും അംഗീകരിച്ചു. അദ്ദേഹത്തിന്റെ മാധ്യമ അവതരണങ്ങളും ശ്രദ്ധേയമാണ്; അദ്ദേഹം *ദി എല്ലെൻ ഡിജെനെറസ്* ഷോയിലും ടുഡേ ഷോയിലും പങ്കെടുത്തിട്ടുണ്ട്. ഫോർബ്സ്, ഇൻക്, *ന്യൂയോർക്ക് ടൈംസ്* എന്നിവയിലും അദ്ദേഹത്തെ ഉൾപ്പെടുത്തിയിട്ടുണ്ട്.

ഇപ്പോൾ ലൂയിസിന്റെ ദൗത്യം ലോകമെമ്പാടും "മഹത്വം" പങ്കുവെക്കുകയും അവരുടെ ജീവിതം മാറ്റാൻ ആളുകളെ ശാക്തീകരിക്കുകയും ചെയ്യുക എന്നതാണ്; മറ്റുള്ളവരെ അവരുടെ കഴിവുകൾ കണ്ടെത്താനും ലോകത്തിന് അവരുടേതായ അതുല്യമായ സംഭാവന നൽകാനും സഹായിക്കുന്നതിനും വേണ്ടി. ഒരു പ്രൊഫഷണൽ അത്‌ലറ്റ് ആകുക എന്ന ലക്ഷ്യത്തിലേക്കുള്ള വഴിയിൽ അദ്ദേഹം വികസിപ്പിച്ചെടുത്ത മാനസികാവസ്ഥയും പ്രവർത്തന നൈതികതയും, അദ്ദേഹം സങ്കൽപ്പിച്ചതിൽ നിന്ന് വളരെ അകലെയുള്ള, വളരെ വലിയ ലക്ഷ്യങ്ങൾ നേടുന്നതിനുള്ള താക്കോലായിരുന്നു. ലൂയിസ് താൻ ഉദ്ദേശിച്ച ജീവിതം നയിക്കുന്നില്ല. ചെറുപ്പമായിരുന്നപ്പോൾ നേടിയ ലക്ഷ്യം യഥാർത്ഥത്തിൽ അദ്ദേഹത്തിന്റെ ലക്ഷ്യമായിരുന്നില്ല. എന്നിരുന്നാലും, അവൻ പഠിച്ച പാഠങ്ങൾ അവനെ ഒരുഅത്ഭുത പ്രഗത്ഭൻ ആകാനുള്ള ഒരു സ്ഥാനത്ത് എത്തിച്ചു. മറ്റുള്ളവരെ സ്വന്തം അത്ഭുതങ്ങൾ സൃഷ്ടിക്കാൻ സഹായിക്കുക എന്നതാണ് ഇപ്പോൾ അദ്ദേഹത്തിന്റെ അത്ഭുതം.

പരാജയഭയം ഇപ്പോൾ നിങ്ങൾക്ക് ഒഴിവാക്കാൻ കഴിയും

ഒരു ലക്ഷ്യത്തിന്റെ യഥാർത്ഥ ഉദ്ദേശ്യം മനസ്സിലാക്കുകയും സ്വീകരിക്കുകയും ചെയ്തുകഴിഞ്ഞാൽ, പരാജയം ഭയപ്പെടേണ്ട

കാര്യമല്ലെന്ന് നിങ്ങൾ മനസ്സിലാക്കും, കാരണം നിങ്ങൾക്ക് പരാജയപ്പെടാൻ കഴിയില്ല. നിങ്ങൾ ആരാകുന്നു എന്നത് എല്ലായ്പ്പോഴും നിങ്ങൾ ചെയ്യുന്നതിനേക്കാൾ പ്രധാനമാണ്, എന്നിട്ടും വിരോധാഭാസമെന്തെന്നാൽ നിങ്ങൾ എന്താണ് ചെയ്യുന്നത് എന്നതാണ് എല്ലായ്പ്പോഴും നിങ്ങൾ ആരാണ് എന്നതിനെ നിർണ്ണയിക്കുന്നത്. നിങ്ങളുടെ ഫലങ്ങൾ എന്തു തന്നെയായാലും, നിങ്ങൾ അചഞ്ചലമായ വിശ്വാസം നിലനിർത്തുകയും നിങ്ങൾ സ്ഥാപിക്കുന്ന ഓരോ ലക്ഷ്യത്തിലും അസാധാരണമായ പരിശ്രമം നടത്തുകയും ചെയ്യുന്നിടത്തോളം, നിങ്ങൾ എല്ലായ്പ്പോഴും പഠിക്കുകയും വളരുകയും മുമ്പത്തേക്കാൾ കൂടുതൽ കഴിവുള്ളവരാകുകയും ചെയ്യും. നിങ്ങളുടെ ഭാവി ലക്ഷ്യങ്ങൾ, നിങ്ങൾ ഇതുവരെ സങ്കൽപ്പിച്ചിട്ടില്ലാത്തവ പോലും, പ്രതിഫലം കൊയ്യും.

നിങ്ങളുടെ ലക്ഷ്യത്തിലേക്കുള്ള വഴിയിൽ ഒരു തടസ്സം നേരിടുമ്പോൾ ഇത് നിങ്ങളെ വഴിതെറ്റിക്കുന്നില്ലെന്നും ചൂണ്ടിക്കാണിക്കാൻ ഞാൻ ആഗ്രഹിക്കുന്നു. നിങ്ങളുടെ ലക്ഷ്യത്തിലെത്താനുള്ള സാധ്യത കുറവാണെന്ന് കണ്ടാൽ ഉപേക്ഷിക്കുന്നതിൽ തെറ്റില്ലെന്ന് ഞാൻ പറയുന്നില്ല. രണ്ടാം അധ്യായത്തിലെ എന്റെ ആവേശകരമായ കഥ എങ്ങനെയാണ് അവസാനിച്ചതെന്ന് ഓർക്കുന്നുണ്ടോ? എന്റെ വിൽപ്പന ലക്ഷ്യം കൈവരിക്കാൻ എനിക്ക് അക്ഷരാർത്ഥത്തിൽ അവസാന നിമിഷം വരെ വേണ്ടി വന്നു. അത്ഭുത സമവാക്യം പ്രയോഗിച്ച എന്റെ മിക്ക സഹപ്രവർത്തകർക്കും ഇത് സമാനമായി സംഭവിച്ചു. കഴിഞ്ഞ ആഴ്ചയിൽ അവരുടെ അത്ഭുതം ഫലിച്ചു... അവസാന ദിവസം... അവസാന മണിക്കൂറിൽ പോലും. അത് എന്തുകൊണ്ടാണെന്ന് എനിക്ക് കൃത്യമായി അറിയില്ല, പക്ഷേ അത് സ്ഥിരതയുള്ളതായി തോന്നുന്നു. നമ്മുടെ ലക്ഷ്യങ്ങൾ നേടിയെടുക്കുന്നതിൽ നമ്മൾ എത്രത്തോളം പ്രതിജ്ഞാബദ്ധരാണെന്ന് മനസ്സിലാക്കാൻ പ്രപഞ്ചം നമ്മെ തുടർച്ചയായി പരീക്ഷിക്കുന്നതായി ഞാൻ വീണ്ടും വീണ്ടും കണ്ടിട്ടുണ്ട് അല്ലെങ്കിൽ അനുഭവിച്ചിട്ടുണ്ട്. മിക്ക ആളുകളും വഴിയിൽ ഉപേക്ഷിക്കുമ്പോൾ, അചഞ്ചലമായ വിശ്വാസം നിലനിർത്തുന്നതിനും സാധ്യമായ അവസാന നിമിഷം വരെ അസാധാരണമായ ശ്രമം നടത്തുന്നതിനും പ്രതിജ്ഞാബദ്ധരായവർക്ക് മാത്രമേ അവരുടെ അത്ഭുതങ്ങൾ ഫലപ്രാപ്തിയിലെത്തിക്കാൻ

കഴിയൂ. ആ അവസാന നിമിഷങ്ങൾ നിർണ്ണായകമായിരുന്നു, എന്റെ ജീവിതത്തിൽ എനിക്ക് സൃഷ്ടിക്കാൻ കഴിയുന്നതിന്റെ മറ്റൊരു തലത്തിലേക്ക് എന്നെ എത്തിച്ചത് അവയാണ്. അവസാന നിമിഷം വരെ നിങ്ങൾക്ക് കഴിയുന്നതെല്ലാം നൽകിയിട്ടും നിങ്ങളുടെ ലക്ഷ്യത്തിലെത്താൻ കഴിയാത്തത്, നിങ്ങൾ ആസൂത്രണം ചെയ്ത രീതിയിൽ കാര്യങ്ങൾ നടക്കില്ലെന്ന് തോന്നുമ്പോൾ ഉപേക്ഷിക്കുന്നതിൽ നിന്ന് വളരെ വ്യത്യസ്തമാണ് – കാരണം വാസ്തവത്തിൽ, ആരും താൻ പിന്തുടരുന്ന എല്ലാ ലക്ഷ്യങ്ങളിലും എത്തിച്ചേരുന്നില്ല. അത്ഭുത പ്രഗത്ഭർ പോലും എത്തുന്നില്ല.

എന്റെ മകന്റെ കിടപ്പുമുറിയിൽ ഒരു പോസ്റ്റർ തൂക്കിയിട്ടിട്ടുണ്ട്, അതിൽ മൈക്കൽ ജോർദ്ദാന്റെ പ്രശസ്തമായ ഒരു ഉദ്ധരണി പ്രദർശിപ്പിച്ചിരിക്കുന്നു : "എന്റെ കരിയറിൽ എനിക്ക് 9,000-ത്തിലധികം ഷോട്ടുകൾ നഷ്ടമായി. ഞാൻ ഏകദേശം 300 ഗെയിമുകൾ തോറ്റു. കളി ജയിപ്പിക്കുന്ന ഷോട്ട് എടുക്കുമെന്ന് ഞാൻ വിശ്വസിക്കുകയും 26 തവണ അത് നഷ്ടപ്പെടുത്തുകയും ചെയ്തിട്ടുണ്ട്. എന്റെ ജീവിതത്തിൽ ഞാൻ വീണ്ടും വീണ്ടും പരാജയപ്പെട്ടു. അതുകൊണ്ടാണ് ഞാൻ വിജയിക്കുന്നത്."

പരാജയം പഠന പ്രക്രിയയുടെ ഒരു അടിസ്ഥാന ഭാഗമാണ്. നമ്മൾ വളരുന്നത് ഇങ്ങനെയാണ്. ഈ രീതിയിൽ നിങ്ങൾ ലക്ഷ്യങ്ങളെ സമീപിക്കുമ്പോൾ, നിങ്ങൾ ഉദ്ദേശിച്ച ലക്ഷ്യത്തിലെത്താൻ പരാജയപ്പെട്ടാലും, നിങ്ങളുടെ ഏറ്റവും ഉയർന്ന ലക്ഷ്യം നേടുന്നതിൽ നിങ്ങൾ ഒരിക്കലും പരാജയപ്പെടില്ല. നിങ്ങൾ അചഞ്ചലമായ വിശ്വാസം നിലനിർത്തുകയും അസാധാരണമായ പരിശ്രമം നടത്തുകയും എന്നാൽ നിങ്ങളുടെ ലക്ഷ്യത്തിൽ നിന്ന് അകന്നുപോകുകയും ചെയ്താൽ, നിങ്ങൾ ഇപ്പോഴും ഒരു അത്ഭുത പ്രഗത്ഭന്റെ ഗുണങ്ങളും സവിശേഷതകളും വികസിപ്പിച്ചെടുത്തിട്ടുണ്ട്, അത് നിങ്ങളുടെ ലക്ഷ്യങ്ങൾ മുന്നോട്ട് കൊണ്ടുപോകാൻ നിങ്ങളെ പ്രാപ്തരാക്കും – വിശ്വാസം, സ്വയം അച്ചടക്കം, തൊഴിൽ ധാർമ്മികത, പ്രതിരോധം എന്നിവയും അതിലേറെയും.

വളർച്ച മാത്രമേ എന്നേക്കും നിലനിൽക്കൂ

സാധാരണയായി പാഠങ്ങൾ ചിത്രീകരിക്കാൻ യഥാർത്ഥ ജീവിത ഉദാഹരണങ്ങളും കഥകളും ഉപയോഗിക്കാനാണ് എനിക്ക്

ഇഷ്ടം, എന്നാൽ ഈ സാഹചര്യത്തിൽ, ഈ പുതിയ മാതൃക എങ്ങനെ പ്രവർത്തിക്കുന്നു എന്ന് താഴെ പറയുന്ന സാങ്കൽപ്പിക സാഹചര്യം ഏറ്റവും നന്നായി ചിത്രീകരിക്കുമെന്ന് ഞാൻ കരുതുന്നു. നമുക്ക് രണ്ട് സഹപ്രവർത്തകരിൽ നിന്ന് തുടങ്ങാം, ജോൺ, മേരി. നാൽപ്പതുകളുടെ തുടക്കത്തിലായിരുന്നു ഇരുവരും, ഇടത്തരം കമ്പനികളിൽ ജോലി ചെയ്തുകൊണ്ട് മധ്യവർഗ്ഗ വരുമാനം നേടി. കോടീശ്വരന്മാരാകുക എന്നതായിരുന്നു ഇരുവ രുടെയും സ്വപ്നം.

ഒരു ദിവസം വെയിൽ കായുന്ന ഉച്ചകഴിഞ്ഞ്, ജോൺ അടുത്തുള്ള ഒരു കൺവീനിയൻസ് സ്റ്റോറിൽ കയറി, ലഘു ഭക്ഷണത്തിന് പണം നൽകുന്നതിനിടയിൽ ഒരു ലോട്ടറി ടിക്കറ്റ് വാങ്ങി. ആ ഉച്ചകഴിഞ്ഞ് ഭാഗ്യം ജോണിന്റെ പക്ഷത്തായിരുന്നു, കാരണം അവന് അഞ്ച് നമ്പറുകളും അടിച്ചു, പെട്ടെന്ന് ഒരു ഉത്കണ്ഠാകുലനായ ഓഫീസ് ജീവനക്കാരനിൽ നിന്ന് വിശ്രമ ജീവിതം നയിക്കുന്ന ഒരു കോടീശ്വരനായി മാറി. പിറ്റേന്ന് രാവിലെ, അവൻ ജോലി ഉപേക്ഷിച്ചു, വളരെ വലിയ ഒരു വീട് അന്വേഷിച്ചു പോയി, യൂറോപ്പിലുടനീളം ആറ് മാസത്തെ ആഡംബര അവധിക്കാലം വാങ്ങിച്ചു. ജീവിതം ജോണിന് നല്ലതായി തോന്നി.

വർഷങ്ങളായി മുന്നോട്ട് പോകാത്ത (ഒരു ലോട്ടറി ടിക്കറ്റും എടുക്കാതെ) തന്റെ കരിയറിൽ മടുത്ത്, മേരി തന്റെ അനുഭവം മുതലെടുത്ത് സ്വന്തമായി ഒരു കൺസൾട്ടിംഗ് ബിസിനസ്സ് ആരംഭിക്കാൻ തീരുമാനിച്ചു. അവൾ തന്റെ ഹൃദയവും ആത്മാവും അതിൽ അർപ്പിച്ചു, അവളുടെ 401 (കെ)-യുടെ വലിയൊരു പങ്ക് പറയേണ്ടതില്ലല്ലോ. പക്ഷേ, മിക്ക ബിസിനസ്സുകളെയും പോലെ, ഒരു വർഷത്തിനുള്ളിൽ അതും പരാജയപ്പെട്ടു. മേരി ഒരു പടി പിന്നോട്ട് മാറി, വീണ്ടും ശ്രമിക്കണോ അതോ തനിക്ക് വെറുപ്പു ള്ളതും എന്നാൽ കുറഞ്ഞത് ഒരു സ്ഥിരമായ ശമ്പളം നൽകുന്നതു മായ ഒരു ഓഫീസ് ജോലിയിലേക്ക് മടങ്ങണോ എന്ന് ചിന്തിച്ചു.

അതേ വർഷം തന്നെ, ജോൺ തന്റെ നീണ്ട അവധിക്കാലം കഴിഞ്ഞ് തിരിച്ചെത്തി തന്റെ മാളികയിലേക്ക് താമസം മാറി – ഒറ്റയ്ക്ക്. അദ്ദേഹം നിരവധി പുതിയ കാറുകൾ വാങ്ങി, പകൽ സമയത്ത് ടെലിവിഷൻ കണ്ടും മിക്ക രാത്രികളിലും റസ്റ്റോറന്റു കളിലും ബാറുകളിലും പോയി സമയം ചെലവഴിച്ചു. മിക്കപ്പോഴും

അദ്ദേഹത്തിന് വിരസത തോന്നിയെങ്കിലും മറ്റൊരു വാങ്ങലോ രസകരമായ രാത്രിയോ തനിക്ക് സുഖം നൽകുമെന്ന് പ്രതീക്ഷിച്ചിരുന്നു.

ശ്രദ്ധാപൂർവ്വം ആലോചിച്ച ശേഷം, താൻ വെറുക്കുന്ന മറ്റൊരു ജോലിയിലേക്ക് മടങ്ങേണ്ടെന്ന് മേരി തീരുമാനിച്ചു. അവൾ തന്റെ അചഞ്ചലമായ വിശ്വാസത്തിൽ മുഴുകി പുതിയൊരു ബിസിനസ്സ് ആരംഭിച്ചു. പരാജയപ്പെട്ട ആദ്യ ശ്രമത്തിൽ നിന്ന് പഠിച്ച പാഠങ്ങൾ ഉപയോഗിച്ച്, അവൾ വിപണിയിൽ കുറച്ച് സ്വാധീനം നേടുകയും പണം സമ്പാദിക്കാൻ തുടങ്ങുകയും ചെയ്തു. ഏകദേശം പത്ത് വർഷമെടുത്തു, പക്ഷേ ഒടുവിൽ അവളുടെ ബാങ്ക് അക്കൗണ്ടിൽ ഒരു ദശലക്ഷം ഡോളർ എത്തി. കാലക്രമേണ അവൾ തന്റെ ബിസിനസ്സ് വികസിപ്പിച്ചപ്പോൾ ആ പണം വളർന്നു കൊണ്ടിരുന്നു. അവൾ ഒരിക്കലും തളർന്നില്ല, വഴിയിൽ കണ്ട ഫലങ്ങൾ പരിഗണിക്കാതെ തന്നെ അവൾ മുന്നേറി. മേരി ഒരു അത്ഭുത പ്രഗത്ഭയായി.

നിർഭാഗ്യവശാൽ, ആ പത്ത് വർഷങ്ങൾ ജോണിന് അത്ര നല്ലതായിരുന്നില്ല. ജോണിന്റെ ദുർവിനിയോഗം അദ്ദേഹത്തെ പാപ്പരത്ത കോടതിയിലേക്ക് നയിച്ചു. തീർച്ചയായും, മേരി നേടിയതിനേക്കാൾ വളരെ വേഗത്തിലും എളുപ്പത്തിലും ജോൺ ഒരു ദശലക്ഷം ഡോളർ സമ്പാദിച്ചു. പക്ഷേ പണം എങ്ങനെ നിലനിർത്തണമെന്ന് അയാൾക്ക് ഒരു ധാരണയുമില്ലായിരുന്നു. അയാൾക്ക് തന്റെ വിജയങ്ങളെ ബഹുമാനിക്കാൻ കഴിഞ്ഞില്ല, മാത്രമല്ല, തന്റെ സമ്പത്ത് വർദ്ധിപ്പിക്കാനോ കുറഞ്ഞത് അതിൽ പിടിച്ചുനിൽക്കാനോ സഹായിക്കുന്ന ഗുണങ്ങളും സ്വഭാവവിശേഷങ്ങളും വികസിപ്പിച്ചെടുത്തതുമില്ല.

ഇവർ സാങ്കൽപ്പിക ആളുകളാണെങ്കിലും, ഈ സാഹചര്യങ്ങൾ (സാധാരണയായി ചെറിയ അനുപാതങ്ങളിൽ) എല്ലായ്പ്പോഴും സംഭവിക്കുന്നു. നമ്മളിൽ മിക്കവരും അക്ഷമരാണ്. നമുക്ക് ഉടനടി ഫലങ്ങൾ വേണം. എന്നാൽ മൂല്യവത്തായ ഫലങ്ങൾ കൈവരിക്കുന്നതിനും നിലനിർത്തുന്നതിനും ആവശ്യമായ സ്വയം വികസനത്തിന് ഉടനടി ഒരു മികച്ച സമയപരിധിയല്ല. വിജയം നിലനിർത്താൻ പോകുന്നതിനു പകരം, നേടിയെടുക്കാൻ ആവശ്യമായ ഗുണങ്ങൾ വികസിപ്പിക്കാൻ മാത്രം സമയം തികയില്ല. അതുകൊണ്ടാണ് ലോട്ടറി ജേതാക്കൾ മുതൽ ഒറ്റരാത്രികൊണ്ട്

സെലിബ്രിറ്റികൾ വരെ വേഗത്തിൽ വിജയം നേടുന്ന നിരവധി ആളുകൾക്ക് അവർ നേടിയതുപോലെ വേഗത്തിൽ അവരുടെ ഭാഗ്യം നഷ്ടപ്പെടുന്നത് നമ്മൾ കാണുന്നത്.

നമ്മുടെ മാതൃക എങ്ങനെ വികസിക്കുന്നു

ഒരു ജീവിവർഗ്ഗമെന്ന നിലയിലും വ്യക്തിപരമായും, സാധ്യമായത് തുടർച്ചയായി വികസിപ്പിക്കാനുള്ള മനുഷ്യന്റെ കഴിവ് വളരെ ശ്രദ്ധേയമാണ്. പലപ്പോഴും, ഒരുകാലത്ത് ഒരു ഫാന്റസി പോലെ തോന്നിയത് നമ്മുടെ യാഥാർത്ഥ്യമായി മാറിയിരിക്കുന്നു, ഇത് നമ്മുടെ വ്യക്തിത്വം വികസിപ്പിക്കുന്നതിലേക്കും നമ്മുടെ ഭാവിയിലേക്കുള്ള കൂടുതൽ സാധ്യതകൾ സൃഷ്ടിക്കുന്നതിലേക്കും നയിച്ചു.

നിങ്ങൾ ഒരു ശിശുവായിരുന്നപ്പോൾ നടക്കാൻ കഴിയില്ലായിരുന്നു എന്ന കാര്യം ഓർക്കുക. പിന്നീട് ഒടുവിൽ, നിങ്ങൾ ആദ്യ ചുവടുവച്ചു, പെട്ടെന്ന് നടത്തം നിങ്ങളുടെ പതിവായി മാറി. പിന്നെ നിങ്ങൾ ഓടാനും ചാടാനും തുടങ്ങി, ഒടുവിൽ ചാടുന്നതിൽ പ്രാവീണ്യം നേടി. നമ്മളിൽ മിക്കവർക്കും നാഴികക്കല്ലുകൾ സ്വാഭാവികമായി വികസിക്കുന്നതായി തോന്നി, പ്രായമാകും തോറും അവ പരസ്പരം കൂടുതൽ അടുക്കുകയും ചെയ്തു. ഇത് നമ്മുടെ ഐഡന്റിറ്റികൾ വികസിക്കുകയും രൂപപ്പെടുകയും ചെയ്യുന്ന രീതിയോട് വളരെ സാമ്യമുള്ളതാണ്.

സ്കൂളിലിന്റെ കാലഘട്ടത്തിലൂടെ കടന്നുപോകുമ്പോൾ നമ്മൾ സമാനമായ ഒരു പ്രക്രിയയിലൂടെ കടന്നുപോയി. പ്രാഥമിക വിദ്യാലയത്തിൽ, ഒരു മിഡിൽ സ്കൂൾ വിദ്യാർത്ഥിയാകുക എന്ന ചിന്ത ഒരു സ്വപ്നമായിരുന്നു. പിന്നെ, നമ്മൾ മിഡിൽ സ്കൂളിൽ പ്രവേശിച്ചപ്പോൾ, ഒരു ദിവസം ഹൈസ്കൂൾ വിദ്യാർത്ഥിയാകാനുള്ള സാധ്യത വളരെ ശരിയാണെന്ന് തോന്നി. ആ കുട്ടികൾ വളരെ സുന്ദരരായി വളർന്നു വലുതായി കാണപ്പെട്ടു!

നിങ്ങളുടെ ഹൈസ്കൂളിലെ ആദ്യ ദിവസം വന്നെത്തി, പുതുമുഖമായി നിങ്ങൾ ക്യാമ്പസിലേക്ക് കാലെടുത്തുവച്ചപ്പോൾ, നിങ്ങൾ ആ മികച്ച ഹൈസ്കൂൾ വിദ്യാർത്ഥികളിൽ ഒരാളായി മാറി. എന്നിരുന്നാലും, ഒരു പുതുമുഖം എന്ന നിലയിൽ നിങ്ങൾ സീനിയർമാരെപ്പോലെ അത്ര കൂളായിരുന്നില്ല. അവർ പ്രായമുള്ളവരായിരുന്നു, മിക്കവരും കാറുകൾ ഓടിക്കുന്നവരായിരുന്നു, ചിലർ ഇതിനകം കോളേജ് ക്ലാസ്സുകളിൽ പങ്കെടുക്കുന്നുണ്ടായിരുന്നു.

നിങ്ങൾ ഒരു പുതുമുഖമായിരുന്ന കാലത്തെക്കുറിച്ചും നിങ്ങളുടെ ഹൈസ്കൂളിലെ മുതിർന്നവരെ എത്രത്തോളം പ്രായമായ വരും കൂടുതൽ പക്വതയുള്ളവരുമാണെന്ന് നിങ്ങൾ മനസ്സിലാക്കിയ തിനെക്കുറിച്ചും ചിന്തിക്കുക. യോസെമൈറ്റ് ഹൈസ്കൂളിൽ എന്നോ ടൊപ്പം പഠിച്ചിരുന്ന മുതിർന്ന വിദ്യാർത്ഥികളെ ഞാൻ എങ്ങനെ യായിരുന്നു കണ്ടതെന്ന് എനിക്ക് ഇപ്പോഴും ഓർമ്മയുണ്ട്. അവർ അത്യധികം കൂളായിരുന്നു, എന്നെക്കാൾ വളരെ പക്വതയുള്ളവരായിരുന്നു എന്നു മാത്രമല്ല, അവർക്ക് എല്ലാം മനസ്സിലാക്കുന്നതായും തോന്നി.

ഇപ്പോൾ ഞാൻ എന്നെത്തന്നെ ഓർമ്മിപ്പിക്കുമ്പോൾ, "എല്ലാം മനസ്സിലാക്കിയിരുന്ന" ആ അത്യധികം കൂൾ, കൂടുതൽ പക്വതയുള്ള മുതിർന്നവർ ഇപ്പോഴും കൗമാരക്കാരായിരുന്നു വെന്നും, ഹൈസ്കൂളിലെ എന്റെ അവസാന വർഷത്തിൽ എന്നെ പ്പോലെ തന്നെ അവർ അങ്ങേയറ്റം പക്വതയില്ലാത്തവരും, അരക്ഷിതരും, ആശയക്കുഴപ്പത്തിലുമായിരുന്നുവെന്നും ഞാൻ എന്നെത്തന്നെ ഓർമ്മിപ്പിക്കുന്നു, നമ്മൾ ആരാധിക്കുന്നവരുടെ നിലവാരത്തിലെത്താൻ നമുക്കെല്ലാവർക്കും കഴിവുണ്ടെന്ന് ഞാൻ ഓർമ്മിപ്പിക്കുന്നു. ഭാവി നിങ്ങൾക്ക് ഇപ്പോൾ ഒരു ഭ്രമം പോലെ തോന്നിയേക്കാവുന്നതെല്ലാം, നിങ്ങൾ ഇതുവരെ സൃഷ്ടി ച്ചിട്ടില്ലാത്ത ഒരു ഭാവി യാഥാർത്ഥ്യം മാത്രമാണ്.

നമ്മുടെ സാധ്യതകളുടെ മാതൃക തുടർച്ചയായി വികസി പ്പിക്കാൻ കഴിയുന്നതിന്റെ ഏറ്റവും മികച്ച ഉദാഹരണങ്ങളിലൊന്ന് നമുക്ക് എത്ര പണം സമ്പാദിക്കാൻ കഴിയും എന്നതാണ്. പിഗ്ഗി ബാങ്കുകളിൽ സൂക്ഷിക്കാൻ വേണ്ടി ചില്ലറ നാണയങ്ങൾ ശേഖരി ക്കാൻ മാത്രം ആവേശഭരിതരായ കുട്ടികളെന്ന നിലയിൽ, 10 ഡോളർ സമ്പാദിക്കുക എന്ന ആശയം നമ്മളിൽ മിക്കവർക്കും അസാധ്യമായിരുന്നു. വീട്ടുജോലികൾക്കുള്ള പണം ലഭിക്കാൻ തുടങ്ങിയപ്പോഴോ അല്ലെങ്കിൽ പുൽത്തകിടി വെട്ടാൻ അയൽക്കാ രൻ വാടകയ്ക്കെടുത്തപ്പോഴോ, ചില്ലറ പണം സംഭരിക്കുന്നതിൽ നിന്ന് ഡോളർ ബില്ലുകൾ ശേഖരിക്കുന്നതിലേക്ക് നമ്മൾ മാറി. പെട്ടെന്ന്, $10 നമ്മുടെ സാധ്യതകളുടെ മണ്ഡലത്തിലേക്ക് കടന്നുവന്നു, നമ്മൾ അടുത്ത ലക്ഷ്യത്തിലേക്ക് ലക്ഷ്യം വച്ചു : $100 സമ്പാദിക്കുക. ഒടുവിൽ $100 സമ്പാദിക്കാനുള്ള സാധ്യത $1,000 ആയി വർദ്ധിച്ചു, അത് ഒടുവിൽ $10,000 ആയി വളർന്നു, അങ്ങനെ അങ്ങനെ തുടർന്നു.

പത്തൊമ്പത് വയസ്സുള്ളപ്പോൾ, സംഗീതം വായിക്കാനും കച്ചേരി ടിക്കറ്റുകൾ നൽകാനും മണിക്കൂറിൽ 10 ഡോളർ മാത്രം ശമ്പളം ലഭിച്ചിരുന്ന റേഡിയോ ഡിസ്ക് ജോക്കി എന്ന എന്റെ സ്വപ്ന ജോലി ഉപേക്ഷിച്ച്, കട്ട്കോ കട്ട്ലറി വിൽക്കുന്ന "കമ്മീഷൻ മാത്രം" എന്ന ജോലിയിൽ ഒരു കൈ നോക്കാൻ പോയത് എനിക്ക് വ്യക്തമായി ഓർമ്മയുണ്ട്. ആദ്യ ആഴ്ചയിൽ തന്നെ എനിക്ക് കമ്മീഷൻ ഇനത്തിൽ 3,000 ഡോളറിൽ കൂടുതൽ ലഭിച്ചു, അതായത് റേഡിയോ സ്റ്റേഷനിൽ ജോലി ചെയ്യാൻ മുന്നൂറിലധികം മണിക്കൂർ എടുക്കുമായിരുന്നു. നിങ്ങൾക്ക് സങ്കൽപ്പിക്കാൻ കഴിയുന്നതുപോലെ, മുമ്പ് ഏകദേശം നാല് മാസമെടുക്കുമായിരുന്ന പണം ഒരു ആഴ്ച കൊണ്ട് സമ്പാദിക്കാൻ കഴിഞ്ഞത് എന്റെ സാമ്പത്തിക ഭാവിക്ക് ഒരു പുതിയ സാധ്യതാ മാതൃക സൃഷ്ടിച്ചു.

എന്റെ ഏറ്റവും പുതിയ പുസ്തകങ്ങളിലൊന്നായ *മിറക്ക്ൾ മോർണിംഗ് മില്ലിയനേർസ് : വാട്ട് ദ വെൽദി ഡു ബിഫോർ 8 എഎം ദാറ്റ് വിൽ മേക്ക് യു റിച്ച്* എഴുതുന്നതിനിടയിലാണ് ഡസൻ കണക്കിന് സ്വയം നിർമ്മിച്ച കോടീശ്വരന്മാരുമായി അഭിമുഖം നടത്താൻ എനിക്ക് അതുല്യമായ അവസരം ലഭിച്ചത്. കാലക്രമേണ അവരുടെ സാമ്പത്തിക സാധ്യതകൾ എങ്ങനെ ക്രമേണ തുടർച്ചയായി വികസിച്ചുവെന്നും അത് എങ്ങനെ തുടരുന്നു എന്നതുമായിരുന്നു ഒരു പൊതു വിഷയം.

മിക്ക കോടീശ്വരന്മാർക്കും, ഒരു വർഷം കൊണ്ട് 100,000 ഡോളർ സമ്പാദിക്കുക എന്നത് ഒരിക്കൽ അവരുടെ ചെറുപ്പകാലത്തെ ഒരു ഭ്രമം ആയിരുന്നു. ഒടുവിൽ, മുമ്പ് അപ്രാപ്യമായിരുന്ന ആറക്ക വരുമാനം അവർ നേടിയപ്പോൾ, അത് അവരുടെ മാനദണ്ഡമായി മാറി, അവർ തങ്ങളുടെ ലക്ഷ്യങ്ങൾ കൂടുതൽ ഉയരത്തിലേക്ക് മാറ്റി. മിക്കവരുടെയും കാര്യത്തിൽ, ക്രമേണയുള്ള ഒരു ഉയർച്ചയായിരുന്നു അത് – ആന്തരികമായി വിശ്വാസങ്ങളുടെ കാര്യത്തിലും ബാഹ്യമായി വരുമാനത്തിന്റെ കാര്യത്തിലും – $100,000-ൽ നിന്ന് $200,000-ലേക്ക് $300,000 ആയി, അങ്ങനെ പലതും. അടുത്ത ലെവൽ ദൃശ്യമാകുമ്പോൾ, ഓരോ പുതിയ വരുമാന നിലവാരവും സാധ്യതയുടെ ഒരു പുതിയ മാതൃക പ്രദാനം ചെയ്തു. വരുമാനത്തിനനുസരിച്ച് അവരുടെ ജോലി നിലവാരം വർദ്ധിക്കണമെന്നില്ല എന്നതും ശ്രദ്ധേയമാണ്. പലപ്പോഴും അത് കുറഞ്ഞു പോലും വന്നു. അവർ കൂടുതൽ അറിവുള്ളവരും,

കൂടുതൽ പരിചയസമ്പന്നരും, കൂടുതൽ കാര്യക്ഷമരും, കൂടുതൽ ഫലപ്രദരുമായി മാറിയതോടെ, കൂടുതൽ പണം സമ്പാദിച്ചു. അവർ ആരായിത്തീരുന്നു എന്നതിന്റെ ഫലമായിരുന്നു അവരുടെ സമ്പത്ത്.

നിങ്ങളുടെ മാതൃക നവീകരിക്കുന്നു

നമ്മൾ ഓരോ ദിവസവും എത്ര ചിന്തകൾ ചിന്തിക്കുന്നു എന്നതിനെക്കുറിച്ച് ചിലതർക്കങ്ങൾനടക്കുന്നുണ്ട്.ഇന്റർനെറ്റിൽപരക്കുന്ന നിരവധി സംഖ്യകൾ ഞാൻ കണ്ടിട്ടുണ്ട്, അവയിൽ ഏറ്റവും സാധാരണമായത് 50,000 മുതൽ 60,000 വരെയുള്ള ശ്രേണിയിലാണ്. സംഖ്യയുടെ കൃത്യത എന്തുതന്നെയായാലും, നമ്മൾ എല്ലാവരും ഓരോ ദിവസവും ധാരാളം ചിന്തകൾ നടത്താറുണ്ടെന്ന് നമുക്കെല്ലാവർക്കും സമ്മതിക്കാൻ കഴിയുമെന്ന് ഞാൻ കരുതുന്നു.

ചിന്തകളുടെ കൃത്യമായ എണ്ണം അപ്രസക്തമാണ്. നമ്മുടെ ദൈനംദിന ചിന്തകളിൽ ഭൂരിഭാഗവും ഒന്നുതന്നെയാണെന്ന് നിങ്ങളും ഞാനും അംഗീകരിക്കുക എന്നതാണ് ഏറ്റവും പ്രധാനം. നമ്മുടെ ചിന്തകളാണ് നമ്മുടെ വ്യക്തിത്വം സൃഷ്ടിക്കുന്നതെന്ന് പരിഗണിക്കുമ്പോൾ ഇത് നിർണ്ണായകമാകും. മറ്റൊരു വിധത്തിൽ പറഞ്ഞാൽ, നിങ്ങൾ നിരന്തരം നിങ്ങളെക്കുറിച്ച് ചിന്തിക്കുന്നതെല്ലാം നിങ്ങളുടെ യാഥാർത്ഥ്യമായിത്തീരുന്നു. നിങ്ങൾ കരുതുന്നതുപോലെ നിങ്ങൾ കഴിവുള്ളവരോ കഴിവില്ലാത്തവരോ ആണ്. നിങ്ങളുടെ ജീവിതത്തിലെ സാധ്യതകൾ നിങ്ങൾ കരുതുന്നത്ര പരിമിതമോ പരിധിയില്ലാത്തതോ ആണ്. ഇതെല്ലാം നിങ്ങളുടെ ധാരണയിലാണ്.

നമ്മൾ ഉണരുകയും നമ്മുടെ മനസ്സ് പലപ്പോഴും നമ്മുടെ കാലഗണനയാൽ നയിക്കപ്പെടുന്ന പതിവ് ചിന്താ രീതികളാൽ നിറയുകയും ചെയ്യുന്നു. രാവിലെ വാതിൽക്കൽ നിന്ന് പുറത്തിറങ്ങാൻ നമ്മൾ എന്താണ് ചെയ്യേണ്ടതെന്ന് നമ്മൾ ചിന്തിക്കുന്നു. ദിവസം മുഴുവൻ നമ്മൾ നമ്മുടെ പട്ടികയിൽ എന്താണുള്ളതെന്ന് ചിന്തിക്കുന്നു. പിന്നെ നമ്മൾ വീട്ടിലെത്തിയതിനു ശേഷവും ഉറങ്ങാൻ പോകുന്നതിനു മുമ്പും എന്തുചെയ്യണമെന്ന് ചിന്തിക്കുന്നു. ഒരു വലിയ ഭാവിയെക്കുറിച്ച് ചിന്തിക്കാനും അത് സൃഷ്ടിക്കാൻ നമ്മൾ ആരായിരിക്കണമെന്ന് വ്യക്തമാക്കാനും നമ്മൾ സ്വയം വളരെ കുറച്ച് സമയം മാത്രം ചെലവഴിക്കുന്നു, അതിനാൽ

നമ്മുടെ ജീവിതം അതേപടി നിലനിൽക്കുന്നു, കാരണം നമ്മൾ അതേപടി തുടരുന്നു.

നമ്മൾ ഒരേ ചിന്തകൾ ചിന്തിച്ചുകൊണ്ടിരിക്കുമ്പോൾ, നമ്മൾ അതേ സാധ്യതകളിലോ അവയുടെ അഭാവത്തിലോ ഒതുങ്ങിനിൽക്കുന്നു. ഇതുവരെ നമ്മുടെ മനസ്സിനെ വിഴുങ്ങാൻ നാം അനുവദിച്ച ചിന്തകളാണ് ഇപ്പോൾ നമ്മൾ ജീവിക്കുന്ന യാഥാർത്ഥ്യത്തിന് കാരണമായിരിക്കുന്നത്, അത് സൃഷ്ടിക്കപ്പെടുകയും ചെയ്യുന്നു. നിങ്ങളുടെ ജീവിതം മെച്ചപ്പെടുത്താൻ, ആദ്യം നിങ്ങൾ പതിവായി ചിന്തിക്കുന്ന കാര്യങ്ങൾ മെച്ചപ്പെടുത്തണം. അതിനുള്ള ഏറ്റവും ഫലപ്രദമായ മാർഗ്ഗം നിങ്ങൾക്ക് ഏറ്റവും പ്രാധാന്യമുള്ള കാര്യങ്ങൾ, നിങ്ങൾക്ക് സാധ്യമായത്, നിങ്ങൾ ആരാകണം, സാധ്യമായത് അനിവാര്യമാക്കുന്നതിന് നിങ്ങൾ എന്താണ് ചെയ്യേണ്ടത് എന്നിവയിൽ നിങ്ങളുടെ ചിന്തകളെ നയിക്കാനും ശ്രദ്ധ കേന്ദ്രീകരിക്കാനും തന്ത്രപരമായി രൂപകൽപ്പന ചെയ്തിട്ടുള്ള രേഖാമൂലമുള്ള പ്രസ്താവനകൾ (അതിനാൽ നിങ്ങൾ നിങ്ങളുടെ ഓർമ്മയെ മാത്രം ആശ്രയിക്കുന്നില്ല) തയ്യാറാക്കുക എന്നതാണ്. ഇത് എങ്ങനെ ചെയ്യാമെന്നതിന് 9-ാം അധ്യായത്തിൽ നമ്മൾ വളരെയധികം സമയം ചെലവഴിക്കും.

എല്ലാ അത്ഭുത പ്രഗത്ഭരും ആരംഭിക്കുന്നത്, തങ്ങൾ മുമ്പത്തേക്കാൾ മികച്ചവരാണെന്ന് കാണാനുള്ള സന്നദ്ധതയോടെയാണ്. ഇത് ചെയ്യുമ്പോൾ, നിങ്ങൾ മുമ്പ് ചെയ്തതോ, ചെയ്തിട്ടില്ലാത്തതോ ഇനി പ്രധാനമല്ലെന്ന് നിങ്ങൾ മനസ്സിലാക്കുന്നു. നിങ്ങളുടെ ചിന്തകൾ പ്രധാനമാണ്, നിങ്ങൾ നിങ്ങളുടെ ചിന്തകളെ നിയന്ത്രിക്കുകയും ആ ഉത്തരവാദിത്വംഏറ്റെടുക്കുകയും ചെയ്യുമ്പോൾ, നിങ്ങളുടെ ജീവിതത്തിൽ അർത്ഥവത്തായ ഫലങ്ങളും മെച്ചപ്പെടുത്തലുകളും സൃഷ്ടിക്കാനുള്ള കഴിവ് എല്ലായ്പ്പോഴും ഉണ്ടെന്ന് നിങ്ങൾ മനസ്സിലാക്കുന്നു. സ്ഥിരമായ ഒരു പ്രക്രിയയുമായി സംയോജിപ്പിച്ചാൽ, കൂടുതൽ വിജയം നേടാനുള്ള നിങ്ങളുടെ സാധ്യതകൾ കൈയെത്തും ദൂരത്തേക്ക് നീങ്ങുന്നു.

എല്ലാം മാറ്റിമറിച്ച വർഷം

കട്ട്കോ വിടുന്നതിനുമുമ്പ്, എന്റെ മുൻ വർഷത്തെ ഏറ്റവും മികച്ച വിൽപ്പന ഇരട്ടിയാക്കുക എന്ന ഒരു ലക്ഷ്യം കൂടി ഞാൻ എനിക്കായി വെച്ചു - ഒരു വലിയ കുതിച്ചുചാട്ടം. നിങ്ങളുടെ

വിൽപ്പന 25 ശതമാനമോ 50 ശതമാനമോ വർദ്ധിപ്പിക്കുന്നത് ഭയപ്പെടുത്തുന്നതാണ്, പക്ഷേ എന്റെ വാർഷിക വിൽപ്പന 100 ശതമാനം വർദ്ധിപ്പിക്കാൻ ശ്രമിക്കുന്നത് തികച്ചും ഭയപ്പെടുത്തുന്നതായിരുന്നു. കഴിഞ്ഞ ഏഴ് വർഷങ്ങൾ, എന്റെ കൗമാരത്തിന്റെ അവസാനത്തിലും ഇരുപതുകളുടെ തുടക്കത്തിലും, ഒരു വർഷം കൊണ്ട് $100,000 മൂല്യമുള്ള ഉൽപ്പന്നം വിൽക്കുക എന്ന നാഴികക്കല്ല് ലക്ഷ്യമാക്കി ഞാൻ പ്രവർത്തിച്ചിരുന്നു. ഞാൻ ആ ലക്ഷ്യം രണ്ടുതവണ നേടി, അത് എന്നെ എല്ലാ വർഷവും കമ്പനിയുടെ മികച്ച പത്തിൽ (അഞ്ചും ആറും) ഉൾപ്പെടുത്തി, കൂടാതെ മെക്സിക്കോയിലെ കാൻകൂണിലേക്കും കാനഡയിലെ ബാൻഫിലേക്കും കമ്പനി യാത്രകൾ പോകാൻ കഴിഞ്ഞു.

2004-ൽ, ഇരുപത്തിയഞ്ചാം വയസ്സിൽ, ഒരു എഴുത്തുകാരനും മുഖ്യ പ്രഭാഷകനുമാകുക എന്ന എന്റെ സ്വപ്നത്തിലേക്ക് നീങ്ങാൻ ഞാൻ തയ്യാറായിരുന്നു. പക്ഷേ, മുന്നോട്ട് പോകാനൊരുങ്ങുമ്പോൾ, വേദനാജനകമായ ഒരു തിരിച്ചറിവ് എനിക്കുണ്ടായി : കട്ട്കോയിലെ ഒരു സെയിൽസ് പ്രതിനിധി എന്ന നിലയിലുള്ള എന്റെ കഴിവുകൾ ഞാൻ ഒരിക്കലും നിറവേറ്റിയിട്ടില്ല. ഒരു ലക്ഷം ഡോളർ വിൽക്കുന്നത് ഒരു പാർട്ട് ടൈം ശ്രമമായിരുന്നു, എന്റെ കൈവശമുള്ളതെല്ലാം ഞാൻ ഒരിക്കലും അതിന് നൽകിയിട്ടില്ല, കുറഞ്ഞത് ഒരു വർഷം മുഴുവനെങ്കിലും. എന്റെ ജീവിതത്തിലെ ഏറ്റവും മികച്ച വരുമാനം ഇരട്ടിയാക്കാനും ഒരു വർഷത്തിനുള്ളിൽ 200,000 ഡോളർ സമ്പാദിക്കാനും ഞാൻ ആഗ്രഹിച്ചു – വളരെ കുറച്ച് വിൽപ്പന പ്രതിനിധികൾ മാത്രം നേടിയ ഒരു നാഴികക്കല്ല് – എന്റെ ജീവിതത്തിലെ മറ്റെല്ലാം നേടാൻ സഹായിക്കുന്ന ഗുണങ്ങളും സ്വഭാവവിശേഷങ്ങളും വികസിപ്പിക്കുക എന്നതായിരുന്നു എന്റെ പ്രധാന ലക്ഷ്യം. ആ ലക്ഷ്യം എന്റെ ദൗത്യമായി മാറി.

ആ വർഷം എനിക്ക് മറ്റ് ലക്ഷ്യങ്ങളൊന്നും ഉണ്ടായിരുന്നില്ല എന്നല്ല. വാസ്തവത്തിൽ, എനിക്ക് മുമ്പൊരിക്കലും ഉണ്ടായിരുന്നതിനേക്കാൾ കൂടുതൽ പ്രധാനപ്പെട്ട ലക്ഷ്യങ്ങൾ (ഗുണനിലവാരത്തിലും അളവിലും) ഞാൻ നേടിയെടുത്തു. എന്റെ ഏറ്റവും മികച്ച വിൽപ്പനവർഷം ഇരട്ടിയാക്കുന്നതിനുപുറമേ, എന്റെ ആദ്യ പുസ്തകം എഴുതാനും പ്രസിദ്ധീകരിക്കാനും, ഹൈസ്കൂളുകളിലും കോളേജുകളിലും പന്ത്രണ്ട് പ്രസംഗങ്ങൾ നടത്താനും, ആഴ്ചയിൽ അഞ്ച്

ദിവസം വ്യായാമം ചെയ്യാനും, ആഴ്ചയിൽ മൂന്ന് ദിവസം റോക്ക് ക്ലൈംബിംഗ് നടത്താനും, ഞാൻ വിവാഹം കഴിക്കാൻ പോകുന്ന സ്ത്രീയെ കാണാനും, ചാരിറ്റിക്ക് 10,000 ഡോളർ സംഭാവന ചെയ്യാനും ഞാൻ തീരുമാനിച്ചു. എന്റെ പ്രധാന ലക്ഷ്യങ്ങൾ ഇവയായിരുന്നു വെങ്കിലും, മുഴുവൻ പട്ടികയും അതല്ല. എന്റെ ജീവിതത്തിന്റെ എല്ലാ മേഖലകളിലും എനിക്ക് ലക്ഷ്യങ്ങൾ ഉണ്ടായിരുന്നു.

ഏറ്റവും പ്രധാനപ്പെട്ട ലക്ഷ്യം ഏതാണെന്ന് വ്യക്തമാക്കു കയും അത് ഈ വർഷത്തെ എന്റെ ദൗത്യമാക്കുകയും ചെയ്തത്, അത് നേടിയെടുക്കുന്നതിലും എന്റെ മറ്റ് എല്ലാ ലക്ഷ്യങ്ങളിലും വലിയ സ്വാധീനം ചെലുത്തി (അടുത്ത അധ്യായത്തിൽ നിങ്ങളുടെ ആദ്യ ദൗത്യം നിർണ്ണയിക്കുന്നതിൽ ഞങ്ങൾ പ്രവർത്തിക്കും). എന്റെ ലക്ഷ്യങ്ങളിൽ ഏതാണ് എന്റെ മുൻഗണന എന്ന് വ്യക്ത മായിക്കഴിഞ്ഞപ്പോൾ – $200,000 വിൽക്കുക – എന്റെ സമയം എങ്ങനെ ചെലവഴിച്ചു എന്നതിന് യാന്ത്രികമായി മുൻഗണന ലഭിച്ചു. ലളിതമായി പറഞ്ഞാൽ, എന്റെ ദൗത്യം കൈവരിക്കുന്നത് അനിവാര്യമാക്കുന്ന മുൻകൂട്ടി നിശ്ചയിച്ച പ്രക്രിയയിലൂടെ കടന്നു പോകുന്നതുവരെ എന്റെ മറ്റ് ലക്ഷ്യങ്ങൾക്കായി സമയം ചെലവഴി ക്കാൻ ഞാൻ എന്നെ അനുവദിച്ചില്ല.

എന്റെ വാർഷിക വിൽപ്പന ഇരട്ടിയാക്കാൻ, ഞാൻ ഓരോ ദിവസവും വിളിക്കുന്ന കോളുകളുടെ എണ്ണം ഇരട്ടിയാക്കി (എന്റെ "പ്രക്രിയ"), ആ കോളുകളുടെ ഫലങ്ങളോടും തുടർന്നുള്ള വിൽപ്പന അവതരണങ്ങളോടുമുള്ള എന്റെ വൈകാരിക അടുപ്പം ഞാൻ പൂർണ്ണമായും ഇല്ലാതാക്കി. ഞാൻ എന്റെ പ്രക്രിയ പിന്തുടർന്നു, അത് അനിവാര്യമായും ഞാൻ ആഗ്രഹിച്ച ഫലത്തിലേക്ക് എന്നെ എത്തിക്കും. എന്റെ സഹപ്രവർത്തകരുടെ ഒരു ടീമിനെ ഞാൻ രൂപീകരിച്ച് നയിച്ചു, അവരിൽ ഓരോരുത്തരും ആ വർഷം വിൽപ്പ നയിൽ $200,000 നേടുക എന്ന ഒരേ ലക്ഷ്യം പങ്കിട്ടു. എല്ലാ ആഴ്ചയും, ഞങ്ങൾ എല്ലാവരും ഒരുമിച്ച് ഒരു കോളിൽ പങ്കെടുക്കുകയും ഞങ്ങളുടെ വിജയങ്ങളും, തിരിച്ചടികളും, ഏറ്റവും വിലപ്പെട്ട പാഠ ങ്ങളും പങ്കുവെക്കുകയും ചെയ്തു. എന്റെ ലക്ഷ്യങ്ങളുടെ നീണ്ട പട്ടികയിലൊന്നായിരുന്നു അത് എങ്കിലും, ടീം രൂപീകരണം എന്റെ പ്രധാന ദൗത്യത്തെ പിന്തുണച്ചു. പുതിയ പ്രദേശങ്ങളിലേക്ക് ഞാൻ കടന്നുചെല്ലുമ്പോൾ, ഞാൻ തളർന്നുപോകാനും എന്നെ ത്തന്നെ സംശയിക്കാനും തുടങ്ങിയപ്പോഴെല്ലാം ഈ ടീം

എനിക്ക് പിന്തുണയും പുതിയ ആശയങ്ങളും കൂടുതൽ ഊർജ്ജവും നൽകി.

എന്റെ ലക്ഷ്യം നിശ്ചയിച്ച് പന്ത്രണ്ട് മാസത്തിനുള്ളിൽ, എനിക്ക് കമ്മീഷൻ സ്റ്റേറ്റ്മെന്റ് മെയിലിൽ ലഭിച്ചു, അപ്പോഴാണ് വർഷത്തിൽ എനിക്ക് $205,000-ൽ കൂടുതൽ വിൽപ്പന ലഭിച്ചതായി കണ്ടത്. ഞാൻ വിശ്വസിക്കാനാവാതെ ആ നമ്പറിലേക്ക് നോക്കി. എന്റെ കട്ടിലിന്റെ ചുവട്ടിൽ നിന്നിട്ട് മന്ദഗതിയിൽ എന്നപോലെ പിന്നിലേക്ക് വീണത് എനിക്ക് ഓർമ്മയുണ്ട്. ഒരു മേഘത്തിൽ വീഴുന്നത്പോലെതോന്നി(പ്രചോദനാത്മകസംഗീതംചേർക്കുക). വളരെ അസംഭവ്യമെന്ന് ഞാൻ കരുതിയ കാര്യം ഞാൻ നേടിയെന്ന് എന്റെ മസ്തിഷ്കം മനസ്സിലാക്കാൻ ശ്രമിക്കുമ്പോൾ എന്റെ നാഡിമിടിപ്പ് വേഗത്തിലായി. എന്റെ പഴയ യാഥാർത്ഥ്യത്തെ പുതിയ യാഥാർത്ഥ്യം മറികടക്കാൻ യഥാർത്ഥത്തിൽ കുറച്ച് മിനിറ്റുകൾ എടുത്തു. ആ കാഴ്ചപ്പാടിൽ നിന്ന്, നമ്മുടെ ഭയങ്ങളെ മറികടക്കാനും നമ്മൾ പ്രതിജ്ഞാബദ്ധരായ എന്തും നേടാനുമുള്ള കഴിവ് നമുക്കുണ്ടെന്ന് ഞാൻ മനസ്സിലാക്കി.

ഞാൻ മാത്രമായിരുന്നില്ല അത്. എന്റെ ടീമിലെ മറ്റ് അഞ്ച് പേർ കൂടി 200,000 ഡോളർ എന്ന ലക്ഷ്യം കൈവരിച്ചു, ഇത് കമ്പനി ചരിത്രത്തിലെ ഏറ്റവും ഉയർന്ന ലക്ഷ്യമായിരുന്നു. പക്ഷേ അത് കഥയുടെ അവസാനമല്ല. നിങ്ങൾ ഒരു ഏക ലക്ഷ്യത്തിൽ അമിതമായി ശ്രദ്ധ കേന്ദ്രീകരിക്കുകയും അചഞ്ചലമായ വിശ്വാസത്തോടും അസാധാരണ പരിശ്രമത്തോടും കൂടി ആ ലക്ഷ്യത്തിലേക്ക് അടുക്കുകയും ചെയ്യുമ്പോൾ സംഭവിക്കുന്ന രസകരമായ കാര്യം, നിങ്ങളുടെ പുതിയ വ്യക്തിത്വവുമായി പൊരുത്തപ്പെടുന്നതിനാൽ നിങ്ങൾ ഉപേക്ഷിച്ചുവെന്ന് കരുതിയ മറ്റ് ലക്ഷ്യങ്ങളും നിങ്ങൾ നേടിയെടുക്കും എന്നതാണ്.

ആ ഒരു വർഷത്തിനിടയിൽ, ഞാൻ എന്റെ ആദ്യ പുസ്തകം *ടേക്കിംഗ് ലൈഫ് ഹെഡ് ഓൺ : ഹൌ ടു ലവ് ദ ലൈഫ് യു ഹാവ് വൈൽ യു ക്രിയേറ്റ് ദ ലൈഫ് ഓഫ് യുവർ ഡ്രീംസ്* എഴുതുകയും പ്രസിദ്ധീകരിക്കുകയും ചെയ്തു. ശരീരത്തിലെ കൊഴുപ്പ് 5.7 ശതമാനമായി കുറഞ്ഞു (അത് ആരോഗ്യകരമാണോ എന്ന് എനിക്കറിയില്ല) എന്റെ സ്വപ്നങ്ങളിലെ സ്ത്രീയെ കണ്ടുമുട്ടി (ഇപ്പോൾ എനിക്ക് രണ്ട് കുട്ടികളുണ്ട്) ആഴ്ചയിൽ അഞ്ച് ദിവസം വ്യായാമം ചെയ്യുന്നു; ആഴ്ചയിൽ മൂന്ന് തവണ പാറ കയറുന്നു; യോഗ

പരിശീലിക്കാൻ തുടങ്ങി; എനിക്ക് മുമ്പുണ്ടായിരുന്നതിനേക്കാൾ കൂടുതൽ പണം ചാരിറ്റിക്ക് സംഭാവന ചെയ്തു. എന്റെ ജീവിതം മുഴുവൻ മാറിമറിഞ്ഞ വർഷമായിരുന്നു അത്, കാരണം എന്റെ മാതൃക ഞാൻ മാറ്റി, എനിക്ക് എന്തുചെയ്യാൻ കഴിയും, എന്തിനു വേണ്ടിയാണ് ഞാൻ പ്രതിജ്ഞാബദ്ധനാണ് എന്നിവയെല്ലാം. ചുരുക്കത്തിൽ, വർഷങ്ങളോളം എന്റെ മികച്ചതിനേക്കാൾ കുറഞ്ഞ കാര്യങ്ങൾ സ്വീകരിച്ചതിനുശേഷം, ഒടുവിൽ ഞാൻ എന്റെ സ്വന്തം കഴിവുകൾ വികസിപ്പിക്കുകയും എന്റെ തന്നെ ഒരു മികച്ച പതിപ്പായി മാറുകയും ചെയ്തു. ആ വർഷം എന്റെ ജീവിതത്തിലെ ഏറ്റവും മികച്ച ഒന്നായിരുന്നു, കാരണം ഞാൻ മുന്നേറി, എനിക്ക് ആകാൻ കഴിയുമെന്ന് എനിക്ക് എപ്പോഴും അറിയാമായിരുന്ന വ്യക്തിയായി. നിങ്ങൾക്കും ആ അനുഭവം ലഭിക്കുന്നതിൽ ഞാൻ ആവേശഭരിതനാണ്.

അടുത്ത അധ്യായത്തിലേക്ക് കടക്കുമ്പോൾ, നിങ്ങളുടെ സ്വന്തം ജീവിതത്തിന്റെ പശ്ചാത്തലത്തിൽ ഈ പുതിയ ലക്ഷ്യ മാതൃക പരിഗണിക്കാൻ ഞാൻ നിങ്ങളെ ക്ഷണിക്കുന്നു. വിജയം അസാധ്യമാണെന്ന് വിശ്വസിച്ചുകൊണ്ട് നിങ്ങൾ നേരത്തെ ശ്രമം ഉപേക്ഷിച്ചതോ ഒരിക്കലും തുടങ്ങാതിരിക്കുന്നതോ ആയ എപ്പോഴെങ്കിലും ഓർക്കുന്നുണ്ടോ? ആ സംശയത്തെ (അല്ലെങ്കിൽ യുക്തിയെ) മറികടന്ന് സ്വയം അത്ഭുതപ്പെടുത്തിയ ഒരു സമയം എങ്ങനെയുണ്ടായിരുന്നു? നമുക്കെല്ലാവർക്കും ഈ കഥകളുണ്ട്. എന്റെ സ്വന്തം ജീവിതത്തിൽ ഞാൻ ശരിക്കും കഠിനാധ്വാനം ചെയ്ത് ലക്ഷ്യത്തിലെത്തിയ ധാരാളം സന്ദർഭങ്ങൾ ഉണ്ടായിട്ടുണ്ട്. അത്ര കഠിനാധ്വാനം ചെയ്യാതിരുന്നിട്ടും ഞാൻ ലക്ഷ്യത്തിലെത്തിയ സമയങ്ങളുണ്ട്. ഞാൻ ശരിക്കും കഠിനാധ്വാനം ചെയ്തിട്ടും ലക്ഷ്യത്തിലെത്താൻ കഴിയാതെ പോയ സമയങ്ങളുമുണ്ട്. ഞാൻ കഠിനമായി പരിശ്രമിക്കാതിരിക്കുകയും ലക്ഷ്യത്തിലെത്താതിരിക്കുകയും ചെയ്ത സമയങ്ങളുണ്ട്.

നിങ്ങളുടെ പരിശ്രമം എല്ലായ്പ്പോഴും വ്യക്തമായ ഫലങ്ങളുടെ കാര്യത്തിൽ വിജയത്തിലേക്ക് നയിക്കണമെന്നില്ല എന്നതാണ് കാര്യം. പക്ഷേ അത് എപ്പോഴും നിങ്ങൾ ആകാൻ ആഗ്രഹിക്കുന്ന വ്യക്തിയായി നിങ്ങളെത്തന്നെ വികസിപ്പിക്കുന്നതിലേക്ക് നയിക്കും.

ഇപ്പോൾ ഒരു ലക്ഷ്യത്തിന്റെ യഥാർത്ഥ ഉദ്ദേശ്യം

എന്താണെന്ന് നമ്മൾ കൈകാര്യം ചെയ്യുകയും നമ്മളുടെ സാധ്യതയുടെ മാതൃക വിപുലീകരിക്കുകയും ചെയ്തതിനാൽ, അടുത്ത അധ്യായം കൂടുതൽ ആഴത്തിൽ പോയി നമ്മൾക്ക് ഏറ്റവും പ്രാധാന്യമുള്ളത് എങ്ങനെ നിർണ്ണയിക്കാമെന്ന് വ്യക്തമാക്കുകയും ചെയ്യും. നിങ്ങളുടെ ലക്ഷ്യങ്ങളിൽ ഏതാണ് നിങ്ങളുടെ ദൗത്യമായി മാറുന്നതെന്ന് നിങ്ങൾക്ക് മനസ്സിലാകും – ഒരു അത്ഭുത പ്രഗത്ഭന്റെ ഗുണങ്ങളും കഴിവുകളും വളർത്തിയെടുക്കുന്നതിൽ ഏറ്റവും വലിയ സ്വാധീനം ചെലുത്തുന്ന നിങ്ങളുടെ ഏറ്റവും പ്രധാനപ്പെട്ട ഏക ലക്ഷ്യം.

6

നിങ്ങളുടെ ദൗത്യം

നിങ്ങളുടെ മുൻഗണനയെക്കുറിച്ച്
വ്യക്തമായി മനസ്സിലാക്കേണ്ട
സമയമാണിത്

നിങ്ങളുടെ തൊഴിൽ ജീവിതം രണ്ട് വ്യത്യസ്ത മേഖലകളായി വിഭജിക്കപ്പെട്ടിരിക്കുന്നു—ഏറ്റവും പ്രധാനപ്പെട്ടത് എതാണ്, മറ്റെല്ലാം. പ്രധാനപ്പെട്ട കാര്യങ്ങൾ നിങ്ങൾ അതിരുകടന്നതിലേക്ക് കൊണ്ടുപോകേണ്ടിവരും, ബാക്കിയുള്ളവയിൽ എന്ത് സംഭവിച്ചാലും നിങ്ങൾ സംതൃപ്തരായിരിക്കും. പ്രൊഫഷണൽ വിജയത്തിന് അത് ആവശ്യമാണ്.

—ഗാരി കെല്ലർ

അപ്പോൾ സാധ്യതയുടെ ഈ പുതിയ മാതൃക പരിഗണിക്കുമ്പോൾ എന്താണ് തോന്നുന്നത്? ഇപ്പോൾ ഒരു ലക്ഷ്യത്തിന്റെ യഥാർത്ഥ ഉദ്ദേശ്യം ഒരു പുതിയ രീതിയിൽ നിങ്ങൾ മനസ്സിലാക്കുന്നതിനാൽ, നിങ്ങൾക്ക് ആവശ്യമുള്ളത്ര വലുതായി ലക്ഷ്യങ്ങൾ സജ്ജമാക്കാൻ കഴിയും, നിങ്ങൾക്ക് ശരിക്കും പ്രാധാന്യമുള്ള ലക്ഷ്യങ്ങൾ, ഇനി ഭയപ്പെടേണ്ട കാര്യമില്ല, കാരണം നിങ്ങൾക്ക് പരാജയപ്പെടാൻ കഴിയില്ല. നിങ്ങൾക്ക് പഠിക്കാനും വളരാനും മുമ്പൊരിക്കലും ഉണ്ടായിരുന്നതിനേക്കാൾ മികച്ചതായിത്തീരാനും മാത്രമേ കഴിയൂ. നിങ്ങൾക്ക് സുരക്ഷിതമായ സാഹചര്യത്തിന് പുറത്തേക്ക് പോകുംതോറും നിങ്ങൾ കൂടുതൽ പഠിക്കും, വേഗത്തിൽ വളരും, എത്രയും വേഗം ഒരു അത്ഭുത പ്രഗത്ഭന്റെ ഗുണങ്ങൾ നിങ്ങൾ ഉൾക്കൊള്ളും. പരിധിയില്ലാത്ത അനിവാര്യതകളുടെ ഒരു ലോകം ഇപ്പോൾ നിങ്ങൾക്കായി തുറന്നിരിക്കുന്നു.

നിങ്ങളുടെ വരുമാനം വർദ്ധിപ്പിക്കുകയും അസ്ഥിരമായ സാമ്പത്തികസുരക്ഷിതത്വം സ്ഥാപിക്കുകയും നിങ്ങളുടെ വ്യായാമം വർദ്ധിപ്പിക്കുകയും നിങ്ങളുടെ ജീവിതത്തിന്റെ ഏറ്റവും മികച്ച ശാരീരിക രൂപത്തിലേക്ക് പ്രവേശിക്കുകയും ഒടുവിൽ നിങ്ങളുടെ ഏറ്റവും വലിയ ലക്ഷ്യങ്ങളും സ്വപ്നങ്ങളും ഉൾക്കൊള്ളുന്ന മറന്നുപോയ പട്ടികയിലെ ഇനങ്ങൾ പരിശോധിക്കാൻ തുടങ്ങുകയും ചെയ്താൽ – നിങ്ങൾ ഈ രീതിയിൽ ജീവിക്കാൻ തുടങ്ങുമ്പോൾ നിങ്ങളുടെ ജീവിതം എങ്ങനെയായിരിക്കുമെന്ന് (എങ്ങനെ അനുഭവപ്പെടും) അൽപ്പം സ്വപ്നം കാണാൻ പോലും നിങ്ങൾ സ്വയം അനുവദിച്ചിട്ടുണ്ടാകാം. ജീവിതം മികച്ചതായിരിക്കില്ലേ? പ്രത്യേകിച്ച് നിങ്ങളുടെ ഏറ്റവും വലിയ ലക്ഷ്യങ്ങളും സ്വപ്നങ്ങളും ഒറ്റയടിക്ക് പൂവണിഞ്ഞാൽ.

ഒരു മിനിറ്റ് കാത്തിരിക്കൂ. എല്ലാം ഒറ്റയടിക്ക്? നിങ്ങളുടെ എല്ലാ വലിയ ലക്ഷ്യങ്ങളും ഒരേ സമയം നേടിയെടുക്കാൻ കഴിയുമെന്ന് നിങ്ങൾ കരുതിയിരുന്നോ? ഇതിനെക്കുറിച്ച് ഒരു മിനിറ്റ് സംസാരിക്കാം.

ഏകത്വത്തിന്റെ ശക്തി

കഴിഞ്ഞ ഇരുപത് വർഷമായി, ജീവിതത്തിന്റെ എല്ലാ തുറകളിലുമുള്ള ആളുകളുമായി ഞാൻ പ്രവർത്തിച്ചിട്ടുള്ളതിനാൽ, ഞാൻ കണ്ട ഒരു പൊതു തടസ്സം, നമ്മളിൽ മിക്കവരും ഒരേസമയം നിരവധിലക്ഷ്യങ്ങളിൽപ്രവർത്തിക്കാൻശ്രമിക്കുന്നുഎന്നതാണ്, നമ്മുടെ ലക്ഷ്യങ്ങളിൽ ഏതാണ് ഏറ്റവും മുൻഗണന അർഹിക്കുന്നതെന്ന് വ്യക്തതയില്ലാതെ. നമുക്ക് ആരോഗ്യ ലക്ഷ്യങ്ങളുണ്ട്, കുടുംബ ലക്ഷ്യങ്ങളുണ്ട്, സാമ്പത്തിക ലക്ഷ്യങ്ങളുണ്ട്, ജോലി ലക്ഷ്യങ്ങളുണ്ട്, ബന്ധ ലക്ഷ്യങ്ങളുണ്ട് – പട്ടിക അങ്ങനെ നീളുന്നു. നമ്മുടെ ലക്ഷ്യങ്ങൾക്ക് മുൻഗണന നൽകുന്നതിൽ പരാജയപ്പെടുമ്പോൾ എന്ത് സംഭവിക്കുമെന്ന് നിങ്ങൾക്കറിയാമോ? നമ്മൾ തിരക്കിലായിരിക്കും, ഒരുപക്ഷേ ചില അപ്രധാനമായ പുരോഗതി കൈവരിക്കാം, പക്ഷേ മിക്കവാറും എല്ലായ്പ്പോഴും ലക്ഷ്യങ്ങൾ നഷ്ടപ്പെടുകയോ അമിതഭാരം അനുഭവപ്പെടുകയോ ചെയ്യുന്നു.

ഇത്തരത്തിലുള്ള ലക്ഷ്യ ക്രമീകരണത്തെ ഒരേ സമയം ഒന്നിൽക്കൂടുതൽ പ്രവർത്തികൾ ചെയ്യുന്നതുമായി നമുക്ക് താരതമ്യം ചെയ്യാം. ഒരേസമയം നിരവധി കാര്യങ്ങൾ ഏറ്റെടുക്കുന്നതിൽ കുടുങ്ങിപ്പോകുന്നത് വളരെ എളുപ്പമാണ്. നമ്മുടെ തലച്ചോറിനെ വ്യത്യസ്ത ജോലികൾ ചെയ്യുന്നതിനായി വിഭജിച്ച്, ഒരേ സമയം, ഇങ്ങനെയാണ് നമ്മുടെ ദിവസങ്ങൾ കടന്നുപോകാൻ സാംസ്കാരികമായി നമ്മൾ പരിശീലിപ്പിക്കപ്പെട്ടിരിക്കുന്നത്. നമ്മൾ ജോലി ചെയ്യുമ്പോൾ ഫേസ്ബുക്കിൽ നിന്നുള്ള ഒരു അറിയിപ്പ് പെട്ടെന്ന് പരിശോധിക്കും. നമ്മൾ വണ്ടിയോടിക്കുമ്പോൾ മൊബൈൽ ഫോണിൽ സംസാരിക്കും. നമ്മൾ കുട്ടികളുമായി കളിക്കുമ്പോൾ ടെക്സ്റ്റ് സന്ദേശങ്ങൾ വായിച്ചു നോക്കും. നമ്മൾ ഒരേ സമയം ഒന്നിൽക്കൂടുതൽ പ്രവർത്തികൾ കീഴടക്കിയതായി തോന്നുന്നു. പക്ഷേ നമ്മൾ യഥാർത്ഥത്തിൽ കൂടുതൽ കാര്യക്ഷമരാണോ?

ലളിതമായ ഉത്തരം ഇല്ല എന്നതാണ്. 2009-ലെ സ്റ്റാൻഫോർഡ് പഠനം കണ്ടെത്തിയത്, പലതരം മാധ്യമങ്ങൾ ഉപയോഗിച്ച് പലപ്പോഴും ഒരേ സമയം ഒന്നിൽക്കൂടുതൽ പ്രവർത്തികൾ ചെയ്യുന്ന ആളുകളുടെ കാര്യക്ഷമത കുറവാണ് എന്നാണ്. അത്യാവശ്യമില്ലാത്ത വിവരങ്ങൾ വേർതിരിച്ചെടുക്കുന്നതിലും രണ്ട് വ്യത്യസ്ത ജോലികൾക്കിടയിൽ മാറുന്നതിലും അവർക്ക് കൂടുതൽ ബുദ്ധിമുട്ട് അനുഭവപ്പെടുന്നു. ജോലി ചെയ്യുമ്പോൾ ശ്രദ്ധ

മാറ്റാത്തവരെപ്പോലെ അവരുടെ ഓർമ്മശക്തിയും മൂർച്ചയുള്ള തല്ല. ഒരേ സമയം ഒന്നിൽകൂടുതൽ പ്രവർത്തികൾ ചെയ്യുന്നത് നിങ്ങളുടെ പുരോഗതിയെ മന്ദഗതിയിലാക്കുന്നു. തുല്യ പ്രാധാന്യം നൽകി നിരവധി ലക്ഷ്യങ്ങൾ പിന്തുടരുന്നത് ഒരേ കാര്യം തന്നെയാണ് ചെയ്യുന്നത്.

നിങ്ങളുടെ ശ്രദ്ധ ഒരേസമയം അഞ്ച് വ്യത്യസ്ത ലക്ഷ്യങ്ങൾക്കായി വിഭജിക്കുന്നുവെന്ന് കരുതുക. ഏതാനും മാസങ്ങൾക്കുള്ളിൽ, നിങ്ങൾ രണ്ട് ലക്ഷ്യങ്ങളിൽ 5 മുതൽ 7 ശതമാനം വരെ പുരോഗതി നേടിയേക്കാം, അതേസമയം മറ്റുള്ളവ 2 മുതൽ 3 ശതമാനം വരെ മാത്രം പിന്നിലായിരിക്കും, ചിലത് നിങ്ങൾ ഒരിക്കലും കൈവരിച്ചിട്ടില്ല. കുറച്ച് മാസങ്ങൾ കൂടി കഴിയുമ്പോൾ, ചിലതിൽ 5 മുതൽ 7 ശതമാനം വരെ പുരോഗതി കൈവരിക്കാനും മറ്റുള്ളവയിൽ 2 മുതൽ 3 ശതമാനം വരെ പുരോഗതി കൈവരിക്കാനും കഴിയും, കൂടാതെ കുറഞ്ഞത് ഒന്നോ രണ്ടോ എണ്ണം പൂർണ്ണമായും ഒഴിവാക്കാനും കഴിയും. ആറ് മാസത്തിന് ശേഷം, ഓരോ ലക്ഷ്യത്തിന്റെയും ഉപരിതലം നിങ്ങൾ കഷ്ടിച്ച് മാത്രമേ പാഴാക്കിയിട്ടുള്ളൂ. അപ്പോഴേക്കും, ഓരോ ലക്ഷ്യവും വെക്കുമ്പോൾ നിങ്ങൾ ആരംഭിച്ച പ്രാരംഭ ആവേശവും പ്രചോദനവും നിങ്ങൾക്ക് നഷ്ടപ്പെട്ടിട്ടുണ്ടാകും, കൂടാതെ പുതുമയുള്ളതും, ഉത്തേജിപ്പിക്കുന്നതും, ആവേശകരവുമായ അഞ്ച് പുതിയ ലക്ഷ്യങ്ങളിലേക്ക് നീങ്ങാൻ നിങ്ങൾ പ്രലോഭിതരാകും. നിങ്ങൾ അതേ സമീപനം സ്വീകരിക്കുകയാണെങ്കിൽ, നിങ്ങളുടെ പുതിയ അഞ്ച് ലക്ഷ്യങ്ങളിൽ 5 മുതൽ 7 ശതമാനം വരെ (അല്ലെങ്കിൽ അതിൽ കുറവ്) പുരോഗതി കൈവരിക്കാൻ കഴിയും.

വളരെയധികം ലക്ഷ്യങ്ങൾക്കിടയിൽ നിങ്ങളുടെ ശ്രദ്ധ വിഭജിക്കുന്ന ഈ സമീപനം, പരാജയപ്പെട്ട ലക്ഷ്യങ്ങളുടെയും യാഥാർത്ഥ്യമാക്കാത്ത സാധ്യതകളുടെയും ഒരിക്കലും അവസാനിക്കാത്ത ഒരു ശാശ്വത ചക്രമായി മാറുന്നു. കൂടാതെ, പ്രധാനപ്പെട്ട ലക്ഷ്യങ്ങൾ കൈവരിക്കുന്നതിനും സ്പഷ്ടവും അളക്കാവുന്നതുമായ അത്ഭുതങ്ങൾ സൃഷ്ടിക്കുന്നതിനും നിർണ്ണായകമായ, മുൻഗണനകൾ നിശ്ചയിക്കാനും, ശ്രദ്ധ കേന്ദ്രീകരിക്കാനും, ദീർഘകാലത്തേക്ക് ശ്രദ്ധ കേന്ദ്രീകരിക്കാനുമുള്ള കഴിവ് വികസിപ്പിക്കുന്നതിൽ നിന്നും ഇത് നിങ്ങളെ തടയുന്നു.

നമ്മൾ കൂടുതൽ ലക്ഷ്യങ്ങൾ സ്ഥാപിക്കുകയും അവയ്ക്ക്

തുല്യ മുൻഗണനന നൽകുകയും ചെയ്യുമ്പോൾ, നമുക്ക് ഏറ്റവും പ്രധാനപ്പെട്ടത് നേടാനുള്ള സാധ്യത കുറയുന്നു. നമ്മുടെ ഏറ്റവും ഉയർന്ന മുൻഗണനയെക്കുറിച്ച് നമുക്ക് വ്യക്തതയില്ലെങ്കിൽ (ഏക) മനുഷ്യപ്രകൃതി ഏറ്റവും കുറഞ്ഞ പ്രതിരോധത്തിന്റെ പാത പിന്തുടരുകയും ഏറ്റവും കുറഞ്ഞ പ്രത്യാഘാതങ്ങളുള്ള പ്രവർത്തനങ്ങളിൽ ഏർപ്പെടുകയും ചെയ്യുന്നതിലൂടെ നമ്മെ തിരക്കിലാക്കുന്നു. ഒരു ഫോൺ കോൾ ചെയ്യുന്നത് കൂടുതൽ ഫലപ്രദമാകുമ്പോൾ നമ്മൾ ഒരു ഇമെയിൽ അയയ്ക്കും. ഒരു വ്യക്തിത്വ വികസന പുസ്തകം വായിക്കാൻ കഴിയുമ്പോഴാണ് നമ്മൾ നെറ്റ്ഫ്ലിക്സ് കാണുന്നത്. നമ്മുടെ തിരക്ക് നമ്മുടെ അതിരുകളില്ലാത്ത അവസ്ഥയെ കവർന്നെടുക്കാൻ നാം അനുവദിക്കുന്നു.

നമ്മൾ ഇത് ചെയ്യുന്നത് നിർത്തണം. നിങ്ങൾക്ക് ഏറ്റവും പ്രധാനപ്പെട്ട കാര്യങ്ങളിൽ എങ്ങനെ ശ്രദ്ധ കേന്ദ്രീകരിക്കാമെന്ന് പഠിക്കേണ്ട സമയമാണിത്, അതുവഴി നിങ്ങൾക്ക് ശരിക്കും പ്രധാനപ്പെട്ട കാര്യങ്ങളിൽ കൂടുതൽ അനുഭവം നേടാൻ തുടങ്ങാം. അതുകൊണ്ട് ഈ അധ്യായത്തിലും ഈ പുസ്തകത്തിന്റെ ശേഷിക്കുന്ന ഭാഗത്തിലും, നിങ്ങൾ ഒരു ലക്ഷ്യത്തിൽ ശ്രദ്ധ കേന്ദ്രീകരിക്കാൻ പോകുന്നു – നിങ്ങളുടെ ഏറ്റവും പ്രധാനപ്പെട്ട ഒന്ന്, നിങ്ങളുടെ ജീവിത നിലവാരത്തിൽ ഏറ്റവും വലിയ സ്വാധീനം ചെലുത്തുന്ന ഒന്ന്. അത് അസ്വസ്ഥതയുണ്ടാക്കുമെന്ന് ഞാൻ മനസ്സിലാക്കുന്നു. "പക്ഷേ ഹാൽ," നീ പറയും, "എനിക്ക് ഒരുപാട് കാര്യങ്ങൾ പ്രധാനമാണ്. നേടാൻ ആഗ്രഹിക്കുന്ന നിരവധി ലക്ഷ്യങ്ങൾ എനിക്കുണ്ട്. ഞാൻ ഒരെണ്ണം മാത്രം തിരഞ്ഞെടുക്കുമെന്ന് നിങ്ങൾ എങ്ങനെ പ്രതീക്ഷിക്കുന്നു? ഞാൻ നിങ്ങളെ കേൾക്കുന്നു. നമ്മുടെ മുഴുവൻ ഒരേ സമയം ഒന്നിൽക്കൂടുതൽ പ്രവർത്തികൾ ചെയ്യുന്ന സംസ്കാരത്തിനും ഇത് എത്രത്തോളം പ്രതികൂലമാണെന്ന് ഞാൻ മനസ്സിലാക്കുന്നു. പക്ഷേ, നീ ഒരു അത്ഭുത പ്രഗത്ഭൻ ആകുന്നതിൽ വിജയിക്കണമെന്ന് ഞാൻ ശരിക്കും ആഗ്രഹിക്കുന്നു, ഒരു ഏകീകൃത ശ്രദ്ധ സ്ഥാപിക്കുന്നതും നിലനിർത്തുന്നതുമാണ് അതിനുള്ള ഏറ്റവും ഫലപ്രദമായ മാർഗ്ഗമെന്ന് നിങ്ങൾ കണ്ടെത്തും.

പ്രിസ്സൈലൻ ഡോട്ട് കോം സ്ഥാപകനും ശതകോടീശ്വരനുമായ ജെഫ് ഹോഫ്മാൻ അടുത്തിടെ ക്വാണ്ടം ലീപ്പ് മാസ്റ്റർ മൈൻഡ് റിട്രീറ്റുകളിലൊന്നിൽ സംസാരിച്ചു, എന്റെ ബിസിനസ്സ്

പങ്കാളിയായ ജോൺ ബെർഗോഫും ഞാനും സഹ ആതിഥേയത്വം വഹിക്കുന്നു, കൂടാതെ ഞാൻ എഴുതിയ നിരവധി പ്രധാന കാര്യങ്ങളിൽ ഇനിപ്പറയുന്നവ ഏറ്റവും ശ്രദ്ധേയമാണ്ണ് : "നിങ്ങൾക്ക് ഒന്നിലധികം [കായികരംഗത്ത്] സ്വർണ്ണ മെഡൽ നേടാൻ കഴിയില്ല". അത് ഒരു മിനിറ്റ് മറക്കാൻ അനുവദിക്കുക.

മിക്ക ഒളിമ്പിക് അത്‌ലറ്റുകളും തങ്ങളുടെ ജീവിതം മുഴുവൻ ചെലവഴിക്കുന്നത് ഒരു കാര്യത്തിൽ ലോകത്തിലെ ഏറ്റവും മികച്ചവരാകാൻ സ്വയം വികസിപ്പിക്കുന്നതിലാണ്. കഴിഞ്ഞ അധ്യായത്തിൽ നമ്മൾ പഠിച്ചത് ഓർക്കുക, നിങ്ങൾ ഒരു ദൗത്യം തിരഞ്ഞെടുത്ത് അതിൽ പ്രതിജ്ഞാബദ്ധരാകുമ്പോൾ, നിങ്ങളുടെ മറ്റ് ലക്ഷ്യങ്ങൾനേടിയെടുക്കാൻകൂടുതൽസാധ്യതയുണ്ടാകും,കാരണം നിങ്ങൾ നിങ്ങളുടെ ഏറ്റവും ഉയർന്ന മുൻഗണനയുമായി പൊരുത്തപ്പെടുന്നവരായിരിക്കും.

ഈ അധ്യായത്തിൽ, നിങ്ങളുടെ മുൻഗണനയുമായി നിങ്ങൾ പൊരുത്തപ്പെടുന്നുണ്ടോ ഇല്ലയോ എന്ന് നിങ്ങൾക്ക് വ്യക്തമാകും. (സാധ്യതയനുസരിച്ച് നിങ്ങൾ അങ്ങനെയല്ല. വിഷമിക്കേണ്ട, അതിൽ നിങ്ങൾ ഒറ്റയ്ക്കല്ല.) പിന്നെ നിങ്ങൾ ഒരു പ്രത്യേക ദൗത്യത്തിനായി സ്വയം സമർപ്പിക്കാൻ പോകുകയാണ് (ഈ അധ്യായം വായിക്കുമ്പോൾ, എല്ലാ കാര്യങ്ങളും നിങ്ങളുടെ മനസ്സിൽ പുതുമയുള്ളപ്പോൾ അത് ചെയ്യാൻ ഞാൻ നിങ്ങളോട് അഭ്യർത്ഥിക്കുന്നു), അതിനുമുമ്പ് നിങ്ങളുടെ ദൗത്യം നേടിയെടുക്കുന്നത് നിങ്ങൾക്ക് ആശ്രയിക്കാവുന്ന ഒന്നാണെന്ന് ഉറപ്പാക്കാൻ ചില സുരക്ഷാ മാർഗ്ഗങ്ങൾ ഞാൻ വാഗ്ദാനം ചെയ്യുന്നു. ഇതെല്ലാം നിങ്ങളുടെ 10-ാം അധ്യായത്തിലെ ആദ്യത്തെ അത്ഭുത സമവാക്യ 30-ദിന വെല്ലുവിളിക്കുള്ള തയ്യാറെടുപ്പായിരിക്കും.

ശരി, ഒരു ദീർഘനിശ്വാസം എടുക്കുക. നമ്മൾ തുടങ്ങുകയാണ്.

ഏറ്റവും പ്രധാനപ്പെട്ട കാര്യങ്ങളിൽ നിന്ന് ആരംഭിക്കുക

നിങ്ങളുടെ മുൻഗണന തിരിച്ചറിയാനുള്ള ഏറ്റവും വേഗതയേറിയ മാർഗ്ഗം നിങ്ങളുടെ സ്വന്തം മരണത്തെയോ അല്ലെങ്കിൽ നിങ്ങളുടെ അടുത്തുള്ള ഒരാളുടെ മരണത്തെയോ നേരിട്ട് അഭിമുഖീകരിക്കുക എന്നതാണ് എന്ന് ചിലർ പറയും. മുപ്പത്തിയേഴാം വയസ്സിൽ എനിക്ക് കാൻസർ ഉണ്ടെന്ന് കണ്ടെത്തിയപ്പോൾ, എന്റെ മുൻഗണനകൾ (അതെ, ആ സമയത്ത് എനിക്ക് ഒന്നിലധികം

മുൻഗണനകൾ ഉണ്ടായിരുന്നു) ഒന്നാമത്, കുടുംബം; രണ്ടാമത്തേത്, ആരോഗ്യം; മൂന്നാമത്തേത്, സുഹൃത്തുക്കൾ; നാലാമത്തേത്, സാമ്പത്തിക സുരക്ഷ; അഞ്ചാമത്തേത്, ഉൽപ്പാദനക്ഷമത/നേട്ടം; ആറാം നമ്പർ, വിനോദം – ആ ക്രമത്തിൽ. എന്നിരുന്നാലും, വരും മാസങ്ങളിൽ എനിക്ക് മരിക്കാൻ 70 മുതൽ 80 ശതമാനം വരെ സാധ്യതയുണ്ടെന്ന് പറയുമ്പോൾ, നിങ്ങൾക്കും ഇത് ശരിയാണെന്ന് നിങ്ങൾ ഉടൻ മനസ്സിലാക്കിയേക്കാം : ഞാൻ മിഥ്യാധാരണയിലായിരുന്നു.

എന്റെ ലോകത്തിലെ ഏറ്റവും പ്രധാനപ്പെട്ടത് എന്താണെന്ന് നിങ്ങൾ എന്നോട് ചോദിച്ചിരുന്നെങ്കിൽ, ഒരു മടിയും കൂടാതെ ഞാൻ നിങ്ങളോട് പറയുമായിരുന്നു, "എന്റെ കുടുംബം." ഞാൻ അത് ഉദ്ദേശിച്ച തന്നെയാണ് പറഞ്ഞത്.

എന്റെ ഭാര്യയെയും രണ്ട് കുട്ടികളെയുംകാൾ എനിക്ക് പ്രിയപ്പെട്ടതായി, മറ്റാരുമില്ലായിരുന്നു. അവരായിരുന്നു എന്റെ ലോകം. എന്റെ മറ്റെല്ലാ മുൻഗണനകളും അവയുടെ പിന്നിലാണെന്ന് ഞാൻ ശരിക്കും വിശ്വസിച്ചു, ഞാൻ ചെയ്തതെല്ലാം അവർക്കുവേണ്ടിയായിരുന്നു.

അപ്പോൾ എന്തായിരുന്നു പ്രശ്നം? എവിടെയാണ് വിച്ഛേദിക്കപ്പെട്ടത്? ശരി, എന്റെ ഷെഡ്യൂൾ ഒരു ദ്രുത സ്കാൻ ഉപയോഗിച്ച് വിച്ഛേദിക്കപ്പെട്ടത് കണ്ടെത്തുന്നത് ബുദ്ധിമുട്ടുള്ള കാര്യമായിരുന്നില്ല. എന്റെ സമയം ചെലവഴിക്കാൻ ഞാൻ തിരഞ്ഞെടുത്ത രീതി വളരെ വ്യത്യസ്തമായ ഒരു കഥ പറഞ്ഞു : ഞാൻ ഇടയ്ക്കിടെ ബിസിനസ്സ് യാത്രകൾക്ക് പോയി, ആഴ്ചയിൽ അറുപത് മണിക്കൂറിലധികം ജോലി ചെയ്തു, വാരാന്ത്യങ്ങളിൽ ഞാൻ കുടുംബത്തോടൊപ്പമുള്ള സമയം ഉപേക്ഷിച്ചു, കാരണം എനിക്ക് മറ്റൊരു വലിയ പ്രോജക്റ്റ് ബാക്കിയുണ്ടായിരുന്നു. എന്റെ കുടുംബമായിരുന്നു എന്റെ ഒന്നാം നമ്പർ മുൻഗണന എങ്കിൽ, അവർ തീർച്ചയായും മാറ്റി നിർത്തപ്പെട്ടുമായിരുന്നു – പലപ്പോഴും എന്റെ പ്രാധാന്യം കുറഞ്ഞ മുൻഗണനകൾക്കായി. എനിക്ക് ഏറ്റവും പ്രധാനപ്പെട്ടത് എന്താണെന്ന് ഞാൻ പറഞ്ഞതിനോട് (അല്ലെങ്കിൽ വിശ്വസിച്ചതോ) എന്റെ പ്രവൃത്തികൾ യോജിച്ചതായിരുന്നില്ല.

ആഴത്തിലുള്ള ആത്മപരിശോധനയിലും ധ്യാനത്തിലും, ഉൽപ്പാദനക്ഷമതയ്ക്കും എന്റെ നേട്ടങ്ങൾക്കും മറ്റെല്ലാറ്റിനേക്കാളും ഞാൻ വില കൽപ്പിക്കുന്നുണ്ടെന്ന് മനസ്സിലായി. മിക്കവാറും എന്റെ

മുഴുവൻ സമയവും ഊർജ്ജവും ഒരു പ്രോജക്റ്റ് പൂർത്തിയാക്കുന്നതിനും അടുത്തത് സുരക്ഷിതമാക്കുന്നതിനുമായി ചെലവഴിച്ചു. എന്റെ കുട്ടികളുടെ ഉറക്കസമയ കഥയിൽ ശ്രദ്ധ കേന്ദ്രീകരിക്കുന്നതിനുപകരം, ഞാൻ എന്റെ ബിസിനസ്സ് മെട്രിക്സുകളിൽ മുഴുകി. എന്റെ ഭാര്യയുടെ ദിവസം എങ്ങനെയായിരുന്നുവെന്ന് കേൾക്കുന്നതിനുപകരം, എന്റെ ഇമെയിലുകൾ സ്കാൻ ചെയ്യുകയും എനിക്ക് അടിയന്തിരമെന്ന് തോന്നിയവയോട് പ്രതികരിക്കുകയും ചെയ്യുമ്പോൾ ഞാൻ അവൾക്ക് നിർബന്ധിത തലയാട്ടിക്കൊടുക്കും. എനിക്ക് ഒരു കാര്യത്തിലും വലിയ ശ്രദ്ധ ഉണ്ടായിരുന്നില്ല–പ്രത്യേകിച്ച് എന്റെ കുടുംബത്തിൽ. പക്ഷേ എനിക്ക് നല്ല കാരണങ്ങളുണ്ടായിരുന്നു. കുറഞ്ഞപക്ഷം ഞാൻ അങ്ങനെ വിചാരിച്ചു. എനിക്കും എന്റെ കുടുംബത്തിനും സാമ്പത്തിക സുരക്ഷ ഞാൻ വിലമതിച്ചു. എനിക്ക് മറ്റെന്തിനേക്കാളും പ്രധാനമായിരുന്ന ആ ആളുകൾക്ക് നല്ല ഭക്ഷണം, നല്ല വസ്ത്രം, സുഖസൗകര്യങ്ങൾ എന്നിവ ലഭിക്കണമെന്ന് ഞാൻ ആഗ്രഹിച്ചു. എന്നാൽ, ഞാൻ ആ ചിന്താഗതി പരിശോധിച്ചപ്പോൾ, സാമ്പത്തിക സുരക്ഷയിലുള്ള എന്റെ ശ്രദ്ധ എന്റെ കുടുംബത്തോടുള്ള സ്നേഹത്തിൽ നിന്നല്ല, മറിച്ച് ഭയത്തിൽ നിന്നാണ് ഉടലെടുത്തതെന്ന് ഞാൻ കണ്ടു. എന്റെ മുൻഗണനകളിലെ സൂക്ഷ്മമായ മാറ്റത്തിന് അവയുമായി യാതൊരു ബന്ധവുമില്ല.

2008-ലെ സാമ്പത്തിക തകർച്ചയ്ക്ക് ശേഷമുള്ള വർഷങ്ങളിൽ, എന്റെ സാമ്പത്തിക കാര്യങ്ങളിൽ പൂർണ്ണ നിയന്ത്രണം ഉണ്ടെന്ന് ഞാൻ കരുതിയതിൽ നിന്ന് എന്റെ ക്ലയന്റുകളിൽ പകുതിയിലധികം പേരെ നഷ്ടപ്പെട്ടു, അവർ തകർച്ചയുടെ പ്രത്യാഘാതങ്ങൾ അനുഭവിക്കുന്നു, അവർക്ക് ഇനി എന്നോടൊപ്പം പ്രവർത്തിക്കാൻ കഴിയില്ല. എന്റെ വരുമാനത്തിലുണ്ടായ വലിയ ഇടിവ് കാരണം എനിക്ക് എന്റെ മോർട്ട്ഗേജ് അടയ്ക്കാൻ കഴിഞ്ഞില്ല, ഒടുവിൽ ജപ്തി നടപടികളിൽ എന്റെ വീട് നഷ്ടപ്പെടുകയും അതോടൊപ്പം ക്രെഡിറ്റ് നഷ്ടപ്പെടുകയും ചെയ്തു. അതായിരുന്നു എന്റെ അടിത്തട്ട്, അത് ഭയങ്കരമായിരുന്നു. ബിസിനസ്സ് വർദ്ധിപ്പിക്കാൻ ഞാൻ ചെയ്തതൊന്നും വിജയിച്ചില്ല, ഞാൻ കൂടുതൽ കൂടുതൽ കടത്തിലേക്ക് കുതിച്ചുയർന്നു. ഞാൻ അകപ്പെട്ടുപോയ സാമ്പത്തിക കുഴിയിൽ നിന്ന് എങ്ങനെ കരകയറുമെന്ന് എനിക്ക് ശരിക്കും ആശയക്കുഴപ്പമുണ്ടായിരുന്നു. ഒടുവിൽ എന്റെ സാഹചര്യം മാറ്റിമറിച്ച് മുന്നോട്ട്

പോകാൻ തുടങ്ങിയെങ്കിലും, വർഷങ്ങൾക്കുശേഷം എനിക്ക് മനസ്സിലായി, വീണ്ടും എല്ലാം നഷ്ടപ്പെടുമോ എന്ന ആഴത്തിൽ വേരൂന്നിയ ഒരു ഭയമാണ് എന്നെ ഇപ്പോഴും നയിക്കുന്നത് എന്ന്.

അങ്ങനെ ഒരു ക്ലയന്റിൽ നിന്നുള്ള ഓരോ ഇമെയിലും പരമപ്രധാനമായി മാറി. ഞാൻ നടത്തിയ ഓരോ മുഖ്യ പ്രഭാഷണവും ഒരു ജീവവായു പോലെയായിരുന്നു. അതെ, എന്റെ കുടുംബത്തിന് വേണ്ടി കരുതാൻ ഞാൻ ആഗ്രഹിച്ചു. അതിലുപരി, വീണ്ടും ഒരു സാമ്പത്തിക പ്രതിസന്ധിയിലൂടെ കടന്നുപോകുമോ എന്ന് ഞാൻ ഭയപ്പെട്ടു; വിഷാദം; എന്റെ ജീവിതത്തിൽ എനിക്ക് നിയന്ത്രണമില്ല എന്ന തോന്നൽ.

ആ ഭയത്തെ ചെറുക്കുന്നതിന്, എനിക്ക് അറിയാമായി രുന്നോ ഇല്ലയോ എന്നത് പരിഗണിക്കാതെ തന്നെ, ഉൽപ്പാദന ക്ഷമത എന്റെ മുൻഗണനയായി മാറിയിരുന്നു. ഈ വർഷത്തെ എന്റെ പ്രസംഗങ്ങൾക്ക് ശേഷം എണ്ണമറ്റ ആളുകളോട് സംസാരിക്കുമ്പോൾ, നമ്മളിൽ മിക്കവരുടെയും അവസ്ഥ ഇതാണ് എന്ന് എനിക്ക് കാണാൻ കഴിയും. നിങ്ങൾ അതിനെ ഉൽപ്പാദനക്ഷമതയെന്നോ വിജയമെന്നോ നേട്ടമെന്നോ ജോലി യെന്നോ വിളിച്ചാലും, അവയെല്ലാം ഒരേ ബക്കറ്റിൽ വീഴുന്നു, നമ്മളിൽ പലരും അക്ഷരാർത്ഥത്തിൽ അതിന് അടിമകളാണ്. നമ്മളെ തിരക്കുള്ളവരാക്കി നിർത്തുന്നതും വലിയ പ്രത്യാ ഘാതങ്ങൾ ഉണ്ടാക്കാത്തതുമായ ജോലികളിൽ മാത്രമല്ല നമ്മൾ ശ്രദ്ധ കേന്ദ്രീകരിക്കുന്നത്, മറിച്ച് നമുക്ക് ഏറ്റവും പ്രധാനപ്പെട്ട കാര്യങ്ങൾക്ക് ദോഷം വരുത്തുന്ന തരത്തിലും നമ്മൾ അവയിൽ ശ്രദ്ധ കേന്ദ്രീകരിക്കുന്നു.

ഈ രീതിയിൽ നമ്മൾ നിർത്താതെ ജോലി ചെയ്യുമ്പോൾ, അത് നമ്മുടെ ശരീരത്തിനും തലച്ചോറിനും ദോഷം ചെയ്യും. അപ്പോൾ, നമ്മൾ നമ്മുടെ സ്വന്തം ആരോഗ്യത്തെ ദുർബ്ബല പ്പെടുത്തുകയാണ്. ഇനിയും മുന്നോട്ട് നോക്കുമ്പോൾ, നമ്മുടെ കുടുംബത്തെയും, നമ്മുടെ വിനോദത്തെയും, നമ്മുടെ ആത്മീയ തയെയും, നമ്മുടെ ജോലിയെയും പോലും (എല്ലാം ഒരേ സമയം) നാം ദുർബ്ബലപ്പെടുത്തുന്നു, കാരണം ആത്യന്തികമായി നമ്മൾ സ്വയം കത്തിത്തീരും. നിങ്ങൾക്ക് യഥാർത്ഥത്തിൽ ഒരു മുൻഗണന മാത്രമേ നൽകാൻ കഴിയൂ എങ്കിൽ, മറ്റെല്ലാം സ്വയമേവ പട്ടിക യിൽ നിന്ന് താഴേക്ക് പോകും.

പക്ഷേ, ഉൽപ്പാദനക്ഷമതയുമായി ബന്ധപ്പെട്ട ജോലികളിൽ മാത്രമല്ല നമ്മൾ ഇത് ചെയ്യുന്നത്, അത്ര പ്രധാനമല്ലാത്ത നിരവധി പ്രവർത്തനങ്ങളിലും നമ്മൾ ഇത് ചെയ്യുന്നു. നെറ്റ്ഫ്ലിക്സിൽ മുഴുകിയിരിക്കാനോ വാർത്തകൾ കാണാനോ ഇന്റർനെറ്റിൽ സർഫ് ചെയ്യാനോ ഫേസ്ബുക്ക് പരിശോധിക്കാനോ ഫോണിൽ ഗെയിമുകൾ കളിക്കാനോ പോലും നിങ്ങൾ എത്ര സമയം ചെലവഴിക്കുന്നുവെന്ന് പരിഗണിക്കുക. അതെ, ഇവയെല്ലാം നിങ്ങളുടെ ഏറ്റവും ഉയർന്ന മുൻഗണനയിൽ ചെലവഴിക്കുന്ന സമയവുമായി താരതമ്യം ചെയ്യേണ്ടതാണ്. നിങ്ങൾ എപ്പോഴെങ്കിലും ചിന്തിച്ചിട്ടുണ്ടെങ്കിൽ, *എല്ലാ ദിവസവും എന്റെ മുൻഗണന നേടാൻ എനിക്ക് മതിയായ സമയമില്ല, നിങ്ങൾക്ക് വേണ്ടത്ര സമയമില്ലെന്നല്ല,* മറിച്ച് നിങ്ങൾ ഉയർന്ന മുൻഗണനയായി കരുതുന്ന താഴ്ന്ന മുൻഗണനാ പ്രവർത്തനങ്ങൾക്കായി നിങ്ങളുടെ സമയം ചെലവഴിക്കുന്നു എന്നതാണ്. ഓർക്കുക, നിങ്ങളുടെ ഷെഡ്യൂൾ ഒരിക്കലും കള്ളം പറയില്ല.

എന്റെ കാൻസർ രോഗനിർണ്ണയം വരെ ഞാൻ എന്റെ മുൻഗണനയ്ക്ക് അനുസൃതമായി ജീവിക്കുന്നുവെന്ന് മാത്രമല്ല, എല്ലാ ദിവസവും ഞാൻ ഭയത്താൽ നയിക്കപ്പെടുന്നയാളാണെന്നും ഞാൻ മനസ്സിലാക്കി. തീർച്ചയായും, ഞാൻ കടന്നുപോയ സാഹചര്യങ്ങളെ അടിസ്ഥാനമാക്കി, ആ രീതിയിൽ ജീവിക്കാൻ എനിക്ക് നല്ല കാരണമുണ്ടായിരുന്നു. പക്ഷേ നമ്മളിൽ ആരും ഭയത്താൽ നയിക്കപ്പെടാൻ ആഗ്രഹിക്കുന്നില്ലെന്ന് ഞാൻ കരുതുന്നു; എനിക്കറിയാം ഞാൻ അങ്ങനെ ചെയ്തിട്ടില്ല. അതുകൊണ്ട് എന്റെ കുടുംബത്തിന്, എന്റെ പ്രഥമ പരിഗണന നൽകുന്ന തരത്തിൽ ചില സമൂലമായ മാറ്റങ്ങൾ വരുത്താൻ ഞാൻ തീരുമാനിച്ചു. എന്റെ ആദ്യത്തെ അഞ്ച് ദിവസത്തെ കീമോതെറാപ്പി സെഷൻ കഴിഞ്ഞ് വീട്ടിലെത്തിയപ്പോഴാണ് ഇതെല്ലാം ആരംഭിച്ചത്, അന്ന് എന്റെ നാല് വയസ്സുള്ള മകന്റെ മുന്നിൽ ഇരുന്ന് ഞാൻ അവനോട് പറഞ്ഞു, “ബഡ്ഡി ഇന്ന് നിനക്ക്

ഇഷ്ടമുള്ളതെന്തും നമുക്ക് ചെയ്യാം! നമുക്ക് തടാകത്തിലേക്ക് പോകാം. നമുക്ക് ഗോ-കാർട്ടുകളിൽ മത്സരിക്കാം. നമുക്ക് ബൗളിംഗിന് പോകാം. നിനക്ക് ഇഷ്ടമുള്ളതെന്തും നമുക്ക് ചെയ്യാം!"

അവന്റെ മറുപടി : "ശരിക്കും? ഹും... എന്റെ കിടപ്പുമുറിയിൽ എന്റെ കളിപ്പാട്ടങ്ങൾ കൊണ്ട് കളിക്കാം!"

അവൻ എന്നെ തെറ്റിദ്ധരിച്ചിട്ടുണ്ടാകുമെന്ന് ഞാൻ കരുതി. "ഇല്ല ബഡ്ഡി, നിനക്ക് ഇഷ്ടമുള്ളത് നമുക്ക് ചെയ്യാം എന്ന് ഞാൻ പറഞ്ഞു! നിനക്ക് എന്തെങ്കിലും ചെയ്യാൻ കഴിയുമെങ്കിൽ, നീ എന്തുചെയ്യാൻ ആഗ്രഹിക്കും?"

അവന്റെ മറുപടി : "എന്റെ കിടപ്പുമുറിയിൽ അച്ഛനോടൊപ്പം കളിക്കാൻ ഞാൻ ആഗ്രഹിക്കുന്നു."

അത് എനിക്ക് ശരിക്കും ഒരു അത്ഭുതമായിരുന്നു. എന്റെ മകന്റെ ഏറ്റവും വലിയ മുൻഗണന എന്നോടൊപ്പം കളിക്കുക എന്ന താണെന്ന് ഞാൻ മനസ്സിലാക്കി. എനിക്ക് ലോകത്തിലെ ഏറ്റവും പ്രധാനപ്പെട്ട കാര്യം കുടുംബമാണെങ്കിൽ, എന്റെ മകന് ഏറ്റവും പ്രധാനപ്പെട്ടത് എനിക്ക് ഏറ്റവും പ്രധാനപ്പെട്ടതായിരിക്കണം.

ഒരു നിമിഷം കൊണ്ട് എനിക്ക് ലളിതവും എന്നാൽ ആഴമേറിയതുമായ ഒരു തിരിച്ചറിവ് ലഭിച്ചു : ഞാൻ എത്ര മോർട്ട്ഗേജ് പേയ്മെന്റുകൾ നടത്തിയെന്ന് എന്റെ കുട്ടികൾ ഓർമ്മിക്കാൻ പോകുന്നില്ല. ഞാൻ എത്ര പുസ്തകങ്ങൾ വിറ്റു എന്ന് അവർ ശ്രദ്ധിക്കാൻ പോകുന്നില്ല. എന്റെ ജീവിതാ വസാനം (അത് അധികകാലം ഉണ്ടാകില്ലെന്ന് ഞാൻ പ്രതീക്ഷി ക്കുന്നു), ഞാനും അങ്ങനെ ആയിരിക്കില്ല. ജോലി കഴിഞ്ഞ് എന്റെ കുട്ടികളോടൊപ്പം "ഗുണനിലവാരമില്ലാത്ത" സമയം ചെല വഴിക്കുന്നത് വരെ കാത്തിരിക്കുന്നതിലൂടെ, എന്റെ ജീവിതത്തിലെ ഏറ്റവും പ്രധാനപ്പെട്ട ആളുകൾക്ക് "അവശേഷിക്കുന്ന അച്ഛനെ" നൽകുകയാണെന്ന് ഞാൻ മനസ്സിലാക്കി. അവർക്ക് എന്റെ ഏറ്റവും മികച്ച പതിപ്പ് ലഭിച്ചില്ല. ഞാൻ ക്ഷീണിതനും, തളർന്ന വനും, മാനസികമായി തകർന്നവനും ആയിരുന്നപ്പോൾ ആണ് അവർക്ക് എന്നെ ലഭിച്ചത്. അവരും അങ്ങനെ തന്നെയായിരുന്നു. അക്ഷരാർത്ഥത്തിലും ആലങ്കാരികമായും എന്റെ കുടുംബം എന്റെ ഷെഡ്യൂളിൽ ഒന്നാമതെത്തുന്ന തരത്തിൽ എനിക്ക് അത് മാറ്റിമറിക്കേണ്ടിവന്നു.

അങ്ങനെ അന്ന് രാവിലെ ഞാനും എന്റെ മകനും അവന്റെ കിടപ്പുമുറിയിൽ കളിക്കാൻ പോകുന്നതിനുമുമ്പ്, മുപ്പത് മിനിറ്റ് നേരത്തേക്ക് ഒരു ടൈമർ ഞാൻ സജ്ജമാക്കി - രാവിലെ എന്റെ മകനോടൊപ്പം കളിക്കാൻ വേണ്ടി, അവൻ സ്കൂളിൽ പോകുന്നതിനുമുമ്പ് എന്നോടൊപ്പം കളിക്കാൻ വേണ്ടി. എനിക്ക് അതിന് കുറച്ച് സമയമല്ലാതെ മറ്റൊന്നും ചെലവില്ല, അത് അദ്ദേഹത്തിന് എല്ലാമായിരുന്നു. അതിന്റെ ഫലമായി, ഞങ്ങളുടെ ബന്ധം എല്ലാ ദിവസവും കൂടുതൽ ആഴത്തിലാക്കാൻ ഞങ്ങൾക്ക് കഴിഞ്ഞു.

നിങ്ങളുടെ മുൻഗണന അനുസരിച്ച് നിങ്ങളുടെ ഷെഡ്യൂൾ വിന്യസിപ്പിക്കുക

എന്റെ മകനോടൊപ്പമുള്ള ആ ദിവസം മുതൽ, ക്യാൻസറിൽ നിന്ന് സുഖം പ്രാപിച്ചതിനുശേഷവും, എനിക്ക് ആകാൻ കഴിയുന്ന ഏറ്റവും മികച്ച അച്ഛനും ഭർത്താവും ആകുന്നതിൽ അങ്ങേയറ്റം ഉത്തരവാദിത്തത്തോടെ ഞാൻ എന്റെ കുടുംബത്തിൽ അമിതമായി ശ്രദ്ധ കേന്ദ്രീകരിച്ചു. ആ ശ്രദ്ധ എന്റെ ഷെഡ്യൂളിൽ സമൂലമായ മാറ്റങ്ങൾ വരുത്താൻ എന്നെ പ്രേരിപ്പിച്ചു, അങ്ങനെ അത് എന്റെ ഏറ്റവും ഉയർന്ന മുൻഗണനയുമായും എനിക്ക് ഏറ്റവും പ്രധാനപ്പെട്ടതുമായ കാര്യങ്ങളുമായി പൊരുത്തപ്പെടുന്നു. നമ്മുടെ വീട്ടിലെ ഒരു സാധാരണ ദിവസം/ആഴ്ച ഇപ്പോൾ എങ്ങനെയിരിക്കുമെന്ന് ഇതാ :

എന്റെ മിറക്കിൾ മോർണിംഗും S.A.V.E.R.S-ഉം ചെയ്യാൻ ഞാൻ ഇപ്പോഴും എല്ലാ ദിവസവും പുലർച്ചെ 4:30-ന് ഉണരും. എന്റെ "R" (വായന) സമയത്ത്, ഒരു പാരന്റിംഗ് അല്ലെങ്കിൽ വിവാഹ പുസ്തകത്തിൽ നിന്ന് കുറഞ്ഞത് പത്ത് പേജുകളെങ്കിലും വായിക്കുന്നതുവരെ ഒരു ബിസിനസ്സ് പുസ്തകം വായിക്കാൻ എനിക്ക് അനുവാദമില്ല. ഈ പ്രതിബദ്ധത മാത്രമാണ് എന്റെ കുടുംബമാണ് എന്റെ പ്രഥമ പരിഗണന എന്ന് എന്നെ എല്ലാ ദിവസവും ഓർമ്മിപ്പിക്കുന്നത്.

രാവിലെ 6:00 മണിക്ക് ഞാൻ എന്റെ മകന്റെയും മകളുടെയും കിടപ്പുമുറികളിലേക്ക് പോയി അവരെ ഓരോരുത്തരെയും ഉണർത്തും (എന്റെ ഒറ്റപ്പെട്ട പ്രഭാത ദിനചര്യ തുടരുമ്പോൾ എന്റെ ഭാര്യ എപ്പോഴും ചെയ്യാറുണ്ടായിരുന്ന ഒരു കാര്യം). എന്റെ

കുട്ടികളുടെ ദിവസം ഒരു പോസിറ്റീവ് ചിന്താഗതിയോടെയും പോസിറ്റീവ് വികാരങ്ങളോടെയും ആരംഭിക്കുന്ന രീതിയിൽ ഞാൻ അവരെ ഉണർത്താൻ ശ്രമിക്കുന്നു. ആദ്യം, ഞാൻ സാധാരണയായി അവരുടെ കിടക്കകളിലേക്ക് ഇഴഞ്ഞു കയറി അവരെ കെട്ടിപ്പിടിക്കുകയോ ഇക്കിളിപ്പെടുത്തുകയോ ചെയ്യും. പിന്നെ അവർ ഉണരുമ്പോൾ ഞാൻ സ്ഥിരീകരണ വാക്കുകൾ പറയും, ഉദാഹരണത്തിന്, "എന്റെ പ്രിയപ്പെട്ട മകന്/മകൾക്ക് സുപ്രഭാതം... നീ ദയയുള്ളവനും സ്നേഹനിധിയും ബുദ്ധിമാനും ആണ്... നീ ഉണരുമ്പോൾ തന്നെ നിങ്ങളിൽ പോസിറ്റീവ് എനർജി നിറഞ്ഞിരിക്കുന്നു... കിടക്കയിൽ നിന്ന് എഴുന്നേൽക്കാൻ സമയമായി, ഇന്ന് നിങ്ങളുടെ എക്കാലത്തെയും മികച്ച ദിവസമാക്കാൻ." എന്റെ മനസ്സിൽ വരുന്നതെന്തും ഞാൻ പറയും. പലപ്പോഴും ഞാൻ അവരുടെ പ്രസ്താവനകൾ പാടും, ചിലപ്പോൾ തമാശയുള്ള ശബ്ദത്തിൽ, കാര്യങ്ങൾ കലർത്തി ഉണരുന്നത് അവർക്ക് ആസ്വാദ്യകരമാക്കാൻ വേണ്ടി മാത്രം.

എന്റെ കുട്ടികളെ വസ്ത്രം ധരിച്ച് പല്ല് തേച്ച കഴിഞ്ഞാൽ, ഞങ്ങൾ വിസ്മയപ്പുലരിയുടെ ഒരു "കുട്ടികൾക്ക് അനുയോജ്യമായ" പതിപ്പ് ഉണ്ടാക്കും. പിന്നെ ഞാൻ ഇപ്പോഴും എന്റെ മകനോടൊപ്പം കളിക്കുന്നു (അവന്റെ പ്രിയപ്പെട്ട കാര്യം), ആക്ഷൻ ഫിഗറുകളുമായി കളിക്കുന്നതിൽ നിന്ന് ബോർഡ് ഗെയിമുകൾ കളിക്കുന്നതിലേക്ക് അത് പരിണമിച്ചു. കുട്ടികൾക്ക് ഇഷ്ടപ്പെട്ട വിസ്മയപ്പുലരിയുടെ കുറച്ച് കളി സമയത്തിനും ശേഷം, ഞാൻ എന്റെ ഭാര്യയുടെ പേഴ്സണൽ അസിസ്റ്റന്റായി പ്രവർത്തിക്കും, ഉച്ചഭക്ഷണം പാക്ക് ചെയ്യാനും കുട്ടികളെ സ്കൂളിലേക്ക് അയക്കാനും സഹായിക്കും (ഞാൻ ഒരിക്കലും അങ്ങനെ ചെയ്തിട്ടില്ല, കാരണം ഞാൻ എന്റെ ഓഫീസിൽ ജോലിത്തിരക്കിലായിരുന്നു). എന്റെ ഭാര്യയെയും കുട്ടികളെയും രാവിലെ അവരുടെ കാര്യങ്ങളിൽ സഹായിക്കുന്നത് ഇപ്പോൾ അർത്ഥവത്തായ ഒരു കുടുംബാനുഭവമാണ്. ഇതൊരു ബാധ്യതയല്ല, മറിച്ച് നമ്മുടെ ബന്ധം കൂടുതൽ ആഴത്തിലാക്കാനും എന്റെ കുട്ടികളെ ക്രിയാത്മകമായി സ്വാധീനിക്കാനുമുള്ള ഒരു അവസരമാണ്.

അടുത്തതായി, ഞാൻ എന്റെ മകനെയും മകളെയും സ്കൂളിൽ കൊണ്ടുപോകുന്നു (ഞാൻ ബുദ്ധിശൂന്യമായി എന്റെ ഭാര്യയെ ഏൽപ്പിച്ചിരുന്ന ഒരു കാര്യം). എന്റെ കുട്ടികളോടൊപ്പം എല്ലാ

ദിവസവും രാവിലെ ഒരുമിച്ച് ചെലവഴിച്ച ആ നല്ല സമയം – ദിവസത്തേക്കുള്ള അവരുടെ ഉദ്ദേശ്യങ്ങൾ നിശ്ചയിക്കുക, അർത്ഥവത്തായ സംഭാഷണങ്ങൾ നടത്തുക, ഉന്മേഷദായകമായ സംഗീതം കേൾക്കുക, നൃത്തം ചെയ്യുക (അതെ, ഞങ്ങൾക്ക് കാറിൽ നൃത്ത പാർട്ടികളുണ്ട്) – വിലമതിക്കാനാവാത്തതാണ്! ആഴ്ചയിൽ മൂന്ന് ദിവസം വൈകുന്നേരം 5 മണിക്ക് പകരം 2 മണിക്ക് ജോലിയിൽ നിന്ന് ഇറങ്ങാൻ തുടങ്ങി, അങ്ങനെ എന്റെ കുട്ടികളെ സ്കൂളിൽ നിന്ന് കൂട്ടിക്കൊണ്ടുപോകാൻ എനിക്ക് കഴിയും.

ആദ്യമൊക്കെ എന്റെ ജോലിദിവസത്തിലെ ആ മൂന്ന് മണിക്കൂർ വെട്ടിക്കുറയ്ക്കാൻ ബുദ്ധിമുട്ടായിരുന്നു, പക്ഷേ അങ്ങനെ ചെയ്തതിൽ എനിക്ക് വളരെ സന്തോഷമുണ്ട്.

വൈകുന്നേരം 5:00 മണിയോടെ, ഞങ്ങൾ ഒരു കുടുംബമെന്ന നിലയിൽ ഒരുമിച്ച് അത്താഴം കഴിക്കുന്നു, ആ സമയത്ത് ഞങ്ങൾ ഓരോരുത്തരും ഊഴമനുസരിച്ച് ഗ്രാറ്റിറ്റ്യൂഡ് ആൽഫബെറ്റ് ഗെയിം കളിക്കുന്നു, അപ്പോൾ ഞങ്ങൾ ഊഴമനുസരിച്ച് നന്ദിയുള്ള കാര്യങ്ങൾപറയുന്നു,A എന്നഅക്ഷരത്തിൽതുടങ്ങുന്നഎന്തെങ്കിലും പറഞ്ഞുകൊണ്ട്. കുട്ടികളുടെ ഉറക്കസമയ ദിനചര്യയിൽ ഞാനും പങ്കുചേരുന്നു. ഞാൻ അവർക്ക് ഒരു ബെഡ് ടൈം സ്റ്റോറി വായിച്ചു കൊടുക്കാറുണ്ട് അല്ലെങ്കിൽ എന്റെ കുട്ടിക്കാലത്തെ ഒരു കഥ പറയാറുണ്ട് (വഴിയിൽ, നിങ്ങളുടെ കുട്ടികൾ നിങ്ങളെ അറിയാനും നിങ്ങളുടെ ജീവിതത്തിലുടനീളം നിങ്ങൾ പഠിച്ച വിലപ്പെട്ട പാഠങ്ങൾ അവരെ പഠിപ്പിക്കാനും ഇത് ഒരു മികച്ച മാർഗ്ഗമാണ്). എന്റെ കുട്ടികൾ രാവിലെ എഴുന്നേൽക്കുമ്പോഴും അവസാനം അവർ ഉറങ്ങുന്നതിനു മുമ്പും അവരോടൊപ്പം സമയം ചെലവഴിക്കുക എന്ന എന്റെ മുൻഗണനയോടെ എന്റെ ദിവസം ഞാൻ ബുക്ക് ചെയ്യുന്നുണ്ടെന്ന് ഇത് ഉറപ്പാക്കുന്നു.

ശനിയാഴ്ചകളിൽ, ഞാൻ കുട്ടികളെ ഒരു ഡാഡി-കിഡ്സ് ഫൺ ഡേയ്ക്ക് കൊണ്ടുപോകുന്നു, അത് സന്തോഷം നൽകുന്ന എന്തെങ്കിലും ചെയ്ത് ഒരുമിച്ച് ഗുണനിലവാരമുള്ള സമയം ചെലവഴിക്കാൻ മറ്റൊരു അവസരം നൽകുന്നു, ഒപ്പം എന്റെ ഭാര്യക്ക് സ്വയം ഒരു ദിവസം നൽകുന്നു. എല്ലാ ആഴ്ചയും, ഞാനും എന്റെ ഭാര്യയും ഞങ്ങളുടെ "ഡേറ്റ് നൈറ്റ്" ആചരിക്കുന്നതിൽ ധർമ്മനിഷ്ഠയുള്ളവരാണ്. ഞങ്ങൾ ഒരു ബേബി സിറ്ററെ

നിയമിക്കുകയും ഒരുമിച്ച് കുറച്ച് നല്ല സമയം ചെലവഴിക്കാൻ പോകുകയും ചെയ്യുന്നു.

ഈ മാറ്റങ്ങളെല്ലാം ഒറ്റരാത്രികൊണ്ട് സംഭവിച്ചതല്ല, മറിച്ച് ക്രമേണയായിരുന്നു. അവ നിർമ്മിക്കുന്നത് തീർച്ചയായും എളുപ്പമായിരുന്നില്ല. സമ്പദ്‌വ്യവസ്ഥ വീണ്ടും തകരുമെന്നും മറ്റൊരു വ്യക്തിപരമായ സാമ്പത്തിക പ്രതിസന്ധി നേരിടേണ്ടിവരുമെന്നും എനിക്ക് ഇപ്പോഴും ആഴത്തിൽ വേരൂന്നിയ ഒരു ഭയമുണ്ട്, അത് ജോലിയോടും ഉൽപ്പാദനക്ഷമതയോടുമുള്ള എന്റെ ആസക്തിയെ ശക്തിപ്പെടുത്തുന്നു. നിങ്ങളുടെ മുൻഗണനയുമായി പൊരുത്തപ്പെടുന്നതിൽ (ഏത് മാറ്റത്തിലും ഉള്ളതുപോലെ) നിങ്ങൾ എത്രത്തോളം പ്രതിജ്ഞാബദ്ധരാണോ അത്രത്തോളം അത് എളുപ്പവും സ്വാഭാവികവുമായി അനുഭവപ്പെടുമെന്ന് ഞാൻ കണ്ടെത്തി എന്നതാണ് നല്ല വാർത്ത. മറ്റൊരു ദിവസം, എന്റെ ബിസിനസ്സിന് പ്രാധാന്യമുള്ള ഒരു പരിപാടിയിലേക്ക് ഒരാൾ എന്നെ ക്ഷണിച്ചു, ഒരു മടിയും കൂടാതെ ഞാൻ പറഞ്ഞു, “വേണ്ട, നന്ദി, ഞാൻ എന്റെ കുട്ടികളോടൊപ്പമാണ്.”

ഞാനും പൂർണ്ണനല്ല, കാരണം ചില സമയങ്ങളിൽ ഞാൻ പിന്നോട്ട് മാറി എന്റെ ഭാര്യ കാര്യങ്ങൾ കൈകാര്യം ചെയ്യാൻ അനുവദിക്കേണ്ടി വരും. പക്ഷേ, എന്റെ ഏറ്റവും പ്രധാനപ്പെട്ട വിഷയമായ എന്റെ കുടുംബവുമായുള്ള ബന്ധത്തിൽ ഏറ്റവും വലിയ വഴിത്തിരിവ്, ആ ദിവസത്തേക്കുള്ള ഒരു സാങ്കൽപ്പിക പെട്ടി പരിശോധിക്കാൻ അവരോടൊപ്പം “മതിയായ” സമയം ചെലവഴിക്കാൻ ഞാൻ തയ്യാറല്ല എന്നതാണ്. പകരം, അവർ ചെറുപ്പമായിരിക്കുമ്പോഴും എന്നോടൊപ്പം സമയം ചെലവഴിക്കാൻ ആഗ്രഹിക്കുമ്പോഴും (അനുഭവസമ്പന്നരായ മാതാപിതാക്കൾ എനിക്ക് മുന്നറിയിപ്പ് നൽകിയിട്ടുള്ളതുപോലെ, ഞാൻ ആഗ്രഹിക്കുന്നതിലും വേഗത്തിൽ അവസാനിക്കും), കഴിയുന്നത്ര സമയം അവരോടൊപ്പം ചെലവഴിക്കാൻ ഞാൻ പ്രതിജ്ഞാബദ്ധനാണ്. എന്റെ ജീവിതത്തിലെ എന്റെ പ്രഥമ പരിഗണന എന്റെ കുട്ടികളുമായി ബന്ധപ്പെടുകയും അവരെ ക്രിയാത്മകമായി സ്വാധീനിക്കുകയും ചെയ്യുക എന്നതാണ്, അത് പരമാവധി ചെയ്യാനുള്ള ഏക മാർഗ്ഗം അവരോടൊപ്പം ഗുണനിലവാരമുള്ള സമയം ചെലവഴിക്കുക എന്നതാണ്. ഞാൻ അവരോടൊപ്പം കൂടുതൽ ആയിരിക്കുമ്പോൾ, നമ്മുടെ ബന്ധം കൂടുതൽ ആഴത്തിലാക്കുകയും

അവരുടെ വികസനത്തെ കൂടുതൽ ക്രിയാത്മകമായി സ്വാധീനിക്കാൻ എനിക്ക് കഴിയുകയും ചെയ്യും. അതുകൊണ്ട് കിട്ടുന്ന അവസരങ്ങളിലെല്ലാം ഞാൻ ആ സമയത്തേക്ക് ഓടുകയാണ്.

എനിക്ക് ശരിക്കും പ്രാധാന്യമുള്ള കാര്യങ്ങൾക്ക് അനുസൃതമായി ജീവിക്കാതിരുന്ന എന്റെ ജീവിതത്തിലെ ആ വർഷങ്ങളിൽ ഞാൻ ഒറ്റയ്ക്കായിരുന്നെങ്കിൽ എന്ന് ഞാൻ ആഗ്രഹിക്കുന്നു, പക്ഷേ എന്റെ പുതിയ (കാൻസർ രോഗത്തിന് ശേഷമുള്ള) മുഖ്യ പ്രഭാഷണ സന്ദേശം "എന്താണ് ഏറ്റവും പ്രധാനം" ആയിരക്കണക്കിന് ആളുകളുമായി പങ്കിട്ടതിനുശേഷം, ഞാൻ ഭൂരിപക്ഷത്തിൽ ഒരാളാണെന്ന് ഞാൻ മനസ്സിലാക്കി. നിങ്ങൾ ഈ വിഭാഗത്തിൽ പെടുകയാണെങ്കിൽ, നിങ്ങൾ ചെയ്യേണ്ട ഏറ്റവും പ്രധാനപ്പെട്ട കാര്യം അത് അംഗീകരിക്കുകയും മാറ്റങ്ങൾ വരുത്താൻ പ്രതിജ്ഞാബദ്ധരാകുകയും ചെയ്യുക എന്നതാണ്. നിങ്ങളോട് തന്നെ സത്യസന്ധത പുലർത്തുക. ജോലി നിങ്ങളുടെ മുൻഗണനയാകണമെങ്കിൽ, അതിൽ പ്രതിജ്ഞാബദ്ധത പുലർത്തുക, അതിനെക്കുറിച്ച് കുറ്റബോധം തോന്നരുത്. ഒരു കുടുംബം ഉണ്ടാകുന്നതിനു മുമ്പ്, ജോലി എന്റെ പ്രഥമ പരിഗണനയായി കണക്കാക്കുന്നതിൽ ഞാൻ വളരെ സന്തോഷവാനായിരുന്നു. ചില ദിവസങ്ങളിൽ ജോലിയാണ് എന്റെ പ്രഥമ പരിഗണന, പക്ഷേ ഇപ്പോൾ അത് നിയമത്തിന് അപവാദമാണ്. നിങ്ങളുടെ ആരോഗ്യം നിങ്ങളുടെ പ്രാഥമിക ശ്രദ്ധാകേന്ദ്രമായിരിക്കണമെന്ന് നിങ്ങൾക്കറിയാമെങ്കിൽ, നിങ്ങളുടെ പ്രവർത്തനങ്ങളും സമയക്രമവും ആ തിരഞ്ഞെടുപ്പിനെ പിന്തുണയ്ക്കുന്നുണ്ടെന്ന് ഉറപ്പാക്കുക.

ഇത് അറിയുക: നിങ്ങളുടെ മുൻഗണന മാറാം, മാറുകയും ചെയ്യും. പതിനഞ്ച് വയസ്സുള്ളപ്പോൾ ഉണ്ടായിരുന്ന അതേ മുൻഗണന ഇപ്പോൾ നിങ്ങൾക്കില്ലെന്ന് എനിക്ക് ഉറപ്പുണ്ട്. നിങ്ങളുടെ ജീവിതകാലം മുഴുവൻ അത് വീണ്ടും മാറും, ഒരുപക്ഷേ പല തവണ, അതിനാൽ ഇപ്പോൾ നിങ്ങളുടെ മുൻഗണന എന്താണെന്ന് കണ്ടെത്തുമ്പോൾ സ്വയം അധികം സമ്മർദ്ദം ചെലുത്തരുത്. ഈ തിരഞ്ഞെടുപ്പ് കാരണം നിങ്ങളുടെ മറ്റെല്ലാ ലക്ഷ്യങ്ങളും പരാജയപ്പെടുമെന്ന് ഭയപ്പെടരുത്. നിങ്ങളുടെ ഏറ്റവും പ്രധാനപ്പെട്ട കാര്യവും മുൻഗണനയും എന്താണെന്ന് വ്യക്തമായിക്കഴിഞ്ഞാൽ, നിങ്ങളുടെ ഉൽപ്പാദനക്ഷമത വർദ്ധിക്കുമെന്ന് നിങ്ങൾ കണ്ടെത്തും.

നിങ്ങൾക്ക് ഏറ്റവും പ്രധാനപ്പെട്ടത് എന്താണ്?

നിങ്ങളുടെ ജീവിതത്തിൽ ഏറ്റവും പ്രധാനപ്പെട്ടത് എന്താണെന്ന് നിങ്ങൾക്ക് വ്യക്തമായി പറയാൻ കഴിയുമോ? കുടുംബമാണോ? സുഹൃത്തുക്കളാണോ? നിങ്ങളുടെ ആരോഗ്യമാണോ? നിങ്ങളുടെ ലക്ഷ്യമാണോ? നിങ്ങൾക്ക് ഉറപ്പില്ലെങ്കിൽ, ഭൂമിയിലെ ഏറ്റവും വിജയകരവും സംതൃപ്തരുമായ ആളുകൾ തങ്ങൾക്ക് ഏറ്റവും പ്രധാനപ്പെട്ടത് എന്താണെന്ന് (അതായത് അവരുടെ ഉയർന്ന മൂല്യങ്ങളും മുൻഗണനയും) വ്യക്തമായി തിരിച്ചറിഞ്ഞവരും യഥാർത്ഥത്തിൽ പ്രധാനപ്പെട്ടതിനോട് യോജിച്ച് ജീവിക്കുന്ന വരുമാണ് എന്ന് കണ്ടെത്താൻ ശ്രമിക്കാൻ ഞാൻ നിങ്ങളെ ക്ഷണിക്കുന്നു.

എല്ലാവരുടെയും ജീവിതത്തിൽ മാറ്റം വരുത്തുന്ന ഒരു സംഭവം അവരുടെ ലോകത്തേക്ക് കടന്നുവരുന്നില്ലെന്നും അത് അവർക്ക് ഏറ്റവും പ്രധാനപ്പെട്ടതെന്താണെന്നും ആ മൂല്യവുമായി എങ്ങനെ പൊരുത്തപ്പെടാൻ ആഗ്രഹിക്കുന്നുവെന്നും കൂടുതൽ വ്യക്തമായി കാണാൻ അവരെ സജ്ജരാക്കുന്നുവെന്നും ഞാൻ മനസ്സിലാക്കുന്നു. അതുകൊണ്ട് നിങ്ങൾ ഇപ്പോഴും അത് മനസ്സിലാക്കാൻ ശ്രമിക്കു ന്നുണ്ടെങ്കിൽ, നമുക്ക് മറ്റൊരു സമീപനം പരീക്ഷിക്കാം.

നമുക്ക് ഒരു നിമിഷം ഭാവിയിലേക്ക് സഞ്ചരിക്കാം, നിങ്ങൾ ഒരു അത്ഭുത പ്രഗൽഭനായി ജീവിക്കുകയാണെന്ന് സങ്കൽപ്പിക്കുക. ഇപ്പോൾ നിങ്ങൾ ഉണർന്ന് എല്ലാ ദിവസവും അചഞ്ചലമായ വിശ്വാസത്തോടും അസാധാരണമായ പരിശ്രമത്തോടും കൂടി സമീപിക്കുന്നു. നിങ്ങൾ സ്ഥിരമായി നേട്ടവും സംതൃപ്തിയും അനുഭവി ക്കുന്ന ഫലങ്ങൾ സൃഷ്ടിക്കുന്നു. ഇപ്പോൾ ആളുകൾ നിങ്ങളെ നോക്കി ചിന്തിക്കും, എല്ലാം അവർക്ക് വേണ്ടി ഒഴുകി നടക്കുന്നു ണ്ടെന്ന്. അവർ എത്ര ഭാഗ്യവാന്മാരാണ്! നിങ്ങളുടെ ഏറ്റവും ഉയർന്ന മൂല്യങ്ങളോടും ഏറ്റവും വലിയ കഴിവുകളോടും യോജിച്ചാണ് നിങ്ങൾ ജീവിക്കുന്നത്, അതിനാൽ നിങ്ങൾ ഇതുവരെ അനുഭവി ച്ചതിൽ വച്ച് ഏറ്റവും സന്തോഷവാനും സമാധാനമുള്ളവനുമാണ്. നിങ്ങളുടെ ഷെഡ്യൂൾ അത് തെളിയിക്കുന്നു. എല്ലായിടത്തും അവസരങ്ങൾ കാണുന്നുണ്ടെങ്കിലും, അവയിൽ മിക്കതിനും നിങ്ങൾക്ക് 'ഇല്ല' പറയാൻ കഴിയും, കാരണം നിങ്ങൾക്ക് ഏറ്റവും പ്രധാനപ്പെട്ടത് എന്താണെന്ന് നിങ്ങൾ തീരുമാനിച്ചതിന് അനുസൃതമായവ മാത്രമേ നിങ്ങൾ മുതലെടുക്കൂ.

നിങ്ങളുടെ ഈ അത്ഭുത പ്രഗത്ഭൻ പതിപ്പ് കാണുമ്പോൾ, ജീവിതത്തിൽ നിങ്ങൾ ഏറ്റവും വിലമതിക്കുന്നത് എന്താണ്? കുടുംബം, ആരോഗ്യം, ജോലി, സാമ്പത്തികം, ആത്മീയത, വിനോദം, സംഭാവന, അല്ലെങ്കിൽ വ്യക്തിത്വ വികസനം എന്നിവയാണോ? നിങ്ങൾക്ക് ഇതെങ്ങനെ അറിയാം? നിങ്ങളുടെ ഷെഡ്യൂളിലെ ഏതൊക്കെ പ്രവർത്തനങ്ങളാണ് നിങ്ങളുടെ ഉയർന്ന മൂല്യങ്ങളെയും മുൻഗണനയെയും പിന്തുണയ്ക്കുന്നത്?

ഈ കാര്യം ഞാൻ ആവശ്യത്തിലധികം വിശദീകരിക്കുകയാണെന്ന് ഞാൻ മനസ്സിലാക്കുന്നു, പക്ഷേ നിങ്ങൾ ഏറ്റവും വിലമതിക്കുന്നത് എന്താണെന്ന് തിരിച്ചറിയുന്നത് നിങ്ങളുടെ ദൗത്യം വ്യക്തമാക്കുന്നതിന് അത്യന്താപേക്ഷിതമായിരിക്കും. അത്ഭുതങ്ങൾ – പ്രത്യേകിച്ച് സ്പർശിക്കാവുന്നതും അളക്കാവുന്നതുമായ അത്ഭുതങ്ങൾ – നിങ്ങൾ ആ മൂല്യങ്ങളോടും മുൻഗണനയോടും പൊരുത്തപ്പെട്ടു ജീവിക്കുമ്പോൾ നേടാൻ വളരെ എളുപ്പമാണ്. അല്ലെങ്കിൽ, ഒന്നിലധികം മുൻഗണനകളുടെ വ്യാമോഹത്തിൽ നിങ്ങൾ നിരന്തരം വലയുകയും ഏത് സമയത്തും നിങ്ങളുടെ ഊർജ്ജം എവിടെ കേന്ദ്രീകരിക്കണമെന്ന് അറിയാതെ വിഷമിക്കുകയും ചെയ്യുന്നതായി നിങ്ങൾക്ക് തോന്നും.

ഇനി, നിങ്ങളുടെ പ്രഥമ പരിഗണനയിൽ വ്യക്തതയുണ്ടെങ്കിൽ, നിങ്ങൾ എഴുതിയ ലക്ഷ്യങ്ങളുടെ പട്ടിക പുറത്തെടുക്കുക. നിങ്ങളുടെ വർഷം, ജീവിതം, മുതലായവയ്ക്ക് വേണ്ടിയുള്ള ലക്ഷ്യങ്ങളൊന്നും ഇതിനകം എഴുതിയിട്ടില്ലെങ്കിൽ, ദയവായി ഈ പുസ്തകം ഇപ്പോൾ തന്നെ താഴെ വയ്ക്കുക, വരും മാസങ്ങളിൽ നിങ്ങൾ കൈവരിക്കാൻ ആഗ്രഹിക്കുന്ന ചില ലക്ഷ്യങ്ങൾ കുറിച്ചിടാൻ കുറച്ച് മിനിറ്റ് എടുക്കുക. അവയെ പൂർണതയുള്ളതാക്കുന്നതിനെക്കുറിച്ച് വിഷമിക്കേണ്ട; താഴെപ്പറയുന്ന ഓരോ മേഖലയിലും ആദ്യം മനസ്സിൽ വരുന്ന കാര്യം (നിങ്ങൾ മെച്ചപ്പെടുത്താൻ ആഗ്രഹിക്കുന്നത്) ഉപയോഗിച്ച് ആരംഭിക്കുക:

- ആരോഗ്യവും ഫിറ്റ്നസും
- കുടുംബം
- സുഹൃത്തുക്കൾ
- ജോലി
- പണം
- വിനോദം
- വ്യക്തിത്വ വികസനം
- ആത്മീയത
- സംഭാവന/ദാനധർമ്മം

നിങ്ങളുടെ മുൻഗണന ഏതാണെന്ന് നിർണ്ണയിക്കാൻ നിങ്ങളുടെ ലക്ഷ്യങ്ങൾ അവലോകനം ചെയ്യുമ്പോൾ, ഈ ചോദ്യത്തിന് ഉത്തരം നൽകുക : **എന്റെ ജീവിതത്തിനായി ഞാൻ ആഗ്രഹിക്കുന്ന മറ്റെല്ലാം നേടുന്നതിന് എനിക്ക് ആവശ്യമായ ഗുണങ്ങളും സ്വഭാവ സവിശേഷതകളും വികസിപ്പിക്കാൻ ഈ ലക്ഷ്യങ്ങളിൽ ഏതാണ് എന്നെ പ്രാപ്തമാക്കുന്നത്?**

ഈ ലക്ഷ്യം നിങ്ങളിൽ വളർത്തിയെടുക്കുന്ന ഗുണങ്ങളെയും സ്വഭാവ സവിശേഷതകളെയും അടിസ്ഥാനമാക്കി, നിങ്ങളെക്കുറിച്ചുള്ള അത്ഭുത പ്രഗത്ഭൻ ദർശനത്തിലേക്ക് നിങ്ങളെ നയിക്കണം; അച്ചടക്കം, പ്രതിരോധശേഷി, സ്ഥിരത, ഏറ്റവും പ്രധാനമായി, അചഞ്ചലമായ വിശ്വാസം, അസാധാരണമായ പരിശ്രമം തുടങ്ങിയ ഗുണങ്ങൾ. നിങ്ങൾ പിന്തുടരാൻ ആഗ്രഹിക്കുന്ന ഉന്നത മൂല്യവുമായി ഈ ലക്ഷ്യം പൊരുത്തപ്പെടുന്നുണ്ടോ? ഇല്ലെങ്കിൽ, ലക്ഷ്യമോ മൂല്യമോ മാറണോ എന്ന് പരിഗണിക്കുക.

നിങ്ങളുടെ എല്ലാ ശ്രദ്ധയും ഊർജ്ജവും നിങ്ങളുടെ പുതിയ വ്യക്തിത്വത്തിലേക്ക് ഒഴുകണമെന്ന് ഓർമ്മിക്കുക, അതിനാൽ നിങ്ങളുടെ പ്രധാന ലക്ഷ്യവും പ്രധാന മൂല്യവും സമന്വയിപ്പിക്കണം. കൂടാതെ, ഭീഷണിപ്പെടുത്തുന്നതോ നേടാൻ വളരെ ബുദ്ധിമുട്ടുള്ളതോ ആയ ലക്ഷ്യങ്ങളിൽ നിന്ന് പിന്നോട്ട് പോകരുത്. ഒരു ഉയർന്ന ലക്ഷ്യം നിങ്ങളെ ഭീഷണിപ്പെടുത്തുകയോ, ഭയപ്പെടുത്തുകയോ ചെയ്യുന്നത് സാധാരണമാണ്. അത് നിങ്ങളുടെ സുരക്ഷിത സാഹചര്യത്തിന് പുറത്തായിരിക്കണം. അത് നിങ്ങളെ ഒരു പുതിയ ജീവിതശൈലിയിലേക്ക് നയിക്കും, അതിനാൽ അത് പ്രാധാന്യമുള്ളതാണെന്ന് ഉറപ്പാക്കുക.

ശരീരഭാരം ഗണ്യമായി കുറയ്ക്കുക എന്ന ലക്ഷ്യത്തിനായി നിങ്ങൾ ഒരു അത്ഭുത പ്രഗത്ഭന്റെ ഗുണങ്ങളും വ്യക്തിത്വവും വികസിപ്പിക്കേണ്ടതുണ്ടോ? ഒരു ബിസിനസ്സ് ആരംഭിക്കുന്നത് എങ്ങനെ? കരിയർ മാറ്റണോ? ഒരു പുസ്തകം എഴുതണോ? മാരത്തൺ ഓടണോ? അതോ നിങ്ങളുടെ വരുമാനം ഇരട്ടിയാക്കണോ? അവസാനത്തെ രണ്ടെണ്ണമാണ് എനിക്ക് വേണ്ടി അത് ചെയ്തത്.

ഈ പുതിയ വ്യക്തിത്വത്തിലേക്ക് നിങ്ങളെ ഏറ്റവും ഫലപ്രദമായി കൊണ്ടുപോകുന്നത് ഏത് ലക്ഷ്യമാണെന്ന് നിങ്ങൾക്ക് വ്യക്തമായിക്കഴിഞ്ഞാൽ, അത് നിങ്ങളുടെ ദൗത്യമായി മാറുന്നു. എന്റെ ജീവിതത്തിലും ദൗത്യം എന്ന വാക്ക് ഞാൻ മനഃപൂർവ്വം ഉപയോഗിക്കുന്നു, കാരണം അത് കൂടുതൽ ഗൗരവമുള്ള ഒരു

സ്വരം ഉണർത്തുകയും ഉയർന്ന ലക്ഷ്യത്തെ സൂചിപ്പിക്കുകയും ചെയ്യുന്നു. മെറിയം-വെബ്സ്റ്ററിന്റെ നിർവ്വചനം അനുസരിച്ച്, ഒരു ലക്ഷ്യം എന്നത് "ശ്രമം നയിക്കുന്ന ഒരു ലക്ഷ്യമാണ്." ലക്ഷ്യങ്ങൾ വെക്കുന്നത് രസകരമാണ്. ഈ മഹത്തായ കാര്യങ്ങളെല്ലാം സംഭവിക്കുന്നതായി നിങ്ങൾക്ക് സങ്കൽപ്പിക്കാൻ കഴിയും. അങ്ങനെയല്ലെങ്കിൽ, നിങ്ങൾ പുതിയ ചില ലക്ഷ്യങ്ങൾ തിരഞ്ഞെടുത്ത് അവ യാഥാർത്ഥ്യമാകുന്നതായി സങ്കൽപ്പിക്കുന്നത് ആസ്വദിക്കൂ. അവ ഒടുവിൽ ഭ്രമങ്ങൾ പോലെയായി മാറുന്നു.

മറുവശത്ത്, ഒരു ദൗത്യം വ്യത്യസ്തമായ ഒരു തലത്തിലുള്ള പ്രതിബദ്ധതയെ സൂചിപ്പിക്കുന്നു. നൂറ് ലക്ഷ്യങ്ങൾ ഒരിക്കലും ഒരു ഒറ്റ ദൗത്യത്തിന്റെ ഭാരം വഹിക്കില്ല. സൈന്യം ദൗത്യങ്ങൾ നിർവ്വഹിക്കുന്നു. മാനുഷിക സംഘടനകൾ ദൗത്യങ്ങൾ നിർവ്വഹിക്കുന്നു. ഇവിടുത്തെ ഭാരം ഒരു ലക്ഷ്യത്തിന്റേതിൽ നിന്ന് വളരെ വ്യത്യസ്തമാണ്, കൂടാതെ ലക്ഷ്യം സാധാരണയായി ഒരു വലിയ ദർശനവുമായി ബന്ധപ്പെട്ടിരിക്കുന്നു. ഇവിടെ വ്യത്യസ്തമായ ഭാഷ നിങ്ങൾക്ക് വ്യത്യസ്തമായ ഒരു അനുഭവം സൃഷ്ടിക്കും.

ലക്ഷ്യങ്ങൾ : നമ്മൾ നേടിയെടുക്കാൻ ആഗ്രഹിക്കുന്ന നിരവധി കാര്യങ്ങൾ.

ദൗത്യം : എന്തുതന്നെയായാലും നമ്മൾ നേടിയെടുക്കാൻ പ്രതിജ്ഞാബദ്ധരായ ഒരു കാര്യം.

നിങ്ങളുടെ ദൗത്യം തീരുമാനിക്കാൻ (നിങ്ങൾ ഇതിനകം അങ്ങനെ ചെയ്തിട്ടില്ലെങ്കിൽ), നിങ്ങളുടെ എല്ലാ ലക്ഷ്യങ്ങളും നോക്കി ഈ ചോദ്യത്തിന് ഉത്തരം നൽകുക എന്നത് ഓർമ്മിക്കുക : **എന്റെ ജീവിതത്തിൽ ഞാൻ ആഗ്രഹിക്കുന്ന മറ്റെല്ലാം നേടിയെടുക്കുന്നതിന്, എനിക്ക് ആവശ്യമുള്ള വ്യക്തിയായി മാറാൻ ഈ ലക്ഷ്യങ്ങളിൽ ഏതാണ് എന്നെ പ്രാപ്തനാക്കുന്നത്?**

എന്റെ ദൗത്യം ______________________________________

____

____

____

____ആണ്

ഇപ്പോൾ നിങ്ങളുടെ ദൗത്യം വ്യക്തമാക്കിക്കൊണ്ട് ഞങ്ങൾ അൽപ്പം ആക്കം കൂട്ടി, എന്നെ പരിഭ്രാന്തനാക്കരുത്. *പക്ഷേ, ഈ വലിയ ലക്ഷ്യം ഞാൻ എങ്ങനെ നേടും?* എന്ന് നിങ്ങൾ ചിന്തിച്ചേക്കാം. നമ്മൾ അത് ഇതുവരെ വിശദീകരിക്കാൻ പോകുന്നില്ല, പക്ഷേ എട്ടാം അധ്യായത്തിൽ നിങ്ങളുടെ പ്രക്രിയ എങ്ങനെ വികസിപ്പിക്കാമെന്ന് നമ്മൾ പരിശോധിക്കുമെന്ന് ഞാൻ വാഗ്ദാനം ചെയ്യുന്നു. ഞാൻ ഇപ്പോൾ നിങ്ങളോട് പറയാൻ പോകുന്നു, നിങ്ങൾ വിചാരിക്കുന്നതിലും വളരെ എളുപ്പമായിരിക്കും അത്. അതിനാൽ നമുക്ക് കാര്യങ്ങൾ മുന്നോട്ട് കൊണ്ടുപോകാം.

നിങ്ങളുടെ മിഷൻ സുരക്ഷാ സംവിധാനങ്ങൾ സൃഷ്ടിക്കുക

നിങ്ങൾ ഒരു ടൈറ്റ് റോപ്പ് വാക്കർ ആണെങ്കിൽ (ഞാനും അങ്ങനെയല്ല), കമ്പിയിൽ കാലുകുത്തുന്നതിന് മുമ്പ്, ആദ്യം ഉറപ്പാക്കേണ്ടത് ഒരു സുരക്ഷാ വല ഉണ്ടെന്നാണ്. പുതിയതും, ഭയപ്പെടുത്തുന്നതും,നിങ്ങളുടെസുരക്ഷിതസാഹചര്യത്തിന്പുറത്തു ള്ളതുമായ എന്തെങ്കിലും നിങ്ങൾ ശ്രമിക്കുമ്പോഴും ഇതുതന്നെ യാണ് സ്ഥിതി.

ഒരു അത്ഭുതം സൃഷ്ടിക്കുമ്പോൾ നിങ്ങൾ നേരിടുന്ന ആദ്യത്തെ തടസ്സം അചഞ്ചലമായ വിശ്വാസം സ്ഥാപിക്കുക എന്നതാണ് (അതിനെക്കുറിച്ച് അടുത്ത അധ്യായത്തിൽ നമ്മൾ ആഴത്തിൽ പഠിക്കും). നിങ്ങളുടെ ദൗത്യം സംഭവ്യതയിലേക്ക് എത്രത്തോളം എത്തിക്കാൻ കഴിയുമോ, അത്രത്തോളം നിങ്ങൾ അതിൽ ഏർപ്പെടാനും അതിൽ തുടരാനുമുള്ള സാധ്യത കൂടുതലാണ്.

നിങ്ങളുടെ ദൗത്യത്തിലേക്ക് കടക്കുന്നതിനുമുമ്പ്, അത് നേടാനുള്ള സാധ്യത വർദ്ധിപ്പിക്കുന്നതിന് നിങ്ങൾക്ക് പ്രവർത്തിക്കാൻ തുടങ്ങാവുന്ന ചില തന്ത്രങ്ങൾ ഇതാ.

പ്രതിമാസ ദൗത്യങ്ങൾ സ്ഥാപിക്കുക (മിക്ക ആളുകളും പന്ത്രണ്ട് മാസത്തിനുള്ളിൽ ചെയ്യുന്നതിനേക്കാൾ കൂടുതൽ ഓരോ മുപ്പത് ദിവസത്തിലും ചെയ്യുക)

ലക്ഷ്യം നേടുന്നവർക്ക് ഓരോ പുതുവർഷവും ആവേശകരമായ സമയമാണ്. കഴിഞ്ഞ വർഷത്തെ നമ്മുടെ പുരോഗതിയെക്കുറിച്ച് ചിന്തിക്കാനും വരുന്ന പന്ത്രണ്ട് മാസത്തേക്ക് പുതിയ ലക്ഷ്യങ്ങൾ

സ്ഥാപിക്കാനും ഇത് അവസരം നൽകുന്നു. എന്നിരുന്നാലും, എല്ലാ വർഷവും, ദശലക്ഷക്കണക്കിന് ലക്ഷ്യങ്ങൾ നേടുന്നവർ വാർഷിക ലക്ഷ്യങ്ങൾ വെക്കുന്നു, അവരിൽ ഭൂരിഭാഗവും ഒരു തരത്തിൽ അല്ലെങ്കിൽ മറ്റൊരു തരത്തിൽ പരാജയപ്പെടുന്നു. എന്തുകൊണ്ടാണ് അങ്ങനെ സംഭവിക്കുന്നത്?

ഒരിക്കൽ ഞാൻ *12-വീക്ക് ഇയർ* എന്ന ഒരു മികച്ച പുസ്തകം വായിച്ചു, ഒരു വർഷം ഒരു നീണ്ട സമയമാണെന്ന – ഒരുപക്ഷേ വളരെയധികം സമയമാണെന്ന – കാഴ്ചപ്പാടിലേക്ക് എന്റെ കണ്ണുകൾ തുറന്നു. ജനുവരി അവസാനത്തോടെ നിങ്ങളുടെ ലക്ഷ്യങ്ങൾ കൈവരിക്കാൻ നിങ്ങൾ തയ്യാറല്ലേ? വലിയ കാര്യമല്ല; പഴയ സ്ഥിതിയിലേക്ക് തിരിച്ചെത്താൻ നിങ്ങൾക്ക് ഇനിയും പതിനൊന്ന് മാസങ്ങളുണ്ട്. ഏപ്രിലിലും നിങ്ങൾ ട്രാക്കിൽ അല്ലെങ്കിൽ എങ്ങനെയിരിക്കും? വിഷമിക്കേണ്ട, മെയ്, ജൂൺ, ജൂലൈ, ഓഗസ്റ്റ്, സെപ്റ്റംബർ, ഒക്ടോബർ, നവംബർ, ഡിസംബർ മാസങ്ങൾ ഇനിയും ബാക്കിയുണ്ട്, ആ കുറവ് നികത്താൻ. ധാരാളം സമയം, അല്ലേ?

ദീർഘകാല ലക്ഷ്യങ്ങളുടെ വെല്ലുവിളി എന്തെന്നാൽ, നമുക്ക് സ്വയം വളരെയധികം സമയം നൽകുന്നതിലൂടെ, വിലമതിക്കാനാവാത്ത ഒരു അടിയന്തിരബോധം നാം നഷ്ടപ്പെടുത്തുന്നു എന്നതാണ്.നീട്ടിവെക്കൽയാഥാർത്ഥ്യബോധമില്ലാത്തതുംശാശ്വതവുമായ ശുഭാപ്തിവിശ്വാസവുമായി കൂടിച്ചേരുമ്പോൾ – *എനിക്ക് ധാരാളം സമയമുണ്ടെന്ന്* നിങ്ങൾ എപ്പോഴും ചിന്തിക്കുമ്പോൾ – നമുക്ക് താങ്ങാനാവുമെന്ന് തെറ്റായി കരുതുന്ന ഒരു ആഡംബരമായി കാലതാമസം മാറുന്നു. ഈ ചക്രം അവസരങ്ങൾ നഷ്ടപ്പെടുന്നതിലേക്കും, എത്തിച്ചേരാത്ത ലക്ഷ്യങ്ങളിലേക്കും, പൂർത്തീകരിക്കപ്പെടാത്ത സാധ്യതകളിലേക്കും നയിക്കുന്നു.

നിങ്ങളുടെ ലക്ഷ്യങ്ങൾ നേടിയെടുക്കാൻ പന്ത്രണ്ട് മാസം നൽകുന്നതിനുപകരം, നിങ്ങൾ സ്വയം ഒന്ന് നൽകിയാലോ? നിങ്ങളുടെ പുതുവർഷം ഓരോ മാസവും ആരംഭിച്ചാലോ? എല്ലാ മാസവും നിങ്ങളുടെ പുരോഗതിയെക്കുറിച്ച് ചിന്തിക്കാനും, പുതിയ ലക്ഷ്യങ്ങൾ സ്ഥാപിക്കാനും, സ്വയം ഒരു പുതിയ തുടക്കം നൽകാനുമുള്ള അവസരമാണെങ്കിൽ എങ്ങനെയിരിക്കും? നിങ്ങളുടെ വലിയ ദൗത്യത്തെ പിന്തുണയ്ക്കുന്ന ഒരു പ്രതിമാസ ദൗത്യം – ഓരോ മാസവും ഒരൊറ്റ ലക്ഷ്യം – സ്ഥാപിക്കുന്നത്, നിങ്ങളുടെ

ഏറ്റവും ഉയർന്ന മുൻഗണനയിൽ ഓരോ മാസവും ഒരു ലേസർ ഫോക്കസ് നൽകും.

ഇത് നിങ്ങൾക്ക് ആരോഗ്യകരവും സ്ഥിരതയുള്ളതുമായ ഒരു അടിയന്തിരബോധം നൽകുകയും നിങ്ങളുടെ ആത്യന്തിക ദൗത്യത്തിലേക്ക് നിങ്ങളെ നയിക്കുകയും ചെയ്യും : ഒരു അത്ഭുത പ്രഗത്ഭന്റെ മാനസികാവസ്ഥയും പെരുമാറ്റരീതികളും വികസിപ്പിക്കുക.

നിങ്ങളുടെ പരിസ്ഥിതി എഞ്ചിനീയറിംഗ് ചെയ്യുക

നമ്മൾ അറിയാതെ തന്നെ പലപ്പോഴും നമ്മുടെ മുന്നിൽ ലക്ഷ്യത്തെ തടയുന്ന തടസ്സങ്ങൾ സൃഷ്ടിക്കാറുണ്ട്. ഇരുപത് പൗണ്ട് കുറയ്ക്കുമെന്ന് ഞങ്ങൾ പറയാറുണ്ട്, എന്നിട്ടും ഞങ്ങളുടെ പാന്റ്റിയിൽ കുക്കികളും സോഡയും നിറയ്ക്കാറുണ്ട്. രാവിലെ ധ്യാനിക്കാനോ വ്യായാമം ചെയ്യാനോ നമ്മൾ ഉദ്ദേശിക്കുന്നു, പക്ഷേ നമ്മൾ ഫോൺ പരിശോധിക്കുമ്പോൾ ഇമെയിലുകളിലും, സോഷ്യൽ മീഡിയയിലും, ഒരിക്കലും അവസാനിക്കാത്ത ചെയ്യേണ്ട കാര്യങ്ങളുടെ പട്ടികയിലും മുഴുകിപ്പോകുന്നു. വലിയ ലക്ഷ്യങ്ങളും സ്വപ്നങ്ങളുമുണ്ടെന്ന് നമ്മൾ അവകാശപ്പെടുന്നു, പക്ഷേ അവയിൽ പ്രവർത്തിക്കാനുള്ള സമയം നമ്മളുടെ ഷെഡ്യൂളിൽ കാണുന്നില്ല.

നിങ്ങളുടെ പരിസ്ഥിതി വിലയിരുത്തുക, നിങ്ങളുടെ ഒന്നാം നമ്പർ മുൻഗണനയെ തടസ്സപ്പെടുത്തുന്ന ഒന്നും തന്നെയില്ലെന്ന് ഉറപ്പാക്കാൻ നിങ്ങളുടെ ഷെഡ്യൂൾ പരിശോധിക്കുക. നിങ്ങളുടെ ഏറ്റവും നിർണ്ണായകമായ ജോലികൾ ആദ്യം കൈകാര്യം ചെയ്യുന്നുവെന്ന് ഉറപ്പാക്കാൻ കഴിയുന്നത്ര നേരത്തെ തന്നെ "മിഷൻ ടൈം" നിങ്ങളുടെ ഷെഡ്യൂളിൽ ആവർത്തിച്ചുള്ള അപ്പോയിന്റ്മെന്റായിരിക്കണം, കാരണം നിങ്ങൾ എത്രത്തോളം കാത്തിരിക്കുന്നുവോ അത്രത്തോളം അടുത്ത ദിവസം വരെ അവ മാറ്റിവയ്ക്കാനുള്ള സാധ്യത കൂടുതലാണ് (നിങ്ങൾ എപ്പോഴെങ്കിലും അത് ചെയ്തിട്ടുണ്ടെങ്കിൽ നിങ്ങളുടെ കൈ ഉയർത്തുക). നിങ്ങൾക്ക് ഏറ്റവും കൂടുതൽ ഊർജ്ജം ഉണ്ടായിരിക്കുകയും നിങ്ങളുടെ ചിന്ത വ്യക്തമായിരിക്കുകയും ചെയ്യുമ്പോൾ ഏറ്റവും പ്രധാനപ്പെട്ട ജോലികൾ ചെയ്യുന്നത് എളുപ്പമാണ്. രാവിലെ പോകുന്നതിനുപകരം, ജോലിസ്ഥലത്ത് നിന്ന് വീട്ടിലേക്ക് പോകുമ്പോൾ ജിമ്മിൽ കയറാൻ നിങ്ങൾ ആഗ്രഹിക്കുന്നുവെങ്കിൽ, നിങ്ങളുടെ ജിം ബാഗ് നിങ്ങളുടെ

കാറിൽ സൂക്ഷിക്കുക. ഓഫീസിൽ നിന്ന് പോകുന്നതിന് മുമ്പ് നിങ്ങൾക്ക് ജിം വസ്ത്രങ്ങൾ പോലും മാറ്റാം. നിങ്ങളുടെ ലക്ഷ്യം എളുപ്പത്തിൽ നിറവേറ്റാൻ സഹായിക്കുക.

നിങ്ങളുടെ ബിസിനസ്സിനായി കൂടുതൽ ക്ലയന്റുകൾ സുരക്ഷിതമാക്കാൻ നിങ്ങൾ ആഗ്രഹിക്കുന്നുവെങ്കിൽ, ഫോൺ കോളുകൾ ചെയ്യാനും മീറ്റിംഗുകൾ സജ്ജീകരിക്കാനും നിങ്ങൾക്ക് ഒരു നിശ്ചിത സമയവും ശാന്തമായ സ്ഥലവും ഉണ്ടെന്ന് ഉറപ്പാക്കുക. ഒരു വിദേശ ഭാഷയിൽ പ്രാവീണ്യം നേടുക എന്നതാണ് നിങ്ങളുടെ ലക്ഷ്യമെങ്കിൽ, നിങ്ങൾക്ക് ചുറ്റും പുസ്തകങ്ങളും റേഡിയോ സ്റ്റേഷനുകളും ആ ഭാഷ സംസാരിക്കുന്ന ആളുകളും ഉണ്ടെന്ന് ഉറപ്പാക്കുക. അത്ഭുതങ്ങൾക്ക് ഇടമുണ്ടാകത്തക്കവിധം വൈകാരിക ഇടം നമ്മുടെ ഉള്ളിൽ എങ്ങനെ സൃഷ്ടിക്കാമെന്ന് നമ്മൾ ഇതിനകം ചർച്ച ചെയ്തുകഴിഞ്ഞു. നിങ്ങളുടെ ഭൗതിക ഇടവും നിങ്ങൾ എഞ്ചിനീയറിംഗ് ചെയ്യേണ്ടതുണ്ട്.

കൂടാതെ, നിങ്ങൾ നിങ്ങളെ ചുറ്റിപ്പറ്റിയുള്ള ആളുകളെയും പരിഗണിക്കുക. ധാരാളം ഒഴികഴിവുകൾ പറയുകയും ജീവിതത്തിൽ എവിടെയും എത്തുമെന്ന് തോന്നാതിരിക്കുകയും ചെയ്യുന്ന ആളുകളാൽ നിങ്ങൾ ചുറ്റപ്പെട്ടിരിക്കുന്നുവെങ്കിൽ, നിങ്ങൾക്ക് അവരിൽ നിന്ന് വലിയ പ്രചോദനം നേടാൻ കഴിയില്ല. നിങ്ങൾ ചെയ്യാൻ ആഗ്രഹിക്കുന്ന കാര്യങ്ങൾ ഇതിനകം ചെയ്യുന്നവരെയോ, അല്ലെങ്കിൽ കുറഞ്ഞത് അവരുടെ മുൻഗണനയുമായി പൊരുത്തപ്പെടുന്നവരെയും വിജയം കൈവരിക്കുന്നവരെയും, അത് എന്തു തന്നെയായാലും തിരയുക.

ഇപ്പോൾ എന്റെ ഷെഡ്യൂൾ എന്റെ "കുടുംബ" ദൗത്യവുമായി യോജിപ്പിച്ചിരിക്കുന്നതിനാൽ, അത് പ്രധാനമായും ഓട്ടോപൈലറ്റിലാണ്. ഇത് എന്റെ കുടുംബത്തോടൊപ്പം ദീർഘവും ആരോഗ്യകരവുമായ ജീവിതം നയിക്കുന്നതിനായി കാൻസർ രഹിതമായി തുടരുക എന്ന എന്റെ ദൗത്യത്തിൽ വീണ്ടും ശ്രദ്ധ കേന്ദ്രീകരിക്കാൻ എന്നെ അനുവദിച്ചു, കൂടാതെ ആ ദൗത്യത്തെ പൂർണ്ണമായി പിന്തുണയ്ക്കുന്നതിന് ഞാൻ എന്റെ പരിസ്ഥിതി ക്രമീകരിച്ചു. എല്ലാ ദിവസവും രാവിലെ, പത്ത് മിനിറ്റ് കാൻസർ രഹിത സ്ഥിരീകരണങ്ങൾ ചൊല്ലാൻ ഞാൻ ചെലവഴിക്കുന്നു, തുടർന്ന് പത്ത് മിനിറ്റ് കാൻസർ രഹിത ധ്യാനം, തുടർന്ന് രോഗശാന്തിയിൽ എങ്ങനെ തുടരാമെന്ന് എന്നെ പഠിപ്പിക്കുന്ന ഒരു

കാൻസർ സംബന്ധമായ പുസ്തകത്തിന്റെ പത്ത് പേജുകൾ വായിക്കുന്നു. ഞാൻ എല്ലാ ദിവസവും രാവിലെ വീട്ടിൽ നിർമ്മിച്ച ജൈവ നാരങ്ങാവെള്ളം കുടിക്കുകയും വെജി വൈബ്സിൽ നിന്ന് എല്ലാ ആഴ്ചയും എനിക്ക് വിതരണം ചെയ്യുന്ന രുചികരമായ, ജൈവ, സസ്യ അധിഷ്ഠിത ഭക്ഷണങ്ങൾ കഴിക്കുകയും ചെയ്യുന്നു (www.veggievibes.com). ഞാൻ ഒരു ഓസോൺ സോണ മെഷീനിൽ നിക്ഷേപിച്ചു, അത് ഞാൻ ആഴ്ചയിൽ മൂന്ന് തവണ ഉപയോഗിക്കുന്നു, എന്റെ തരത്തിലുള്ള ക്യാൻസർ ബാധിച്ച ആളുകളെ സഹായിക്കുന്നതായി തെളിയിക്കപ്പെട്ട മുപ്പതോളം സപ്ലിമെന്റുകൾ എല്ലാ ദിവസവും കഴിക്കുന്നു, കൂടാതെ ആഴ്ചതോറും കോഫി എനിമകളും ചെയ്യുന്നു. (എനിക്ക് ഉറപ്പിച്ചു പറയാൻ കഴിയും, നിങ്ങളുടെ നിതംബത്തിൽ ഒരു ട്യൂബ് ഒട്ടിക്കുന്നതിനേക്കാൾ അസാധാരണമായ മറ്റൊന്നും പരിശ്രമിക്കേണ്ടതില്ല.) എന്റെ ഇപ്പോഴത്തെ ജീവിത ദൗത്യത്തെ പിന്തുണയ്ക്കുന്നതിനായി ഞാൻ എന്റെ മുഴുവൻ പരിസ്ഥിതിയും മനഃപൂർവ്വം സജ്ജീകരിച്ചിരിക്കുന്നു. എന്റെ "കുടുംബ" ദൗത്യം പോലെ, എന്റെ "കാൻസർ-രഹിത" ദൗത്യവും ഇപ്പോൾ ഓട്ടോപൈലറ്റിലാണ്, അതിനാൽ എനിക്ക് എന്റെ ശ്രദ്ധ മറ്റൊരു ദൗത്യത്തിലേക്ക് തിരിച്ചുവിടാൻ കഴിയും. ഓരോദൗത്യത്തെയുംപിന്തുണയ്ക്കുന്നതിനായിനിങ്ങളുടെഷെഡ്യൂൾ ക്രമീകരിക്കുകയും പരിസ്ഥിതി രൂപകൽപ്പന ചെയ്യുകയും ചെയ്യുമ്പോൾ, ഒടുവിൽ നിങ്ങൾക്കും ഒരു ഓട്ടോപൈലറ്റ് ഘട്ടത്തിലെത്താനും നിങ്ങളുടെ അടുത്ത ദൗത്യത്തിലേക്ക് നിങ്ങളുടെ ശ്രദ്ധ തിരിച്ചുവിടാനും കഴിയും. ഒരു അത്ഭുത പ്രഗത്ഭന്റെ ഗുണങ്ങളും സവിശേഷതകളും നിങ്ങൾ വികസിപ്പിക്കുമ്പോൾ, ഓരോ തവണയും വേഗത്തിലും എളുപ്പത്തിലും ഓട്ടോപൈലറ്റിൽ എത്താൻ നിങ്ങൾക്ക് പ്രവണതയുണ്ട്.

ഉത്തരവാദിത്തത്തിനായി ഒരു ഉറവിടം സ്ഥാപിക്കുക

ഇതുവരെ ചെയ്തിട്ടില്ലാത്ത എന്തെങ്കിലും ചെയ്യാൻ ശ്രമിക്കുമ്പോൾ സമ്മർദ്ദത്തിലാകുന്നതും ഉപേക്ഷിക്കുന്നതും എത്ര എളുപ്പമാണെന്ന് എനിക്കറിയാം. സമാന ചിന്താഗതിക്കാരായ വ്യക്തികളെ സമീപിക്കുകയും അവരുമായി സ്വയം ചുറ്റുകയും ചെയ്യുന്നത് മൂല്യവത്തായ ഒരു പരിശ്രമമാണ്. കാരണം ഇതാണ്: ഒരു ടീമിനെ കൂട്ടിച്ചേർക്കുന്നതും നയിക്കുന്നതും നിങ്ങൾക്ക് ഉത്തരവാദിത്തം,

പ്രോത്സാഹനം, കാഴ്ചപ്പാട് എന്നിവ നൽകുന്നു, ഇവയെല്ലാം നിങ്ങളുടെ ദൗത്യം നേടിയെടുക്കാൻ സഹായിക്കുന്നതിന് വിലമതിക്കാനാവാത്തതാണ്.

ആദ്യം, നിങ്ങൾ ചെയ്യാൻ പോകുന്നുവെന്ന് പറയുന്നത് ചെയ്യുന്നതിന് നിങ്ങൾ പരസ്പരം ഉത്തരവാദിത്വം ഏറ്റെടുക്കണം. നമുക്കുള്ള ഏറ്റവും ശക്തവും ഉപയോഗശൂന്യവുമായ വിഭവങ്ങളിൽ ഒന്നാണ് *സത്യസന്ധത. നിങ്ങൾ എന്ത് ചെയ്യുമെന്ന് പറയുന്നുവോ, അത് ചെയ്യുക, നിങ്ങൾ എപ്പോൾ പറയുന്നുവോ അപ്പോൾ ചെയ്യുക, ഒഴിഞ്ഞുമാറലുകളോ ഒഴികഴിവുകളോ ഇല്ലാതെ, എന്നാണ് ഞാൻ അതിനെ നിർവ്വചിക്കുന്നത്.* കുറ്റമറ്റ സത്യസന്ധതയോടെ ജീവിക്കാൻ നിങ്ങൾ പ്രതിജ്ഞാബദ്ധരാകുമ്പോൾ, നിങ്ങളുടെ ജീവിതത്തെ അസ്തിത്വത്തിലേക്ക് കൊണ്ടുവരാനുള്ള ശക്തി നിങ്ങൾക്ക് ലഭിക്കും, കാരണം നിങ്ങൾ എന്തെങ്കിലും ചെയ്യുമെന്ന് പറയുകയും നിങ്ങളുടെ വാക്ക് പാലിക്കുകയും ചെയ്താൽ, അത് ചെയ്തതിന് തുല്യമാണ് (അനിവാര്യമായത് എന്നും അറിയപ്പെടുന്നു). വാസ്തവത്തിൽ, എല്ലായ്പ്പോഴും സത്യസന്ധത നിലനിർത്തുക എന്നത് പറയുന്നതിനേക്കാൾ എളുപ്പമാണ്, പ്രത്യേകിച്ചും നമ്മുടെ സ്ഥിരസ്ഥിതി പ്രവർത്തന രീതികളിൽ ഒന്ന് ഒഴികഴിവുകൾ തേടുന്നതിനാൽ. വാസ്തവത്തിൽ, നമ്മൾ സാധാരണയായി അത് അറിയാതെ തന്നെ ചെയ്യുന്നുണ്ടെങ്കിലും, നമ്മുടെ സത്യസന്ധതയെക്കാൾ ഒഴികഴിവുകൾക്ക് പ്രാധാന്യം നൽകാൻ നമ്മൾ പ്രവണത കാണിക്കുന്നു. നിങ്ങൾ ഒഴികഴിവുകൾ തേടാറുണ്ടോ ഇല്ലയോ എന്ന് എങ്ങനെ വിലയിരുത്താൻ കഴിയും? നിങ്ങൾ പ്രതിജ്ഞാബദ്ധമായ ഒരു സമയപരിധി പാലിക്കാനുള്ള പാതയിലല്ലെങ്കിൽ എന്ത് സംഭവിക്കുമെന്ന് ചിന്തിക്കുക. നിങ്ങളുടെ ശ്രദ്ധയും സർഗ്ഗാത്മകതയും എവിടേക്കാണ് പോകുന്നത്? സമയപരിധി പാലിക്കാൻ അസാധാരണമായ ശ്രമം നടത്തുന്നതിനു പകരം, നിങ്ങളുടെ സ്ഥിരസ്ഥിതി (നിങ്ങൾക്ക് പോലും മനസ്സിലാകാത്ത) നിങ്ങളുടെ പ്രതിബദ്ധതയിൽ നിന്ന് നിങ്ങളെ ഒഴിവാക്കുമെന്ന് നിങ്ങൾ പ്രതീക്ഷിക്കുന്ന ഒഴികഴിവുകൾ ചിന്തിക്കുക, അതുവഴി നിങ്ങൾക്ക് ശ്രമം വൈകിപ്പിക്കാം, അല്ലെങ്കിൽ അത് പൂർണ്ണമായും ഇല്ലാതാക്കാം.

"എന്റെ പട്ടി എന്റെ ഗൃഹപാഠം കഴിച്ചു" എന്ന കുട്ടിക്കാലത്ത് തുടങ്ങിയത് ഉത്തരവാദിത്തത്തിൽ നിന്ന് ഒഴിഞ്ഞുമാറാനുള്ള

അൽപ്പം കൂടുതൽ സങ്കീർണ്ണമായ ഒരു ശ്രമമായി മാറിയിരിക്കുന്നു. ഇത് നിങ്ങൾ ചെയ്യുന്നുണ്ടെന്ന് തിരിച്ചറിഞ്ഞാലും വിഷമിക്കേണ്ട. മിക്ക ആളുകളും അങ്ങനെയാണ്. അതുകൊണ്ടാണ് തങ്ങളുടെ കഴിവുകൾ നിറവേറ്റുന്നതിനും സുപ്രധാന ലക്ഷ്യങ്ങൾ കൈവരിക്കുന്നതിനും തുല്യമായി പ്രതിജ്ഞാബദ്ധരായ ആളുകളുമായി നിങ്ങളെ ചുറ്റിപ്പറ്റിയിരിക്കേണ്ടത് വളരെ പ്രധാനമായിരിക്കുന്നത്: അവർ ഒരുതരം സുരക്ഷാ വലയം സൃഷ്ടിക്കുന്നു. നിങ്ങൾ ചെയ്യുമെന്ന് പറഞ്ഞ കാര്യങ്ങൾ ചെയ്യുന്നതിന് അവർക്ക് നിങ്ങളെ ഉത്തരവാദികളാക്കാം അല്ലെങ്കിൽ നിങ്ങൾ ഒരു ഒഴികഴിവിൽ വിശ്രമിക്കുമ്പോൾ നിങ്ങളെ ശകാരിച്ചേക്കാം.

അവ പിന്തുണയും പ്രോത്സാഹനവും കൂടിയാണ്. നമുക്ക് സത്യം നേരിടാം, ഒരു ലക്ഷ്യത്തിലേക്കും നേരായ പാതയില്ല. ഉയർച്ച താഴ്ചകൾ ഉണ്ടാകും, നല്ല ദിവസങ്ങളും മോശം ദിവസങ്ങളും ഉണ്ടാകും. നിങ്ങൾക്ക് ധാരാളം മോശം ദിവസങ്ങൾ ഉണ്ടാകുകയും ഉപേക്ഷിക്കാൻ തോന്നുകയും ചെയ്യുമ്പോൾ, ഒരു അന്തർനിർമ്മിത പിന്തുണാ ശൃംഖല ഉണ്ടായിരിക്കുന്നത് നിങ്ങളുടെ വിജയത്തിന് അത്യന്താപേക്ഷിതമായിരിക്കും. നിങ്ങൾക്കായി സമർപ്പിച്ചിരിക്കുന്ന ഒരു കൂട്ടം വ്യക്തിഗത പരിശീലകർ ഉള്ളതുപോലെയാണിത്. എന്നാൽ ഇത് ഒരു വിധത്തിൽ മാത്രം പ്രവർത്തിക്കുന്നില്ല. മറ്റുള്ളവർക്ക് പിന്തുണ നൽകുന്നതിലൂടെയും നിങ്ങളിലെ ഏറ്റവും മികച്ചത് പുറത്തുവരും. മറ്റുള്ളവരെ ഉത്തരവാദിത്തപ്പെടുത്തുന്നത് നിങ്ങളെ കൂടുതൽ ഉത്തരവാദിത്തമുള്ളവരാക്കാൻ സഹായിക്കും.

നിങ്ങൾ കുടുങ്ങിപ്പോകുമ്പോൾ നിങ്ങളുടെ അത്ഭുത പ്രഭാത ടീമിന് (അല്ലെങ്കിൽ നിങ്ങൾ അവരെ എന്ത് വിളിക്കാൻ ആഗ്രഹിക്കുന്നുവോ അത്) വ്യത്യസ്തമായ സമീപനങ്ങളും തന്ത്രങ്ങളും വാഗ്ദാനം ചെയ്യാൻ കഴിയും, തിരിച്ചും, കുടുങ്ങിപ്പോകുന്നതിൽ നിന്ന് നിങ്ങളെ സ്വതന്ത്രരാക്കുന്നതിലേക്ക് നയിക്കുന്ന വ്യക്തത നേടുന്നത് ത്വരിതപ്പെടുത്താൻ അത് സഹായിക്കും. ഒറ്റയ്ക്കല്ല എന്നത് ഒരു വലിയ ലക്ഷ്യത്തിൽ നിന്ന് ധാരാളം ഭയത്തെ ഇല്ലാതാക്കുന്നു. പ്രവർത്തിച്ചതും പ്രവർത്തിച്ചിട്ടില്ലാത്തതുമായ കാര്യങ്ങളുടെ സ്വന്തം പ്ലേബുക്ക് ഉള്ള, സമാന ചിന്താഗതിക്കാരായ ഒരു കൂട്ടം ആളുകളാൽ ചുറ്റപ്പെട്ടിരിക്കുന്നത് വിലമതിക്കാനാവാത്തതാണ്.

കാര്യമായ ലക്ഷ്യങ്ങൾക്കായി പ്രവർത്തിക്കുന്ന സമാന

ചിന്താഗതിക്കാരായ ഒരു കൂട്ടം ആളുകളെ നിങ്ങൾക്ക് അറിയില്ലെങ്കിൽ, അല്ലെങ്കിൽ ഒരു ഗ്രൂപ്പിൽ പ്രവർത്തിക്കാൻ നിങ്ങൾ ഇഷ്ടപ്പെടുന്നില്ലെങ്കിൽ, അടുത്ത ബദൽ ഒരു വ്യക്തിഗത ഉത്തരവാദിത്ത പങ്കാളിയെ കണ്ടെത്തുക എന്നതാണ്. നിങ്ങൾക്ക് സംസാരിക്കാൻ ആവർത്തിച്ചുള്ള സമയം ഉള്ളിടത്തോളം കാലം, നിങ്ങളുടെ പ്രക്രിയയോട് നിങ്ങളെ ഉത്തരവാദിത്തമുള്ളവരാക്കാൻ മറ്റേയാൾ കർക്കശമായിരിക്കുന്നിടത്തോളം കാലം, അവന് അല്ലെങ്കിൽ അവൾക്ക് ഗ്രൂപ്പിന്റെ അതേ പ്രവർത്തനങ്ങൾ ചെയ്യാൻ കഴിയും.

എന്റെ രണ്ട് മിറക്കിൾ മോർണിംഗ് സഹ രചയിതാക്കളായ കാമറൂൺ ഹെറോൾഡ് *(ദി മിറക്കിൾ മോർണിംഗ് ഫോർ എന്റർപ്രണേഴ്സ് : എലിവേറ്റ് യുവർസെൽഫ് ടു എലിവേറ്റ് യുവർ ബിസിനസ്സ്)*, ജോ പോളിഷ് *(ദി മിറക്കിൾ മോർണിംഗ് ഫോർ അഡിക്ഷൻ റിക്കവറി: ലെറ്റിംഗ് ഗോ ഓഫ് യു ഹാവ് ബീൻ ഫോർ യു കാൻ ബിക്കം)* എന്നിവർ പരസ്പരം ഉത്തരവാദിത്ത പങ്കാളികളാണ്. ഓരോ ദിവസവും അവരുടെ പ്രധാന മൂന്ന് ലക്ഷ്യങ്ങൾ വ്യക്തമാക്കാനും അവർ പിന്തുടരുന്നുവെന്ന് ഉറപ്പാക്കാനും ആവശ്യപ്പെടുന്ന കമ്മിറ്റ്ടു3 എന്ന ഗോൾ ട്രാക്കിംഗ് ആപ്ലിക്കേഷൻ ഉപയോഗിച്ച് അവർ പരസ്പരം പരിശോധിക്കുകയും അവരുടെ പങ്കിട്ട ഉത്തരവാദിത്വം സുഗമമാക്കുകയും ചെയ്യുന്നു. കാര്യം, നിങ്ങളെ പിന്തുണയ്ക്കാൻ മറ്റൊരാൾ ഉണ്ടെന്ന് ഉറപ്പാക്കുകയും നിങ്ങളുടെ കുറ്റമറ്റ സത്യസന്ധത ഉയർത്തിപ്പിടിക്കുകയും ചെയ്യുക എന്നതാണ്. ഈ വ്യക്തി നിങ്ങളുടെ ഇണയോ, കുടുംബാംഗമോ, പ്രിയപ്പെട്ട ഒരാളോ ആകരുതെന്ന് ഞാൻ ശക്തമായി നിർദ്ദേശിക്കുന്നു, കാരണം നിങ്ങളോട് അത്ര അടുപ്പമില്ലാത്ത ഒരാളേക്കാൾ എളുപ്പത്തിൽ അവർ നിങ്ങളെ കുഴപ്പത്തിൽ നിന്ന് വിട്ടയക്കാൻ സാധ്യതയുണ്ട്. റിക്രൂട്ട്മെന്റ് ആരംഭിക്കാൻ ഇപ്പോൾ തന്നെ നിങ്ങളുടെ ഷെഡ്യൂളിൽ കുറച്ച് സമയം ചെലവഴിക്കുക, കാരണം ഈ ഒരൊറ്റ ഘടകം നിങ്ങളുടെ വിജയത്തിന് കാരണമാകാം അല്ലെങ്കിൽ അതിനെ തകർക്കാം.

നിങ്ങളുടെ അത്ഭുത ഉപദേഷ്ടാക്കളെ അന്വേഷിക്കുക (അവനെയോ അവളെയോ എവിടെ കണ്ടെത്തുമെന്ന് നിങ്ങൾക്കറിയില്ല)

കുറഞ്ഞത് ഒരു ഉപദേഷ്ടാവെങ്കിലും ഉണ്ടായിരിക്കുന്നത് പ്രയോജനകരമാണ്, കാരണം നാമെല്ലാവരും ഒരു കാഴ്ചപ്പാടിൽ, നമ്മുടെ

സ്വന്തം കാഴ്ചപ്പാടിൽ, മാത്രം പരിമിതപ്പെട്ടിരിക്കുന്നു. നിങ്ങളുടെ ഉപദേഷ്ടാവ് നിങ്ങളുടെ അടുത്ത പ്രഗത്ഭ ടീമിലെ ആരെങ്കിലും ആയിരിക്കാം അല്ലെങ്കിൽ നിങ്ങളുടെ ഉത്തരവാദിത്ത പങ്കാളി യായി നിങ്ങൾ തിരഞ്ഞെടുത്ത വ്യക്തിയായിരിക്കാം. ഒരു ഉപദേ ഷ്ടാവിന് നിങ്ങളെ ഉത്തരവാദിത്തമുള്ളവരാക്കാൻ കഴിയുമെ ങ്കിലും, പലപ്പോഴും അവൻ അല്ലെങ്കിൽ അവൾ നിങ്ങൾക്ക് വിശാലമായ സാധ്യതകളെക്കുറിച്ച് ഒരു കാഴ്ച നൽകുന്നു. ഉപദേ ശകർ ഉപദേശം നൽകുകയും മാർഗ്ഗനിർദ്ദേശം നൽകുകയും ചെയ്യുന്നു. ചില സന്ദർഭങ്ങളിൽ, നിങ്ങൾ ലക്ഷ്യമിടുന്ന ലക്ഷ്യം കൈവരിക്കാൻ ശ്രമിക്കുന്നതിൽ (ഒരുപക്ഷേ നേടിയെടുക്കാൻ പോലും) സ്വന്തം അനുഭവത്തിന്റെ അടിസ്ഥാനത്തിൽ നിങ്ങളുടെ ഉപദേഷ്ടാവിന് നിങ്ങൾക്ക് ഉപദേശം നൽകാൻ കഴിയും. മറ്റു ചിലപ്പോൾ, നിങ്ങളുടെ ഉപദേഷ്ടാവ് നിങ്ങളെ നന്നായി അറിയുന്ന ഒരാളായിരിക്കാം, നിങ്ങൾ ഒരിക്കലും ചിന്തിച്ചിട്ടില്ലാത്തതോ പിന്തുടരാൻ ആത്മവിശ്വാസം തോന്നിയിട്ടില്ലാത്തതോ ആയ ഒരു പാത കാണാൻ അവർക്ക് കഴിയും.

പുസ്തകത്തിൽ ഞാൻ നേരത്തെ പരാമർശിച്ച ജോൺ ബെർഗോഫ്, ഉപദേഷ്ടാക്കളുടെ രണ്ടാമത്തെ വിഭാഗത്തിൽ പെടുന്നു. കഴിഞ്ഞ ഇരുപത് വർഷമായി അദ്ദേഹം എന്നെ ക്രിയാ ത്മകമായി സ്വാധീനിച്ചിട്ടുണ്ട്, ഒരുപക്ഷേ എന്റെ ജീവിതത്തിൽ ഏറ്റവും ആഴത്തിലുള്ള സ്വാധീനം ചെലുത്തിയ വ്യക്തിയും അദ്ദേഹ മാണ്. പക്ഷേ, ഞങ്ങൾ കണ്ടുമുട്ടിയപ്പോൾ, എന്റെ ഉപദേഷ്ടാ വാകുമെന്ന് ഞാൻ സങ്കൽപ്പിച്ച അവസാനത്തെ വ്യക്തി അദ്ദേഹ മായിരുന്നു.

ഒന്നാമതായി, അവൻ എന്നെക്കാൾ പ്രായം കുറഞ്ഞവനാ യിരുന്നു. രണ്ടാമതായി, കട്ട്കോയിൽ ഞങ്ങൾ കടുത്ത എതിരാളി കളായാണ് തുടങ്ങിയത്. ഞാൻ ജോലിയിൽ പ്രവേശിച്ച് ഒന്നര വർഷത്തിനു ശേഷമാണ് അദ്ദേഹം ജോലിയിൽ പ്രവേശിച്ചത്, കമ്പനിയിൽ ഞാൻ സ്ഥാപിച്ച എല്ലാ വിൽപ്പന റെക്കോർഡുകളും അദ്ദേഹം വേഗത്തിൽ തകർക്കാൻ തുടങ്ങി. എന്റെ വിലയേറിയ ഉയർന്ന കാലയളവ് വിൽപ്പന റെക്കോർഡ് അദ്ദേഹം തിരുത്തി ക്കഴിഞ്ഞതിന് ഏതാനും മിനിറ്റുകൾക്ക് ശേഷം, ഒരു വിൽപ്പന സമ്മേളനത്തിൽ വെച്ച് ഞങ്ങളുടെ ആദ്യത്തെ മോശം കൂടിക്കാഴ്ച ഞാൻ ഇപ്പോഴും ഓർക്കുന്നു. അടുത്ത വർഷം ഞങ്ങൾ പരസ്പരം

അറിയാൻ തുടങ്ങി, ഒടുവിൽ ഞങ്ങൾ നല്ല സുഹൃത്തുക്കളായി. ഞാൻ ഇതുവരെ കണ്ടിട്ടുള്ളതിൽ വച്ച് ഏറ്റവും മിടുക്കരായ ആളുകളിൽ ഒരാളായിരുന്നു അദ്ദേഹം എന്ന് മനസ്സിലായി, അതുകൊണ്ടാണ്, ഞങ്ങളെല്ലാവരേക്കാളും പ്രായം കുറഞ്ഞവനും അനുഭവ പരിചയം കുറഞ്ഞവനുമായിട്ടും, ഞങ്ങളുടെ കമ്പനിയുടെ ചരിത്രത്തിലെ എല്ലാ സെയിൽസ് പ്രതിനിധികളെക്കാളും (പതിറ്റാണ്ടുകളുടെ പരിചയസമ്പത്തുള്ളവർ ഉൾപ്പെടെ) അദ്ദേഹത്തിന് കൂടുതൽ വിറ്റഴിക്കാൻ കഴിഞ്ഞത്.

2001-ൽ, കട്ട്കോ വിൽക്കുന്നതിനിടയിൽ, മറ്റൊരു കമ്പനി അവരുടെ ഉൽപ്പന്നം പാർട്ട് ടൈം ആയി വിൽക്കാൻ എന്നെ നിയമിച്ചു. എന്റെ വരുമാനം വൈവിധ്യവത്കരിക്കാൻ അതൊരു നല്ല മാർഗ്ഗമായിരിക്കുമെന്ന് ഞാൻ കരുതി, മറ്റേ കമ്പനിയിൽ എന്നോടൊപ്പം ചേരാൻ ആഗ്രഹിക്കുന്നുണ്ടോ എന്ന് അറിയാൻ ഞാൻ ജോണിനെ വിളിച്ചു. അപ്രതീക്ഷിതമായിരുന്നെങ്കിലും, അദ്ദേഹത്തിന്റെ പ്രതികരണം എന്റെ ജീവിതത്തിന്റെ ഗതിയെ പൂർണ്ണമായും മാറ്റിമറിച്ചു.

“ഹാ, നീ എന്താണ് ചെയ്യുന്നത്?” അവന്റെ ശബ്ദം ഗൗരവമുള്ളതായിരുന്നു. “കേൾക്കൂ, മനുഷ്യാ. നിങ്ങൾ മരിച്ചു, നിങ്ങൾ ഇനി ഒരിക്കലും നടക്കില്ലെന്ന് നിങ്ങളോട് പറയപ്പെട്ടു, പക്ഷേ നിങ്ങൾ നടന്നു. നിങ്ങൾ അതൊരു വലിയ കാര്യമായി കരുതുന്നില്ലെന്ന് എനിക്കറിയാം, കാരണം അത് നിങ്ങൾ ചെയ്തതും നിങ്ങൾക്ക് സ്വാഭാവികമായി വന്നതും ആണ്, പക്ഷേ അത് സാധാരണമല്ല.” എന്റെ കഥ പങ്കുവെക്കണമെന്നും, എന്റെ പ്രതികൂല സാഹചര്യങ്ങളോട് ഞാൻ എങ്ങനെ പ്രതികരിച്ചുവെന്നും അതിനെ എങ്ങനെ അതിജീവിച്ചുവെന്നും ആളുകളെ പഠിപ്പിക്കണമെന്നും, അങ്ങനെ അവർക്കും അങ്ങനെ ചെയ്യാൻ കഴിയുമെന്നും അദ്ദേഹം എന്നോട് പറഞ്ഞു. “ഞാൻ നിങ്ങളായിരുന്നെങ്കിൽ, എനിക്ക് ലഭിക്കുന്ന ഓരോ മിനിറ്റും മറ്റൊരു കമ്പനിയുടെ ഉൽപ്പന്നം വിൽക്കാൻ വേണ്ടിയല്ല, നിങ്ങളുടെ കഥയെക്കുറിച്ച് ഒരു പുസ്തകം എഴുതാൻ വേണ്ടിയായിരിക്കും ഞാൻ ചെലവഴിക്കുക.” അവൻ എന്നോട് പറഞ്ഞതിനെക്കുറിച്ച് ഞാൻ ചിന്തിച്ചു, അവൻ പറഞ്ഞത് ശരിയാണെന്ന് എനിക്ക് മനസ്സിലായി. ഒരു എഴുത്തുകാരനും മുഖ്യ പ്രഭാഷകനുമെന്ന നിലയിലുള്ള എന്റെ ജീവിതത്തിലെ പ്രവർത്തനത്തിന് ആ സംഭാഷണം ഉത്തേജകമായി മാറി.

ജോണിനെ കണ്ടപ്പോൾ, അവസാനം ഒരു ദിവസം അവൻ എനിക്ക് ഒരു ഉപദേഷ്ടാവാകുമെന്ന് ഞാൻ കരുതിയിരുന്നു. അതു കൊണ്ടാണ് ഞാൻ എപ്പോഴും ആളുകളോട് നല്ല ഉപദേശത്തിനായി ചെവി തുറന്നിരിക്കാൻ പറയുന്നത്; അത് ഒരു സാധ്യതയില്ലാത്ത സ്ഥലത്ത് നിന്ന് വന്നേക്കാം, അതിൽ തെറ്റില്ല. വ്യത്യസ്തതരം ആളുകളിൽ നിന്ന് നമ്മൾ കൂടുതൽ പഠിക്കാനും അവരുടെ പ്രതികരണം സ്വാഗതം ചെയ്യാനും ശ്രമിക്കുംതോറും, പുതിയ ഉപദേഷ്ടാക്കളെ കണ്ടെത്താനും നമ്മുടെ ലെവൽ 10 ജീവിതത്തിലേക്ക് നമ്മെ അടുപ്പിക്കുന്ന പുതിയ കാഴ്ചപ്പാടുകൾ നേടാനുമുള്ള സാധ്യത വർദ്ധിക്കുന്നു.

നിങ്ങളുടെ ദൗത്യം പരസ്യമാക്കുക

നിങ്ങളുടെ ദൗത്യത്തോടുള്ള നിങ്ങളുടെ അചഞ്ചലമായ പ്രതിബദ്ധത ഉറപ്പിക്കുന്നതിനും അതിനോട് ഉത്തരവാദിത്തമുള്ളവരായിരിക്കാൻ നിങ്ങളെ സഹായിക്കുന്നതിനും, അത് പരസ്യമാക്കുക. നിങ്ങളുടെ ഏറ്റവും അടുത്ത ആളുകളോട് നിങ്ങൾ എന്തിനാണ് പരിശ്രമിക്കുന്നതെന്നും എന്തിനാണ് നിങ്ങൾ അതിൽ പൂർണ്ണമായും പ്രതിജ്ഞാബദ്ധരെന്നും പറയുക, എന്തുതന്നെയായാലും... മറ്റ് മാർഗ്ഗമില്ല. നിങ്ങളുടെ ലക്ഷ്യം പങ്കുവെക്കരുതെന്നും, അത് മറ്റുള്ളവരോട് പറയുന്നതിനുപകരം അവരെ കാണിക്കണമെന്നും പറയുന്ന ഒരു ചിന്താഗതി ഉണ്ടെന്ന് എനിക്കറിയാം, എന്നാൽ നിങ്ങളുടെ ലക്ഷ്യം മറ്റുള്ളവരുമായി പങ്കിടുന്നത് എല്ലാ മാറ്റങ്ങളും വരുത്താം. നിങ്ങൾ അങ്ങനെ ചെയ്യാത്തപ്പോൾ, സ്വയം ഒഴിവാക്കുന്നത് വളരെ എളുപ്പമാണ്. നമ്മൾ അത് എല്ലായ്പ്പോഴും ചെയ്യുന്നു.

ലക്ഷ്യങ്ങൾ പരസ്യമാക്കുന്നതിന്റെ സ്വാധീനം ഞാൻ കണ്ടിട്ടുണ്ട്, കാരണം ഞാൻ അത് നിരവധി തവണ പരീക്ഷിച്ചു നോക്കിയിട്ടുണ്ട്. ഞാൻ ആ ലക്ഷ്യത്തിനായി പുറപ്പെട്ടപ്പോൾ 200,000 ഡോളർ മാർക്കിനായി പരിശ്രമിച്ച മറ്റ് വിൽപ്പന പ്രതിനിധികളുടെ ഒരു ടീം ഞാൻ രൂപീകരിച്ചുവെന്ന് നിങ്ങൾക്കറിയാം, ഇത് എന്റെ ദൗത്യം എന്റെ സഹപ്രവർത്തകർക്ക് പരസ്യമാക്കുകയും ഞങ്ങൾക്ക് ഓരോരുത്തർക്കും പിന്തുണയും ഉത്തരവാദിത്തവും നൽകുകയും ചെയ്തു. ജീവകാരുണ്യ പ്രവർത്തനങ്ങൾക്കായി ഒരു അൾട്രാമാരത്തൺ (അതായത് തുടർച്ചയായ അമ്പത്തിരണ്ട് മൈൽ) ഓടാൻ തീരുമാനിച്ചപ്പോൾ ഞാൻ അതിലും

വലിയ ഒരു പൊതു പ്രതിബദ്ധത നടത്തി. ഇനി ഈ പ്രതിബദ്ധതയെക്കുറിച്ചുള്ള ചില സന്ദർഭങ്ങൾ നോക്കാം : എല്ലാ ഓട്ടക്കാർക്കും, ഞാൻ നിങ്ങളെ സല്യൂട്ട് ചെയ്യുന്നു. പക്ഷേ ഞാൻ നിങ്ങളിൽ ഒരാളല്ല. എനിക്ക് അതിൽ പ്രത്യേകിച്ച് അഭിമാനമൊന്നുമില്ലെങ്കിലും, "ഓട്ടം എനിക്ക് വെറുപ്പാണ്" എന്ന ക്ലബ്ബിൽ ഞാൻ ഉൾപ്പെടുന്നു. എനിക്ക് എപ്പോഴും അങ്ങനെ തന്നെ.

എന്നിരുന്നാലും, 2008 മധ്യത്തിൽ, ഓട്ടം എനിക്ക് ഇഷ്ടമില്ലാത്തതിനാൽ ഒരു അൾട്രാ മാരത്തൺ ഓടുക എന്ന ദൗത്യം ഞാൻ ഏറ്റെടുത്തു.എനിക്ക്മനസ്സിലാകും,മുഴുവനായുംപിന്നോട്ട്പോകുന്ന പോലെ തോന്നുന്നു. എന്റെ ഒരു അത്ഭുത പ്രഭാതത്തിൽ, *ഒരു ദിവസം അമ്പത്തിരണ്ട് മൈൽ ഓടാൻ ഞാൻ ആരാകണമെന്ന് എനിക്ക് ഒരു ചിന്ത ഉണ്ടായിരുന്നു. എനിക്ക് ആ വ്യക്തിയെ അറിയില്ല. ഞാൻ ഒരിക്കലും അദ്ദേഹത്തെ കണ്ടിട്ടില്ല. അദ്ദേഹം എങ്ങനെയുള്ള ആളാണെന്ന് എനിക്ക് അത്ഭുതം തോന്നുന്നു.* അദ്ദേഹം എന്നെക്കാൾ വളരെയധികം അച്ചടക്കവും കഴിവുമുള്ളവനാണെന്ന് ഞാൻ സങ്കൽപ്പിച്ചു. ഷൂട്ട് ചെയ്യുക, ഒരുപക്ഷേ അദ്ദേഹം മനസ്സുവെക്കുന്ന എന്തും നേടാൻ അദ്ദേഹത്തിന് കഴിയുമായിരുന്നു, ഞാൻ ആ വ്യക്തിയാകാൻ ശരിക്കും ആഗ്രഹിച്ചു.

അതുകൊണ്ട് മറ്റുള്ളവരുടെ പിന്തുണയും ഉത്തരവാദിത്തവും പ്രയോജനപ്പെടുത്താൻ ഞാൻ രണ്ട് കാര്യങ്ങൾ ചെയ്തു. ആദ്യം, ഞാൻ ഫേസ്ബുക്കിൽ കയറി, എന്റെ പ്രിയപ്പെട്ട ചാരിറ്റിയായ ഫ്രണ്ട് റോ ഫൗണ്ടേഷനു വേണ്ടി പണം സ്വരൂപിക്കുന്നതിനായി ഒരു അൾട്രാ മാരത്തൺ നടത്താൻ പരസ്യമായി പ്രതിജ്ഞയെടുത്തു. പ്രതിബദ്ധത പരസ്യമാക്കിയത്, എനിക്ക് പിന്തുടരാൻ ആവശ്യമായ പ്രേരണ നൽകി. ഉപേക്ഷിക്കാൻ തോന്നിയ ആ സമയങ്ങളിൽ പോലും (അത്ഭുതങ്ങൾ സൃഷ്ടിക്കുന്നതിനുള്ള യാത്രയിൽ നാമെല്ലാവരും അനുഭവിക്കുന്ന) ജീവകാരുണ്യ പ്രവർത്തനങ്ങൾക്കായി പണം സ്വരൂപിക്കാൻ പ്രതിജ്ഞാബദ്ധനാകുകയും പിന്നീട് മനസ്സ് മാറ്റുകയും ചെയ്ത ആളാകാൻ ഞാൻ ആഗ്രഹിക്കുന്നില്ലെന്ന് ഞാൻ മനസ്സിലാക്കി. പിന്നെ ഞാൻ ഓൺലൈനിൽ പോയി *ദി നോൺ-റണ്ണേഴ്സ് മാരത്തൺ ട്രെയിനർ* എന്ന പുസ്തകം ഓർഡർ ചെയ്തു.

ഭാഗ്യവശാൽ, എന്നോടൊപ്പം അൾട്രാമാരത്തണിൽ പങ്കെടുക്കാൻ തയ്യാറുള്ള മൂന്ന് സുഹൃത്തുക്കൾ എനിക്കുണ്ടായിരുന്നു :

ജെയിംസ് ഹിൽ, അലിഷ ആൻഡറർ, ഫാവിയൻ വലൻസിയ. ഞങ്ങൾ സ്വയം "അൾട്രാഫ്രണ്ട്സ്" എന്ന് വിളിച്ചു. ഒടുവിൽ ഞങ്ങൾ എല്ലാവരും മാരത്തൺ പൂർത്തിയാക്കി, എന്റെ ഉറ്റസുഹൃത്തുക്കൾക്ക്‌വേണ്ടിസംസാരിക്കാൻഎനിക്ക്കഴിയുന്നില്ലെങ്കിലും, ഞാൻ ഇപ്പോഴും ഓടുന്നത് വെറുക്കുന്നു. പക്ഷേ ആ പ്രക്രിയയിൽ ഞാൻ എന്താണ് ചെയ്തതെന്ന് നിങ്ങൾക്കറിയാമോ? ഒരു അൾട്രാ മാരത്തൺ ഓടാൻ കഴിയുന്ന ആളെ ഞാൻ കണ്ടുമുട്ടി എന്നു മാത്രമല്ല, ഞാൻ അവനായി മാറി. അന്നുമുതൽ എന്റെ ജീവിതം അതിനേക്കാൾ മികച്ചതായിരിക്കുന്നു. നിങ്ങൾ ബഹുമാനിക്കുന്ന, ബഹുമാനത്തിന് വില കൽപ്പിക്കുന്ന ആളുകളോട് പരസ്യമായി പ്രതിജ്ഞാബദ്ധരാകുമ്പോൾ, ഉപേക്ഷിക്കുക എന്നത് ഒരു തിരഞ്ഞെടുക്കലല്ല.

നിങ്ങളുടെ ദൗത്യം ഒന്നിലധികം ലക്ഷ്യങ്ങളിലേക്ക് നയിക്കുമ്പോൾ

എന്റെ സുഹൃത്തും കട്ട്കോയിലെ മറ്റൊരു മുൻ സഹപ്രവർത്തകനുമായ ജോൺ ഇസ്രായേൽ (കട്ട്കോ ഇല്ലായിരുന്നെങ്കിൽ എനിക്ക് സുഹൃത്തുക്കളാരും ഉണ്ടാകുമായിരുന്നില്ലെന്ന് എനിക്കറിയാം) ഒരു ദൗത്യം പിന്തുടരുന്നത് ഒന്നിലധികം സുപ്രധാന ലക്ഷ്യങ്ങൾ കൈവരിക്കുന്നതിലേക്ക് നയിച്ചതിന്റെ മറ്റൊരു മികച്ച ഉദാഹരണമാണ്. "മിസ്റ്റർതാങ്ക്യു" എന്നും അറിയപ്പെടുന്ന ജോൺ, ഭൂമിയിലെ കൃതജ്ഞതയുടെ തോത് ഒരു ശതമാനം വർദ്ധിപ്പിക്കാനുള്ള ദൗത്യത്തിലാണ്, ഒരു തവണ ഒരു നന്ദി കാർഡ് വീതം. ഈ ദൗത്യത്തിനായി അദ്ദേഹം പ്രതിജ്ഞാബദ്ധനായ ആദ്യ വർഷം, എല്ലാ ദിവസവും അഞ്ച് നന്ദി കുറിപ്പുകൾ കൈകൊണ്ട് എഴുതാൻ അദ്ദേഹം തീരുമാനിച്ചു. അവ വ്യത്യസ്തആളുകൾക്ക്‌വേണ്ടിയായിരുന്നു; ഒരു വർഷത്തിൽ ഒരാൾക്ക് പരമാവധി മൂന്ന് കുറിപ്പുകൾ വരെ അയയ്ക്കാൻ അദ്ദേഹത്തിന് കഴിയുമായിരുന്നു. രസകരമായ ദൗത്യം, അല്ലേ?

ജീവിതത്തിന്റെ ശേഷിച്ച ലക്ഷ്യങ്ങളെ അദ്ദേഹം സമീപിച്ച രീതിയും രസകരമായിരുന്നു. അദ്ദേഹത്തിന്റെ

മറ്റെല്ലാ ലക്ഷ്യങ്ങളും അദ്ദേഹത്തിന്റെ ദൗത്യത്തിന്റെ ക്രിയയിലൂടെയാണ് പോഷിപ്പിക്കപ്പെട്ടത് : കൃതജ്ഞത. അങ്ങനെയാണ് ആ വർഷം അദ്ദേഹം ഇത്രയധികം നേട്ടങ്ങൾ കൈവരിച്ചത്. അയാൾക്ക് ഒരു കുഞ്ഞുണ്ടായി, രാജ്യമെമ്പാടും മാറിത്താമസിച്ച, സമാന ചിന്താഗതിക്കാരായ "അത്ഭുത പ്രഗത്ഭ" അച്ഛന്മാരുടെ ഒരു സമൂഹം വളർന്നു. ആ ക്രിയയിലൂടെ, അദ്ദേഹത്തിന്റെ ബന്ധങ്ങളും സമൂഹവും അതിവേഗം വികസിക്കുകയും കട്ട്കോയിൽ എക്കാലത്തെയും മികച്ച വർഷമായ അദ്ദേഹം 445,000 ഡോളർ വിൽപ്പന നേടുകയും തന്റെ കൈയ്യക്ഷര ദൗത്യം കൈവരിക്കുകയും 1,825 നന്ദി കാർഡുകൾ അയയ്ക്കുകയും ചെയ്തു. ലോകത്തിന് കൂടുതൽ നന്ദി പറയുന്നതിലൂടെ, നന്ദിയുള്ളവനായിരിക്കാൻ അദ്ദേഹത്തിന് ധാരാളം കാര്യങ്ങൾ ലഭിച്ചു.അദ്ദേഹത്തിന്റെഎല്ലാലക്ഷ്യങ്ങളുംഅദ്ദേഹത്തിന്റെ ദൗത്യത്തിന് പിന്നിൽ അണിനിരന്നു, അത് ആ വർഷം അദ്ദേഹം ചെയ്യാൻ ഉദ്ദേശിച്ച മറ്റെല്ലാ കാര്യങ്ങളും നിറവേറ്റുന്നതിൽ അദ്ദേഹത്തെ പിന്തുണച്ചു.

നിങ്ങളുടെ മറ്റ് ലക്ഷ്യങ്ങളെക്കുറിച്ച് മറക്കരുത്

നിങ്ങളുടെ ഏറ്റവും ഉയർന്ന മുൻഗണനയായി ഒരു ഏക ലക്ഷ്യം, നിങ്ങളുടെ ദൗത്യം, തിരിച്ചറിയുന്നതും തീരുമാനിക്കുന്നതും നമ്മൾ ചർച്ച ചെയ്തതായി എനിക്കറിയാം. എന്നാൽ അതിനർത്ഥം നിങ്ങളുടെ ജീവിതത്തിന്റെ ശേഷിച്ച ഭാഗം പിന്നിൽ ഉപേക്ഷിക്കണമെന്ന് അല്ല.

അതിനർത്ഥം നിങ്ങളുടെ ദൗത്യം ആദ്യം വരണമെന്നാണ്. അത് ചെയ്തുകഴിഞ്ഞാൽ, നിങ്ങൾക്ക് ആവശ്യമുള്ളത് കൈകാര്യം ചെയ്യാൻ കഴിയും.

നിങ്ങൾക്ക് ഓർമ്മയുണ്ടെങ്കിൽ, വിൽപ്പനയിൽ എന്റെ ഏറ്റവും മികച്ച വർഷം ഇരട്ടിയാക്കിയ വർഷം, എന്റെ മറ്റ് എല്ലാ ലക്ഷ്യങ്ങളും കൈവരിക്കുന്നതിൽ എനിക്ക് ഏറ്റവും മികച്ച വർഷങ്ങളിലൊന്നായിരുന്നു. ഒരു പ്രത്യേക ദൗത്യം നിശ്ചയിക്കുന്നത് നിങ്ങളുടെ സമയത്തിന് മുൻഗണന നൽകാനും ഏറ്റവും പ്രധാനപ്പെട്ട കാര്യങ്ങളുടെ ക്രമത്തിൽ ഒരു സമയം ഒരു ലക്ഷ്യത്തിൽ

ശ്രദ്ധ കേന്ദ്രീകരിക്കാനും നിങ്ങളെ പ്രേരിപ്പിക്കുന്നു, ഇത് ഉണർന്ന് ഏറ്റവും എളുപ്പമുള്ളതായി തോന്നുന്ന കാര്യങ്ങളിൽ പ്രവർത്തിക്കുന്നതിനേക്കാൾ വളരെ കാര്യക്ഷമവും ഫലപ്രദവുമാണ്. നിങ്ങൾ പ്രാഥമികമായി ഒന്നിൽ ശ്രദ്ധ കേന്ദ്രീകരിക്കുമ്പോൾ ഒന്നിലധികം ലക്ഷ്യങ്ങൾ കൈവരിക്കുന്നത് വളരെ എളുപ്പമായിരിക്കും.

ഒരു ലക്ഷ്യത്തിന്റെ യഥാർത്ഥ ലക്ഷ്യവും നിങ്ങളുടെ ദൗത്യവും എങ്ങനെ തിരഞ്ഞെടുക്കാമെന്നും നമ്മൾ ഇപ്പോൾ പരിശോധിച്ചുകഴിഞ്ഞു, അടുത്ത രണ്ട് അധ്യായങ്ങൾ ഒരു അത്ഭുത പ്രഗത്ഭൻ ആകുന്നതിനും നിങ്ങളുടെ ഏറ്റവും വലിയ ലക്ഷ്യങ്ങളെ സാധ്യമായതിൽ നിന്ന് സംഭവ്യതയിലേക്ക് മാറ്റുന്നതിനും അനിവാര്യമായതിലേക്ക് മാറ്റുന്നതിനും നിങ്ങൾ എടുക്കേണ്ട രണ്ട് തീരുമാനങ്ങളിലേക്ക് ആഴത്തിൽ ഇറങ്ങും. നിങ്ങളെ ഭയപ്പെടുത്തുന്ന ഒരു വലിയ ലക്ഷ്യത്തിനായി പ്രതിജ്ഞാബദ്ധനാകുന്നത് ഇപ്പോഴും ചിന്തിക്കാൻ പോലും കഴിയാത്തതായി തോന്നുന്നുവെങ്കിൽ, തുടർന്നുള്ള പേജുകൾ രണ്ടുതവണ വായിക്കുന്നത് നന്നായിരിക്കും.

7

നിങ്ങളുടെ ആദ്യ തീരുമാനം : അചഞ്ചലമായ വിശ്വാസം

നിങ്ങൾ വിശ്വസിക്കണം, അതുവരെ...

വിശ്വാസമില്ലായ്മയാണ് വെല്ലുവിളികളെ നേരിടാൻ ആളുകളെ ഭയപ്പെടുത്തുന്നത്, ഞാൻ എന്നിൽ തന്നെ വിശ്വസിച്ചു.

—മുഹമ്മദ് അലി

നിങ്ങൾക്കറിയാമോ?

ഇരുപത്തിയേഴ് പ്രസാധകർ ഡോ. സ്യൂസിന്റെ ആദ്യ പുസ്തകം തിരസ്കരിച്ചു. തുടർന്ന് അദ്ദേഹം അറുപതിലധികം വിജയകരമായ പുസ്തകങ്ങൾ പ്രസിദ്ധീകരിച്ചു, ലോകമെമ്പാടുമായി 600 ദശലക്ഷത്തിലധികം പുസ്തകങ്ങൾ വിറ്റു.

ബേബ് റൂത്തിന് 1,330 സ്ട്രൈക്ക്ഔട്ടുകൾ ഉണ്ടായിരുന്നു, കൂടാതെ ഹോം റൺ റെക്കോർഡും അദ്ദേഹത്തിനുണ്ട്. എക്കാലത്തെയും മികച്ച ബേസ്ബോൾ കളിക്കാരിൽ ഒരാളായി അദ്ദേഹം കണക്കാക്കപ്പെടുന്നു.

വിൻസെന്റ് വാൻ ഗോഗ് ഒരു ചിത്രം മാത്രമേ ഒരു സുഹൃത്തിന് വിറ്റുള്ളൂ, പക്ഷേ അദ്ദേഹം വരക്കുന്നത് തുടർന്നു. മരിക്കുമ്പോഴേക്കും അദ്ദേഹം എണ്ണൂറിലധികം ചിത്രങ്ങൾ സൃഷ്ടിച്ചിരുന്നു, ഇപ്പോൾ അവയ്ക്ക് ഓരോന്നിനും ദശലക്ഷക്കണക്കിന് ഡോളർ വിലവരും.

എഴുത്തുകാരനും നടനും നിർമ്മാതാവും സംവിധായകനുമായ ടൈലർ പെറിയുടെ ആദ്യ നാടകം പരാജയപ്പെട്ടപ്പോൾ അദ്ദേഹത്തിന്റെ മുഴുവൻ പണവും നഷ്ടപ്പെട്ടു (തുടക്കത്തിൽ അദ്ദേഹത്തിന് വലിയ വരുമാനമൊന്നും ലഭിച്ചില്ല). പിന്മാറാൻ കൂട്ടാക്കാതെ, അദ്ദേഹം നാടകം പുനർനിർമ്മിക്കുകയും അരങ്ങിലെത്തിക്കുകയും ചെയ്തു, ചിലപ്പോഴൊക്കെ തന്റെ കാറിൽ തന്നെ താമസിച്ചു. ആറ് വർഷമെടുത്തു, പക്ഷേ ഒടുവിൽ – ഒടുവിൽ – നാടകം വിജയിച്ചു, അദ്ദേഹത്തിന്റെ കരിയർ അതിവേഗം ഉയർന്നുവന്നു. അതിനുശേഷം അദ്ദേഹത്തിന്റെ ആസ്തി കോടിക്കണക്കിന് ഡോളറായി ഉയർന്നു.

ഇതുവരെ നിലവിലുണ്ടായിരുന്നതിൽ വച്ച് ഏറ്റവും സൃഷ്ടിപരമായ കമ്പനികളിൽ ഒന്ന് സൃഷ്ടിക്കാൻ പോകുന്നതിനുമുമ്പ്, വാൾട്ട് ഡിസ്നിക്ക് "നല്ല ആശയങ്ങളൊന്നു

മില്ലായിരുന്നു" എന്ന കാരണത്താൽ അദ്ദേഹത്തെ ഒരു പത്രത്തിൽ നിന്ന് പുറത്താക്കി.

ഗ്രാൻഡ് ഓലെ ഒപ്രിയിൽ നടന്ന ഒരു ഓഡിഷന് ശേഷം എൽവിസ് പ്രെസ്ലിയോട് ട്രക്ക് ഡ്രൈവർ ജോലിയിലേക്ക് തിരികെ പോകണമെന്ന് പറഞ്ഞു. ആ ഉപദേശം അവഗണിച്ച അദ്ദേഹം പിന്നീട് ഒരു സംഗീത പ്രതിഭയായി മാറി.

മൈക്കൽ ജോർദ്ദാൻ തന്റെ ഹൈസ്കൂൾ ബാസ്കറ്റ് ബോൾ ടീമിൽ നിന്ന് പുറത്താക്കപ്പെട്ടു, പിന്നീട് ചിക്കാഗോ ബുൾസിൽ ചേരുകയും ഒരു ബാസ്കറ്റ്ബോൾ പ്രതിഭയായി മാറുകയും ചെയ്തു.

ഈ കഥകളിൽ ചിലത് ഞാൻ മുമ്പ് കേട്ടിരുന്നു. ഈ പുസ്തകത്തിനായി ഗവേഷണം ആരംഭിക്കുന്നതുവരെ ചിലത് എനിക്ക് അറിയില്ലായിരുന്നു. പക്ഷേ അവയെല്ലാം എനിക്ക് വളരെ രസകരമായി തോന്നി. ഡോ. സ്യൂസ് എഴുതിക്കൊണ്ടിരുന്നു. ബേബ് റൂത്ത് കളി തുടർന്നു. വാൻ ഗോഗ് പെയിന്റിംഗ് തുടർന്നു. ടൈലർ പെറി അരങ്ങ് പുനഃക്രമീകരിച്ചുകൊണ്ടിരുന്നു. വാൾട്ട് ഡിസ്നി സങ്കൽപ്പിച്ചുകൊണ്ടിരുന്നു. എൽവിസ് പ്രെസ്ലി പാടിക്കൊണ്ടിരുന്നു. മൈക്കൽ ജോർദ്ദാൻ ബാസ്കറ്റ്ബോൾ കളി തുടർന്നു. പക്ഷേ എന്തുകൊണ്ട്? എന്തുകൊണ്ടാണ് അവർ തുടർന്നുകൊണ്ടിരുന്നത്? അവരിൽ പലർക്കും വിജയം ലഭിച്ചത് ആദ്യ ശ്രമത്തിന് വർഷങ്ങൾക്ക്ശേഷമാണ്. ചിലർ വഴിയിൽ സാമ്പത്തിക തകർച്ചയിലേക്ക് വീണു. നാമെല്ലാവരും നേരിടുന്ന അതേ ആത്മസംശയത്തെ, അവരിൽ ഓരോരുത്തർക്കും എപ്പോഴെങ്കിലും നേരിടേണ്ടിവന്നിട്ടുണ്ട്. എന്തുകൊണ്ട് – ഒരുപക്ഷേ എങ്ങനെ എന്നതാണ് കൂടുതൽ നല്ല ചോദ്യം – അവർ വീണ്ടും വീണ്ടും പരാജയം നേരിട്ടപ്പോഴും അവർ ഉറച്ചുനിന്നു?

എനിക്ക് കണ്ടെത്താൻ കഴിഞ്ഞ ഒരേയൊരു ഉത്തരം, അവരുടെയെല്ലാം കാര്യത്തിൽ അത് സത്യമാണ്, അവർ അചഞ്ചലമായ വിശ്വാസം നിലനിർത്തി എന്നതാണ്.

നിങ്ങൾക്കറിയാവുന്നതുപോലെ, അത്ഭുത സമവാക്യം ദീർഘകാലത്തേക്ക് സ്ഥാപിക്കുകയും പരിപാലിക്കുകയും ചെയ്യേണ്ട രണ്ട് തീരുമാനങ്ങളെ ഉൾക്കൊള്ളുന്നു : അചഞ്ചലമായ വിശ്വാസം,

അസാധാരണമായ ശ്രമം. ഈ രണ്ട് തീരുമാനങ്ങളും, നിങ്ങൾ അവയുമായി മുന്നോട്ട് പോകാൻ തീരുമാനിക്കുകയാണെങ്കിൽ, വിജയം കൈവരിക്കാനുള്ള നിങ്ങളുടെ സാധ്യതയെ സമൂലമായി വർദ്ധിപ്പിക്കുന്നു. അവ നിങ്ങളുടെ വിജയം ഉറപ്പുനൽകുന്നില്ല, നിങ്ങൾ ആഗ്രഹിക്കുന്ന ഫലം നിങ്ങളിലേക്ക് ആകർഷിക്കുന്ന ഒരു മാന്ത്രിക ശക്തിയും അവ സൃഷ്ടിക്കുന്നില്ല. അത് ശരിക്കും അതിനേക്കാൾ വളരെ മൂർത്തമാണ്.

മുകളിൽ പറഞ്ഞ ഓരോ അത്ഭുത പ്രഗത്ഭനും വ്യക്തമാക്കുന്നത് പോലെ, വിശ്വാസം സ്ഥാപിച്ച് നിലനിർത്തുന്നതിലൂടെയാണ് നിങ്ങളെ പ്രവർത്തനത്തിലേക്ക് പ്രേരിപ്പിക്കുന്ന എന്തെങ്കിലും നേടാൻ കഴിയുക. നിങ്ങൾ കൂടുതൽ നടപടിയെടുക്കുംതോറും വിജയത്തിലെത്താനുള്ള സാധ്യതയും വർദ്ധിക്കും – ഒപ്പം നിങ്ങൾ കൂടുതൽ കഴിവുള്ളവനും ഫലപ്രദനുമായിത്തീരും. നിങ്ങൾ പ്രതിജ്ഞാബദ്ധമായ ഏതൊരു ഫലത്തിന്റെയും ദിശയിലേക്ക് നീങ്ങുമ്പോൾ, നിങ്ങൾക്ക് സാധ്യമായത് *സംഭവ്യമാകാൻ* തുടങ്ങുകയും കാലക്രമേണ അത് അനിവാര്യമായി മാറുകയും ചെയ്യും. അവിടെയാണ് നിങ്ങളുടെ അത്ഭുതജീവിതം നിങ്ങൾ കണ്ടുമുട്ടുന്നത്.

ഈ കഥകളിൽ നിന്ന് എനിക്ക് മനസ്സിലാകുന്നത്, നിങ്ങളും അങ്ങനെ തന്നെ ചെയ്യുമെന്ന് ഞാൻ പ്രതീക്ഷിക്കുന്നുവെന്നും, വിജയം ഒരിക്കലും നിങ്ങളുടെ മടിയിൽ വീഴില്ല എന്നും അതിന് കുറുക്കുവഴികളില്ലെന്നും ആണ്. വിശ്വാസം നിലനിർത്തുക എന്നതാണ് മുന്നോട്ട് പോകാനുള്ള ഏക മാർഗ്ഗം.

തിരിച്ചടികൾ അവരുടെ കാഴ്ചപ്പാടിനെ മങ്ങിക്കുകയും അവരുടെ വിശ്വാസം പതറുകയും ചെയ്തിരുന്നെങ്കിൽ ഇവരിൽ ആരും (കൂടാതെ മറ്റനേകരും) ഒരിക്കലും അവരുടെ കരിയറിന്റെ ഉന്നതിയിലെത്തുമായിരുന്നില്ല. വിജയം കാണുന്നതിന് വളരെ മുമ്പുതന്നെ അവരുടെ തുടർച്ചയായ പരിശ്രമത്തിന് ഇന്ധനം നൽകിയത് അവരുടെ വിശ്വാസമായിരുന്നു. വിശ്വാസം നിലനിർത്താനുള്ള അവരുടെ തീരുമാനം വ്യക്തവും ധീരവും അചഞ്ചലവുമായിരുന്നു. ഈ അധ്യായത്തിൽ, അചഞ്ചലമായ വിശ്വാസം എങ്ങനെ വികസിപ്പിക്കാനും വളർത്തിയെടുക്കാനും അതുപോലെ തന്നെ അത് പ്രവൃത്തിയിൽ കാണാനും കഴിയുമെന്ന് നമ്മൾ ചർച്ച ചെയ്യും.

അചഞ്ചലമായ വിശ്വാസത്തിലേക്കുള്ള കുതിപ്പ്

വിശ്വാസം അൽപ്പം അവ്യക്തമാണ്. നിർവ്വചനം അനുസരിച്ച്, അതിന് തെളിവ് ആവശ്യമില്ലാത്തതിനാൽ അത് കണ്ടെത്തുക പ്രയാസമാണ്. അതുകൊണ്ട് അത് അദൃശ്യമായി തോന്നുന്നു, ഒരുപക്ഷേ അത്ര വിശ്വസനീയമല്ലായിരിക്കാം. മിക്ക ആളുകളും വിശ്വാസത്തെക്കുറിച്ച് സംസാരിക്കുമ്പോൾ, അത് പലപ്പോഴും സംഭവിച്ച മോശം കാര്യങ്ങളുടെ പശ്ചാത്തലത്തിലാണ്. "ഈ ഭയാനകമായ കാര്യം ഒരു കാരണത്താലാണ് സംഭവിച്ചതെന്ന് വിശ്വസിക്കുക," എന്ന് നമ്മോട് പറയപ്പെടുന്നു. അഥവാ "കാര്യങ്ങൾ നേരെയാകുമെന്ന് വിശ്വസിക്കുക." ഇത്തരത്തിലുള്ള വിശ്വാസം നിങ്ങളെ ഒരു നിമിഷത്തേക്ക് സുഖപ്പെടുത്തുമെന്ന് ഞാൻ കരുതുന്നു. ചിലപ്പോൾ.

ഞാൻ ഇത്തരത്തിലുള്ള വിശ്വാസത്തെക്കുറിച്ചല്ല സംസാരിക്കുന്നത്. നിങ്ങൾക്ക് സാധ്യമായ കാര്യങ്ങളുടെ പശ്ചാത്തലത്തിലാണ് ഞാൻ വിശ്വാസത്തെ പരാമർശിക്കുന്നത് – നിങ്ങൾ നേരിടുന്ന ഏത് പ്രതികൂല സാഹചര്യങ്ങളെയും തരണം ചെയ്യാനും സ്പഷ്ടവും അളക്കാവുന്നതുമായ അത്ഭുതങ്ങൾ സൃഷ്ടിക്കാനുമുള്ള നിങ്ങളുടെ കഴിവ്. ആദ്യം ലജ്ജിച്ചാലും അത് ഇപ്പോഴും അദൃശ്യമായി തോന്നുന്നു – അത്ര വിശ്വസനീയവുമല്ല. കാരണം വിശ്വാസം ഉണ്ടാകണമെങ്കിൽ നമ്മുടെ സാധാരണ സംശയാസ്പദമായ സ്വഭാവത്തിൽ നിന്ന് ഒരു കുതിച്ചുചാട്ടം ആവശ്യമാണ്. അചഞ്ചലമായ വിശ്വാസം ഒരു വ്യക്തിക്ക് ജന്മനാ ലഭിക്കുന്ന ഒന്നല്ല. അത് അന്തർലീനമല്ല. അത് ഒരു വികാരവുമല്ല. നേരെമറിച്ച്, തീരുമാനമെടുക്കുന്ന ഒരു നിമിഷത്തിൽ അത് ബോധപൂർവ്വം സ്ഥാപിക്കപ്പെടുകയും പിന്നീട് കാലക്രമേണ സജീവമായി വളർത്തിയെടുക്കുകയും നിലനിർത്തുകയും വേണം. ആ അത്ഭുതം പ്രകടമാക്കുന്നത് ഒരു യഥാർത്ഥ സാധ്യതയാണെന്ന ഒരു വ്യക്തിയുടെ വിശ്വാസത്തിൽ നിന്നാണ് പ്രത്യക്ഷവും അളക്കാവുന്നതുമായ ഓരോ അത്ഭുതവും ആരംഭിക്കുന്നത്. എത്ര സമയമെടുത്താലും അത്ഭുതം യാഥാർത്ഥ്യമാകുന്നതുവരെ അസാധാരണമായ ശ്രമം നടത്തുന്നതിലൂടെ ആ വിശ്വാസം നിലനിർത്തപ്പെടുന്നു.

അചഞ്ചലമായ വിശ്വാസം നിലനിർത്താനുള്ള തീരുമാനം എടുക്കുന്നതിന്റെ ഒരു നേട്ടം, അത് എല്ലാ നിഷേധാത്മകമായ സ്വയം സംസാരത്തെയും മറികടക്കാൻ നിങ്ങളെ പ്രാപ്തരാക്ക

കയും, മിക്ക ആളുകളും ഒരിക്കലും അനുഭവിക്കാത്ത ഒരു മാനസികാവസ്ഥയിലേക്ക് പ്രവേശനം നേടുകയും ചെയ്യുന്നു എന്നതാണ്.

എല്ലാ അത്ഭുത പ്രഗൽഭരും അവരുടെ ജീവിതത്തിലുടനീളം എടുക്കുകയും തുടരുകയും ചെയ്യുന്ന ആദ്യ തീരുമാനമാണ് അചഞ്ചലമായ വിശ്വാസം എന്ന് മനസ്സിലാക്കുക. ആ തീരുമാനം ബോധപൂർവ്വം ആവർത്തിച്ച് എടുക്കുന്നതിലൂടെ, അത് എല്ലാ വെല്ലുവിളികളെയും അവസരങ്ങളെയും വീക്ഷിക്കുന്ന അടിസ്ഥാന മാനസികാവസ്ഥയായിമാറുന്നു. ഏതൊരുമികച്ചപ്രകടനക്കാരന്റെയുംമാനസികാവസ്ഥയെ ആളുകൾ വിവരിക്കുമ്പോൾ, അസാധാരണമായ ആത്മവിശ്വാസം, പരമമായ ആത്മവിശ്വാസം അല്ലെങ്കിൽ ശക്തമായ ബോധ്യം എന്നിങ്ങനെയുള്ള മറ്റ് പദങ്ങൾ ഉപയോഗിച്ച് അചഞ്ചലമായ വിശ്വാസത്തെ ചിലപ്പോൾ പരാമർശിക്കാറുണ്ട്. നിങ്ങൾ എന്ത് വിളിച്ചാലും, ഈ മാനസികാവസ്ഥ ഉൾക്കൊള്ളാത്ത ഒരു അത്ഭുത പ്രഗല്ഭനെ നിങ്ങൾ ഒരിക്കലും കണ്ടുമുട്ടാൻ സാധ്യതയില്ല.

ഞാൻ ഏതാണ്ട് മരിച്ച വർഷം—വീണ്ടും

എന്റെ ജീവിതം ഒന്നിലധികം തവണ പരീക്ഷിക്കപ്പെട്ടത് എന്തുകൊണ്ടാണെന്ന് എനിക്ക് ഉറപ്പില്ല. എന്നിരുന്നാലും, നമ്മുടെ ചുറ്റുമുള്ള ലോകം തകർന്നുകൊണ്ടിരിക്കുമ്പോഴും, ആത്മാർത്ഥമായി സന്തോഷിക്കാനും, നന്ദിയുള്ളവരാകാനും, ശുഭാപ്തിവിശ്വാസം പുലർത്താനും നമ്മുടെ മാനസികാവസ്ഥ തിരഞ്ഞെടുക്കാനുമുള്ള ശക്തി നമുക്കുണ്ടെന്ന് ഞാൻ പഠിച്ചു. ആ തിരഞ്ഞെടുപ്പ് നടത്തുന്നതിലൂടെ, നമുക്ക് നമ്മുടെ സുബോധം നിലനിർത്താൻ കഴിയും, അങ്ങനെ നമുക്ക് ലോകത്തെ, നമ്മുടെ ലോകത്തെ, വീണ്ടും ഒന്നിപ്പിക്കാൻ കഴിയും.

ഞാൻഅടുത്തിടെഅത്ഭുതസമവാക്യംഉപയോഗിച്ചത്ഏറ്റവും ബുദ്ധിമുട്ടുള്ളതും ഏറ്റവും പ്രതിഫലദായകവുമായിരുന്നു എന്നതിൽ സംശയമില്ല. അത് അക്ഷരാർത്ഥത്തിൽ എന്റെ ജീവൻ രക്ഷിച്ചു. 2016 ഒക്ടോബറിലെ ഒരു വൈകുന്നേരം, ഞാൻ അർദ്ധരാത്രിയിൽ ശ്വാസം കിട്ടാതെ ഉണർന്നു. ശ്വസിക്കാൻ പാടുപെട്ട് ഞാൻ ഉച്ചത്തിൽ ശ്വാസം മുട്ടി, അത് എന്റെ ഭാര്യ ഉർസുലയെ ഉണർത്തി.

“നിങ്ങൾക്ക് കുഴപ്പമൊന്നുമില്ലല്ലോ? എന്താണ് പ്രശ്നം?” അവൾ ചോദിച്ചു.

"എനിക്കറിയില്ല." എനിക്ക് വീണ്ടും ശ്വാസം മുട്ടി. "എനിക്ക് ശ്വസിക്കാൻ ബുദ്ധിമുട്ടുണ്ട്." അവൾ ഉടനെ എന്നെ കുറച്ച് തലയിണകളിൽ കിടത്തി, അത് എനിക്ക് വീണ്ടും ഉറങ്ങാൻ ശ്രമിക്കാൻ ആവശ്യമായ ആശ്വാസം നൽകി. രാവിലെ തന്നെ എമർജൻസി കെയർ ക്ലിനിക്കിലേക്ക് നടക്കാമെന്ന് ഞങ്ങൾ സമ്മതിച്ചു, ഒടുവിൽ ഞാൻ നിവർന്നു ഇരുന്നുകൊണ്ട് ഉറങ്ങി.

പിറ്റേന്ന്, എന്താണ് കുഴപ്പമെന്ന് ഡോക്ടർക്ക് മനസ്സിലാക്കാൻ കഴിയുമെന്ന പ്രതീക്ഷയിൽ ഞാൻ ഞങ്ങളുടെ പ്രാദേശിക അടിയന്തര പരിചരണ ക്ലിനിക്കിലേക്ക് നടന്നു. എനിക്ക് ന്യുമോണിയ ഉണ്ടെന്ന് കണ്ടെത്തി, ഒരു പാക്ക് അസിത്രോമൈസിൻ (ആൻറിബയോട്ടിക്കുകൾ) നൽകി, അത് സഹായിക്കുമെന്ന് ഡോക്ടർ പ്രതീക്ഷിച്ചു. പക്ഷേ അത് സംഭവിച്ചില്ല.

അടുത്ത ഏതാനും ആഴ്ചകൾക്കുള്ളിൽ, കാര്യങ്ങൾ കൂടുതൽ വഷളായി, എന്റെ ഇടത് ശ്വാസകോശം ആവർത്തിച്ച് തകരാറിലായതിനാൽ അതിൽ നിന്ന് ദ്രാവകം കളയാൻ ഞാൻ ഒന്നിടവിട്ട് എല്ലാ ദിവസവും ആശുപത്രിയിലെ അത്യാഹിത വിഭാഗത്തിൽ പോകേണ്ടി വന്നു. ഓരോ തവണയും അത് വളരെ വേദനാജനകമായിരുന്നു. അധികമുള്ള ദ്രാവകം കളയാൻ എന്റെ വാരിയെല്ലിന്റെ പിൻഭാഗത്തുകൂടി ഒരു വലിയ സൂചി കടത്തുന്നതായിരുന്നു ആ പ്രക്രിയ. അത് ഒരുപാട് ദ്രാവകമായിരുന്നു. ആ കാലയളവിൽ, എന്റെ ശ്വാസകോശത്തിൽ നിന്ന് ആകെ പതിനൊന്ന് ലിറ്റർ (ഇരുപത്തിരണ്ട് പൗണ്ട്) വെള്ളം ഊറ്റിയെടുത്തു. എന്നിട്ടും ഒന്നും എനിക്ക് സ്ഥിരമായ ആശ്വാസം നൽകിയില്ല. ഓരോ തവണ ദ്രാവകം വറ്റിക്കുമ്പോഴും അത് വീണ്ടും നിറയുമായിരുന്നു. ശ്വസിക്കാൻ ബുദ്ധിമുട്ടുന്നതിനാൽ എല്ലാ രാത്രിയിലും എനിക്ക് ഉറങ്ങാൻ ബുദ്ധിമുട്ടായിരുന്നു. എന്റെ ശ്വാസകോശം തുടർച്ചയായി തകരാറിലാകുന്നതിന്റെ കാരണം എന്താണെന്ന് കണ്ടെത്താനുള്ള ശ്രമത്തിൽ ആശുപത്രി എന്നെ ഒരു സ്പെഷ്യലിസ്റ്റിൽ നിന്ന് മറ്റൊന്നിലേക്ക് കൈമാറി, പക്ഷേ ആർക്കും ഉത്തരങ്ങളൊന്നും ഉണ്ടായിരുന്നില്ല. അതായത്, ഡോ. ബെർക്ക്‌ലിയെ കാണുന്നത് വരെ.

ഡോക്ടർ ബെർക്ക്‌ലി എനിക്ക് പലതരം പരിശോധനകളും സ്കാനുകളും ഉത്തരവിട്ടു, അതെല്ലാം ഞാൻ സഹിച്ചു. അടുത്ത ദിവസം, അദ്ദേഹത്തിന്റെ നഴ്സ് പ്രാക്ടീഷണർ എന്നെ വിളിച്ചു, ഒരു അടിയന്തിരതാബോധത്തോടെ, ഡോ. ബെർക്ക്‌ലി എത്രയും

വേഗം എന്നെ കണ്ട് എന്റെ ഫലങ്ങൾ പരിശോധിക്കാൻ ആഗ്രഹിക്കുന്നുവെന്ന് പറഞ്ഞു. ഒടുവിൽ, എനിക്ക് ചില ഉത്തരങ്ങൾ ലഭിക്കുമെന്ന് തോന്നി. അങ്ങനെ ഞാൻ എന്റെ കാറിൽ കയറി ഡോ. ബെർക്ക്‌ലിയുടെ ഓഫീസിലേക്ക് തിരിച്ചു. അദ്ദേഹത്തിന്റെ ഓഫീസിൽ അദ്ദേഹം വരുന്നതും കാത്ത് ഞാൻ ഇരിക്കുമ്പോൾ, എനിക്ക് എന്താണ് പറ്റിയതെന്നും രണ്ടാഴ്ചയായി എനിക്ക് സാധാരണഗതിയിൽ ശ്വസിക്കാൻ കഴിയാത്തത് എന്തുകൊണ്ടാണെന്നും കണ്ടെത്താൻ പോകുകയാണെന്ന് എനിക്ക് ആശ്വാസം തോന്നി. ഡോ. ബെർക്ക്‌ലി അകത്തു കയറി, എന്റെ എതിർ വശത്ത് ഇരുന്നു, എന്റെ പരിശോധനകൾ പരിശോധിക്കാൻ തുടങ്ങി. ഫലങ്ങളുടെ പരിസമാപ്തി അദ്ദേഹത്തിന്റെ പ്രാഥമിക രോഗനിർണ്ണയത്തിന്റെ രൂപത്തിലായിരുന്നു : “ഹാൽ, ഇത് ഒരുതരം കാൻസറാണെന്ന് തോന്നുന്നു.

കാൻസറോ? ഇല്ല. അത് ശരിയാകില്ല എന്ന് ഞാൻ കരുതി. എനിക്ക് അത് വരില്ല.

വർഷങ്ങൾക്ക് മുമ്പ്, *ഹീലിംഗ് കാൻസർ ഫ്രം ഇൻസൈഡ് ഔട്ട് എന്ന ഡോക്യുമെന്ററി* ഞാൻ കണ്ടിരുന്നു. ആരോഗ്യത്തെക്കുറിച്ചുള്ള പുസ്തകങ്ങളായ *ദി ചൈന സ്റ്റഡി, ഈറ്റിംഗ് വെൽ ഫോർ ഒപ്റ്റിമം ഹെൽത്ത്: ദി എസ്സെൻഷ്യൽ ഗൈഡ് ടു ഫുഡ്, ഡയറ്റ്, ആൻഡ് ന്യൂട്രീഷൻ* എന്നിവ ഞാൻ വായിച്ചു. തൽഫലമായി, എന്റെ കാൻസർ രോഗനിർണ്ണയത്തിന് മുമ്പുള്ള ആറ് വർഷക്കാലം, ഞാൻ “കാൻസർ വിരുദ്ധ” ജീവിത ശൈലിയിലാണെന്ന് വിശ്വസിച്ചിരുന്നു. മുപ്പത്തിയേഴ് വയസ്സുള്ളപ്പോൾ, ഒരു പതിറ്റാണ്ടിലേറെയായി ഞാൻ പ്രധാനമായും ജൈവ സസ്യങ്ങളെ അടിസ്ഥാനമാക്കിയുള്ള ഭക്ഷണക്രമത്തിൽ ചെറിയ അളവിൽ പുല്ല് നിറഞ്ഞതും, ഹോർമോൺ രഹിതവും, ഉയർന്ന നിലവാരമുള്ളതുമായ മാംസങ്ങൾ കഴിക്കുന്നുണ്ടായിരുന്നു. ഞാൻ പതിവായി വ്യായാമം ചെയ്തു. ദിവസവും ധ്യാനിച്ചു. ഞാൻ ശരിക്കും സന്തോഷവാനായിരുന്നു, സമ്മർദ്ദം വളരെ കുറവായിരുന്നു. ഇടയ്ക്കിടെ ഒരു ബിയർ കുടിക്കുന്നത് ഒഴിച്ചുനിർത്തിയാൽ ഞാൻ അധികം മദ്യം കഴിച്ചിരുന്നില്ല. ഉർസുലയും ഞാനും ഞങ്ങളുടെ വീട്ടിൽ നിന്ന് വിഷ രാസവസ്തുക്കളെല്ലാം നീക്കം ചെയ്യുന്നതുവരെ പോയിട്ടുണ്ട്. ഞങ്ങളുടെ അലമാരയിൽ നിറയെ പ്രകൃതിദത്തവും, കെമിക്കലുകൾ ചേർക്കാത്തതുമായ ഷാംപൂകളും,

ടൂത്ത് പേസ്റ്റുകളും, ഡിയോഡറന്റുകളും, ക്ലീനറുകളും മാത്രമായിരുന്നു. ആധുനിക കാലത്തെ ഹിപ്പികളായിരുന്നു ഞങ്ങൾ എന്ന് നിങ്ങൾക്ക് പറയാം.

അങ്ങനെ അടുത്തുള്ള മറ്റൊരു ആശുപത്രിയിൽ നിന്ന് എനിക്ക് രണ്ടാമത്തെ അഭിപ്രായം ലഭിച്ചു, തുടർന്ന് ടെക്സസിലെ ഹ്യൂസ്റ്റണിലുള്ള എംഡി ആൻഡേഴ്സൺ കാൻസർ സെന്ററിൽ നിന്ന് മൂന്നാമത്തൊരു അഭിപ്രായവും ലഭിച്ചു. എന്റെ ഇടതു ശ്വാസകോശം തകരാറിലായതു മാത്രമല്ല, എന്റെ വൃക്കകളും ഹൃദയവും തകരാറിലായതായി ഡോക്ടർമാർ പെട്ടെന്ന് കണ്ടെത്തിയത് അവിടെ വെച്ചാണ്. എനിക്ക് കാൻസർ ഉണ്ടോ ഇല്ലയോ എന്ന് നിർണ്ണയിക്കാൻ ഞാൻ അവിടെ എത്തിയെങ്കിലും, ഒരു സ്ട്രെച്ചറിൽ കിടക്കേണ്ടി വന്നപ്പോൾ, നഴ്സുമാർ എന്നെ അടിയന്തര ചികിത്സ വിഭാഗത്തിലേക്ക് കൊണ്ടുപോയി, മറ്റൊരു ദ്രാവക സഞ്ചി ഊറ്റിയെടുക്കാൻ ഉത്തരവിട്ടു, ഇത്തവണ അത് എന്റെ ഹൃദയത്തെ ചുറ്റിപ്പറ്റിയായിരുന്നു. ആ ദ്രാവകത്തിന് ഒരു ഇഞ്ചിന്റെ എട്ടിലൊന്ന് കനമുണ്ടായിരുന്നു, ദ്രാവകം മറ്റൊരു ഇഞ്ച് കൂടി വികസിച്ചാൽഎന്റെഹൃദയംഅടിക്കുന്നത്നിലയ്ക്കുമെന്നും,എനിക്ക് ഹൃദയസ്തംഭനം സംഭവിക്കുമെന്നും, തുറന്ന ഹൃദയ ശസ്ത്രക്രിയ നടത്തേണ്ടിവരുമെന്നും അടിയന്തിര ചികിത്സാ ഡോക്ടർ എന്നെ അറിയിച്ചു.

എനിക്ക് വിശ്വസിക്കാനായില്ല. ഞാൻ ഭയന്നുപോയി. കാര്യങ്ങൾ കൂടുതൽ വഷളായിക്കൊണ്ടിരുന്നു.

ദ്രാവകം കളയാൻ, ശസ്ത്രക്രിയാ വിദഗ്ധൻ എന്റെ നെഞ്ചിലേക്ക് ഒരു വലിയ സൂചി കടത്തണമെന്നും, എന്റെ ഹൃദയത്തിൽ നിന്ന് എട്ടിലൊന്ന് ഇഞ്ച് മാത്രം അകലെയുള്ള ദ്രാവക സഞ്ചി തുളയ്ക്കണമെന്നും, സൂചി എന്റെ ഹൃദയത്തിൽ കുത്താതിരിക്കാൻ തന്റെ കഴിവിന്റെ പരമാവധി ചെയ്യണമെന്നും ഡോക്ടർ വിശദീകരിച്ചു.

ശസ്ത്രക്രിയയ്ക്കായി ഞാൻ പൂർണ്ണമായും ഉണർന്നിരിക്കേണ്ടതായിരുന്നു,അവർആരംഭിക്കുന്നതിന്മുമ്പ്,അവർഅബദ്ധത്തിൽ എന്റെ ഹൃദയത്തിൽ കുത്തുകയും എനിക്ക് ഹൃദയസ്തംഭനം സംഭവിക്കുകയും ചെയ്താൽ, ആശുപത്രിക്കെതിരെ കേസെടുക്കാൻ കഴിയില്ലെന്ന് പ്രസ്താവിക്കുന്ന ഒരു സമ്മതപത്രത്തിൽ ഒപ്പിടാൻ എന്നോട്ആവശ്യപ്പെട്ടു. കരഞ്ഞുകൊണ്ടിരുന്ന ഉർസുലയെ ഞാൻ

ചുംബിച്ചു, എന്റെ അച്ഛനെ കെട്ടിപ്പിടിച്ചു, അതിനുമുമ്പ് ഒലിവ് പച്ച മെഡിക്കൽ സ്ക്രബ് ധരിച്ച രണ്ട് പുരുഷന്മാർ എന്നെ ഓപ്പറേഷൻ റൂമിലേക്ക് കൊണ്ടുപോയി, എന്റെ കുടുംബത്തിന് നടപടിക്രമങ്ങൾ കാണാൻ കഴിയുന്ന തരത്തിൽ ഗ്ലാസ് ജനാലകളുള്ളതായിരുന്നു അത്.

പതിനഞ്ച് മിനിറ്റിനുശേഷം അത് പൂർത്തിയായി. എന്റെ ഹൃദയത്തിൽ കുത്തേറ്റിട്ടില്ല. തുറന്ന ഹൃദയ ശസ്ത്രക്രിയയും ഉണ്ടായിരുന്നില്ല. എങ്കിലും എന്റെ ജീവിതത്തിലെ അടുത്ത ഒരു വർഷം മുഴുവൻ കടന്നുപോകാൻ പോകുന്ന അഗ്നിപരീക്ഷ ആരംഭിക്കുന്നതേയുള്ളൂ. എന്റെ അവയവങ്ങൾ പരാജയപ്പെടാൻ കാരണമെന്താണെന്ന് ഞങ്ങൾക്ക് അപ്പോഴും കണ്ടെത്തേണ്ടി വന്നു. എനിക്ക് അത് മനസ്സിലായില്ല. പൂർണ്ണ ആരോഗ്യവാനായിരുന്ന ഞാൻ എങ്ങനെയാണ് ഏതാനും ദിവസങ്ങൾക്കുള്ളിൽ മരണത്തിന്റെ വക്കിലെത്തിയത്?

എം.ഡി. ആൻഡേഴ്സണിലെ വിദഗ്ധർ താമസിയാതെ എനിക്ക് അക്യൂട്ട് ലിംഫോബ്ലാസ്റ്റിക് ലുക്കീമിയ അല്ലെങ്കിൽ ഓൾ എന്നറിയപ്പെടുന്ന അസാധാരണമാംവിധം അപൂർവ്വവും അങ്ങേയറ്റം തീവ്രവുമായ ഒരു തരം കാൻസറാണെന്ന് കണ്ടെത്തി. ഓൾ വളരെ അപൂർവ്വമായതിനാൽ, ഞാൻ മുമ്പ് പോയ രണ്ട് ആശുപത്രികളിലും എന്റെ രോഗനിർണ്ണയം സ്ഥിരീകരിക്കുന്നതിനുള്ള ഉപകരണങ്ങൾ ഉണ്ടായിരുന്നില്ല. ഓൾ വളരെ ആക്രമണാത്മകമാണ്, അതിൽ നിന്ന് മരിക്കുന്ന മിക്ക ആളുകളും തെറ്റായ രോഗനിർണ്ണയം മൂലമാണ് മരിക്കുന്നത്, ഞാൻ അടിയന്തിര പരിചരണ ക്ലിനിക്കിലായിരുന്നു. എല്ലാം വളരെ വേഗത്തിൽ പ്രവർത്തിക്കുന്നു, മിക്ക ഇരകളും തങ്ങൾക്ക് അത് ഉണ്ടെന്ന് കണ്ടെത്തുമ്പോഴേക്കും അവരെ രക്ഷിക്കാൻ വളരെ വൈകിയിരിക്കുന്നു. ശരിയായി രോഗനിർണ്ണയം നടത്തിയാലും, സാധ്യതകൾ ഇപ്പോഴും വളരെ ഭയാനകമാണ്. ഓൾ ഉള്ള മുതിർന്നവരുടെ രോഗനിർണ്ണയം 20 മുതൽ 30 ശതമാനം വരെ അതിജീവന നിരക്കാണ്. അവിടെയുള്ള ഏതൊരു ഗ്ലാസ്-പകുതി-ശൂന്യരായ ആളുകൾക്കും,അത്70 മുതൽ80 ശതമാനം വരെ “നിങ്ങൾമരിക്കാൻ പോകുന്നു” എന്ന നിരക്കാണെന്ന് നിങ്ങൾ പറഞ്ഞേക്കാം. എന്റെ ഏറ്റവും മോശം സ്വപ്നങ്ങളിലൊന്ന് ഇപ്പോൾ യാഥാർത്ഥ്യമായിരുന്നു – എന്റെ ഭാര്യയെ ഭർത്താവില്ലാതെയും എന്റെ കുട്ടികളെ

അച്ഛനില്ലാതെയും ഉപേക്ഷിക്കുക എന്നത്. കാര്യങ്ങൾ അത്ര നല്ലതായിരുന്നില്ല.

എം.ഡി. ആൻഡേഴ്സണിൽ നടത്തിയ കൂടുതൽ പരിശോധന യിൽ എന്റെ കാൻസറിൽ നപ്1 എന്നറിയപ്പെടുന്ന ഒരു അപൂർവ്വ സെല്ലുലാർ മ്യൂട്ടേഷൻ അടങ്ങിയിട്ടുണ്ടെന്ന് കാണിച്ചു. ഓള്-മായി സംയോജിപ്പിച്ച് ഈ മ്യൂട്ടേഷൻ വളരെ അപൂർവ്വമായതിനാൽ പ്രസിദ്ധീകരിച്ച അതിജീവന നിരക്കുകളൊന്നുമില്ല. അതിനാൽ, അതിജീവിക്കാനുള്ള 20 മുതൽ 30 ശതമാനം വരെ സാധ്യത എന്റെ ഏറ്റവും മികച്ച പ്രതീക്ഷയായിരുന്നു, എന്നാൽ ഒരു രക്താർബുദ ഡോക്ടർ എന്നോട് പറഞ്ഞു, എന്റെ സാധ്യത 10 ശതമാനം വരെ കുറവായിരിക്കുമെന്ന്.

"അക്യൂട്ട് ലിംഫോബ്ലാസ്റ്റിക് ലുക്കീമിയ വിത്ത് എ നപ്1 മ്യൂട്ടേഷൻ" എന്ന് ഞാൻ ഗൂഗിളിൽ തിരഞ്ഞപ്പോൾ, എന്റെ തിരയലിന്റെ നാലാം പേജിൽ മാത്രമാണ് അതിനെക്കുറിച്ചുള്ള ആദ്യ പരാമർശം വന്നത്. എന്റെ അറിവിൽ, എന്റെ കാൻസർ ചികിത്സിക്കുന്നതിൽ വിജയം നേടിയ ഒരു ഡോക്ടറോ മെഡിക്കൽ പ്രാക്ടീഷണറോ ഈ ലോകത്ത് ഉണ്ടായിരുന്നില്ല.

എനിക്ക് എന്റെ ഭാര്യയോട് വലിയ ആരാധനയാണ്. എന്റെ രണ്ട് കുഞ്ഞു മക്കളാണ് എന്റെ ഹൃദയം സ്വന്തമാക്കിയിരിക്കുന്നത്. എനിക്ക് നയിക്കാൻ ഒരു ആഗോള വിസ്മയ പുലരി കമ്മ്യൂണിറ്റി ഉണ്ടായിരുന്നു. എനിക്ക് മുമ്പെന്നത്തേക്കാളും കൂടുതൽ നഷ്ട പ്പെടേണ്ടി വന്നു. ഞാൻ ഇതുവരെ നേരിട്ടിട്ടുള്ളതിൽ വച്ച് ഏറ്റവും ഭയാനകവും വിനാശകരവുമായ ശത്രുവായിരുന്നു കാൻസർ. രോഗ ശാന്തിക്ക് വ്യക്തമായ വഴിയില്ലാത്തതിനാൽ, ഞാൻ എന്തു ചെയ്യണമായിരുന്നു?

എനിക്ക് കാൻസർ ഉണ്ടെന്ന് പൂർണ്ണമായും അംഗീകരിച്ചു കൊണ്ട് വൈകാരിക അജയ്യത പ്രയോജനപ്പെടുത്തുക എന്നതാ യിരുന്നു ഞാൻ ആദ്യം ബോധപൂർവ്വം തിരഞ്ഞെടുത്ത തീരുമാനം. പ്രതിരോധമില്ല. എനിക്ക് കാൻസർ ഇല്ലായിരുന്നെങ്കിൽ എന്ന് ആഗ്രഹിക്കേണ്ട കാര്യമില്ല, കാരണം അത് വ്യാമോഹവും അർത്ഥശൂന്യവും കൂടുതൽ വൈകാരിക വേദനയ്ക്ക് കാരണമാകു ന്നതുമായിരിക്കും. എന്റെ യാഥാർത്ഥ്യത്തെ ചെറുക്കുന്നതിനും അത് വ്യത്യസ്തമായിരിക്കണമെന്ന് ആഗ്രഹിക്കുന്നതിനും പകരം, ഞാൻ ബോധപൂർവ്വം നിരുപാധികമായ സ്വീകാര്യത

തിരഞ്ഞെടുത്തു, ഇത് എന്റെ രോഗനിർണ്ണയവുമായി സമാധാനത്തിലാകാൻ എന്നെ പ്രാപ്തമാക്കി, ഞാൻ ഭയപ്പെട്ടിരുന്ന ഫലത്തേക്കാൾ, എന്റെ എല്ലാ ചിന്തകളും ഊർജ്ജവും ഞാൻ ആഗ്രഹിക്കുന്ന ഫലത്തിൽ കേന്ദ്രീകരിക്കാൻ എനിക്ക് ഇടം സൃഷ്ടിച്ചു. ഒരു തരത്തിൽ പറഞ്ഞാൽ, കാൻസർ എന്റെ പുതിയ വീൽചെയർ ആയിരുന്നു. എന്റെ വാഹനാപകടത്തിന് ശേഷം ഞാൻ തീരുമാനിച്ചതുപോലെ, ക്യാൻസറിനോട് മല്ലിടുകയും എന്റെ അജ്ഞാത ഭാവിയെ അഭിമുഖീകരിക്കുകയും ചെയ്യുമ്പോൾ ഏറ്റവും സന്തോഷവാനും നന്ദിയുള്ളവനുമായ വ്യക്തിയായിരിക്കാൻ ഞാൻ തീരുമാനിച്ചു.

ഭയത്തിന് പകരം വിശ്വാസം

എനിക്ക് ലഭിച്ച രോഗനിർണ്ണയത്തെക്കുറിച്ച് ചിന്തിച്ചപ്പോൾ, ഞാൻ മരിക്കാൻ പോകുന്നതിന്റെ സ്ഥിതിവിവരക്കണക്ക് സാധ്യതയിൽ ശ്രദ്ധ കേന്ദ്രീകരിച്ച് സമയം ചെലവഴിക്കാൻ എനിക്ക് കഴിയില്ലെന്ന് വ്യക്തമായി. അത് എന്റെ സമ്മർദ്ദ പ്രതികരണത്തിന് കാരണമാകുമെന്ന് എനിക്കറിയാമായിരുന്നു, നിങ്ങൾ സുഖപ്പെടുത്താൻ ശ്രമിക്കുമ്പോൾ അത് സഹായകരമല്ല. എന്റെ കാൻസർ യാത്രയെ ഭയം കവർന്നെടുക്കില്ലെന്ന് ഞാൻ തീരുമാനിച്ചു. എനിക്ക് കാൻസർ വന്നതിൽ ഞാൻ സന്തുഷ്ടനായിരുന്നില്ല, പക്ഷേ എന്റെ ഭയം എന്നെ കൊല്ലാൻ സഹായിക്കാൻ ഞാൻ അനുവദിക്കില്ല.

എന്റെ ജീവിതസാധ്യത വർദ്ധിപ്പിക്കുന്നതിന്, ആ സാധ്യതകളെ സാധ്യമായതിൽ നിന്ന് സംഭവ്യമായതിലേക്കും, ഏറ്റവും പ്രധാനമായി, അനിവാര്യമായും മാറ്റുന്നതിന് ഞാൻ എന്തെങ്കിലും ചെയ്യേണ്ടതുണ്ട്.

എനിക്ക് പെട്ടെന്ന് അത്ഭുത സമവാക്യം ഓർമ്മ വന്നു. എണ്ണമറ്റ അനുഭവങ്ങളിൽ നിന്ന് എനിക്ക് അറിയാമായിരുന്ന ഒരേയൊരു കാര്യം, സാധ്യതകളെ ധിക്കരിച്ച് അസാധാരണമായ ഫലങ്ങൾ സൃഷ്ടിക്കാൻ കഴിയുമെന്നായിരുന്നു. ഇനി ഒരിക്കലും നടക്കില്ലെന്ന് ഡോക്ടർമാർ പറഞ്ഞപ്പോൾ, അത് എന്നെ ആദ്യ ചുവടുവെക്കാൻ പ്രാപ്തനാക്കി. വിൽപ്പന റെക്കോർഡുകൾ തകർക്കാൻ ശ്രമിച്ചപ്പോൾ അത് പ്രവർത്തിച്ചിരുന്നു. ഞാൻ ഇത് പഠിപ്പിച്ച ഓരോ വ്യക്തിക്കും ഇത് ഫലപ്രദവും വിശ്വസനീയ

വുമാണെന്ന് തെളിഞ്ഞു. ലോകത്തിലെ ഏറ്റവും മികച്ച നേട്ടക്കാരിൽ ചിലർക്ക് വേണ്ടി ചരിത്രത്തിലുടനീളം പ്രവർത്തിച്ചിട്ടുള്ള സൂത്രവാക്യമാണിത്. അതുകൊണ്ട് ഞാൻ ആദ്യം ചെയ്തത് എന്റെ തലയിലെ ഭയം ഇല്ലാതാക്കാൻ എന്റെ അചഞ്ചലമായ വിശ്വാസത്തെ വിളിച്ചുവരുത്തുക എന്നതായിരുന്നു.

ഇപ്പോൾ, രോഗത്തെ തോൽപ്പിച്ച് ജീവിക്കുന്ന എല്ലാ രോഗികളിലും 30 ശതമാനം പേർ മാത്രമേ ഞാൻ ന്യൂനപക്ഷമാകൂ എന്ന വിശ്വാസം നിലനിർത്തിക്കൊണ്ട്, വെറുതെ ഇരിക്കാൻ കഴിയുമെന്ന് ഞാൻ അങ്ങേയറ്റം ചിന്തിച്ചില്ല. ഇപ്പോൾ, രോഗത്തെ മറികടന്ന് ജീവിക്കുന്ന എല്ലാ രോഗികളിലും 30 ശതമാനം ന്യൂനപക്ഷത്തിൽഞാൻഎത്തുമെന്നവിശ്വാസംനിഷ്ക്രിയമായിനിലനിർത്താൻഎനിക്ക്കഴിയുമെന്ന ചിന്തയുടെഅങ്ങേയറ്റത്തേക്ക്ഞാൻ പോയില്ല. ആ 30 ശതമാനത്തെ 100 ശതമാനമാക്കി മാറ്റാനുള്ള ശ്രമത്തിൽ, എന്റെ ഭയം ഞാൻ അംഗീകരിച്ചു, തുടർന്ന്, എന്തുതന്നെയായാലും, ദീർഘവും ആരോഗ്യകരവുമായ ജീവിതം നയിക്കുമെന്ന അചഞ്ചലമായ വിശ്വാസം നിലനിർത്താൻ ബോധപൂർവ്വമായ ഒരു തീരുമാനം എടുത്തു... മറ്റ് മാർഗ്ഗമില്ലായിരുന്നു. അസാധാരണമായ പരിശ്രമം നടത്തുമെന്നും ജീവനോടെയിരിക്കാൻ എനിക്ക് കഴിയുന്നതെല്ലാം ചെയ്യുമെന്നും ഞാൻ സ്വയം പ്രതിജ്ഞയെടുത്തു. മരിക്കുന്നതിനപ്പുറം എന്റെ മുന്നിലുള്ള സാധ്യതകളിൽ ശ്രദ്ധ കേന്ദ്രീകരിക്കാൻ ഞാൻ അചഞ്ചലമായ വിശ്വാസം ഉപയോഗിച്ചു. സ്ഥിതിവിവരക്കണക്കുകൾ എന്നെ പരിമിതപ്പെടുത്താൻ അനുവദിക്കില്ലെന്ന് ഞാൻ തീരുമാനിച്ചു. ഈ കാൻസറിനെ തോൽപ്പിക്കാൻ മാത്രമല്ല, നൂറു വയസ്സുവരെ ജീവിക്കാൻ ഞാൻ പ്രതിജ്ഞാബദ്ധനാണെന്ന് ഞാൻ തീരുമാനിച്ചു. എന്റെ നൂറാം പിറന്നാൾ കുടുംബത്തോടൊപ്പം ആഘോഷിക്കുന്നത് ഞാൻ ദൃശ്യവൽക്കരിക്കാൻ തുടങ്ങി, അന്ന് എന്റെ മകൾ (ഒന്നാം ക്ലാസ്സിൽ പഠിക്കുന്ന) എഴുപതും എന്റെ മകൻ (പ്രീസ്കൂളിൽ പഠിക്കുന്ന) അറുപത്തിയേഴ് വയസ്സും ആകും. എന്റെ മനസ്സിൽ, *മറ്റ് മാർഗ്ഗമൊന്നുമില്ലായിരുന്നു.* എന്നാൽ അവിടെ എത്താനുള്ള പ്രക്രിയ കണ്ടെത്തുന്നത് അത്ര ലളിതമായിരുന്നില്ല.

എന്റെ പ്രധാന വെല്ലുവിളികളിലൊന്ന് ഡോക്ടർ നിർദ്ദേശിക്കുന്ന ചികിത്സയായ ഹൈപ്പർ-സിവിഎഡി കീമോതെറാപ്പി ചെയ്യണോ വേണ്ടയോ എന്ന തീരുമാനമായിരുന്നു. ഞാൻ കഴിയുന്നത്ര "സ്വാഭാവിക"നാണ്. ക്യാൻസറിനെ കൊല്ലുന്നതിനു മുമ്പ് അതിനെ കൊല്ലുക എന്ന ലക്ഷ്യത്തോടെയുള്ള വളരെ വിഷാംശമുള്ള കീമോതെറാപ്പി മരുന്നുകൾ എന്റെ ശരീരത്തിൽ കുത്തിവയ്ക്കുക എന്ന ആശയം, ഞാൻ പിന്തുടരുന്ന ആരോഗ്യവുമായി ബന്ധപ്പെട്ട എല്ലാ തത്ത്വചിന്തകളെയും ലംഘിക്കുന്നതായിരുന്നു.

രണ്ടാമതായി, നിലവിലുള്ള ഏറ്റവും തീവ്രമായ കീമോ തെറാപ്പി ചിട്ടകളിൽ ഒന്നാണ് ഹൈപ്പർ-സിവിഎഡി കീമോ തെറാപ്പി. കീമോതെറാപ്പി മരുന്നുകളും ചികിത്സാരീതികളും വ്യത്യാസപ്പെട്ടിരിക്കുമെങ്കിലും, പല കാൻസർ രോഗികളുടെയും ചികിത്സാരീതിയിൽ മാസത്തിൽ ഒന്നോ രണ്ടോ തവണ ഒന്നോ രണ്ടോ മണിക്കൂർ വീതം ആശുപത്രിയിലോ ക്ലിനിക്കിലോ പോകേണ്ടിവരുന്നു. അതുകൊണ്ട് തന്നെ മിക്ക ആളുകളും പാർശ്വ ഫലങ്ങൾ നിമിത്തം അസ്വസ്ഥരാകുന്നു.

മറുവശത്ത്, ഹൈപ്പർ-സിവിഎഡിയിൽ നാലോ അഞ്ചോ കീമോതെറാപ്പി മരുന്നുകളുടെ (കോഴ്സുകൾ എ, ബി) രണ്ട് കോംബിനേഷനുകൾ അടങ്ങിയിരിക്കുന്നു, ഓരോന്നിനും നാലോ അഞ്ചോ ദിവസ കാലയളവിൽ മാറിമാറി നൽകുന്നു, ആകെ 650 മണിക്കൂറിലധികം ഇൻപേഷ്യന്റ് കീമോതെറാപ്പി ചികിത്സ ആവശ്യമാണ്. കീമോതെറാപ്പി വളരെ വിഷാംശം നിറഞ്ഞതാണ്, അത് എന്റെ സിരകളെ ശാശ്വതമായി നശിപ്പിക്കും, എന്റെ കൈയിൽ സ്ഥാപിച്ചിരുന്ന ഒരു ട്യൂബ് വഴിയാണ് അത് നൽകേണ്ടി വന്നത് – അത് എന്റെ സിരയിലൂടെ കടന്നുപോയി കീമോ മരുന്നുകൾ എന്റെ കൂടുതൽ ഈടുനിൽക്കുന്ന ധമനിയി ലേക്ക് വിതറി. പാർശ്വഫലങ്ങൾ കുറയ്ക്കുന്നതിന് ഹൈപ്പർ-സിവിഎഡി കീമോതെറാപ്പി കുറഞ്ഞ അളവിൽ നൽകണം. വിവിധ മരുന്നുകളുടെ അഡ്മിനിസ്ട്രേഷനിൽ നിന്ന് ഉണ്ടാകുന്ന ഗുരുതരമായ ജീവന് ഭീഷണിയായ പാർശ്വഫലങ്ങളും സങ്കീർണ്ണ തകളും ഉണ്ട്, ആശുപത്രിക്കുള്ളിലെ മെഡിക്കൽ പ്രൊഫഷണ ലുകളുടെ ശ്രദ്ധാപൂർവ്വമായ മേൽനോട്ടം ഇതിന് ആവശ്യമാണ്. വാസ്തവത്തിൽ, ഞാൻ കഴിക്കേണ്ട മരുന്നുകളിലൊന്നിന് ജീവൻ അപകടപ്പെടുത്തുന്ന നിരവധി പാർശ്വഫലങ്ങളിൽ ഒന്ന് രക്താർ

ബുദമാണെന്ന് അറിഞ്ഞപ്പോൾ എന്റെ നിരാശയെക്കുറിച്ച് സങ്കൽപ്പിക്കുക. എന്ത്?

എന്റെ അക്യൂട്ട് ലിംഫോബ്ലാസ്റ്റിക് രക്താർബുദത്തെ ചികിത്സിക്കാൻ എന്റെ സിരകളിലേക്ക് കുത്തിവയ്ക്കുന്ന മരുന്ന് എന്ന് വിളിക്കപ്പെടുന്നത് രക്താർബുദത്തിന് കാരണമാകുന്നുണ്ടോ?

കാൻസർ എന്നെ കൊല്ലുന്നതിനുമുമ്പ് അതിനെ കൊല്ലാനുള്ള ശ്രമത്തിൽ, കഴിയുന്നത്ര കുറഞ്ഞ സമയത്തിനുള്ളിൽ (അല്ലെങ്കിൽ ആവശ്യമെങ്കിൽ) കഴിയുന്നത്ര സൈക്കിളുകൾ നൽകുക എന്നതായിരുന്നു ലക്ഷ്യം. ഓരോ സൈക്കിളിന്റെയും സമയം എന്റെ ശരീരം മുമ്പത്തെ സൈക്കിളിൽ നിന്ന് എത്രത്തോളം സുഖം പ്രാപിച്ചു എന്നതിനെ ആശ്രയിച്ചിരിക്കുമെന്ന് ഡോക്ടർമാർ എന്നോട് പറഞ്ഞു. മറ്റൊരു വിധത്തിൽ പറഞ്ഞാൽ, കീമോതെറാപ്പി എന്റെ ശരീരത്തിന് വരുത്തിയ നാശനഷ്ടങ്ങളുടെ അളവ് എനിക്ക് എത്ര വേഗത്തിൽ അതിൽ കൂടുതൽ എടുക്കാൻ കഴിയുമെന്ന് നിർണ്ണയിക്കും.

കീമോതെറാപ്പി നിങ്ങളുടെ ശരീരത്തിന് വലിയ നാശം വിതയ്ക്കുന്നുവെങ്കിൽ–എല്ലാ കീമോതെറാപ്പിയും അങ്ങനെ ചെയ്യുന്നു – ഈ കീമോതെറാപ്പിയാണ് നിങ്ങളുടെ ശരീരത്തിന് ഏറ്റവും വലിയ നാശം വിതയ്ക്കുന്നത്. ആളുകൾ യഥാർത്ഥത്തിൽ മരിക്കുന്നത് ഈ ചികിത്സ മൂലമാണ്, കാൻസർ മൂലമല്ല. ജീവൻ രക്ഷിക്കാൻ വേണ്ടി മരുന്ന് കഴിക്കുകയാണെന്ന് കരുതുന്നത് ഒരുതരം ഭ്രാന്താണ്, പക്ഷേ അതിനിടയിൽ അത് നിങ്ങളെ കൊല്ലുകയാണ്. ചികിത്സ ആദ്യം കാൻസറിനെ കൊല്ലുമെന്നും, മരിക്കുന്നതിനുമുമ്പ് കാൻസറിനെ കൊല്ലുന്ന കാലഘട്ടത്തെ അതിജീവിക്കാൻ വ്യക്തിയുടെ ശരീരം ശക്തമാകുമെന്നുമാണ് പ്രതീക്ഷ.

ആ തീരുമാനം എനിക്ക് എത്രത്തോളം മാനസിക വെല്ലുവിളിയായിരുന്നുവെന്ന് നിങ്ങൾക്ക് ഊഹിക്കാവുന്നതേയുള്ളൂ. ആ ചികിത്സാരീതി ജീവന് തന്നെ ഭീഷണിയായിരുന്നു. എന്റെ ജീവൻ രക്ഷിക്കുമെന്ന് നാമെല്ലാവരും പ്രതീക്ഷിച്ചിരുന്ന ചികിത്സയിൽ നിന്ന് ഞാൻ മരിക്കുമോ? അതിനുപുറമെ, എന്റെ ശരീരത്തിലേക്ക് വിഷലിപ്തമായ ഒന്നും കൊണ്ടുവരരുതെന്ന് ഞാൻ ഉറച്ചുവിശ്വസിച്ചിരുന്നു. അത് എന്റെ മുഴുവൻ സ്വഭാവത്തിനും എതിരായിരുന്നു. എനിക്ക് ചിന്തിക്കാതിരിക്കാൻ കഴിഞ്ഞില്ല, ഒരു മികച്ച മാർഗ്ഗം ഉണ്ടാകണം.

ലോകത്തിലെ ഏറ്റവും മികച്ച ല്യൂക്കീമിയ ഓങ്കോളജിസ്റ്റുകളിൽ ഒരാളായ എം.ഡി. ആൻഡേഴ്സൺ കാൻസർ സെന്ററിലെ ഡോ. ഏലിയാസ് ജബ്ബോറിന്റെ അടുത്തേക്ക് എന്നെ പെട്ടെന്ന് നിയമിച്ചു. അദ്ദേഹത്തിന്റെ ഓഫീസിലെ ഞങ്ങളുടെ ആദ്യ കൂടിക്കാഴ്ചയിൽ, ഞാൻ എന്റെ ഭാര്യ ഉർസുലയുടെ അരികിൽ ഇരുന്നു, ഭയവും നഷ്ടബോധവും തോന്നി. കൈകൾ കോർത്ത് പിടിച്ചുകൊണ്ട് ഞങ്ങൾ ഞങ്ങളുടെ ആശങ്കകൾ പ്രകടിപ്പിക്കുകയും എന്റെ കാൻസർ സ്വാഭാവികമായി സുഖപ്പെടുത്താൻ എന്നെ പിന്തുണയ്ക്കുമോ എന്ന് ഡോ. ജബ്ബൂറിനോട് ചോദിക്കുകയും ചെയ്തു.

അവന്റെ മറുപടി എന്നെ അത്ഭുതപ്പെടുത്തി. എന്റെ കാൻസർ സ്വാഭാവികമായി സുഖപ്പെടുത്താൻ ഞാൻ ആഗ്രഹിച്ചതിൽ അദ്ദേഹം അഭിനന്ദിച്ചെങ്കിലും, ആ ഓപ്ഷൻ എനിക്ക് നൽകാൻ കഴിയുന്ന ഒരു കാൻസർ അല്ലായിരുന്നു ഓൾ എന്ന് അദ്ദേഹം എന്നോട് പറഞ്ഞു. എനിക്ക് പതുക്കെ വളരുന്ന ട്യൂമർ ഇല്ലെന്ന് അദ്ദേഹം വിശദീകരിച്ചു, കഴിഞ്ഞ ആഴ്ച ഞാൻ ആരോഗ്യവാനായിരുന്നുവെന്നും ഇപ്പോൾ എന്റെ ശ്വാസകോശം, ഹൃദയം, വൃക്കകൾ എന്നിവ തകരാറിലായിക്കൊണ്ടിരിക്കുകയാണെന്നും അദ്ദേഹം ചൂണ്ടിക്കാട്ടി.

ഹൈപ്പർ-സിവിഎഡി കീമോതെറാപ്പി വേഗത്തിൽ നൽകിയില്ലെങ്കിൽ, ഞാൻ ഏതാനും ദിവസങ്ങൾക്കുള്ളിൽ, ഒരുപക്ഷേ പരമാവധി ഒരു ആഴ്ചയ്ക്കുള്ളിൽ മരിക്കുമെന്ന് അദ്ദേഹം എനിക്ക് ഉറപ്പുനൽകി. ഉർസുല പൊട്ടിക്കരഞ്ഞു. അവൾ എന്റെ കൈ ശക്തമായി ഞെരിച്ചു, ഞാൻ ശരിക്കും ഞെട്ടി.

എന്റെ ഓങ്കോളജിസ്റ്റിന്റെ ഉത്തരം വ്യക്തമായ കാരണങ്ങളാൽ എനിക്ക് ഇഷ്ടപ്പെട്ടില്ലെങ്കിലും, അത് അദ്ദേഹത്തിന്റെ ഉദ്ദേശ്യങ്ങളെ ചോദ്യം ചെയ്യാൻ എന്നെ പ്രേരിപ്പിച്ചു. ഞാൻ ആ മനുഷ്യനെ കണ്ടുമുട്ടിയതേയുള്ളൂ, അതുകൊണ്ട് അവന്റെ മനസ്സ് എനിക്കറിയില്ലായിരുന്നു. ഇത് ഒരു ഭയപ്പെടുത്തൽ തന്ത്രമായിരുന്നോ? ഞാൻ ചിന്തിച്ചു. എന്റെ ഉള്ളിലെ സംശയാലു മുന്നോട്ട് കുതിച്ചു. ഞങ്ങളുടെ ഓപ്ഷനുകൾ ചർച്ച ചെയ്യാൻ ഇരുപത്തിനാല് മണിക്കൂർ സമയം തരുമോ എന്ന് ഞാൻ ചോദിച്ചു. മനസ്സില്ലാമനസ്സോടെയാണെങ്കിലും ഡോ. ജബ്ബൂർ സമ്മതിച്ചു.

ആ രാത്രിയിൽ, വ്യക്തതയ്ക്കായി ഞാനും ഉർസുലയും

ഗ്ലഗിളിന്റെ പേജുകൾ പരതി. ഇതിനെ സമഗ്രമായി സമീപിക്കാൻ കഴിയുമെന്നതിന്റെ തെളിവുകൾക്കായി ഞാൻ തീവ്രമായി തിരയുകയായിരുന്നു. പക്ഷേ ഒന്നും ഉണ്ടായിരുന്നില്ല. വാസ്തവത്തിൽ, ഞങ്ങൾ വായിച്ചതെല്ലാം ഡോ. ജാബർ പൂർണ്ണമായും സത്യസന്ധനായിരുന്നുവെന്ന് സ്ഥിരീകരിച്ചു. ഞാൻ ഉടനെ കീമോതെറാപ്പി ആരംഭിച്ചില്ലെങ്കിൽ, എനിക്ക് അതിജീവിക്കാനുള്ള സാധ്യത വളരെ കുറവായിരിക്കും. ഞാൻ അത് തുടങ്ങിയാൽ തന്നെ, അതിജീവിക്കാനുള്ള എന്റെ സാധ്യത 10 മുതൽ 30 ശതമാനം വരെയാണ്.

അവസാന ശ്രമത്തിൽ, പിറ്റേന്ന് രാവിലെ ഞാൻ ഉണർന്നു, ലോകത്തിലെ ഏറ്റവും മികച്ച സമഗ്ര കാൻസർ ഡോക്ടർമാരിൽ ഒരാളുടെ ഓഫീസിലേക്ക് ഒരു ഫോൺ വിളിച്ചു, ആ ഡോക്ടർ ഹ്യൂസ്റ്റണിലായിരുന്നു. സൂസൻ സോമേഴ്സ് പോലുള്ള സെലിബ്രിറ്റികൾ ഉൾപ്പെടെ ആയിരക്കണക്കിന് കാൻസർ രോഗികളോടൊപ്പം അദ്ദേഹം പ്രവർത്തിക്കുകയും അവരെ സുഖപ്പെടുത്തുകയും ചെയ്തിട്ടുണ്ട്. എനിക്ക് പ്രതീക്ഷയുണ്ടായിരുന്നു.

എനിക്ക് ടി-സെൽ മ്യൂട്ടേഷനോടുകൂടിയ അക്യൂട്ട് ലിംഫോബ്ലാസ്റ്റിക് ലുക്കീമിയ ഉണ്ടെന്ന് ഫോണിൽ അദ്ദേഹത്തിന്റെ നഴ്സിനോട് പറഞ്ഞപ്പോൾ, എന്റെ രോഗനിർണ്ണയം ഡോക്ടറോട് അറിയിക്കാൻ വേണ്ടി അവർ ഫോൺ ഹോൾഡ് ചെയ്തു. ഒരു മിനിറ്റിനുശേഷം അവൾ ഫോണിലേക്ക് തിരിച്ചു വന്നപ്പോൾ, അവൾ എന്നോട് പറഞ്ഞു, ക്ഷമിക്കണം, ആ പ്രത്യേക തരം ക്യാൻസർ ചികിത്സിക്കുന്നതിൽ അദ്ദേഹത്തിന് പരിചയമില്ലെന്നും എന്നെ സഹായിക്കാൻ കഴിയില്ലെന്നും.

ലോകത്തിലെ ഏറ്റവും മികച്ച ഹോളിസ്റ്റിക് കാൻസർ ഡോക്ടർമാരിൽ ഒരാൾക്ക് എന്നെ സഹായിക്കാൻ കഴിയുന്നില്ലെങ്കിൽ, ഞാൻ വായിച്ചതെല്ലാം പറയുന്നത് ഹൈപ്പർ-സിവിഎഡി കീമോതെറാപ്പി ആരംഭിച്ചില്ലെങ്കിൽ ഈ കാൻസർ ദിവസങ്ങൾക്കുള്ളിൽ എന്നെ കൊല്ലുമെന്നാണ്, എന്നാൽ ഹൈപ്പർ-സിവിഎഡിയുടെ ഒരു പാർശ്വഫലം അത് രക്താർബുദത്തിന് കാരണമായേക്കാം എന്നതാണ്, ഞാൻ എന്തുചെയ്യണം? വ്യക്തമായ ഉത്തരങ്ങൾ ഉണ്ടായിരുന്നില്ല. ഞങ്ങളുടെ വീട്ടിൽ നിന്നും രണ്ട് കുട്ടികളിൽ നിന്നും 170 മൈൽ അകലെയുള്ള ഒരു ഹോട്ടൽ മുറിയിൽ കിടന്നുറങ്ങുമ്പോൾ, ഞാനും ഉർസുലയും

ഹൈപ്പർ-സിവിഎഡി കീമോതെറാപ്പി ആരംഭിക്കാനുള്ള ബുദ്ധിമുട്ടുള്ള തീരുമാനമെടുത്തു. ഞാൻ ഡോ. ജബ്ബൂറിന്റെ ഓഫീസിലേക്ക് ഒരു ഫോൺ കോൾ ചെയ്തു, ഒരു മണിക്കൂറിനു ശേഷം, എന്റെ കൈയിൽ ഒരു PICC ലൈൻ ഘടിപ്പിച്ചപ്പോൾ ഞാൻ ആശുപത്രി കിടക്കയിൽ ഇരിക്കുകയായിരുന്നു.

എണ്ണമറ്റ പ്രാർത്ഥനകൾ വരാനിരിക്കെ, ആദ്യ പ്രാർത്ഥനകൾ യഥാർത്ഥ ജിജ്ഞാസയുടെ ഒരു സ്ഥലത്ത് നിന്നായിരുന്നു : *ദൈവമേ, ഞാൻ ഒരിക്കൽ മരിച്ചു; എന്തുകൊണ്ടാണ് എനിക്ക് ഇത് സംഭവിക്കുന്നത്? മറ്റൊരു വലിയ പ്രതികൂല സാഹചര്യത്തിൽ നിന്ന് എനിക്ക് മറ്റെന്താണ് പഠിക്കാൻ കഴിയുക?* ഞാൻ കണ്ടെത്തുന്നതുപോലെ, ഒരുപാട്.

അചഞ്ചലമായ വിശ്വാസം അസാധാരണമായ പരിശ്രമത്തെ പോഷിപ്പിക്കുന്നു

അടുത്ത പന്ത്രണ്ട് മാസങ്ങളിൽ, ഞാൻ മൂന്ന് സ്ഥലങ്ങൾക്കിടയിൽ താമസിച്ചു : എംഡി ആൻഡേഴ്സൺ കാൻസർ സെന്ററിലെ ആശുപത്രി, ചികിത്സകൾക്ക് ശേഷം സുഖം പ്രാപിക്കാൻ ഞാൻ വാടകയ്ക്കെടുത്ത ഒരു അയൽപക്ക അപ്പാർട്ട്മെന്റ്, ഇടയ്ക്കിടെ എന്റെ കുടുംബത്തോടൊപ്പം വീട്ടിലേക്ക് യാത്രകൾ. കുടുംബത്തെക്കുറിച്ച് പറയുകയാണെങ്കിൽ, എന്റെ പരിചരണം ശരിക്കും ഒരു കുടുംബ ശ്രമമായിരുന്നു. വിജയകരമായ ഒരു എക്സിക്യൂട്ടീവായ എന്റെ അച്ഛൻ, തന്റെ കരിയർ മാറ്റിവെച്ച്, എല്ലാം ഉപേക്ഷിച്ച് എന്നോടൊപ്പം താമസിക്കാനും എന്റെ പ്രാഥമിക പരിചാരകനാകാനും തീരുമാനിച്ചു. അദ്ദേഹം എന്നെ എന്റെ അപ്പോയിന്റ്മെന്റുകൾക്ക് കൊണ്ടുപോയി, കീമോതെറാപ്പി നൽകുമ്പോൾ എന്നോടൊപ്പം ഇരുന്നു, എന്റെ താപനില ഉയരുമ്പോഴെല്ലാം എന്നെ അടിയന്തര ചികിത്സയ്ക്കായി അടിയന്തിര പരിചരണ വിഭാഗത്തിലേക്ക് കൊണ്ടുപോയി (കീമോതെറാപ്പി ചെയ്യുമ്പോൾ അണുബാധ മാരകമായേക്കാം, കാരണം നിങ്ങളുടെ രോഗപ്രതിരോധ ശേഷി വളരെ ദുർബ്ബലമാകും). എന്റെ അമ്മയും സഹോദരിയും രാജ്യത്തുടനീളം നിരവധി യാത്രകൾ നടത്തി എന്നോടൊപ്പം ആശുപത്രിയിൽ താമസിച്ചു, അല്ലെങ്കിൽ എന്റെ ഭാര്യക്ക് എന്നോടൊപ്പം താമസിക്കാൻ വേണ്ടി എന്റെ കുട്ടികളെ പരിചരിച്ചു. ആശുപത്രിയിലും പരിസരത്തും ഇതെല്ലാം നടന്നുകൊണ്ടിരിക്കുമ്പോൾ,

എന്റെ അഭിപ്രായത്തിൽ, ഉർസുലക്ക് – എന്റെ ശക്തി – ആയിരുന്നു ഏറ്റവും ബുദ്ധിമുട്ടുള്ള ജോലി. എന്റെ ചികിത്സയ്ക്കിടെ എന്നോടൊപ്പം താമസിക്കാൻ ഹ്യൂസ്റ്റണിലേക്ക് വണ്ടിയോടിക്കുന്നതിനും 170 മൈൽ അകലെയുള്ള ഓസ്റ്റിനിലുള്ള ഞങ്ങളുടെ കുട്ടികൾക്ക് സാധാരണ നിലയിലുള്ള ഒരു ജീവിതം സൃഷ്ടിക്കാൻ ശ്രമിക്കുന്നതിനും ഇടയിൽ അവൾ സന്തുലിതാവസ്ഥ നിലനിർത്തുകയായിരുന്നു.

കുട്ടികളെ വളർത്താൻ എന്നെ വീട്ടിൽ നിർത്തിയതിനുശേഷം, എന്നെ നഷ്ടപ്പെട്ടുമോ എന്ന സമ്മർദ്ദവും ഭയവും കൂടിച്ചേർന്ന്, ഒരു ഒറ്റപ്പെട്ട രക്ഷിതാവായി മാറുന്നതിലേക്ക് അവൾ ഒരു രാത്രികൊണ്ട് എത്തി. എന്റെ കുടുംബത്തിനും, എല്ലാറ്റിനുമുപരി ഉർസുലയ്ക്കും നന്ദി പറയാൻ വാക്കുകളില്ല.

ഈ ദുഷ്കരമായ സമയത്ത് എന്റെ സുബോധം നിലനിർത്താൻ എന്നെ സഹായിച്ചത് അചഞ്ചലമായ വിശ്വാസം നിലനിർത്താനുള്ള എന്റെ തീരുമാനമാണ്. എനിക്ക് ലഭിച്ചതുപോലുള്ള ഒരു സ്ഥിതിവിവരക്കണക്ക് നിങ്ങൾക്ക് ലഭിക്കുമ്പോൾ, സാധ്യതകൾ നിങ്ങൾക്കെതിരെ അടുക്കുമ്പോൾ ആദ്യം മറന്നുപോകുന്നത് വിശ്വാസമാണെന്ന് പരിഗണിക്കുക. സ്ഥിതിവിവരക്കണക്കുകളോ പ്രതികൂല സാഹചര്യങ്ങളോ ഉണ്ടെങ്കിലും, അചഞ്ചലമായ വിശ്വാസം നിലനിർത്താൻ നാം ബോധപൂർവ്വം തീരുമാനിക്കണം. ആ തീരുമാനം എടുക്കുകയും നിലനിർത്തുകയും ചെയ്യുന്നത് നിങ്ങളെ ആ സ്ഥിതിവിവരക്കണക്കുകളിൽ നിന്ന് ഒഴിവാക്കുകയും, നിരന്തരം സാധ്യതകളെ ധിക്കരിക്കുന്ന ആളുകളുടെ ന്യൂനപക്ഷത്തിലേക്ക് നിങ്ങളെ എത്തിക്കുകയും ചെയ്യുന്നു. പലരും ചിന്തിക്കുന്നതിന് വിരുദ്ധമായി, വിശ്വാസം നിലനിർത്തുന്നത് മറ്റുള്ളവരുടെ വിശ്വാസങ്ങളെയും പഠിപ്പിക്കലുകളെയും അന്ധമായി പിന്തുടരുന്നതിൽ മാത്രം ഒതുങ്ങി നിൽക്കുന്നില്ല. മറിച്ച്, നിങ്ങളിൽ തന്നെ വിശ്വാസമുണ്ടായിരിക്കുകയും നിങ്ങളുടെ ആദർശപരമായ ഫലം സൃഷ്ടിക്കുന്നതിന് ആവശ്യമായതെല്ലാം ചെയ്യുന്നതിനുള്ള അസാധാരണ പരിശ്രമം നടത്താനുള്ള നിങ്ങളുടെ പ്രതിബദ്ധതയുമാണ്.

അവിടെയാണ് എന്റെ സമഗ്രമായ നടപടികൾ പ്രയോജനപ്പെട്ടത്. ഡോ. ജബ്ബോറിൽ നിന്നും എം.ഡി. ആൻഡേഴ്സൺ കാൻസർ സെന്ററിൽ നിന്നും ഏറ്റവും നൂതനമായ വൈദ്യചികിത്സ

ലഭിച്ചതിനു പുറമേ, കീമോതെറാപ്പിയിൽ നിന്ന് എന്റെ ശരീരത്തെ വിഷവിമുക്തമാക്കുക, രോഗപ്രതിരോധ ശേഷി വർദ്ധിപ്പിക്കുക, കാൻസർ വളരാൻ കഴിയാത്ത ഒരു അന്തരീക്ഷം സൃഷ്ടിക്കുക എന്നിങ്ങനെ ഏറ്റവും ഫലപ്രദവും തെളിയിക്കപ്പെട്ടതുമായ സമഗ്ര ചികിത്സ രീതികൾ കണ്ടെത്താനുള്ള അന്വേഷണത്തിലാണ് ഞാൻ. ഇതിൽ പ്രധാനമായും സസ്യാഹാരം കഴിക്കുക, ജൈവ പച്ചക്കറി ജ്യൂസുകൾ കുടിക്കുക, ഓരോ ദിവസവും എഴുപതിലധികം പ്രകൃതിദത്ത സപ്ലിമെന്റുകൾ കഴിക്കുക എന്നിവ ഉൾപ്പെടുന്നു. ഞാൻ ആഴ്ചതോറുമുള്ള അക്യുപങ്ചർ, ഓസോൺ സൗന സെഷനുകളിലും ഏർപ്പെട്ടു, കോഫി എനിമാകൾ ചെയ്തു, ദിവസത്തിൽ രണ്ടുതവണ ബീമർ മാറ്റ് എന്ന ഉപകരണം ഉപയോഗിച്ചു, സിബിഡി ഓയിൽ കഴിച്ചു, ധ്യാനിച്ചു, പ്രാർത്ഥിച്ചു, വ്യായാമം ചെയ്തു, കാൻസറുമായി ബന്ധപ്പെട്ട സ്ഥിരീകരണങ്ങൾ വായിച്ചു, അങ്ങനെ പലതും. ഞാൻ നടത്തിയ ഗവേഷണവും, അതിന്റെ ഫലമായി ലഭിച്ച സമഗ്രമായ രീതികളും ചേർന്ന്, എന്റെ അസാധാരണ ശ്രമമായി മാറി.

അചഞ്ചലമായ വിശ്വാസം പ്രവൃത്തിയിൽ

കുറച്ചു കാലം മുമ്പ്, ഈ പുസ്തകത്തിന്റെ ആശയം ആലോചിച്ചുകൊണ്ടിരുന്നപ്പോൾ, ആർക്കെങ്കിലും അത്ഭുത സമവാക്യം കഥ പങ്കിടാൻ കഴിയുമോ എന്ന് ചോദിച്ചുകൊണ്ട് ഞാൻ വിസ്മയ പുലരി കമ്മ്യൂണിറ്റിക്ക് (ഫേസ്ബുക്ക് ഗ്രൂപ്പ്) എഴുതി. ഈ കഥ ഉൾപ്പെടെ നിരവധി പ്രചോദനാത്മകമായ കഥകൾ എനിക്ക് ലഭിച്ചു. എന്റെ സ്വന്തം കാൻസർ യാത്രയുമായി ഇതിന് വളരെയധികം സാമ്യതകൾ ഉള്ളതിനാൽ ഈ കഥ എന്നെ പ്രത്യേകിച്ച് ആകർഷിച്ചു. സമവാക്യം പ്രയോഗിക്കുന്ന എല്ലാവർക്കും ശരിക്കും പ്രവർത്തിക്കുമെന്ന് ഇത് കാണിക്കുന്നു.

റേച്ചൽ ഹാരിസിന് കാൻസർ ബാധിച്ചതായി കണ്ടെത്തിയപ്പോഴാണ് അവർ ആദ്യമായി അത്ഭുത സമവാക്യത്തെക്കുറിച്ച് മനസ്സിലാക്കുന്നത്. മുപ്പത്തിയെട്ടാം വയസ്സിൽ, അവളുടെ കുടലിലെ കാൻസർ കരളിലേക്കും ലിംഫ് നോഡുകളിലേക്കും പടർന്നിരുന്നു, അവൾ

കാൻസർ ശസ്ത്രക്രിയയ്ക്ക് വിധേയമല്ലെന്ന് ഡോക്ടർമാർ പറഞ്ഞു. അവൾക്ക് പാലിയേറ്റീവ് കീമോതെറാപ്പി നൽകി. രണ്ട് കൊച്ചുകുട്ടികളുടെ അമ്മയെന്ന നിലയിൽ, അവർ രോഗനിർണ്ണയത്തെ അംഗീകരിക്കാൻ വിസമ്മതിക്കുകയും അത്ഭുത സമവാക്യം ജീവിതത്തിൽ പ്രയോഗിക്കാൻ പ്രതിജ്ഞാബദ്ധമാവുകയും ചെയ്തു. റേച്ചലിന്റെ അഭിപ്രായത്തിൽ, "നമ്മൾ ജീവിക്കുകയും സമവാക്യത്തെ ശ്വസിക്കുകയും ചെയ്യുന്നു."

ഇവിടെയാണ് അത്ഭുതം സംഭവിക്കുന്നത്. ഡോക്ടർമാരുടെ കഠിനമായ പ്രവചനം ഉണ്ടായിരുന്നിട്ടും, ഒരു റൗണ്ട് കീമോതെറാപ്പിക്ക് ശേഷം, അവളുടെ മുഴകൾ ചുരുങ്ങി, പെട്ടെന്ന് ശസ്ത്രക്രിയയ്ക്ക് വിധേയമായി. അസാധാരണ പരിശ്രമത്തിലൂടെ ദീർഘവും സന്തുഷ്ടവുമായ ജീവിതം നയിക്കാമെന്ന തന്റെ അചഞ്ചലമായ വിശ്വാസത്തെ റേച്ചൽ തുടർന്നും സംയോജിപ്പിച്ചു, ഭക്ഷണക്രമത്തിൽ കാര്യമായ മാറ്റങ്ങൾ വരുത്തി, ഒരു കൂട്ടം സപ്ലിമെന്റുകൾ കഴിച്ചു, എല്ലാ ദിവസവും രാവിലെ ധ്യാനിച്ചു, ഫിറ്റ്നസ് നിലനിർത്തി, തന്റെ ശരീരം എങ്ങനെ സുഖപ്പെടുത്താമെന്ന് കഴിയുന്നത്ര ഗവേഷണം നടത്തി. "എന്റെ കാൻസർ യാത്രയുടെ ഗതി നിർണ്ണയിച്ചത് അത്ഭുതസമവാക്യം ആണ്, ഞാൻ എപ്പോഴും അതനുസരിച്ചു ജീവിക്കും. അത് എന്റെ ജീവൻ രക്ഷിച്ചിട്ടുണ്ടാകുമെന്ന് ഞാൻ കരുതുന്നു," അവർ പറഞ്ഞു.

650 മണിക്കൂറിലധികം കീമോതെറാപ്പി ഉൾപ്പെടെ എന്റെ ജീവിതത്തിലെ ഏറ്റവും ബുദ്ധിമുട്ടുള്ളതും വേദനാജനകവും ഹൃദയഭേദകവുമായ വർഷം സഹിച്ചതിന് ശേഷം, എന്റെ ജീവിതത്തിനായി പോരാടുന്ന അടിയന്തിര വിഭാഗത്തിൽ നിരവധി രാത്രികൾ ചെലവഴിച്ചതിന് ശേഷം, എനിക്ക് അടുത്തിടെ ഒരു പുതിയ രോഗനിർണ്ണയം ലഭിച്ചുവെന്ന് നിങ്ങളോട് പറയാൻ ഞാൻ നന്ദിയുള്ളവനാണ് : എനിക്ക് "കാൻസറിൽ നിന്ന് മോചനം ലഭിച്ചു."

ഇതിനർത്ഥം ഡോക്ടർമാർക്ക് എന്റെ ശരീരത്തിൽ ഒരു അർബുദവും കണ്ടെത്താൻ കഴിയുന്നില്ല എന്നാണ്. അതെ, എനിക്ക് വേദനാജനകമായ ചില പാർശ്വഫലങ്ങൾ സഹി

ക്കേണ്ടിവന്നു. അതെ, എന്റെ ഭാര്യയെയും കുട്ടികളെയും ഉപേക്ഷിച്ച് മരിക്കാൻ ഞാൻ ഭയപ്പെട്ടു. അതെ, ഞാൻ എന്നെത്തന്നെ സംശയിക്കുകയും ഉപേക്ഷിക്കാൻ പ്രലോഭിപ്പിക്കപ്പെടുകയും ചെയ്ത നിരവധി ദിവസങ്ങളുണ്ടായിരുന്നു. പക്ഷേ, മിക്ക ആളുകളേക്കാളും വളരെ നന്നായി എനിക്ക് ഇതെല്ലാം കൈകാര്യം ചെയ്യാൻ കഴിഞ്ഞത്, വഴിയുടെ ഓരോ ഘട്ടത്തിലും ഞാൻ അചഞ്ചലമായ വിശ്വാസം സജീവമായി നിലനിർത്തിയതുകൊണ്ടാണെന്ന് ഞാൻ വിശ്വസിക്കുന്നു. എന്റെ ചികിത്സയുടെ ഏറ്റവും മോശം ഘട്ടത്തിലും ഞാൻ എത്രമാത്രം പോസിറ്റീവും ഉന്മേഷ ദായകവുമായി തുടർന്നുവെന്ന് കണ്ട് എന്റെ ഡോക്ടർമാർ പോലും അൽപ്പം ഞെട്ടിപ്പോയി.

ഏറ്റവും പ്രധാനമായി, ഞാൻ അതിജീവിച്ച, ഇപ്പോൾ എന്റെ കുടുംബത്തോടൊപ്പം ദീർഘവും ആരോഗ്യകരവുമായ ജീവിതം നയിക്കാനുള്ള എന്റെ പ്രതിബദ്ധത പാലിക്കാൻ എനിക്ക് കഴിയും.

നിങ്ങളുടെ അചഞ്ചലമായ വിശ്വാസം എവിടെ കണ്ടെത്താം?

അത്ഭുത സമവാക്യം ഉപയോഗിച്ച് സ്പഷ്ടവും അളക്കാവുന്നതുമായ ഒരു അത്ഭുതം (കാൻസറിനെ മറികടക്കൽ) സൃഷ്ടിച്ചതിന്റെ എന്റെ ഏറ്റവും പുതിയ അനുഭവത്തിൽ, മുമ്പ് ഞാൻ ഈ സമവാക്യം പലതവണ ഉപയോഗിച്ചിരുന്നതിനാൽ എനിക്ക് ഒരു നേട്ടമുണ്ടായി എന്ന് പറയുന്നത് ന്യായമാണ്. മറ്റുള്ളവർ അത് ഉപയോഗിക്കുന്നത് ഞാൻ കണ്ടിരുന്നു. അത് എങ്ങനെ പ്രവർത്തിക്കുന്നുവെന്ന് എനിക്കറിയാം – അതിലും പ്രധാനമായി, അത് പ്രവർത്തിക്കുന്നു. അങ്ങനെ എനിക്ക് അതിൽ ഉറച്ചുനിൽക്കാൻ കഴിഞ്ഞു. ഉള്ളിലെ അചഞ്ചലമായ വിശ്വവാസത്തെ എനിക്ക് ഉപയോഗപ്പെടുത്താൻ കഴിയും. പക്ഷേ നിങ്ങൾ ഇതുവരെ അവിടെ എത്തിയിട്ടില്ലെങ്കിൽ, വിഷമിക്കേണ്ട. നിങ്ങൾക്ക് അത് കടം വാങ്ങാൻ കഴിയുന്ന ധാരാളം സ്ഥലങ്ങളുണ്ട്.

നിങ്ങൾ *ദി മിറക്കിൾ മോർണിംഗ്* ഡോക്യുമെന്ററി കണ്ടിട്ടുണ്ടെങ്കിൽ, റിസ്റ്റർ റേറ്റെമോയുടെ കഥ നിങ്ങൾക്കറിയാം. പതിനാലാം വയസ്സിൽ റിസ്റ്ററിന് കാഴ്ചശക്തി നഷ്ടപ്പെട്ട് തുടങ്ങിയപ്പോൾ, ദൈവം അവളുടെ കണ്ണുകൾ സുഖപ്പെടുത്തുമെന്നും കാഴ്ച പുനഃസ്ഥാപിക്കുമെന്നും അവൾ അചഞ്ചലമായ

വിശ്വാസം നിലനിർത്തി. പിന്നീട് അവൾ തന്റെ അസാധാരണ മായ പരിശ്രമത്തെ പോഷിപ്പിക്കുന്നതിനായി തന്റെ വിശ്വാസം ഉപയോഗിച്ചു, കെനിയയിലെ തന്റെ വീട്ടിൽ നിന്ന് അമേരിക്ക യിലെ ഒരു ക്ലിനിക്കിലേക്ക് ലോകം മുഴുവൻ പറന്ന്, ആറ് ശസ്ത്രക്രിയകളിൽ ആദ്യത്തേതിന് അവൾ സ്വയം പറന്നു. കെനിയൻ സംസ്കാരത്തിൽ മറ്റൊരാളുടെ ശരീരഭാഗം എടുക്കുന്നത് നിഷിദ്ധമാണെന്നും, ശസ്ത്രക്രിയയിൽ കോർണിയ ട്രാൻസ്പ്ലാന്റ് ഉൾപ്പെട്ടിരുന്നുവെന്നും ഉള്ളതിനാൽ, റിസ്റ്ററിന് ഒറ്റയ്ക്ക് യാത്ര ചെയ്യുകയല്ലാതെ മറ്റ് മാർഗ്ഗമില്ലായിരുന്നു എന്നതാണ് അവരുടെ ശ്രമത്തെ അസാധാരണമാക്കിയതിന്റെ ഒരു കാരണം.

ദൈവത്തിലും മതത്തിലും റിസ്റ്റർ തന്റെ വിശ്വാസം കണ്ടെത്തി. മതത്തിലോ ആത്മീയതയിലോ നിങ്ങൾക്ക് ആശ്വാസം ലഭിക്കുകയാണെങ്കിൽ, ആ വിഭവങ്ങൾ ഉപയോഗ പ്പെടുത്തുന്നത് നിങ്ങളുടെ അചഞ്ചലമായ വിശ്വാസം നിലനിർ ത്താൻ നിങ്ങളെ സഹായിക്കും.

ബാഹ്യമായി അധിഷ്ഠിതമായ അചഞ്ചലമായ വിശ്വാസ ത്തിന്റെ ഒരു ഉറവിടമാണ് മതവും ആത്മീയതയും. എന്നാൽ ഇനിയും ധാരാളം ഉണ്ട്. പലപ്പോഴും ഒരു പരിശീലകനോ ഉപദേ ഷ്ടാവോ അചഞ്ചലമായ വിശ്വാസത്തിന്റെ നല്ല ഉറവിടമാണ്. ഈ ആശയത്തെ ഞാൻ *ദി മാട്രിക്സ്* എന്ന സിനിമയോട് ഉപമിക്കുന്നു. ലോറൻസ് ഫിഷ്ബേണിന്റെ കഥാപാത്രമായ മോർഫിയസ്, കീനു റീവ്സിന്റെ കഥാപാത്രമായ നിയോയോട്, താൻ “ആ ഒരാൾ” ആണെന്ന് ആവർത്തിച്ച് പറഞ്ഞത് ഓർക്കു ന്നുണ്ടോ? തന്റെ എല്ലാ കഴിവുകളും പൂർണ്ണമായി ഉപയോഗ പ്പെടുത്തിയത് താനാണെന്ന് നിയോയും വിശ്വസിച്ചപ്പോഴാണ്. അതുപോലെ, ഭൂമിയിലെ മറ്റേതൊരു വ്യക്തിയെയും പോലെ അർഹനും, യോഗ്യനും, കഴിവുള്ളവനും നിങ്ങളാണെന്ന് നിങ്ങൾ വിശ്വസിക്കുമ്പോൾ, നിങ്ങളുടെ പരിധിയില്ലാത്ത കഴിവുകളി ലേക്ക് നിങ്ങൾക്ക് പൂർണ്ണ പ്രവേശനം ലഭിക്കും.

അതേ വെളിച്ചത്തിൽ, എനിക്ക് എന്നിൽ വിശ്വാസ മുണ്ടാകുന്നതിന് മുമ്പ്, കട്ട്കോയിലെ എന്റെ ആദ്യ മാനേജർ ജെസ്സി ലെവിനിൽ നിന്ന് (അഞ്ച് മിനിറ്റ് നിയമം എന്നെ പഠിപ്പിച്ച അതേ ജെസ്സി) ഞാൻ അത് കടമെടുത്തു. കട്ട്കോ കോർപ്പറേഷനിലെ വിവിധ വിൽപ്പന റെക്കോർഡുകൾ

തകർക്കാനുള്ള എന്റെ കഴിവിൽ ജെസ്സിക്ക് വിശ്വാസമുണ്ടായിരുന്നു. ഞങ്ങൾ കണ്ടുമുട്ടിയ ആദ്യ ദിവസം മുതൽ, ഇതുവരെ ഒരിക്കലും നേടിയിട്ടില്ലാത്ത കാര്യങ്ങൾ എനിക്ക് നേടാൻ കഴിയുമെന്ന് അവൻ വിശ്വസിച്ചു.

ആദ്യം, അവൻ അങ്ങനെ പറയുന്നത് കേട്ടപ്പോൾ നല്ലതായി തോന്നിയെങ്കിലും, അവൻ പറഞ്ഞത് ശരിയാണെന്ന് ഞാൻ വിശ്വസിച്ചില്ല. ഒരു ജീവിതകാലം മുഴുവൻ നീണ്ടുനിന്ന അരക്ഷിതാവസ്ഥയും ആത്മ സംശയവും എന്റെ സ്വന്തം പരിധിയില്ലാത്ത കഴിവുകളുമായി ഒരു ആന്തരിക പോരാട്ടം നടത്താൻ എന്നെ പ്രേരിപ്പിച്ചു. *എനിക്ക് എന്തിനും കഴിവുണ്ടെന്ന് ജെസ്സി കരുതുന്നു, പക്ഷേ അവന് അത് അത്രയും ആഴത്തിൽ അറിയില്ല, പരാജയപ്പെടാൻ ഞാൻ ഭയപ്പെടുന്നു. പക്ഷേ ഒടുവിൽ, ജെസ്സിക്ക് എന്നിലുള്ള അചഞ്ചലമായ വിശ്വാസത്തിലൂടെ, അദ്ദേഹം പറയുന്നത് സത്യമായിരിക്കാമെന്ന് ഞാൻ ചിന്തിക്കാൻ തുടങ്ങി. ഒരുപക്ഷേ ഞാൻ മനസ്സിൽ വെക്കുന്ന എന്തും നേടാൻ എനിക്ക് ശരിക്കും കഴിവുണ്ട്.* ഒടുവിൽ ജെസ്സിക്ക് എന്നിലുള്ള വിശ്വാസം എന്റെ വിശ്വാസമായി മാറി, അസാധാരണമായ ഒരു ജീവിതം സൃഷ്ടിക്കാനുള്ള എന്റെ അന്തർലീനമായ ശക്തി ഞാൻ അവകാശപ്പെട്ടത് അപ്പോഴാണ്.

ചിലപ്പോൾ മറ്റൊരാൾക്ക് നിങ്ങളിൽ ഉള്ള വിശ്വാസം കടമെടുക്കേണ്ടി വരും, നിങ്ങളുടെ ആത്മവിശ്വാസം നിങ്ങളെ പിടികൂടുന്നതുവരെ.

നിങ്ങൾക്ക് ഒരു ഉപദേഷ്ടാവ് പെട്ടെന്ന് ലഭ്യമല്ലാത്തതിനാൽ നിങ്ങൾ ആശങ്കാകുലനാണെങ്കിൽ, ഉറപ്പുനൽകുക, കാരണം നിങ്ങൾക്ക് പൂർണ്ണമായും അപരിചിതനായ ഒരാളിൽ നിന്ന് അചഞ്ചലമായ വിശ്വാസം കടമെടുക്കാനും കഴിയും. നിങ്ങൾ ദൂരെ നിന്ന് പഠിച്ചതോ സാക്ഷ്യം വഹിച്ചതോ ആയ ഒരാളെക്കുറിച്ചാണ് ഞാൻ പരാമർശിക്കുന്നത്. ഒരുപക്ഷേ അത് ലോക ചാമ്പ്യൻഷിപ്പ് നേടിയ ഒരു അത്‌ലറ്റായിരിക്കാം, അല്ലെങ്കിൽ നിരവധി സ്വർണ്ണ മെഡലുകൾ നേടിയ മൈക്കൽ ഫെൽപ്സിനെപ്പോലെ ഒരു ഒളിമ്പ്യനായിരിക്കാം. ഒരുപക്ഷേ അത് നിങ്ങൾ സ്വയം നേടാൻ ആഗ്രഹിക്കുന്ന ഫലങ്ങൾ നേടിയ ഒരു സിഇഒയോ സ്വയം സൃഷ്ടിച്ച കോടീശ്വരനോ ആകാം. അവരുടെ മാനസികാവസ്ഥ പഠിക്കാനും അവർ എങ്ങനെ ചിന്തിക്കുന്ന

എന്നതിനെക്കുറിച്ച് ഒരു ദർശനം നേടാനും നിങ്ങൾക്ക് അവരുടെ പുസ്തകങ്ങൾ വായിക്കാം, അവരുടെ പുരോഗതി ട്രാക്ക് ചെയ്യാം, അല്ലെങ്കിൽ അവരുടെ അഭിമുഖങ്ങൾ കേൾക്കാം :

"ആയിരക്കണക്കിന് തവണ ഞാൻ ഈ നിമിഷം ദൃശ്യവൽക്കരിച്ചിട്ടുണ്ട്."

"നമ്മൾ വിജയിക്കുമെന്നതിൽ എന്റെ മനസ്സിൽ ഒരു സംശയവുമില്ലായിരുന്നു."

"ഏറ്റവും മികച്ചവനാകാതിരിക്കാൻ ഞാൻ വളരെയധികം കഠിനാധ്വാനം ചെയ്തിട്ടുണ്ട്."

അങ്ങനെ ചെയ്യുമ്പോൾ, ആരും നോക്കാതെ, തിരശ്ശീലയ്ക്ക് പിന്നിൽ, ഈ ചാമ്പ്യന്മാർ – ഈ അത്ഭുത പ്രഗത്ഭർ – അചഞ്ചലമായ വിശ്വാസം വളർത്തിയെടുക്കുകയാണെന്ന് നിങ്ങൾ മനസ്സിലാക്കും. അവരെ ചാമ്പ്യന്മാരാക്കുന്ന മാനസികാവസ്ഥ അതാണ്. അടുത്ത വെല്ലുവിളി ഏറ്റെടുക്കാൻ അവർ എപ്പോഴും തയ്യാറാണ്, കാരണം അത് വിജയിക്കുമെന്ന് അവർക്ക് വിശ്വാസമുണ്ട്. അവർ പരാജയപ്പെട്ടാലും അവരുടെ വിശ്വാസം കുലുങ്ങുന്നില്ല, കാരണം അടുത്തത് നേടുമെന്ന് അവർ വിശ്വസിക്കുന്നു. അവസരങ്ങളിൽ നിന്ന് അവർ ഒരിക്കലും ഒഴിഞ്ഞുമാറുന്നില്ല. അവർ അവയിലേക്ക് അടുക്കുന്നു.

1995-ലെ NBA ഈസ്റ്റേൺ കോൺഫറൻസ് സെമിഫൈനലിൽ അത്ഭുത സമവാക്യം ഉപയോഗിച്ച് ഒമ്പത് സെക്കൻഡിനുള്ളിൽ അസാധ്യമെന്ന് തോന്നുന്ന എട്ട് പോയിന്റുകൾ നേടിയപ്പോൾ, നിക്സിനെതിരെ റെഗ്ഗി മില്ലറുടെ അത്ഭുതകരമായ തിരിച്ചുവരവ് ഞാൻ ഒരിക്കലും മറക്കില്ല. അത് സാധ്യമാണെന്ന് തോന്നിയില്ല, തീർച്ചയായും അത് സംഭവിക്കാൻ സാധ്യതയുമില്ല. ഇതിനുമുമ്പ് ഒരു കളിക്കാരനും ഇത്തരമൊരു നേട്ടം കൈവരിച്ചിട്ടില്ല, അതിനുശേഷം ആരും നേടിയിട്ടുമില്ല. അചഞ്ചലമായ വിശ്വാസം നിലനിർത്തുകയും അവസാന നിമിഷം വരെ അസാധാരണമായ പരിശ്രമം നടത്തുകയും ചെയ്ത ഒരാളുടെ മറ്റൊരു ഉദാഹരണമാണ് റെഗ്ഗി. തനിക്ക് എല്ലാ പ്രതിബന്ധങ്ങളെയും മറികടക്കാൻ കഴിയുമെന്ന് അദ്ദേഹം വിശ്വസിച്ചു, അദ്ദേഹം അത് ചെയ്യുകകയും ചെയ്തു.

അചഞ്ചലമായ വിശ്വാസം നിങ്ങളുടെ ഉള്ളിൽ ഉറങ്ങിക്കിടക്കുന്ന സാധ്യതകളെ എപ്പോഴും പുറത്തുകൊണ്ടുവരികയും,

ഒരിക്കൽ കൈയെത്തും ദൂരെയാണെന്ന് തോന്നിയ പുതിയ സാധ്യതകൾ തുറക്കുകയും ചെയ്യും.

അചഞ്ചലമായ വിശ്വാസം ഉൾക്കൊള്ളുന്ന മറ്റുള്ളവരെ കണ്ടെത്താൻ നിങ്ങൾ ബുദ്ധിമുട്ടുന്നുണ്ടെങ്കിൽ, നിങ്ങൾ വായിക്കുന്ന പുസ്തകങ്ങളുടെ രചയിതാക്കളിൽ നിന്ന് അത് കടമെടുക്കുന്നത് പരിഗണിക്കുക. (തീർച്ചയായും, നിങ്ങൾക്ക് ഇതിൽ നിന്ന് ആരംഭിക്കാം.) ഞാൻ വായിക്കുന്ന ഓരോ പുസ്തകത്തിന്റെയും രചയിതാവിനെ ഒരു ഉപദേഷ്ടാവായി ഞാൻ കരുതുന്നു. നേരിട്ട് കണ്ടിട്ടില്ലെങ്കിലും, ഞാൻ ഇപ്പോഴും അവനിൽ നിന്നോ അവളിൽ നിന്നോ പഠിക്കുന്നുണ്ട്.

മറ്റൊരാൾ നിങ്ങൾ ആഗ്രഹിക്കുന്ന എന്തെങ്കിലും ചെയ്തിട്ടുണ്ടെങ്കിൽ, അവരുടെ നേട്ടം അത് നിങ്ങൾക്കും സാധ്യമാണെന്നതിന്റെ തെളിവായി വർത്തിക്കുന്നു എന്ന സാർവ്വത്രിക സത്യത്തെ നിങ്ങൾക്ക് എപ്പോഴും വിശ്വസിക്കാം. ലോകത്തിലെ എല്ലാ മേഖലകളിലെയും മികച്ച പ്രകടനം കാഴ്ചവയ്ക്കുന്നവർ, അചഞ്ചലമായ വിശ്വാസത്തിന്റെ ഒരു സ്ഥലത്ത് നിന്ന് ബോധപൂർവ്വം ജീവിക്കാൻ തിരഞ്ഞെടുക്കുകയാണെങ്കിൽ, നിങ്ങൾക്കും അതേ ബോധപൂർവ്വമായ തിരഞ്ഞെടുപ്പ് നടത്താം. നിങ്ങൾക്ക് ഇപ്പോൾ തുടങ്ങാം.

അചഞ്ചലമായ വിശ്വാസം നിലനിർത്തുന്നതിനുള്ള ഒരു ഉപകരണം

നിങ്ങളുടെ ലക്ഷ്യങ്ങളെ അചഞ്ചലമായ വിശ്വാസത്തിന്റെ കണ്ണാടിയിലൂടെ കാണാൻ തീരുമാനിച്ചുകഴിഞ്ഞാൽ, നിങ്ങൾ അത് നിലനിർത്തേണ്ടതുണ്ട്, അത് പറയാൻ എളുപ്പമാണ്, ചെയ്യാൻ കഴിയില്ല. ചെറിയ തടസ്സങ്ങൾ പോലും നിങ്ങളെ ട്രാക്കിൽ നിന്ന് പുറത്താക്കും. നിങ്ങളുടെ പ്രതീക്ഷ കൈവിട്ടുപോകുന്നതായി തോന്നാൻ, ഒരു ജീവൻ മരണ സാഹചര്യത്തെ അഭിമുഖീകരിക്കേണ്ടതില്ല. വഴിയിൽ ഓരോ തവണ തടസ്സം നേരിടുമ്പോഴും നമ്മളെല്ലാം അനുഭവിക്കുന്ന ആത്മ സംശയം ശക്തിപ്പെടുന്നു. എന്റെ കാര്യത്തിൽ, കീമോതെറാപ്പി മൂലം എനിക്ക് അസുഖം വരുമ്പോഴെല്ലാം, എനിക്ക് ബലഹീനത അനുഭവപ്പെടുകയും ഉപേക്ഷിക്കാൻ പ്രലോഭിപ്പിക്കപ്പെടുകയും ചെയ്തു. പക്ഷേ ഞാൻ അങ്ങനെ ചെയ്തില്ല.

എന്റെ ലക്ഷ്യത്തിലും എന്നിലും ഉള്ള എന്റെ അചഞ്ചലമായ വിശ്വാസത്തിൽ ശ്രദ്ധ കേന്ദ്രീകരിക്കാൻ ഞാൻ എപ്പോഴും ഉപയോഗിച്ചിട്ടുള്ള ഉപകരണമാണ് എന്റെ അത്ഭുത മന്ത്രം എന്ന് ഞാൻ വിളിക്കുന്നത്. രണ്ടാം അധ്യായത്തിൽ ഞാൻ ഇത് അവതരിപ്പിച്ചത് നിങ്ങൾ ഓർക്കുന്നുണ്ടാകും : *20,000 ഡോളർ ഉയർന്ന കാലയളവിൽ വിൽക്കുമെന്ന അചഞ്ചലമായ വിശ്വാസം നിലനിർത്താൻ ഞാൻ പ്രതിജ്ഞാബദ്ധനാണ്, എന്തുതന്നെയായാലും... മറ്റ് മാർഗ്ഗമൊന്നുമില്ല, അങ്ങനെ ചെയ്യുന്നതുവരെ ഞാൻ അസാധാരണമായ ശ്രമം തുടരും.*

ഞാൻ ശരിയായ പാതയിലല്ലാത്തപ്പോഴും, ഉപേക്ഷിക്കാൻ പ്രലോഭിപ്പിക്കപ്പെട്ടപ്പോഴും, ആ ഒരൊറ്റ വാചകം എന്നെ മുന്നോട്ട് നയിച്ചു, അത് നിങ്ങൾക്കും അങ്ങനെ തന്നെ ചെയ്യാൻ കഴിയും. നിങ്ങളുടെ ദൗത്യത്തോടുള്ള നിങ്ങളുടെ പ്രതിബദ്ധതയെ സംഗ്രഹിക്കുന്നതും, അചഞ്ചലമായ വിശ്വാസം നിലനിർത്തുന്നതും അസാധാരണമായ പരിശ്രമം നടത്തുന്നതും – ദീർഘകാലത്തേക്ക് – നിങ്ങളുടെ അത്ഭുതത്തെ യാഥാർത്ഥ്യമാക്കുമെന്ന് നിങ്ങളെ ഓർമ്മിപ്പിക്കുന്നതുമായ ഒരൊറ്റ വാക്യമാണ് നിങ്ങളുടെ അത്ഭുത മന്ത്രം.

കാൻസർ ചികിത്സയിലൂടെ കടന്നുപോകുമ്പോൾ, ഞാൻ നിരവധി തവണ അത്ഭുത മന്ത്രം ചൊല്ലി : *കാൻസറിനെ തോൽപ്പിച്ച് എന്റെ കുടുംബത്തോടൊപ്പം ദീർഘവും ആരോഗ്യകരവുമായ ജീവിതം നയിക്കുമെന്ന അചഞ്ചലമായ വിശ്വാസം നിലനിർത്താൻ ഞാൻ പ്രതിജ്ഞാബദ്ധനാണ്, അത് സംഭവിക്കുന്നതുവരെ ഞാൻ അസാധാരണമായ ശ്രമം തുടരും... മറ്റ് മാർഗ്ഗമില്ല.* ഇത് ആവർത്തിച്ചുകൊണ്ട്, പ്രത്യേകിച്ച് ഞാൻ തളരുമെന്ന് തോന്നുമ്പോൾ, പോരാടിക്കൊണ്ടിരിക്കാനും അസാധാരണമായ ശ്രമം തുടരാനുമുള്ള എന്റെ ആന്തരിക ദൃഢനിശ്ചയത്തെ ഞാൻ ശക്തിപ്പെടുത്തി.

നിങ്ങളുടെ അത്ഭുത മന്ത്രം സൃഷ്ടിക്കുന്നതിനുള്ള അടിസ്ഥാന ടെംപ്ലേറ്റ് ഇതാ : ഞാൻ__________________ *[നിങ്ങളുടെ ദൗത്യം ഉൾപ്പെടുത്തുക]* *ചെയ്യുമെന്ന അചഞ്ചലമായ വിശ്വാസം നിലനിർത്താൻ ഞാൻ പ്രതിജ്ഞാബദ്ധനാണ്, അങ്ങനെ ചെയ്യുന്നത് വരെ അസാധാരണമായ ശ്രമം ഞാൻ തുടരും... എന്തായാലും, മറ്റ് മാർഗ്ഗമില്ല.*

നിങ്ങളുടെ ആദ്യത്തെ അത്ഭുത മന്ത്രം എഴുതാൻ ഇപ്പോൾ കുറച്ച് സമയമെടുക്കു

____

____

____

____

നിങ്ങളുടെ അത്ഭുത മന്ത്രമാണ് നിങ്ങളെ നയിക്കുന്ന കോമ്പസ്. നിങ്ങളുടെ വടക്കൻ നക്ഷത്രം. നിങ്ങളുടെ ഓർമ്മപ്പെടുത്തൽ. നിങ്ങൾ പ്രതിജ്ഞാബദ്ധമായ കാര്യങ്ങളിൽ ശ്രദ്ധ കേന്ദ്രീകരിക്കാൻ ഇത് നിങ്ങളെ സഹായിക്കുന്നു, കൂടാതെ സ്വയം സംശയത്തിന്റെ വഴങ്ങാത്ത ശബ്ദത്തെ മറികടക്കുന്നു. നിങ്ങളുടെ സമഗ്രതയ്ക്കുള്ള ഒരു മെഗാഫോണായി ഇതിനെ കരുതുക.

ഇത് നിങ്ങളുടെ ദൗത്യത്തെ മുൻപന്തിയിൽ നിർത്തുകയും നിങ്ങളുടെ നിരന്തരമായ ഓർമ്മപ്പെടുത്തലായി വർത്തിക്കുകയും ചെയ്യുന്നു : എന്തുതന്നെയായാലും ഞാൻ പൂർണ്ണമായും പ്രതിജ്ഞാബദ്ധനാണ്... *മറ്റ് മാർഗ്ഗമില്ല.*

ഒരു അത്ഭുത പ്രഗത്ഭന്റെ മാനസികാവസ്ഥ എങ്ങനെ സ്ഥാപിക്കാമെന്നും നിലനിർത്താമെന്നും ഇപ്പോൾ നിങ്ങൾക്കറിയാം, അടുത്ത അധ്യായം അത്ഭുത സമവാക്യത്തിന്റെ രണ്ടാം പകുതി, അസാധാരണമായ ശ്രമം പര്യവേക്ഷണം ചെയ്യാം. നിങ്ങളുടെ അത്ഭുതം സാധ്യമാണെന്ന് വിശ്വസിക്കുന്നതിൽ നിന്ന് അതിനെ ഒരു മൂർത്തമായ യാഥാർത്ഥ്യമാക്കി മാറ്റുന്നതിന് എന്താണ് വേണ്ടതെന്ന് നമ്മൾ പര്യവേക്ഷണം ചെയ്യും.

8

നിങ്ങളുടെ രണ്ടാമത്തെ തീരുമാനം : അസാധാരണമായ ശ്രമം

നിങ്ങൾ വിചാരിക്കുന്നതിലും
അസാധാരണമല്ല ഇത്

മനുഷ്യജീവിതത്തിലെ എല്ലാ കാര്യങ്ങളിലും പരിശ്രമങ്ങളുണ്ട്, ഫലങ്ങളുമുണ്ട്, പരിശ്രമത്തിന്റെ ശക്തിയാണ് ഫലത്തിന്റെ അളവുകോൽ.

—ജെയിംസ് അലൻ

എനിക്ക് നിങ്ങളെക്കുറിച്ച് അറിയില്ല, പക്ഷേ ഞാൻ എപ്പോഴും എന്നെത്തന്നെ ഒരു മടിയനായിട്ടാണ് കരുതിയിരുന്നത്. ഞാൻ വളർന്നു വന്നപ്പോൾ, കഠിനാധ്വാനം ചെയ്യുക എന്ന ആശയം ആകർഷകമായിരുന്നില്ല, അതിനാൽ "കഠിനാധ്വാനം" ഉൾപ്പെടുന്ന എന്തും ഞാൻ ഒഴിവാക്കി. എന്റെ കുടുംബവുമൊത്തുള്ള ഏതൊരു അവധിക്കാല ഒത്തുചേരലിനുശേഷവും, മറ്റുള്ളവർ തങ്ങളുടെ കൂട്ടായ പരിശ്രമത്തിലൂടെ മാലിന്യം വൃത്തിയാക്കുമ്പോൾ, എല്ലാവരും അത് ശരിയാക്കുന്നത് വരെ ഞാൻ കിടപ്പുമുറിയിൽ പോയി അപ്രത്യക്ഷനായി ഒളിച്ചിരിക്കാറുണ്ടായിരുന്നുവെന്ന് ഞാൻ വ്യക്തമായി ഓർക്കുന്നു. സാധാരണ പരിശ്രമം പോലും ആവശ്യമുള്ള എന്തെങ്കിലും ഉണ്ടെങ്കിൽപോലും, എന്നെ എവിടെയും കണ്ടെത്താനാകുമായിരുന്നില്ല.

സ്കൂൾജോലി മുതൽ വീട്ടുജോലികൾ എന്നോ, ഗ്രേഡ് സ്കൂളിലെ എന്റെ ആദ്യത്തെ കുറച്ച് ജോലികൾ വരെ എന്തുതന്നെയായാലും, ജോലിയിൽ നിന്ന് പിരിച്ചുവിടൽ അല്ലെങ്കിൽ പിരിച്ചുവിടൽ പോലുള്ള കാര്യമായ പ്രതികൂല ഫലങ്ങൾ ഉണ്ടാകാതിരിക്കാൻ ആവശ്യമായ ഏറ്റവും കുറഞ്ഞ പരിശ്രമം നടത്തുന്ന ശീലം ഞാൻ വളർത്തിയെടുത്തു. മടിയനായിരിക്കുക എന്നത് എന്റെ വ്യക്തിത്വത്തിന്റെ ആഴത്തിൽ വേരൂന്നിയ ഒരു ഭാഗമായി മാറി.

ഞാൻ പ്രായമാകുമ്പോൾ, ചെയ്യേണ്ട ജോലി താരതമ്യേന എളുപ്പമാക്കുന്ന തന്ത്രങ്ങളും കുറുക്കുവഴികളും ഞാൻ കണ്ടെത്തി, അതുവഴി അത് ഒരിക്കലും കഠിനാധ്വാനമായി തോന്നില്ല. ഒന്നുകിൽ ഞാൻ അതിൽ നിന്ന് ഒരു ഗെയിം ഉണ്ടാക്കും, ഒരേ സമയം ഒന്നിൽ കൂടുതൽ പ്രവർത്തികൾ ചെയ്യുക വഴി എന്നെത്തന്നെ വ്യതിചലിപ്പിക്കും, അല്ലെങ്കിൽ ജോലി എന്റെ ഇളയ സഹോദരിക്ക് കൈമാറും. ചിലപ്പോൾ ഒരു വലിയ പദ്ധതി ഏറ്റെടുക്കാൻ ആവശ്യമായ ആന്തരിക ധൈര്യം എനിക്ക് സംഭരിക്കാൻ കഴിയും, പക്ഷേ എന്നെത്തന്നെ ഒരു അച്ചടക്കമുള്ള വ്യക്തിയായി കാണാൻ കഴിയുന്നത്ര കാലം എന്റെ ഹ്രസ്വകാല ജോലി വേഗത നിലനിർത്താൻ എനിക്ക് ഒരിക്കലും കഴിഞ്ഞില്ല. അതായിരുന്നു എന്റെ

ഏറ്റവും വലിയ വെല്ലുവിളി : എന്റെ മുൻകാലങ്ങളേക്കാൾ മികച്ച തായി എന്നെത്തന്നെ എങ്ങനെ കാണണമെന്ന് എനിക്ക് മനസ്സിലായില്ല.

പത്തൊൻപതാം വയസ്സിൽ ഒരു വിൽപ്പന റെക്കോർഡ് തകർക്കാൻ ആഴ്ചയിൽ അറുപത് മണിക്കൂറിലധികം ജോലി ചെയ്ത പ്പോഴും, ഇരുപത്തിയെട്ടാം വയസ്സിൽ വിസ്മയ പുലരി എഴുതാൻ എല്ലാ ദിവസവും പുലർച്ചെ 3:30-ന് ഉണർന്നപ്പോഴും, എന്റെ ആദ്യത്തെ (അവസാനത്തെയും) അൾട്രാമാരത്തോണിനായി (മുപ്പതാം വയസ്സിൽ) പരിശീലനം നേടാൻ ആഴ്ചയിൽ ഇരുപത്തി യഞ്ച് മൈൽ ഓടിയപ്പോഴും, എന്റെ വികലമായ ആത്മാഭിമാനം ഇപ്പോഴും ഒരു ചെറിയ സമയത്തേക്ക് മാത്രം കഠിനാധ്വാനം ചെയ്യാൻ സ്വയം കബളിപ്പിച്ച ഒരു മടിയന്റേതായിരുന്നു. ഞാൻ എന്ത് ചെയ്താലും, എന്റെ ജീവിതകാലം മുഴുവൻ ഞാൻ കണ്ട അതേ മടിയനായ കുട്ടിയായിട്ടാണ് എനിക്ക് ഇപ്പോഴും എന്നെ തോന്നിയത്.

ഇത് അതിന്റെ യഥാർത്ഥ രൂപത്തിൽ സാധ്യതയുള്ള ഡിസ്മോർഫിയയാണ്. എന്റെ ചെറിയ പ്രവർത്തനങ്ങൾക്ക് ശേഷം, കുട്ടിക്കാലത്ത് ചെയ്തതുപോലെ, പ്രതികൂലമായ പ്രത്യാ ഘാതങ്ങൾ ഉണ്ടാകാതിരിക്കാൻ ആവശ്യമായ ഏറ്റവും കുറഞ്ഞ പരിശ്രമം നടത്തുക എന്ന എന്റെ പഴയ രീതിയിലേക്ക് ഞാൻ മടങ്ങിവരും. എന്റെ പൊരുത്തക്കേട് മാത്രമാണ് സ്ഥിരതയുള്ളത്.

എന്നിരുന്നാലും, അതിശയകരമെന്നു പറയട്ടെ, അത്തരം കുറുക്കുവഴികളിലും സ്വയം തന്ത്രങ്ങളിലും വളരെയധികം മൂല്യ മുണ്ടായിരുന്നു, ഇപ്പോഴും ഉണ്ട് – കാരണം ഒരു മടിയൻ എന്ന നിലയിൽ പോലും, എനിക്ക് എങ്ങനെ കാര്യമായ ഫലങ്ങൾ നേടാനും ഞാൻ ഒരിക്കലും സങ്കൽപ്പിക്കാത്ത വിജയത്തിന്റെ തലങ്ങളിൽ എത്തിച്ചേരാനും കഴിയുമെന്ന് ഞാൻ കണ്ടെത്തി. കാലക്രമേണ, കുറഞ്ഞ സമയത്തേക്ക് പോലും കഠിനാധ്വാനം ചെയ്യാൻ എന്നെത്തന്നെ കൂടുതൽ കൂടുതൽ കബളിപ്പിക്കാൻ എനിക്ക് കഴിഞ്ഞു, മടിയനായ ഒരു വ്യക്തിയിൽ നിന്ന് അച്ചട ക്കമുള്ള ഒരു വ്യക്തിയായി എന്റെ വ്യക്തിത്വം മാറാൻ തുടങ്ങി. പതുക്കെ എന്നാൽ തീർച്ചയായും, എന്റെ വ്യക്തിത്വം ക്രമേണ മെച്ചപ്പെട്ടപ്പോൾ, എന്റെ ഫലങ്ങളിലും സ്ഥിരതയിലും പുരോഗതി ഞാൻ കണ്ടു.

അപ്പോൾ സ്വയം മടിയനാണെന്ന് സ്വയം പ്രഖ്യാപിക്കുന്ന ഒരാൾ എങ്ങനെയാണ് അച്ചടക്കമുള്ളവനും കഠിനാധ്വാനിയും അസാധാരണ പരിശ്രമം നടത്താനും അത്ഭുതങ്ങൾ സൃഷ്ടിക്കാനും കഴിവുള്ളവനുമായ ഒരു വ്യക്തിയായി മാറുന്നത്? അസാധാരണമായ ശ്രമം വളരെ കുറച്ച് മാത്രം തോന്നുന്ന തരത്തിൽ ലളിതമാക്കുന്നതിലൂടെ... അസാധാരണമായത്.

ഈ അധ്യായത്തിൽ, നമ്മൾ ചെയ്യുന്ന എല്ലാ കാര്യങ്ങൾക്കും അസാധാരണമായ ശ്രമം നൽകുക എന്നതിന്റെ അർത്ഥമെന്താണെന്ന് ഞാൻ ലളിതമാക്കാൻ പോകുന്നു, ഒപ്പം സ്ഥിരതയോടെ, നിങ്ങൾക്ക് ഇഷ്ടമില്ലാത്തപ്പോൾ പോലും എങ്ങനെ നടപടിയെടുക്കാമെന്ന് കൃത്യമായി കാണിക്കാൻ പോകുന്നു, അതുവഴി നിങ്ങൾക്ക് അത്ഭുത സമവാക്യം പ്രാവർത്തികമാക്കാനും നിങ്ങളുടെ ജീവിതത്തിന്റെ എല്ലാ മേഖലകളിലും അത്ഭുതങ്ങൾ അനുഭവിക്കാൻ തുടങ്ങാനും കഴിയും.

അസാധാരണമായ ശ്രമം സാധാരണമാക്കുന്നു

നമ്മൾ ചർച്ച ചെയ്തതുപോലെ, അത്ഭുത സമവാക്യം നടപ്പിലാക്കാൻ നിങ്ങൾ എടുക്കേണ്ട രണ്ടാമത്തെ തീരുമാനമാണ് അസാധാരണ ശ്രമം. അത് സാധ്യമാണെന്ന് മാത്രമല്ല, നിങ്ങൾക്ക് സാധ്യമാണെന്നും നിങ്ങൾ വിശ്വസിച്ചുകഴിഞ്ഞാൽ, നിങ്ങളുടെ വിജയം അനിവാര്യമാക്കുന്നതിന് ആവശ്യമായ നടപടികൾ നിങ്ങൾ സ്വീകരിക്കേണ്ടതുണ്ട്. അത്ഭുതങ്ങൾ സൃഷ്ടിക്കുന്നതിന് സജീവമായ ഇടപെടലും നിരന്തര പരിശ്രമവും ആവശ്യമാണ്. നിങ്ങൾ സ്വയം കാണുന്ന രീതിയെ മാറ്റിമറിക്കുന്ന അർത്ഥവത്തായ ഫലങ്ങൾ സൃഷ്ടിക്കുന്നതിന് എടുക്കുന്ന സമയവും പരിശ്രമവും ചെലവഴിക്കാൻ നിങ്ങൾ തയ്യാറായിരിക്കണം.

പക്ഷേ, ഈ പുസ്തകം അവസാനിപ്പിക്കുന്നതിനു മുമ്പ്, അസാധാരണമായ ശ്രമം നടത്തുക എന്നതിനർത്ഥം നിങ്ങൾ സ്വയം കഠിനാധ്വാനം ചെയ്ത് സ്വയം കത്തിത്തീരുമെന്നല്ലെന്ന് ഞാൻ വിശദീകരിക്കട്ടെ. വാസ്തവത്തിൽ, ഇത് തികച്ചും വിപരീതമാണ്.

അസാധാരണ പരിശ്രമത്തിന് മൂന്ന് ഘടകങ്ങളുണ്ട് :

- ✓ നിങ്ങളുടെ ആദർശ ഫലങ്ങളിലേക്ക് നിങ്ങളെ അടുപ്പിക്കുന്ന പ്രവർത്തനങ്ങൾ

- ✓ നിങ്ങളുടെ സുഖസൗകര്യ മേഖലയിൽ നിന്ന് നിങ്ങളെ പുറത്തുകൊണ്ടുവരുന്ന പ്രവർത്തനങ്ങൾ
- ✓ ദീർഘകാലത്തേക്ക് തുടർച്ചയായി പരിശ്രമിക്കുക (വഴിയിലെ നിങ്ങളുടെ ഫലങ്ങൾ പരിഗണിക്കാതെ)

അത് അത്ര ഭയാനകമായി തോന്നുന്നില്ല, അല്ലേ? ഇനി നമുക്ക് ഈ മൂന്ന് ഘടകങ്ങളും പ്രത്യേകം നോക്കാം.

നിങ്ങളുടെ അനുയോജ്യമായ ഫലങ്ങളിലേക്ക് നിങ്ങളെ അടുപ്പിക്കുന്ന പ്രവർത്തനങ്ങൾ, ഹ്രസ്വകാല ആനുകൂല്യങ്ങൾ മാത്രം നൽകുന്നതോ കുറഞ്ഞ സ്വാധീനം ചെലുത്തുന്നതോ ആയ ജോലികൾക്കും പ്രവർത്തനങ്ങൾക്കുമായി നിങ്ങൾ സമയം പാഴാക്കുന്നില്ലെന്ന് ഉറപ്പാക്കുന്നു, ഇത് നിങ്ങളെ തിരക്കിലാക്കുകയും യഥാർത്ഥത്തിൽ പ്രധാനപ്പെട്ട കാര്യങ്ങളിൽ നിന്ന് വ്യതിചലിപ്പിക്കുകയും ചെയ്യുന്നതിനേക്കാൾ വലിയ ഒരു ഉദ്ദേശ്യത്തെ സേവിക്കുന്നു. ഇതിനർത്ഥം നിങ്ങളുടെ മനസ്സിനെ ഏകാഗ്രമാക്കി നിലനിർത്തുകയും നിങ്ങളുടെ പ്രവർത്തനങ്ങൾ ഫലപ്രദമാക്കുകയും വേണം എന്നാണ്. നിങ്ങളെ തളർത്തുന്നതിനു പകരം, നിങ്ങൾ ചെയ്യുന്ന പ്രവർത്തനങ്ങൾ നിങ്ങളെ ഊർജ്ജസ്വലമാക്കണം. അവ അളക്കാവുന്നതായിരിക്കണം. അവ അർത്ഥവത്തായതായിരിക്കണം. ഈ അധ്യായത്തിലുടനീളം അതിനെക്കുറിച്ച് കൂടുതൽ ഉണ്ട്.

നിങ്ങളുടെ സുഖസൗകര്യ മേഖലയിൽ നിന്ന് നിങ്ങളെ പുറത്താക്കാൻ സാധ്യതയുള്ള പ്രവർത്തനങ്ങളിലാണ് നിങ്ങളുടെ വളർച്ച സ്ഥിതിചെയ്യുന്നത്. നീ എപ്പോഴും ചെയ്തിരുന്ന അതേ കാര്യങ്ങൾ ചെയ്തുകൊണ്ട് നീ ഒരിക്കലും ഒരു അത്ഭുത പ്രഗത്ഭൻ ആകാൻ പോകുന്നില്ല. നിങ്ങളുടെ സുഖസൗകര്യ മേഖലയിൽ നിന്ന് പുറത്തുകടക്കുന്നത് എല്ലായ്പ്പോഴും ആദ്യം അസ്വസ്ഥതയുണ്ടാക്കുന്നതായി തോന്നുമെങ്കിലും കാലക്രമേണ അത് നിങ്ങളുടെ പുതിയ മാനദണ്ഡമായി മാറും, നിങ്ങളുടെ പുതിയ ഉൽപ്പാദനക്ഷമതയും പരിശ്രമവും.

(നിങ്ങളുടെ ഫലങ്ങൾ എന്തുതന്നെയായാലും) ദീർഘകാലത്തെ നിരന്തരമായ പരിശ്രമമാണ് ഇതെല്ലാം ഒരുമിച്ച് നിർത്തുന്ന പശ. കുറച്ച് ചുവടുകൾ മാത്രം വെച്ചിട്ട് ഉപേക്ഷിക്കുകയാണെങ്കിൽ നിങ്ങൾ എവിടെയും എത്താൻ പോകുന്നില്ല. ആ ദൂരം താണ്ടാൻ നിങ്ങൾ ദീർഘകാലത്തേക്ക് പ്രതിജ്ഞാബദ്ധത പാലിക്കണം. ഇതിന്റെ മറുവശം, സ്ഥിരത കാര്യങ്ങൾ എളുപ്പമാക്കുന്നു എന്നതാണ്. നിങ്ങളുടെ സുഖസൗകര്യ മേഖലയിൽനിന്ന് എങ്ങനെ പുറത്തുകടക്കണമെന്ന് ഓർക്കുന്നുണ്ടോ? ശരി, കുറച്ച് ആഴ്ചകളായി നിങ്ങളുടെ സുഖസൗകര്യ മേഖലക്ക് പുറത്തായിരുന്നതിനുശേഷം, അതിന് ഇനി അത്ര അസ്വസ്ഥത അനുഭവപ്പെടുന്നില്ല. നിങ്ങളുടെ സുഖസൗകര്യ മേഖല വികസിപ്പിക്കുമ്പോൾ, നിങ്ങൾക്ക് സാധ്യമായ കാര്യങ്ങളും വികസിപ്പിക്കുന്നു.

ന്യൂയോർക്ക് ടൈംസിന്റെ ബെസ്റ്റ് സെല്ലറായ വെൽത്ത് കാന്റ് വെയ്റ്റ് : അവോയിഡ് ദി 7 വെൽത്ത് ട്രാപ്പ്, ഇംപ്ലിമെന്റ് ദി 7 ബിസിനസ് പില്ലേഴ്സ്, ആൻഡ് കംപ്ലീറ്റ് എ ലൈഫ് ഓഡിറ്റ് ടുഡേ! എന്ന പുസ്തകത്തിന്റെ സഹ രചയിതാവും *മിറക്കിൾ മോർണിംഗ് മില്യനെയേഴ്സ് : വാട്ട് ദി വെൽദി ഡു ബിഫോർ 8 എഎം ദാറ്റ് വിൽ മേക്ക് യു റിച്ച്* എന്ന പുസ്തകത്തിന്റെ സഹ രചയിതാവുമായ ഡേവിഡ് ഓസ്ബോൺ, സമ്പന്നനാകുന്നത് എങ്ങനെ എന്നത് ഒരു തിരഞ്ഞെടുപ്പാണെന്ന് പലപ്പോഴും സംസാരിക്കാറുണ്ട്. സമ്പന്നരായ വ്യക്തികളെക്കുറിച്ച് പഠിക്കാനും, അവരുടെ മാനസികാവസ്ഥ (വിശ്വാസം) സ്വീകരിക്കാനും, അവരുടെ പെരുമാറ്റം (ശ്രമം) ഒരു നിശ്ചിത കാലയളവിൽ മാതൃകയാക്കാനും നിങ്ങൾ തീരുമാനിക്കുകയാണെങ്കിൽ, സമാനമായ ഫലങ്ങൾ നിങ്ങൾക്കും അനുഭവപ്പെടും. തീർച്ചയായും, "സമ്പന്നനാകുക" എന്നതിന് പകരം നിങ്ങൾക്ക് പ്രധാനപ്പെട്ട ഏതൊരു ആഗ്രഹിച്ച ഫലവും (സന്തോഷവാനായിരിക്കുക, ആരോഗ്യവാനായിരിക്കുക, മികച്ച രക്ഷിതാവാകുക തുടങ്ങിയവ) നൽകാം.

അത് ശരിയാണെന്ന് നിങ്ങൾ വിശ്വസിക്കുന്നുവെങ്കിൽ, മിക്ക

ആളുകൾക്കും അത് അങ്ങനെയാണെന്ന് ഞാൻ വിശ്വസിക്കുന്നുവെങ്കിൽ, എന്തുകൊണ്ടാണ് എല്ലാവരും സമ്പന്നരാകാത്തത്?

ഇത് സത്യമാണെന്ന് നിങ്ങൾ വിശ്വസിക്കുന്നുവെങ്കിൽ, മിക്ക ആളുകളുടെയും കാര്യം അങ്ങനെയാണെങ്കിൽ, എല്ലാവരും സമ്പന്നരാകാത്തത് എന്തുകൊണ്ട്? കാരണം ധാരാളം സമ്പത്ത് ശേഖരിക്കാൻ വളരെയധികം കഠിനാധ്വാനം ആവശ്യമാണ്, കൂടാതെ മറ്റെന്തെങ്കിലും ചെയ്യുന്നതിനേക്കാൾ എളുപ്പമാണ് നമ്മൾ ഇതിനകം ചെയ്തുകൊണ്ടിരിക്കുന്നത് ചെയ്യുന്നത്. നിങ്ങൾ സ്വയം കഠിനാധ്വാനിയും അച്ചടക്കമുള്ളവനുമായി കണക്കാക്കിയാലും ഇല്ലെങ്കിലും, ആഗ്രഹിക്കുന്ന ഫലങ്ങൾ നേടുന്നതിന് കഴിയുന്നത്ര കുറച്ച് പരിശ്രമം നടത്താൻ നമ്മളിൽ മിക്കവരും ഇഷ്ടപ്പെടുന്നു. നിങ്ങൾക്ക് ആവശ്യമുള്ള ഫലങ്ങൾ ലഭിക്കുന്നതിന് ഏത് പരിശ്രമമാണ് സഹായിക്കുന്നത് എന്ന് നിങ്ങൾക്ക് മനസ്സിലാക്കാൻ കഴിയുന്നിടത്തോളം അത് കുഴപ്പമില്ല.

നിങ്ങൾ ആഗ്രഹിക്കുന്ന ഫലങ്ങൾ സൃഷ്ടിക്കുന്നതിനും അസാധാരണ ശ്രമം സാധാരണമാക്കുന്നതിനും ഏതൊക്കെ ശ്രമങ്ങൾ സഹായിക്കുമെന്ന് നിങ്ങൾ എങ്ങനെ ആസൂത്രണം ചെയ്യണമെന്ന് നമുക്ക് വിശദീകരിക്കാം.

ഘട്ടം 1 : നിങ്ങളുടെ പ്രക്രിയ മുൻകൂട്ടി നിശ്ചയിക്കുക.

കൂടുതൽ കഴിവുള്ള ഒരു വ്യക്തിയായി പരിണമിക്കുക എന്ന പ്രാഥമിക ലക്ഷ്യത്തോടെ നിങ്ങളുടെ ഏക ദൗത്യത്തിൽ നിങ്ങൾ ഉറച്ചുനിൽക്കുകയും, അത് നേടാനാകുമെന്ന അചഞ്ചലമായ വിശ്വാസം നിലനിർത്താൻ തീരുമാനിക്കുകയും ചെയ്തുകഴിഞ്ഞാൽ, നിങ്ങളുടെ പ്രക്രിയ എന്തായിരിക്കണമെന്ന് നിങ്ങൾ തീരുമാനിക്കണം. നാം നേടാൻ ആഗ്രഹിക്കുന്ന ഓരോ ലക്ഷ്യവും അല്ലെങ്കിൽ ഫലവും ഒരു പ്രക്രിയയാൽ സൃഷ്ടിക്കപ്പെട്ടതാണ് – ആവശ്യമുള്ള ഫലങ്ങൾ ഉൽപ്പാദിപ്പിക്കുന്നതിന് ആവശ്യമായ നിർദ്ദിഷ്ട പ്രവർത്തനങ്ങളും ആത്യന്തികമായി ആ ഫലങ്ങൾ നമുക്ക് സൃഷ്ടിക്കുന്ന ജീവിതവും.

മറ്റെന്തിനേക്കാളും മുമ്പ്, നിങ്ങൾ എല്ലാ ദിവസവും എന്ത് ജോലികൾ ചെയ്യും? ആ ജോലികൾ എന്തായിരിക്കണമെന്ന് നിങ്ങൾക്ക് ഉറപ്പില്ലെങ്കിൽ, കുറച്ച് ഗവേഷണം നടത്തുക. നിങ്ങൾ ലക്ഷ്യമിടുന്ന ലക്ഷ്യം കൈവരിക്കുന്നതിനുള്ള ഘട്ടങ്ങൾക്കായി

ളുഗിളിൽ തിരയുക, അല്ലെങ്കിൽ നിങ്ങളുടെ വിഭാഗത്തിലെ ഏറ്റവും കൂടുതൽ വിറ്റഴിക്കപ്പെടുന്ന പുസ്തകങ്ങൾക്കായി ആമസോണിൽ തിരയുക. ഒരു ഉപദേഷ്ടാവിനെയോ മറ്റൊരു അത്ഭുത പ്രഗത്ഭ നെയോ സമീപിക്കുക. നിങ്ങളുടെ പ്രക്രിയയുടെ ആദ്യപടി ഗവേഷണം നടത്തുകയും നിങ്ങളുടെ പ്രക്രിയ എന്തായിരിക്കണ മെന്ന് കണ്ടെത്തുകയും ചെയ്താൽ കുഴപ്പമില്ല.

കട്ട്കോയിൽ ജോലി ചെയ്യുമ്പോൾ $200,000 വിൽപ്പന ലക്ഷ്യം കൈവരിക്കാൻ ഞാൻ തീരുമാനിച്ചപ്പോൾ, ആദ്യം ചെയ്തത് ആ ലക്ഷ്യം നേടിയ എന്റെ സഹപ്രവർത്തകരെ വിളിക്കുക എന്നതായിരുന്നു. ഇത്രയും ഉന്നതമായ ഒരു ലക്ഷ്യം കൈവരിക്കു ന്നതിന്റെ മാനസികവും വൈകാരികവുമായ വശങ്ങളെക്കുറിച്ചും, അത് സാധ്യമാക്കാൻ അവർ ദിവസവും, ആഴ്ചതോറും എന്തു ചെയ്തു എന്നതിനെക്കുറിച്ചും എഴുതിയ ചോദ്യങ്ങളുടെ ഒരു പട്ടിക എന്റെ കൈവശമുണ്ടായിരുന്നു. ആ തലത്തിലുള്ള വിജയം കൈവരിക്കുന്നതിനുള്ള അവരുടെ പ്രക്രിയ മനസ്സിലാക്കാൻ ഞാൻ ആഗ്രഹിച്ചു.

അവരെയെല്ലാം അഭിമുഖം നടത്തിയപ്പോൾ, അവർക്കെല്ലാം പൊതുവായ ഒരു കാര്യമുണ്ടെന്ന് എനിക്ക് മനസ്സിലായി : *സ്ഥിരത*. ഞാൻ ചെയ്യുന്നതിൽ നിന്ന് വ്യത്യസ്തമായ ഒരു പ്രത്യേക പ്രവർത്തനവും അവർ ചെയ്തിരുന്നില്ല. അവർക്ക് പ്രത്യേക കഴിവുകളോ വിൽപ്പന തന്ത്രങ്ങളോ ഉണ്ടായിരുന്നില്ല. വിൽപ്പന ലക്ഷ്യങ്ങൾ കൈവരിക്കുന്നതിനായി മുൻകൂട്ടി നിശ്ചയിച്ച ഫോൺ കോളുകൾ വിളിക്കുന്നതിലും അപ്പോയിന്റ്മെന്റുകൾ ഷെഡ്യൂൾ ചെയ്യുന്നതിലും അവർ പ്രതിജ്ഞാബദ്ധരായിരുന്നു. എല്ലാ പ്രതിനിധികളും അത് ചെയ്യുന്നു. ഉയർന്ന വിജയം നേടിയ വരെ വ്യത്യസ്തരാക്കിയത്, അവർ എല്ലാ ദിവസവും മുൻകൂട്ടി നിശ്ചയിച്ച എണ്ണം കോളുകൾ സ്ഥിരമായി ചെയ്തു, ആഴ്ചയിൽ ഒരു മുൻനിശ്ചയിച്ച എണ്ണം അപ്പോയിന്റ്മെന്റുകൾ മുടങ്ങാതെ നടത്തി എന്നതാണ്. ഞാൻ സ്പ്രിന്റുകളിൽ ജോലി ചെയ്ത് കുറച്ച് സമയം എടുത്ത് എന്റെ അധ്വാനത്തിന്റെ ഫലം ആസ്വദി ക്കാൻ ആവശ്യമായ പണം സമ്പാദിക്കുമെങ്കിലും, അവർ എന്തു തന്നെയായാലും എല്ലാ ദിവസവും അവരുടെ മുൻനിശ്ചയിച്ച പ്രക്രിയ നടപ്പിലാക്കിക്കൊണ്ട് ഗതിയിൽ തുടർന്നു. “വിജയി കളായ ആളുകൾ പരാജയപ്പെട്ട ആളുകൾ കുറച്ച് സമയം മാത്രം

ചെയ്യുന്ന കാര്യങ്ങൾ ചെയ്യുന്നത് ശീലമാക്കുന്നു" എന്ന ചൊല്ല് പെട്ടെന്ന് വളരെ അർത്ഥവത്തായി.

അവരുടെ വിജയത്തിന്റെ അത്ര ആകർഷകമല്ലാത്ത രഹസ്യം ഞാൻ കണ്ടെത്തിയതിനുശേഷം, ബാക്കിയുള്ളത് ചലനങ്ങളിലൂടെ കടന്നുപോകുകയായിരുന്നു. എന്റെ വിൽപ്പന ലക്ഷ്യം കൈവരിക്കുന്നതിന് എത്ര അപ്പോയിന്റ്മെന്റുകൾ ഷെഡ്യൂൾ ചെയ്യണമെന്ന് കണക്കാക്കി ഞാൻ എന്റെ പ്രക്രിയ മുൻകൂട്ടി നിശ്ചയിച്ചു, തുടർന്ന് ആ സംഖ്യയെ എത്ര കോളുകൾ വേണ്ടിവരുമെന്ന് വിവർത്തനം ചെയ്തു. ഒരു വർഷത്തേക്ക് കട്ട്കോയുടെ 200,000 ഡോളറിൽ കൂടുതൽ വിൽക്കാൻ, ശരാശരി പതിനാല് അപ്പോയിന്റ്മെന്റുകൾ ഷെഡ്യൂൾ ചെയ്യുന്നതിന്, ഞാൻ എല്ലാ ആഴ്ചയും കുറഞ്ഞത് ഇരുനൂറ് കോളുകളെങ്കിലും (ആഴ്ചയിൽ അഞ്ച് ദിവസം ഒരു ദിവസം നാല്പത് കോളുകൾ) തുടർച്ചയായി ചെയ്യണമെന്ന് ഞാൻ തീരുമാനിച്ചു, ഇത് ആഴ്ചയിൽ ഏകദേശം 4,000 ഡോളറിന് ശരാശരി പത്ത് വിൽപ്പനയ്ക്ക് കാരണമാകും.

ഒരു ദിവസം നാൽപ്പത് കോളുകൾ എന്നത് അസാധാരണമായി തോന്നിയില്ല. ഒരു ദിവസം തന്നെ ഞാൻ നാൽപ്പത് കോളുകൾ പലതവണ ചെയ്തു. ഞാൻ ഒരിക്കലും സ്ഥിരമായി അത്രയും കോളുകൾ ചെയ്തിട്ടില്ലായിരുന്നു. വാസ്തവത്തിൽ, ഞാൻ $100,000 എന്ന സംഖ്യ കടന്ന രണ്ട് വർഷത്തിനിടയിൽ, ആഴ്ചയിൽ അഞ്ച് ദിവസവും ഒരു ദിവസം ശരാശരി ഇരുപതിൽ കൂടുതൽ കോളുകൾ മാത്രമേ എനിക്ക് ലഭിച്ചിട്ടുള്ളൂ എന്നത് അതിശയമല്ല. അതുകൊണ്ട് അത് ബുദ്ധിമുട്ടുള്ള കാര്യമായിരുന്നില്ല : എന്റെ കോളുകൾ ഇരട്ടിയാക്കുക, എന്റെ വിൽപ്പന ഇരട്ടിയാക്കുക, എന്റെ വരുമാനം ഇരട്ടിയാക്കുക. നാൽപ്പത് സെയിൽസ് കോളുകൾ ചെയ്യാൻ എനിക്ക് ഏകദേശം രണ്ട് മണിക്കൂർ എടുത്തു, ബാക്കിയുള്ളവ ഞാൻ ഷെഡ്യൂൾ ചെയ്ത അപ്പോയിന്റ്മെന്റുകളിൽ എത്തുക മാത്രമായിരുന്നു. എന്നെ ഭയപ്പെടുത്തിയതും കമ്പനിയുടെ അമ്പത് വർഷത്തെ ചരിത്രത്തിൽ വിരലിലെണ്ണാവുന്ന വിൽപ്പന പ്രതിനിധികൾ മാത്രം നേടിയതുമായ ആ ഭയപ്പെടുത്തുന്ന ലക്ഷ്യം പെട്ടെന്ന് വളരെ എളുപ്പമാണെന്ന് തോന്നി. നിങ്ങളുടെ പ്രക്രിയയെ മുൻകൂട്ടി നിശ്ചയിക്കുന്നതിനും നിങ്ങളുടെ അസാധാരണ പരിശ്രമത്തെ സാധാരണമായി തോന്നിപ്പിക്കുന്നതിനുമുള്ള ശക്തിയാണിത്. പലപ്പോഴും നമ്മുടെ പ്രധാന ലക്ഷ്യങ്ങൾ വലുതും ഭയാനകവുമാണ്,

പക്ഷേ പ്രക്രിയ ഒരിക്കലും അങ്ങനെയാകില്ല. മറ്റ് ചില ഉദാഹരണങ്ങളിൽ ഇനിപ്പറയുന്നവ ഉൾപ്പെടുന്നു :

> അനാവശ്യമായ ശരീരഭാരം കുറയ്ക്കുന്നതിന് മുമ്പ് എല്ലായ്പ്പോഴും വ്യായാമം ചെയ്യുന്നതും നിങ്ങളുടെ കലോറി ഉപഭോഗം നിയന്ത്രിക്കുന്നതും (ഒരുപക്ഷേ നിങ്ങളുടെ ശരീരത്തിന് ഏറ്റവും അനുയോജ്യമായ ഭക്ഷണങ്ങൾ ഏതൊക്കെയാണെന്നും എപ്പോൾ എന്നും കണ്ടെത്തുന്നതും) ഉൾപ്പെടുന്ന ഒരു പ്രക്രിയ ഉണ്ടാകും.
>
> സാമ്പത്തികമായി സ്വതന്ത്രനാകാൻ നിങ്ങൾ ആഗ്രഹിക്കുന്നുവെങ്കിൽ, നിങ്ങളുടെ ബില്ലുകൾ അടയ്ക്കേണ്ട തുകയേക്കാൾ ഗണ്യമായി കൂടുതൽ പണം സമ്പാദിക്കുകയും ലാഭിക്കുകയും ചെയ്യുന്ന ഒരു പ്രക്രിയയിൽ ഏർപ്പെട്ടാൽ മാത്രമേ നിങ്ങൾക്ക് അവിടെ എത്താൻ കഴിയൂ.
>
> ഒരു മാരത്തൺ ഓടാൻ നിങ്ങൾ ആഗ്രഹിക്കുന്നുവെങ്കിൽ, ഒരു ദിവസം 26.2 മൈൽ മറികടക്കുന്നതിന് മുമ്പ്, ഒരു പരിശീലന പ്രക്രിയ നടത്തണം, സാധാരണയായി മാരത്തണിന് മുമ്പ് ഒരു ദിവസം അല്ലെങ്കിൽ ആഴ്ചയിൽ ഒരു നിശ്ചിത എണ്ണം മൈലുകൾ ഓടണം.
>
> ഒരു പുസ്തകം പ്രസിദ്ധീകരിക്കണമെങ്കിൽ, തുടർച്ചയായി എഴുതുന്ന ഒരു പ്രക്രിയയിൽ നിങ്ങൾ പ്രതിജ്ഞാബദ്ധനായിരിക്കണം. ഈ പുസ്തകം പൂർത്തിയാക്കാൻ, എനിക്ക് തോന്നിയാലും ഇല്ലെങ്കിലും, എല്ലാ ദിവസവും 1,000 വാക്കുകൾ എഴുതാൻ ഞാൻ പ്രതിജ്ഞാബദ്ധനാണ് (എന്നെ വിശ്വസിക്കൂ, എനിക്ക് എല്ലായ്പ്പോഴും അങ്ങനെ തോന്നണമെന്നില്ല).

നിങ്ങൾക്ക് കാണാനാകുന്നതുപോലെ, നിങ്ങളുടെ പ്രക്രിയ ഗഹനവും സങ്കീർണ്ണവുമായ ഒരു പദ്ധതിയായിരിക്കണമെന്നില്ല; ലളിതമാകുംതോറും മികച്ചതായിരിക്കും. നിങ്ങളുടെ ദൗത്യം നേടുന്നതിൽ നിങ്ങളെ ട്രാക്കിൽ നിർത്തുന്ന പ്രക്രിയ എന്താണെന്ന് തീരുമാനിക്കുക, പ്രക്രിയയിൽ പ്രതിജ്ഞാബദ്ധമാകുക, അത് നിങ്ങളുടെ ഷെഡ്യൂളിൽ ഉൾപ്പെടുത്തുക മാത്രമാണ് നിങ്ങൾ ചെയ്യേണ്ടത്. അത്രയേ ഉള്ളൂ; കൂടുതലോ കുറവോ ഒന്നുമില്ല. നിങ്ങളുടെ ദൗത്യം അനിവാര്യമാക്കുന്ന ദിവസത്തേക്കുള്ള മുൻകൂട്ടി

നിശ്ചയിച്ച ജോലികൾ പൂർത്തിയാക്കിക്കഴിഞ്ഞാൽ, നിങ്ങളുടെ മറ്റ് ലക്ഷ്യങ്ങളിൽ പുരോഗതി കൈവരിക്കുന്നതിലേക്ക് നീങ്ങാൻ നിങ്ങൾക്ക് സ്വാതന്ത്ര്യമുണ്ട്.

നിങ്ങളുടെ പ്രക്രിയ മുൻകൂട്ടി നിശ്ചയിക്കാൻ, സ്വയം ചോദിക്കുക : *സ്ഥിരമായി ചെയ്യുന്ന ഏതൊക്കെ പ്രവർത്തനങ്ങളാണ് എന്റെ വിജയം അനിവാര്യമാക്കുന്നത്?*

ഘട്ടം 2 : നിങ്ങളുടെ ഫലങ്ങളോടുള്ള വൈകാരിക അടുപ്പം ഒഴിവാക്കുക.

നമ്മുടെ പ്രക്രിയയെ സംബന്ധിച്ചിടത്തോളം, ഉറപ്പുള്ള ഒരു കാര്യം മോശംദിവസങ്ങൾഉണ്ടാകുമെന്നതാണ്.മോശംആഴ്ചകൾപോലും ഉണ്ടാകാം. എന്നാൽ അവ അനിവാര്യമാണെന്ന് അറിയുന്നത് അവയെ കൂടുതൽ രുചികരമാക്കുന്നില്ല. മനുഷ്യർ വൈകാരിക ജീവികളാണെന്നതാണ് വസ്തുത. വൈകാരിക ജീവികൾ എന്ന നിലയിൽ, നമ്മുടെ ഫലങ്ങളോട് നാം വൈകാരികമായി ബന്ധപ്പെട്ടിരിക്കുന്നു, എന്നാൽ ആ ഫലങ്ങൾ നേടുന്നതിനുള്ള പാതയിലേക്ക് നമ്മെ നയിക്കുന്ന പ്രക്രിയയോട് പ്രതിജ്ഞാബദ്ധരായി തുടരാനുള്ള നമ്മുടെ കഴിവിനെ നമ്മുടെ വൈകാരിക അടുപ്പം തടസ്സപ്പെടുത്തുന്നു. മിക്ക ആളുകളെയും സംബന്ധിച്ചിടത്തോളം, അവർ ഉദ്ദേശിച്ചത് നേടാനായില്ല എന്നത് നിരാശാജനകവും, ക്ഷീണിപ്പിക്കുന്നതും, നിരുത്സാഹപ്പെടുത്തുന്നതുമാണ്. പക്ഷേ അത് അങ്ങനെ ആയിരിക്കണമെന്നില്ല. നിങ്ങളുടെ പ്രക്രിയയോട് നിങ്ങൾ പ്രതിജ്ഞാബദ്ധരാകുകയും നിങ്ങളുടെ ദൈനംദിന ഫലങ്ങളോടുള്ള നിങ്ങളുടെ വൈകാരിക അടുപ്പം പുറത്തുവിടുകയും ചെയ്യുമ്പോൾ, നിങ്ങളുടെ ദീർഘകാല ഫലങ്ങൾ അനിവാര്യമായും നിങ്ങളെത്തന്നെ പരിപാലിക്കും, നിങ്ങൾ വഴിയിൽ നിരാശപ്പെടേണ്ടതില്ല.

യഥാർത്ഥ ജീവിതത്തിൽ ഇത് എങ്ങനെ സംഭവിച്ചു എന്നതിന്റെ ചില ഉദാഹരണങ്ങൾ ഇതാ :

1. ശരീരഭാരം കുറയ്ക്കുക എന്ന ലക്ഷ്യമുള്ള ഒരു സുഹൃത്ത് എനിക്കുണ്ട്. കലോറി ഉപഭോഗം പരിമിതപ്പെടുത്തുക, പ്രധാനമായും സസ്യാഹാരം കഴിക്കുക, പതിവായി വ്യായാമം ചെയ്യുക എന്നിവയെ അടിസ്ഥാനമാക്കിയാണ് അദ്ദേഹം തന്റെ പ്രക്രിയയെ

നിർവ്വചിച്ചത്. ഒരു ദിവസം അദ്ദേഹം എന്നെ വിളിച്ച് പറഞ്ഞു, "ഹാൽ, നിങ്ങളുടെ മുൻകൂട്ടി നിശ്ചയിച്ച പ്രക്രിയ തന്ത്രം ഞാൻ പരീക്ഷിക്കുകയാണ്. കഴിഞ്ഞ മൂന്ന് ആഴ്ചകളായി, ഞാൻ ആഴ്ചയിൽ നാല് ദിവസം മുപ്പത് മിനിറ്റ് വീതം വ്യായാമം ചെയ്യുന്നുണ്ട്, പക്ഷേ എന്റെ ഭാരം കുറഞ്ഞിട്ടില്ല. വാസ്തവത്തിൽ, എനിക്ക് ഒരു പൗണ്ട് കൂടി, എന്തുകൊണ്ടെന്ന് എനിക്ക് മനസ്സിലാകുന്നില്ല. എനിക്ക് നിരാശ തോന്നുന്നു." അവന്റെ ശരീരത്തിലെ കൊഴുപ്പിന്റെ ശതമാനം പരിശോധിക്കാൻ ഞാൻ അവനോട് പറഞ്ഞു, കാരണം അവന് പേശികളുടെ അളവ് വർദ്ധിച്ചിരിക്കാൻ നല്ല സാധ്യതയുണ്ട്, അത് അവന്റെ ശരീരഭാരം കുറയ്ക്കുന്നതിനെ നികത്തും. തീർച്ചയായും, അതാണ് സംഭവിച്ചത്. മൂന്ന് മാസങ്ങൾക്ക് ശേഷം, അദ്ദേഹത്തിന്റെ ശരീരത്തിലെ കൊഴുപ്പിന്റെ അളവ് 24 ശതമാനത്തിൽ നിന്ന് 14 ശതമാനമായി കുറഞ്ഞു. അത് അദ്ദേഹം എല്ലാ ദിവസവും തന്റെ പ്രക്രിയയിൽ പ്രതിജ്ഞാബദ്ധനായിരുന്നു എന്നതു കൊണ്ടാണ്. പ്രതീക്ഷിച്ചതുപോലെ സ്കെയിൽ പ്രതികരിക്കാത്തപ്പോൾ അദ്ദേഹം പിന്മാറിയിരുന്നെങ്കിൽ, അദ്ദേഹം ഇന്നത്തെപ്പോലെ ഔചിത്യവാനും ആരോഗ്യവാനും ആകുമായിരുന്നില്ല.

2. വർഷങ്ങൾക്ക് മുമ്പ് എനിക്ക് ഒരു ക്ലയന്റ് ഉണ്ടായിരുന്നു, അദ്ദേഹം തന്റെ കമ്പനിയിലെ രാജ്യത്തെ ഏറ്റവും മികച്ച വിൽപ്പന ടീമുകളിൽ ഒന്നിനെ കൈകാര്യം ചെയ്തിരുന്നു. മികച്ച ഫലങ്ങൾ നേടുന്നതിൽ പരിചയമുള്ള ഒരു സൂപ്പർസ്റ്റാറായിരുന്നു അദ്ദേഹം. ഞങ്ങൾ ഒരുമിച്ച് പ്രവർത്തിച്ച സമയത്ത് അദ്ദേഹത്തിന്റെ ലക്ഷ്യം തന്റെ സെയിൽസ് ടീമിനെ ആ വർഷത്തേക്ക് 1.3 മില്യൺ ഡോളർ വിൽപ്പനയിലേക്ക് നയിക്കുക എന്നതായിരുന്നു. എന്നെ സംബന്ധിച്ചിടത്തോളം ഏറ്റവും ശ്രദ്ധേയമായ ഒരു കോച്ചിംഗ് കോൾ അദ്ദേഹം തളർന്നതും ഭയപ്പെട്ടതുമായിരുന്നു, കാരണം ഞങ്ങളുടെ കോളിന്

മുമ്പുള്ള ഏതാനും ആഴ്ചകളിൽ അദ്ദേഹത്തിന്റെ ടീമിന്റെ വിൽപ്പന ഇടിഞ്ഞിരുന്നു. വർഷാരംഭത്തിൽ അദ്ദേഹം പ്രവചിച്ച വാർഷിക ബിസിനസ്സ് പ്ലാനിലേക്കും, പ്രത്യേകിച്ച് ആഴ്ചതോറുമുള്ള വിൽപ്പന പ്രവചനങ്ങളിലേക്കും അയാൾ വീണ്ടും വീണ്ടും തിരിഞ്ഞുകൊണ്ടിരുന്നു. ചെയ്യേണ്ടതെല്ലാം ചെയ്തിട്ടും, തന്റെ പ്രതിനിധികളുടെ ഫലങ്ങൾ തന്റെ വിൽപ്പന പ്രവചനങ്ങൾ പാലിക്കാത്തത് എന്തുകൊണ്ടാണെന്ന് അദ്ദേഹത്തിന് മനസ്സിലാകുന്നില്ലായിരുന്നു.

ടീമിന്റെ ഹ്രസ്വകാല, ദൈനംദിന ഫലങ്ങളോടുള്ള അദ്ദേഹത്തിന്റെ വൈകാരിക അടുപ്പം അദ്ദേഹത്തിന്റെ പ്രതിബദ്ധതയിൽ ഇടിവുണ്ടാക്കുമെന്ന് ഞാൻ അദ്ദേഹത്തെ ചൂണ്ടിക്കാട്ടി, കാരണം അദ്ദേഹത്തിന്റെ പ്രതിനിധികളുടെ ദൈനംദിന ഫലങ്ങളുടെ നിയന്ത്രണം അദ്ദേഹത്തിന് ഉണ്ടായിരുന്നില്ല, കുറഞ്ഞത് നേരിട്ടല്ല. തീർച്ചയായും, അയാൾക്ക് അവരുടെ ഫലങ്ങളെ സ്വാധീനിക്കാൻ കഴിയും, പക്ഷേ അദ്ദേഹത്തിന് അവയെ നിയന്ത്രിക്കാൻ കഴിഞ്ഞില്ല. തന്റെ പ്രതിനിധികൾ വിളിക്കുമ്പോൾ എത്ര പേർ ഫോണിൽ മറുപടി നൽകുന്നു എന്നോ അവർ ഫോൺ എടുക്കുമ്പോൾ അവരുടെ സാധ്യതയുള്ളവരുടെ മാനസികാവസ്ഥ എന്തായിരിക്കുമെന്നോ അദ്ദേഹത്തിന് നിയന്ത്രിക്കാൻ കഴിഞ്ഞില്ല. തന്റെ സെയിൽസ് ടീമിലെ വ്യക്തിഗത അംഗങ്ങളുമായി ആരാണ് അപ്പോയിന്റ്മെന്റ് ഷെഡ്യൂൾ ചെയ്തത് അല്ലെങ്കിൽ ഷെഡ്യൂൾ ചെയ്യാത്തത്, അല്ലെങ്കിൽ അവർ ഷെഡ്യൂൾ ചെയ്ത അപ്പോയിന്റ്മെന്റുകൾക്ക് ആരാണ് ഹാജരായത് എന്നിവ അദ്ദേഹത്തിന് നിയന്ത്രിക്കാൻ കഴിഞ്ഞില്ല. തന്റെ പ്രതിനിധികളിൽ നിന്ന് ആരാണ് വാങ്ങുന്നത്, അവർക്ക് റഫറലുകൾ നൽകുന്നത് തുടങ്ങിയവ അദ്ദേഹത്തിന് നിയന്ത്രിക്കാൻ കഴിഞ്ഞില്ല. എന്നിട്ടും അവന്റെ വികാരങ്ങൾ ആ എല്ലാ

ഫലങ്ങളോടും മറ്റു പലതിനോടും ബന്ധപ്പെട്ടിരുന്നു. തന്റെ പ്രതിനിധികൾ ഫോൺ വിളിക്കുന്നുണ്ടെന്ന് ഉറപ്പാക്കുക മാത്രമാണ് താൻ ചെയ്യേണ്ടതെന്ന് അയാൾ മനസ്സിലാക്കിയപ്പോൾ – അയാൾക്ക് (അല്ലെങ്കിൽ അവർക്ക്) നിയന്ത്രിക്കാൻ കഴിയുന്ന ഒരേയൊരു കാര്യം – അയാളുടെ മുഴുവൻ ജോലിയും മാറി. തന്റെ പ്രതിനിധികളുടെ ഹ്രസ്വകാലഫലങ്ങൾ തന്റെ മാനസികാവസ്ഥയെയും പ്രചോദനത്തെയും സ്വാധീനിക്കാൻ അദ്ദേഹം പിന്നെ അനുവദിച്ചില്ല. ആ തീരുമാനം എടുത്തുകഴിഞ്ഞാൽ, തന്റെ ടീം ഒരു പ്രത്യേക ദിവസം എത്രമാത്രം വിറ്റുവെന്നും ആ ആഴ്ചയിലെ വിൽപ്പന ലക്ഷ്യം അവർ എത്തിയോ ഇല്ലയോ എന്നും പോലും അദ്ദേഹം മറന്നു. എന്ത് ഫലമാണെങ്കിലും അത് സംഭവിക്കുന്നതിന് മുമ്പ് തന്നെ അദ്ദേഹം അത് അംഗീകരിച്ചു (നമ്മുടെ "മാറ്റാൻ കഴിയില്ല" എന്ന സംഭാഷണം ഓർക്കുന്നുണ്ടോ?). വലിയ ചിത്രത്തിൽ ശ്രദ്ധ കേന്ദ്രീകരിച്ചു, തന്റെ പ്രതിനിധികൾ ഒരു നിശ്ചിത കാലയളവിൽ ആ ദിവസത്തെ വിൽപ്പന ക്വോട്ടകൾ പൂർത്തിയാക്കുന്നുണ്ടെന്ന് ഉറപ്പാക്കുന്ന സ്വന്തം പ്രക്രിയ നടപ്പിലാക്കുന്നത് തുടർന്നാൽ, ഫലങ്ങൾ എല്ലായ്പ്പോഴും ശരാശരിയായിരിക്കുമെന്ന് അദ്ദേഹം വിശ്വസിച്ചു. ആ ക്വോളിൽ അവന്റെ സമ്മർദ്ദം അലിഞ്ഞുപോയതായി എനിക്ക് തോന്നി, സ്വന്തം പ്രക്രിയയിൽ മാത്രം ശ്രദ്ധ കേന്ദ്രീകരിക്കണമെന്ന് അദ്ദേഹം മനസ്സിലാക്കി.

3. ഞാൻ നിങ്ങൾക്ക് ഒരു വ്യക്തിപരമായ ഉദാഹരണം കൂടി തരാം. വിസ്മയ പുലരി പ്രസിദ്ധീകരിച്ചപ്പോൾ, ഒരു ശരാശരി വ്യക്തിക്ക് പുസ്തകം പ്രചരിപ്പിക്കാൻ ആവശ്യമായതിനേക്കാൾ വളരെ കുറച്ച് വിഭവങ്ങൾ മാത്രമേ എന്റെ കൈവശമുണ്ടായിരുന്നുള്ളൂ. എനിക്ക് ഒരു പ്ലാറ്റ്ഫോമോ വലിയൊരു ഇമെയിൽ ലിസ്റ്റോ ഉണ്ടായിരുന്നില്ല. വേറെ ആരെയും എനിക്കറിയില്ലായിരുന്നു. അതുകൊണ്ട് എന്റെ പുതിയ പുസ്തകം

> പ്രചരിപ്പിക്കാൻ ഏറ്റവും നല്ല മാർഗ്ഗം എന്താണെന്ന് ഞാൻ എന്നോടുതന്നെ ചോദിച്ചു. നിരവധി എഴുത്തുകാരുമായി സംസാരിക്കുകയും ഓൺലൈൻ ഗവേഷണം നടത്തുകയും ചെയ്ത ശേഷം, ഞാൻ നടപ്പിലാക്കാൻ പോകുന്ന അടിസ്ഥാന തന്ത്രം പോഡ്കാസ്റ്റുകളിൽ അഭിമുഖം നടത്തുകയാണെന്ന് ഞാൻ തീരുമാനിച്ചു. പോഡ്കാസ്റ്റ് അഭിമുഖങ്ങൾ കേൾക്കുന്ന വ്യക്തി വ്യക്തിത്വവികസനത്തിൽ നിക്ഷേപം നടത്തുന്ന അതേ തരത്തിലുള്ള ആളാണെന്ന് ഞാൻ അനുമാനിച്ചു. പോഡ്കാസ്റ്റിൽ അഭിമുഖം നടത്തുന്നതിന് നിങ്ങളുടെ സമയമല്ലാതെ മറ്റൊന്നും ചെലവാകാത്തതിനാൽ, ഇത് വളരെ ചെലവ് കുറഞ്ഞ ഒരു തന്ത്രം കൂടിയാണ്.
>
> അതിനുശേഷം ഞാൻ മുന്നൂറിലധികം പോഡ്കാസ്റ്റ് അഭിമുഖങ്ങൾ നടത്തിയിട്ടുണ്ട്, കൂടാതെ എന്റെ സ്വന്തം അച്ചീവ് യുവർ ഗോൾസ് പോഡ്കാസ്റ്റ് എപ്പിസോഡുകൾ ഇരുന്നൂറിലധികം നിർമ്മിച്ചിട്ടുണ്ട്. പുസ്തകം പുറത്തിറങ്ങിയതിന് ശേഷമുള്ള ആദ്യ മാസത്തിൽ ഞാൻ വിറ്റത് വീണ്ടും വിൽക്കാൻ എനിക്ക് പതിനെട്ട് മാസത്തെ അഭിമുഖങ്ങൾ വേണ്ടിവന്നു. നിങ്ങളുടെ ഹ്രസ്വകാല ഫലങ്ങൾ പരിഗണിക്കാതെ, ദീർഘകാലത്തേക്ക് നിങ്ങളുടെ പ്രക്രിയയോട് പ്രതിബദ്ധത പുലർത്തുന്നതിന്റെ മൂല്യം താഴെയുള്ള ഗ്രാഫ് കാണിക്കുന്നു. പോഡ്കാസ്റ്റ് അഭിമുഖങ്ങൾ സുരക്ഷിതമാക്കുന്നതിനും നടത്തുന്നതിനും ഞാൻ നിക്ഷേപിച്ച സമയത്തിനും പരിശ്രമത്തിനും ആനുപാതികമായി വളരെ കുറച്ച് വിൽപ്പന മാത്രമേ എനിക്ക് കാണാൻ കഴിഞ്ഞുള്ളൂ എന്ന് കരുതുന്ന പതിനെട്ട് മാസങ്ങളായിരുന്നു അത്.

അടുത്ത പേജിലെ ഗ്രാഫ് നോക്കിയാൽ നിങ്ങൾക്ക് കാണാൻ കഴിയുന്നതുപോലെ, 2012 ഡിസംബർ മുതൽ 2014 ജൂൺ വരെ എനിക്ക് അധികം പുസ്തകങ്ങൾ വിറ്റഴിക്കാൻ കഴിഞ്ഞിട്ടില്ല, അതായത് എന്റെ പരിശ്രമം

ഹ്രസ്വകാലത്തേക്ക് ഫലം നൽകിയില്ല. എന്റെ ഹ്രസ്വകാല ഫലങ്ങളോട് വൈകാരികമായി അടുപ്പം ഉണ്ടായിരുന്നെങ്കിൽ, ഞാൻ ഒരിക്കലും അതിൽ

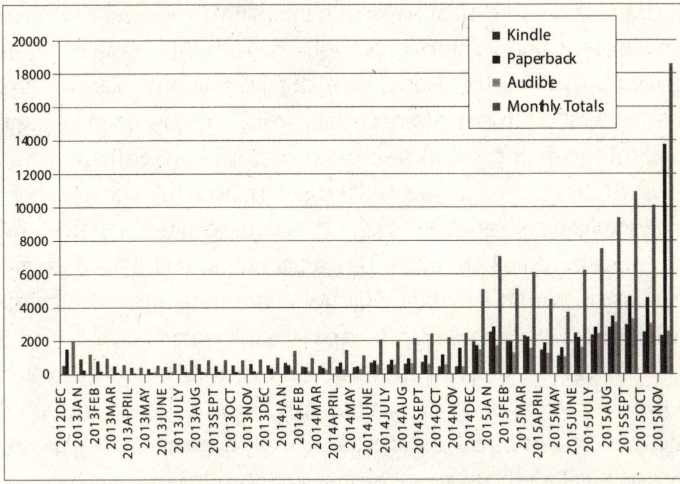

വിജയിക്കുമായിരുന്നില്ല. പക്ഷേ ഞാൻ ആ പുസ്തകത്തിൽ വിശ്വസിച്ചു, അത് ആളുകളുടെ ജീവിതത്തെ മാറ്റിമറിക്കുമെന്ന് എനിക്കറിയാമായിരുന്നു, അതിനാൽ ഞാൻ എന്റെ പ്രക്രിയയിൽ ഉറച്ചുനിന്നു, വലിയ ചിത്രത്തിൽ ശ്രദ്ധ കേന്ദ്രീകരിച്ചു. ഒടുവിൽ, എന്റെ പ്രക്രിയയോടുള്ള എന്റെ പ്രതിബദ്ധത ഫലം കണ്ടു. ഇന്നത്തെ കണക്കനുസരിച്ച്, വിസ്മയ പുലരി ഒരു ദശലക്ഷത്തിലധികം കോപ്പികൾ വിറ്റഴിച്ചു, അവയിൽ പകുതിയും ഇവിടെ അമേരിക്കയിലും ബാക്കി പകുതി ലോകമെമ്പാടുമുള്ള നൂറിലധികം രാജ്യങ്ങളിലും വ്യാപിച്ചു – പ്രധാനപ്പെട്ട ലക്ഷ്യങ്ങൾ കൈവരിക്കാൻ പലപ്പോഴും നമ്മൾ ആഗ്രഹിക്കുന്നതിനേക്കാളും പ്രതീക്ഷിക്കുന്നതിനേക്കാളും കൂടുതൽ സമയമെടുക്കുമെങ്കിലും, അചഞ്ചലമായ വിശ്വാസം നിലനിർത്തുകയും ദീർഘകാലത്തേക്ക് അസാധാരണമായ ശ്രമം തുടരുകയും ചെയ്യുമ്പോൾ, നമുക്ക് അത്ഭുതങ്ങൾ സൃഷ്ടിക്കാൻ കഴിയും.

ഘട്ടം 3 : നിങ്ങളുടെ പ്രക്രിയ ഷെഡ്യൂൾ ചെയ്യുക.

പുതിയ ജിം വസ്ത്രങ്ങൾ വാങ്ങുകയോ നിങ്ങൾക്ക് പഠിക്കാൻ താൽപ്പര്യമുള്ള ഒരു വിഷയത്തിൽ ഒരു കൂട്ടം പുസ്തകങ്ങൾ ഓർഡർ ചെയ്യുകയോ ചെയ്യുന്നത് എങ്ങനെയാണെന്ന് നമുക്കെല്ലാവർക്കും അറിയാം – തുടർന്ന് അവ ഉപയോഗിക്കാതെ നിങ്ങളുടെ മുറിയുടെ മൂലയിൽ ഇരിക്കുന്നത് കാണുന്നത്. നമ്മൾ തിരക്കിലാകുകയാണ്. കുട്ടികൾക്ക് അസുഖം വരുന്നു. ഒരു ക്ലയന്റ് നമ്മുടെ മേൽ കൂടുതൽ ജോലി ചുമത്തുന്നു. ജീവിതം അങ്ങനെയാണ് സംഭവിക്കുന്നത്.

നിങ്ങളുടെ പ്രക്രിയ പിന്തുടരുന്നുണ്ടെന്ന് ഉറപ്പാക്കാൻ സഹായിക്കുന്ന ഒരു മാർഗ്ഗം അത് ഷെഡ്യൂൾ ചെയ്യുക എന്നതാണ്, അനുയോജ്യമായി ആവർത്തിച്ചുള്ള ഒരു അപ്പോയിന്റ്മെന്റ് ആയി. നിങ്ങളുടെ ദിവസങ്ങളിലും സമയം ചെലവഴിക്കുന്ന രീതിയിലും നിങ്ങൾ മുൻകൈയെടുക്കണം, അല്ലെങ്കിൽ ഒന്നും മാറില്ല.

നിങ്ങളുടെ കലണ്ടർ, ഭൗതികമായോ ഡിജിറ്റൽ ആയോ പുറത്തെടുത്ത്, ഓരോ ദിവസവും നിങ്ങളുടെ പ്രക്രിയ എപ്പോൾ പൂർത്തിയാക്കുമെന്നും പ്രത്യേകിച്ച് പ്രക്രിയയിൽ എന്താണ് ഉൾപ്പെട്ടിരിക്കുന്നതെന്നും എഴുതുക അല്ലെങ്കിൽ ടൈപ്പ് ചെയ്യുക. നിങ്ങൾ ഒരു ബിരുദാനന്തര ബിരുദം നേടുന്നതിനായി പരിശ്രമിക്കുകയാണെങ്കിൽ, ഓരോ സെമസ്റ്ററിലും എത്ര ക്ലാസുകൾ എടുക്കുമെന്നും പഠനത്തിനും ഗൃഹപാഠം ചെയ്യുന്നതിനുമുള്ള സമയം കുറയ്ക്കണമെന്നും നിങ്ങൾക്ക് തീരുമാനിക്കാം. നിങ്ങൾ ഒരു ഡിജിറ്റൽ കലണ്ടർ ഉപയോഗിക്കുകയാണെങ്കിൽ (ഞാൻ അത് വളരെ ശുപാർശ ചെയ്യുന്നു), അത് ആവർത്തിച്ചുള്ള ഒരു അപ്പോയിന്റ്മെന്റ് ആക്കുക. പിന്നെ നിങ്ങൾ ചെയ്യേണ്ടത് ഹാജരാകുക എന്നതാണ്. നിങ്ങളുടെ കുട്ടികളോടൊപ്പം കൂടുതൽ സമയം ചെലവഴിക്കാൻ ആഗ്രഹിക്കുന്നുവെങ്കിൽ, ആ സമയം നിങ്ങളുടെ കലണ്ടറിൽ ഉൾപ്പെടുത്തുക. നിങ്ങൾക്കായി കൂടുതൽ ഒഴിവു സമയം സൃഷ്ടിക്കുക എന്നതാണ് നിങ്ങളുടെ ലക്ഷ്യമെങ്കിൽ, അതും ഷെഡ്യൂൾ ചെയ്യുക. ഏറ്റവും പ്രധാനമായി, ഈ സമയത്ത് മറ്റൊന്നും ഇടപെടാൻ അനുവദിക്കരുത്. നിങ്ങളുടെ പ്രക്രിയ പൂർത്തിയാക്കാനും എല്ലാത്തിനും ഉപരി നിങ്ങളുടെ ദൗത്യം നേടാനും ആവശ്യമായ സമയം സംരക്ഷിക്കുക. ഇങ്ങനെയാണ് നിങ്ങളുടെ ദൗത്യം സാധ്യമായതിൽ നിന്ന് സംഭാവ്യമായതിലേക്ക്, നാമെല്ലാവരും പിന്തുടരുന്നതിലേക്ക് നീങ്ങുന്നത്

ഉറപ്പാക്കുന്നത് : ഇത് നിങ്ങളുടെ ദൗത്യം കൈവരിക്കുന്നത് അനിവാര്യമാക്കുന്നു.

ഇത് അൽപ്പം അമിതമായി തോന്നിയേക്കാം, ഞാൻ നിങ്ങളുടെ കൈ അമിതമായി പിടിക്കുന്നത് പോലെയാണെന്ന് എനിക്ക് മനസ്സിലാകും. പക്ഷേ, നിങ്ങളുടെ ഷെഡ്യൂളിൽ ഉൾപ്പെടുത്താൻ മാത്രം പ്രധാനപ്പെട്ട എന്തെങ്കിലും ഇല്ലെങ്കിൽ, അത് സംഭവിക്കാൻ സാധ്യതയില്ലെന്ന് ഞാൻ കണ്ടെത്തി. കുറഞ്ഞ പക്ഷം സ്ഥിരതയോടെയല്ല.

പായ്ക്ക് ചെയ്ത പ്ലേറ്റിൽ കൂടുതൽ ഭക്ഷണം ചേർക്കുന്നത് നിങ്ങളെ അമിതഭാരത്തിലാക്കുമെന്ന് തോന്നുന്നുവെങ്കിൽ, നിങ്ങളുടെ ശേഷിക്കുന്ന ദിവസത്തേക്കുള്ള ഷെഡ്യൂൾ വിലയിരുത്തുക. നിങ്ങൾക്ക് കൂടുതൽ കാര്യക്ഷമമായി പ്രവർത്തിക്കാൻ കഴിയുന്ന സ്ഥലങ്ങൾ ഏതൊക്കെയാണെന്ന് നോക്കുക, അല്ലെങ്കിൽ മുൻഗണന കുറഞ്ഞ പ്രവർത്തനങ്ങൾക്ക് പകരം ദൗത്യംനിർണ്ണായകമായതുംനിങ്ങൾആഗ്രഹിക്കുന്നിടത്ത്എത്തിക്കുന്നതുമായ പ്രവർത്തനങ്ങൾ നടത്തുക. ഇൻസ്റ്റാകാർട്ട്, ആമസോൺ പ്രൈം നൗ പോലുള്ള താരതമ്യേന വിലകുറഞ്ഞ നിരവധി ഡെലിവറി സേവനങ്ങളിൽ (ഇവയിൽ മിക്കതും നിങ്ങളുടെ സ്മാർട്ട് ഫോണിൽ ആപ്പുകളായി ലഭ്യമാണ്) അല്ലെങ്കിൽ ഉബർ ഈറ്റ്സ്, ഫേവർ, ഗ്രബ്ബബ്, ഡോർഡാഷ് എന്നിവയുൾപ്പെടെ നിരവധി ഭക്ഷണ വിതരണ സേവനങ്ങളിൽ ഒന്ന് പ്രയോജനപ്പെടുത്തി നിങ്ങളുടെ കാര്യങ്ങൾ ചെയ്തു തീർക്കാൻ കഴിഞ്ഞേക്കും. എന്റെ ദൗത്യത്തിലും മറ്റ് ലക്ഷ്യങ്ങളിലും എനിക്ക് ഏറ്റവും പ്രധാനപ്പെട്ട കാര്യങ്ങളിൽ കൂടുതൽ സമയം കേന്ദ്രീകരിക്കാൻ കഴിയുന്നതിനായി ഞാൻ ഈ സേവനങ്ങളെല്ലാം (കൂടാതെ അതിലേറെയും) ഉപയോഗിക്കുന്നു. അല്ലെങ്കിൽ നിങ്ങളുടെ കുട്ടികളോടൊപ്പം കളിക്കാൻ വേണ്ടി ഒരു മണിക്കൂർ ടെലിവിഷൻ കാണുന്നത് ഉപേക്ഷിച്ചേക്കാം. അല്ലെങ്കിൽ നിങ്ങളുടെ പുതിയ ബിസിനസ്സ് ആരംഭിക്കുന്നതിനായി ഒരു മണിക്കൂർ നേരത്തെ എഴുന്നേൽക്കാൻ കഴിയണം. ഏതൊക്കെ പ്രവൃത്തികളാണ് നിങ്ങളെ അവിടെ എത്തിക്കുക, എപ്പോൾ ചെയ്യുക എന്നിവയെക്കുറിച്ച് വ്യക്തമായിരിക്കുക മാത്രമല്ല, അവ നിങ്ങളുടെ ഷെഡ്യൂളിൽ എഴുതിയിരിക്കുകയും ചെയ്യുമ്പോൾ, നിങ്ങൾ പോകാൻ ആഗ്രഹിക്കുന്നിടത്ത് എത്തിച്ചേരുന്നത് എളുപ്പമാണ്.

ഘട്ടം 4 : ഉത്തരവാദിത്തത്തോടെ നിങ്ങളുടെ വിജയം സംരക്ഷിക്കുക.

മറ്റാരെക്കാളും നന്നായി നിങ്ങൾക്ക് സ്വയം അറിയാം. അപ്പോൾ നിങ്ങളുടെ പ്രക്രിയയോട് പ്രതിജ്ഞാബദ്ധത പുലർത്താനും അത് നിലനിർത്താനും നിങ്ങൾക്ക് എന്താണ് ആവശ്യമെന്ന് നിങ്ങൾ കരുതുന്നു? നിങ്ങൾ സ്വയംപര്യാപ്തത പുലർത്തുന്ന ഒരാളാണോ, ഒരിക്കൽ എന്തെങ്കിലും കാര്യത്തിൽ പ്രതിജ്ഞാബദ്ധനായാൽ, മറ്റാരെങ്കിലും നിങ്ങളെ ഉത്തരവാദിത്തപ്പെടുത്തുന്നുണ്ടോ ഇല്ലയോ എന്ന് നിങ്ങൾ പരിശോധിക്കാറുണ്ടോ? അങ്ങനെയെങ്കിൽ, നിങ്ങൾക്ക് സ്വന്തമായി അത്ഭുത സമവാക്യം നടപ്പിലാക്കാൻ കഴിയും. എന്നിരുന്നാലും, പലരും തുടക്കത്തിൽ ആവേശഭരിതരാകുന്നു, പിന്നീട് ഇടയ്ക്ക് എവിടെയോ മങ്ങിപ്പോകുന്നു.

അർത്ഥവത്തായ ഒരു ഫലം ഉണ്ടാക്കാൻ ആവശ്യമായ ഒന്നിനോടും ദീർഘകാലത്തേക്ക് പറ്റിനിൽക്കുന്നത് എളുപ്പമല്ല എന്നതാണ് വസ്തുത. അങ്ങനെയാണെങ്കിൽ എല്ലാവരും അത് ചെയ്യുമായിരുന്നു, ഈ പുസ്തകത്തിന്റെ ആവശ്യമില്ല. എന്നിരുന്നാലും,സ്വയംഅച്ചടക്കംഅത്രസാധാരണമല്ല.നമുക്കെല്ലാവർക്കും ഒറ്റയ്ക്ക് മുന്നോട്ട് പോകാൻ കഴിയുമെങ്കിൽ, എല്ലാവരും എപ്പോഴും അവരുടെ എല്ലാ ലക്ഷ്യങ്ങളും നേടിയെടുക്കും. ആറാം അധ്യായത്തിൽ നമ്മൾ ഇതിനെക്കുറിച്ച് ചർച്ച ചെയ്തിട്ടുണ്ടെന്ന് എനിക്കറിയാം, പക്ഷേ ഇത് ആവർത്തിക്കേണ്ടതാണ് : നിങ്ങൾ അത് പിന്തുടരുന്നുവെന്ന് ഉറപ്പാക്കാനുള്ള ഏറ്റവും നല്ല മാർഗ്ഗങ്ങളിലൊന്ന് പിയർ-ടു-പിയർ ഉത്തരവാദിത്വം സ്ഥാപിക്കുക എന്നതാണ്. അത് നിങ്ങളെ സത്യസന്ധതയോടെ നിലനിർത്തും, മുന്നോട്ട് പോകാൻ നിങ്ങളെ സഹായിക്കും.

ആരോടെങ്കിലും അല്ലെങ്കിൽ എന്തിനോടെങ്കിലും ഉത്തരവാദിത്തമുള്ളവരായിരിക്കുക അല്ലെങ്കിൽ ചില പ്രവൃത്തികൾക്കോ ഫലത്തിനോ ഉത്തരവാദിയായിരിക്കുക എന്ന അവസ്ഥയാണ് ഉത്തരവാദിത്തം, അത് വിവിധ ആകൃതികളിലും വലുപ്പങ്ങളിലും വരാം. ചില ആളുകൾ ഒരു സമയപരിധിക്കുള്ളിൽ നന്നായി പ്രവർത്തിക്കും. മറ്റുള്ളവർ നെഗറ്റീവ് പ്രത്യാഘാതങ്ങൾ ഒഴിവാക്കുന്നതിനോട് പ്രതികരിക്കുന്നു, മറ്റു ചിലർ പ്രതിഫലങ്ങൾ നൽകുന്നതിൽ മികച്ച രീതിയിൽ പ്രവർത്തിക്കുന്നു. നിങ്ങളെ ഏറ്റവും കൂടുതൽ പ്രചോദിപ്പിക്കുന്നത് എന്താണെന്ന് കണ്ടെത്തുകയും അത് പ്രവൃത്തിപഥത്തിൽ കൊണ്ടുവരികയും ചെയ്യേണ്ടത്

പ്രധാനമാണ്. പലപ്പോഴും, നിങ്ങളെ ഉത്തരവാദിത്തപ്പെടുത്താൻ മറ്റൊരാളോട് ആവശ്യപ്പെടുന്നത് പ്രധാനമാണ്, പരസ്പര ഉത്തര വാദിത്വം നൽകുന്നത് അതിലും നല്ലതാണ്.

നിങ്ങളുടെ ലക്ഷ്യത്തിൽ സഹായിക്കാൻ മറ്റൊരാളെ സമീപിക്കുന്നത് ബലഹീനതയല്ല, അത് നിങ്ങളെ ഫലപ്രദമല്ലാത്തതാക്കുകയുമില്ല. അത് നിങ്ങളെ ബുദ്ധിമാനാക്കുന്നു. അസാധാരണമായ ഉത്തരവാദിത്തത്തോടെ പിന്തുണയില്ലാത്ത ഒരു ഫോർച്യൂൺ 500 സിഇഒയെ എനിക്ക് കാണിച്ചു തരൂ. അയാൾ അല്ലെങ്കിൽ അവൾ ഓഹരി ഉടമകൾ, ജീവനക്കാർ, കമ്പനിയുടെ എക്സിക്യൂട്ടീവ് ബോർഡ്, പലപ്പോഴും ഒരു എക്സിക്യൂട്ടീവ് പരിശീലകൻ എന്നിവരോട് ഉത്തരം പറയേണ്ടതുണ്ട്. നിങ്ങളെ ഉത്തരവാദിത്തപ്പെടുത്താൻ മറ്റൊരാളോട് (അല്ലെങ്കിൽ ഒരു കൂട്ടം ആളുകളോട്) ആവശ്യപ്പെടുന്നത് നിങ്ങളുടെ പ്രതിബദ്ധതയെ ശക്തിപ്പെടുത്തുന്നു. ഒന്ന് ആലോചിച്ചു നോക്കൂ : ഒരു പരിശീലകൻ നിങ്ങളെ കാത്തിരിക്കുമ്പോൾ ജിമ്മിൽ പോകുന്നത് എളുപ്പമല്ലേ? ഒരു സുഹൃത്തിനൊപ്പം ഓടുമ്പോൾ ദീർഘദൂര ഓട്ടം നടത്തുന്നത് എളുപ്പമല്ലേ? നിങ്ങളുടെ ലക്ഷ്യം എന്തുതന്നെയായാലും, നിങ്ങൾക്ക് ഒരു ഉത്തരവാദിത്വ പങ്കാളിയെ കണ്ടെത്താം, ഒരു ഉപദേഷ്ടാവിനെ കണ്ട് ചെക്ക്-ഇൻ-കൾക്കായി ആവശ്യപ്പെടാം, നിങ്ങളുടെ സ്വന്തം ഉത്തരവാദിത്ത ടീം കെട്ടിപ്പടുക്കാം (മറ്റുള്ളവരെ അങ്ങനെ ചെയ്യാൻ പ്രേരിപ്പിക്കേണ്ടിവരുമ്പോൾ ഉത്തരവാദിത്വംഏറ്റെടുക്കുന്നതിനേക്കാൾ മികച്ച മറ്റൊരു മാർഗ്ഗമില്ല), അല്ലെങ്കിൽ അവിടെ എത്താൻ നിങ്ങളെ സഹായിക്കാൻ ഒരു പരിശീലകനെ നിയമിക്കാം. എന്നിരുന്നാലും, നിങ്ങളുടെ ഉത്തരവാദിത്ത സ്രോതസ്സിൽ നിന്ന് പരമാവധി പ്രയോജനപ്പെടുത്തുന്നതിന്, മറ്റേ വ്യക്തി അല്ലെങ്കിൽ ആളുകൾ കർക്കശരായിരിക്കണം, സ്ഥിരത പുലർത്തണം, നിങ്ങളെയും നിങ്ങളുടെ വിജയത്തെയും കുറിച്ച് ശ്രദ്ധാലുവായിരിക്കണം എന്ന് ഓർമ്മിക്കുക.

ഘട്ടം 5 : നിങ്ങളുടെ ഫലങ്ങൾ വിലയിരുത്തി അതിനനുസരിച്ച് നിങ്ങളുടെ പ്രക്രിയ ക്രമീകരിക്കുക.

നിങ്ങളുടെ പ്രക്രിയ പിന്തുടരുമ്പോൾ, നിങ്ങളുടെ ഫലങ്ങൾ എങ്ങനെ പോകുന്നു എന്നതിൽ ശ്രദ്ധിക്കേണ്ടത് പ്രധാനമാണ്. രണ്ട് മാസത്തിന് ശേഷവും സ്കെയിൽ മാറിയിട്ടില്ലെങ്കിൽ,

നിങ്ങളുടെ ഭക്ഷണക്രമമോ വ്യായാമമോ വീണ്ടും വിലയിരുത്തേണ്ടി വന്നേക്കാം. നിങ്ങളുടെ വിൽപ്പന ലക്ഷ്യം കൈവരിക്കുന്നില്ലെങ്കിൽ,പ്രോസ്പെക്റ്റിംഗ് അല്ലെങ്കിൽമാർക്കറ്റിംഗ് പ്രവർത്തനങ്ങളിൽ വർദ്ധനവ് ആവശ്യമായി വന്നേക്കാം. നിങ്ങളുടെ പുസ്തക ആശയത്തിനായി ഒന്നും എഴുതിയിട്ടില്ലെങ്കിൽ, നിങ്ങളുടെ ഷെഡ്യൂളിലേക്ക് തിരികെ പോയി നിങ്ങളുടെ എഴുത്ത് സമയം മാറ്റാൻ കഴിയുമോ എന്ന് നോക്കുക.

ഇതുവരെയുള്ള നിങ്ങളുടെ ഫലങ്ങളെ അടിസ്ഥാനമാക്കി, നിങ്ങളുടെ പ്രക്രിയയിൽ മാറ്റങ്ങൾ ആവശ്യമാണോ എന്ന് കാണാൻ, ആഴ്ചതോറുമുള്ളതോ പ്രതിമാസമോ ആയ ചെക്ക്-ഇൻ-കൾ ഷെഡ്യൂൾ ചെയ്യാൻ ഞാൻ ശുപാർശ ചെയ്യുന്നു. നിങ്ങളുടെ പ്രക്രിയ കഴിയുന്നത്ര വ്യക്തവും എളുപ്പവുമാക്കുക എന്നതാണ് എപ്പോഴും ലക്ഷ്യം, അതുവഴി നിങ്ങൾക്ക് അത് പിന്തുടരാനാകും. അതിന് എന്തെങ്കിലും തടസ്സം നേരിടുന്നുണ്ടെങ്കിൽ, മാറ്റങ്ങൾ വരുത്താൻ ഈ ചെക്ക്-ഇൻ-കൾ ഒരു മികച്ച സമയമാണ്.

നിങ്ങൾ നിങ്ങളുടെ അത്ഭുതം നേടിയിരിക്കുന്നു. ഇനി എന്ത്?

ഓർക്കുക, അത്ഭുത സമവാക്യം ഒരു അത്ഭുതം നേടിയ ശേഷം കാര്യങ്ങൾ പഴയതുപോലെ തിരിച്ചുപോകുന്നതിനെക്കുറിച്ചല്ല. ജീവിതത്തിന്റെ എല്ലാ മേഖലകളിലും സ്പഷ്ടവും അളക്കാവുന്നതുമായ അത്ഭുതങ്ങൾ വീണ്ടും വീണ്ടും സൃഷ്ടിക്കുന്ന അത്ഭുത പ്രഗത്ഭരുടെ നിരയിൽ ചേരാൻ നമ്മൾ ആഗ്രഹിക്കുന്നു. ഇത് ചെയ്യുന്നതിന്, നിങ്ങൾക്ക് കൂടുതൽ വിജയങ്ങൾ ലഭിക്കുംതോറും, നിങ്ങളുടെ ലക്ഷ്യങ്ങൾ കൂടുതൽ ഉയർത്തുകയും വികസിപ്പിക്കുകയും ചെയ്യേണ്ടത് അത്യാവശ്യമാണ്.

വഴിയിൽ നിങ്ങൾ പഠിക്കുന്ന പാഠങ്ങൾ വേർതിരിച്ചെടുത്ത് ആന്തരികവൽക്കരിക്കുക, നിങ്ങളുടെ അടുത്ത ദൗത്യത്തിലേക്ക് നിങ്ങളെ നയിക്കാൻ അവ ഉപയോഗിക്കുക. ഞാൻ നേരത്തെ സൂചിപ്പിച്ചതുപോലെ, എന്റെ കുടുംബത്തോടൊപ്പം കൂടുതൽ സമയം ചെലവഴിക്കുക എന്ന ദൗത്യം ഞാൻ സ്ഥാപിച്ചു. അത് സാധ്യമായതോടെ, എന്റെ ജീവിതകാലം മുഴുവൻ കാൻസർ രഹിതമായി തുടരുക എന്ന ഒരു ദൗത്യം ഞാൻ സ്ഥാപിച്ചു. അത് സാധ്യമായപ്പോൾ, ഈ പുസ്തകം എഴുതുക എന്ന ദൗത്യത്തിലേക്ക് ഞാൻ എന്റെ ശ്രദ്ധ തിരിച്ചു. നിങ്ങൾ പ്രതിജ്ഞാബദ്ധമായ

ഓരോ ദൗത്യവും ഒരു അത്ഭുത പ്രഗത്ഭൻ എന്ന നിലയിൽ നിങ്ങളുടെ കഴിവുകളെ കൂടുതൽ വികസിപ്പിക്കും, ഒരു അത്ഭുതവും നിങ്ങൾക്ക് അപ്രാപ്യമാകില്ല.

നിങ്ങളുടെ പ്രവർത്തന പ്രക്രിയ

ലോകത്തിലെ എന്റെ പ്രിയപ്പെട്ട സംഗീതജ്ഞൻ ജെറമി റെയ്സിഗ്, അല്ലെങ്കിൽ "ബ്രദർ ജെയിംസ്" എന്നറിയപ്പെടുന്ന ആളാണ്. തന്റെ ഗാനങ്ങളിലൂടെ ലോകത്തിലേക്ക് ധാരാളം പോസിറ്റീവിറ്റി കൊണ്ടുവരുന്ന അതുല്യ കഴിവുള്ള ഒരു സംഗീതജ്ഞനാണ് അദ്ദേഹം. നിങ്ങൾക്ക് സന്തോഷം തോന്നിപ്പിക്കുന്ന വിധത്തിലാണ് അദ്ദേഹത്തിന്റെ സംഗീതം രൂപകൽപ്പന ചെയ്തിരിക്കുന്നത്. വാസ്തവത്തിൽ, എനിക്ക് അറിയാവുന്ന ഒരേയൊരു സംഗീതജ്ഞൻ അദ്ദേഹമാണ്, അദ്ദേഹം പോസിറ്റീവ് സ്ഥിരീകരണങ്ങളും ഉന്മേഷദായകമായ സംഗീതവും സംയോജിപ്പിക്കുന്നു, അതുവഴി നിങ്ങൾ കേൾക്കുന്ന ഓരോ ഗാനവും നിങ്ങളുടെ ഉപബോധമനസ്സിനെ കൂടുതൽ സന്തോഷത്തിനും വിജയത്തിനും വേണ്ടി സജ്ജമാക്കുന്നു.

തന്റെ സംഗീത ജീവിതത്തിന്റെ തുടക്കത്തിൽ, ജെറമി ഒരു ഫങ്ക് ബാൻഡിനൊപ്പം പര്യടനം നടത്തി. അദ്ദേഹം നിരവധി ഉപകരണങ്ങൾ വായിക്കുകയും റാപ്പ് ചെയ്യുകയും ചെയ്തു, പക്ഷേ അദ്ദേഹത്തിന് ബാക്കപ്പ് വോക്കൽ പാടാനും ആഗ്രഹമുണ്ടായിരുന്നു. അദ്ദേഹത്തിന്റെ ശബ്ദം അത്ര നല്ലതല്ലെന്ന് പറഞ്ഞ് ബാൻഡ് അംഗങ്ങൾ വീണ്ടും വീണ്ടും അദ്ദേഹത്തെ നിരസിച്ചു.

അങ്ങനെ 2013-ൽ, ബാൻഡിനൊപ്പം നാല് വർഷത്തെ സേവനത്തിന് ശേഷം, പാടാൻ പഠിക്കാനും ഒരു ഗാനരചയിതാവാകാനും അദ്ദേഹം തീരുമാനിച്ചു. ഒരു ബാൻഡിന്റെ പ്രധാന ഗായകനാകുക എന്ന തന്റെ സ്വപ്നം സാക്ഷാത്കരിക്കാൻ അദ്ദേഹം ആഗ്രഹിച്ചു. അയാൾ കുറച്ച് ആളുകളോട് കൂടെ ചേരാൻ ആവശ്യപ്പെട്ടു, പക്ഷേ അവരും അയാളുടെ ശബ്ദം അത്ര ശക്തമാണെന്ന് കരുതിയില്ല. അയ്യോ!

തന്റെ സ്വപ്നം യാഥാർത്ഥ്യമാക്കാനുള്ള അചഞ്ചലമായ പ്രതിബദ്ധതയോടെ, അദ്ദേഹം രണ്ട് വ്യത്യസ്ത വോക്കൽ ഇൻസ്ട്രക്ടർമാരിൽ നിന്ന് പാട്ട് പഠിക്കാൻ തുടങ്ങി. മിക്കവാറും എല്ലാ ദിവസവും പതിനഞ്ച് മുതൽ മുപ്പത് മിനിറ്റ് വരെ അദ്ദേഹം പരിശീലിച്ചു, ഒരു ദിവസം തന്റെ ലക്ഷ്യത്തിലെത്തുമെന്ന വിശ്വാസം അദ്ദേഹം നിലനിർത്തി. അദ്ദേഹത്തിന്റെ അസാധാരണ ശ്രമം എല്ലാ ദിവസവും പതിനഞ്ച് മുതൽ മുപ്പത് മിനിറ്റ് വരെ പരിശീലനം മാത്രമായിരുന്നുവെന്ന് ഓർമ്മിക്കുക. അത് വളരെ സാധാരണമായി തോന്നുന്നു. 2014 മാർച്ചിൽ ആദ്യ പ്രകടനം കാഴ്ചവയ്ക്കുന്നതു വരെ, ദീർഘകാലത്തേക്ക് അദ്ദേഹം കാണിച്ച പ്രതിബദ്ധതയും സ്ഥിരതയുമാണ് അദ്ദേഹത്തെ അസാധാരണനാക്കിയത്. പിന്നീട് 2015 മധ്യത്തിൽ അദ്ദേഹത്തിന് ആദ്യമായി പ്രതിഫലം ലഭിക്കുന്ന ഒരു പരിപാടി ലഭിച്ചപ്പോൾ അദ്ദേഹത്തിന്റെ പരിശ്രമങ്ങൾ ശരിക്കും ഫലം കണ്ടു.

ഇന്ന്, ബ്രദർ ജെയിംസ് ഒരു പ്രചോദനാത്മക സംഗീതജ്ഞൻ എന്ന തന്റെ സ്വപ്നത്തിൽ ജീവിച്ചുകൊണ്ട് രാജ്യം ചുറ്റി സഞ്ചരിക്കുന്നു. അയാൾ ക്ലാസുകൾ തുടരുന്നു, ആഴ്ചയിൽ അഞ്ച് ദിവസം പതിനഞ്ച് മുതൽ മുപ്പത് മിനിറ്റ് വരെ പരിശീലിക്കാനുള്ള തന്റെ പ്രതിബദ്ധത ഇപ്പോഴും നിറവേറ്റുന്നു.അദ്ദേഹത്തിന്റെവാക്കുകളിൽ,"വീണ്ടും വീണ്ടും ചെയ്യുന്ന മൈക്രോ മാക്രോ സൃഷ്ടിക്കുന്നു." ഈ പ്രക്രിയയോടുള്ള അദ്ദേഹത്തിന്റെ പ്രതിബദ്ധത ഇപ്പോഴും ഫലം കാണുന്നു. പ്രശസ്ത ഗായകൻ ജേസൺ മ്രാസുമായി അദ്ദേഹത്തെ പതിവായി താരതമ്യം ചെയ്യുന്നതിലൂടെ, അദ്ദേഹത്തിന്റെ ശബ്ദം മോശം എന്നതിൽ നിന്ന് നല്ലതിലേക്ക്, മികച്ചതിലേക്ക് മാറിയിരിക്കുന്നു. ജെറമി തന്റെ സംഗീതം കൂടുതൽ കൂടുതൽ ആളുകളിലേക്ക് എത്തിക്കുന്നതിൽ പുരോഗതി കൈവരിച്ചുകൊണ്ടിരിക്കുന്നു. കഴിഞ്ഞ വർഷം, ബ്രദർ ജെയിംസ് 150-ലധികം വ്യത്യസ്തതരം സംഗീത പരിപാടികൾ നടത്തി. കാലക്രമേണ ഒരു പ്രക്രിയയിൽ ഉറച്ചുനിൽക്കുന്നത് വിജയം അനിവാര്യമാക്കുന്നതിന്റെ ഉത്തമ ഉദാഹരണമാണ് അദ്ദേഹം.

നിങ്ങൾ ചെയ്യണമെന്ന് നിങ്ങൾക്കറിയാവുന്ന കാര്യങ്ങൾ (നിങ്ങൾക്ക് അവ ചെയ്യാൻ തോന്നാത്തപ്പോൾ പോലും) ചെയ്യാൻ നിങ്ങളെ എങ്ങനെ പ്രേരിപ്പിക്കാം?

ക്ലയന്റുകളിൽനിന്നും വായനക്കാരിൽനിന്നും ഒരുപോലെ എനിക്ക് ലഭിക്കുന്ന ഒരു സാധാരണ ചോദ്യമാണിത്: "എനിക്ക് ചെയ്യേണ്ട കാര്യങ്ങൾ ചെയ്യാൻ ഞാൻ എന്നെത്തന്നെ എങ്ങനെ പ്രചോദിപ്പിക്കും?" അവരുടെ അടിസ്ഥാന സ്വരം സാധാരണയായി നിരാശയോ നിസ്സഹായതയോ ആയിരിക്കും.

കുട്ടിക്കാലം മുതൽ, നമ്മൾ ചെയ്യേണ്ട കാര്യങ്ങൾ ചെയ്യുന്നത് ഒരിക്കലും എളുപ്പമായിരുന്നില്ല. കൂടുതൽ പച്ചക്കറികൾ കഴിക്കുന്നത് നമ്മെ ആരോഗ്യവാന്മാരാക്കുമെന്ന് നമുക്കറിയാമെങ്കിലും, നമ്മുടെ വരുമാനത്തിന് താഴെ ജീവിക്കുന്നത് വിവേകപൂർണ്ണമാണ്, പകൽ സമയത്ത് മനസ്സിനെ മന്ദഗതിയിലാക്കാനും വിശ്രമിക്കാനും സമയമെടുക്കുന്നത് നമ്മുടെ സമ്മർദ്ദം കുറയ്ക്കും, നമ്മൾ പലപ്പോഴും ഈ കാര്യങ്ങളെ കൽപ്പിച്ചുകൂട്ടി ഇഴഞ്ഞ മട്ടിൽ പ്രവർത്തിക്കുകയോ അവഗണിക്കുകയോ ചെയ്യുന്നു. അർത്ഥവത്തായ ഒരു ലക്ഷ്യം പിന്തുടരേണ്ടി വരുമ്പോൾ, നീട്ടിവെക്കാനുള്ള പ്രലോഭനത്തെ മറികടക്കാൻ നാം ഒരു വഴി കണ്ടെത്തേണ്ടതുണ്ട്, കാരണം യഥാർത്ഥത്തിൽ, തങ്ങൾക്ക് തോന്നുന്നത് മാത്രം ചെയ്യുന്നവർ... അധികം ഒന്നും ചെയ്യുന്നില്ല.

നീട്ടിവെക്കൽ ഒരു ജീവിതരീതിയായി മാറുന്നു, അതിൽ നമ്മൾ അസ്വസ്ഥത ഉളവാക്കുന്ന, തെളിയിക്കപ്പെടാത്ത അല്ലെങ്കിൽ അറിയാത്ത പ്രവർത്തനങ്ങൾ ചെയ്യുന്നത് പതിവായി വൈകിപ്പിക്കുന്നു. നമ്മൾ എവിടെയാണോ അവിടെ നിന്ന് എവിടെയായിരിക്കണമെന്ന് ആഗ്രഹിക്കുന്നുവോ അവിടെ എത്താൻ ആവശ്യമായ അതേ പ്രവർത്തനങ്ങൾ തന്നെ. അപ്പോൾ നമുക്ക് ഇഷ്ടമില്ലാത്തപ്പോൾ പോലും, നമ്മൾ ചെയ്യണമെന്ന് നമുക്കറിയാവുന്ന കാര്യങ്ങൾ ചെയ്യാൻ എങ്ങനെ നമ്മെ പ്രേരിപ്പിക്കും? നീട്ടിവെക്കലിന്റെ അടിസ്ഥാന കാരണം മനസ്സിലാക്കി അതിനെ മറികടക്കാൻ എന്തെങ്കിലും ചെയ്യുന്നതിലൂടെ. നിങ്ങൾ കാര്യങ്ങൾ മാറ്റിവെക്കുന്നതായി വിശ്വസിക്കുന്നതിന് എല്ലാത്തരം കാരണങ്ങളും നിങ്ങൾക്ക് കണ്ടെത്താൻ കഴിയുമെന്ന് എനിക്ക് ഉറപ്പുണ്ട്, പക്ഷേ വാസ്തവത്തിൽ ഒരു കാരണമേയുള്ളൂ :

നിങ്ങൾ മാറ്റിവയ്ക്കുന്ന പ്രവർത്തനവുമായി വേദന, ഭയം അല്ലെങ്കിൽ അസ്വസ്ഥത എന്നിവയുടെ ഒരു പ്രത്യേക തലത്തെ ബന്ധപ്പെടുത്തുന്നു. അത്രമാത്രം.

നീട്ടിവെക്കലിനെ മറികടക്കാൻ, ആ വേദന, ഭയം, അസ്വസ്ഥത എന്നിവയെല്ലാം സാങ്കൽപ്പികമാണെന്ന് മനസ്സിലാക്കുക. ഇതെല്ലാം നിങ്ങളുടെ തലയിലാണ്. വേദനാജനകമോ, ഭയാനകമോ, അസ്വസ്ഥതയോ ഉണ്ടാക്കുന്ന കാര്യങ്ങൾ ചെയ്യുന്നതിനിടയിൽ ഇതെല്ലാം അപ്രസക്തമാകും. തീർച്ചയായും, അങ്ങനെ ചെയ്യുന്നതിനെക്കുറിച്ച് ചിന്തിക്കുന്നത് ഭയപ്പെടുത്തുന്നതാണ്. നിങ്ങൾ അതിനെക്കുറിച്ച് കൂടുതൽ ചിന്തിക്കുംതോറും നിങ്ങൾ നീട്ടിവെക്കുന്നു.

പക്ഷേ യഥാർത്ഥത്തിൽ അത് ചെയ്യുന്നുണ്ടോ? നിങ്ങൾ ചിന്തിച്ചുകൊണ്ടിരുന്ന കാര്യം – നിങ്ങൾ ചെയ്യണമെന്ന് നിങ്ങൾക്കറിയാവുന്ന കാര്യം – ചെയ്യുന്നത് മോചനമാണ്. ഇത് നിങ്ങളെ ഭയത്തിൽ നിന്ന് മോചിപ്പിക്കുന്നു, നിങ്ങൾ സ്വയം പറഞ്ഞതുപോലെ വേദനാജനകമായിരിക്കില്ല അത്, കൂടാതെ നിങ്ങൾ അസ്വസ്ഥതയുണ്ടാക്കുമെന്ന് സങ്കൽപ്പിച്ചത് ഉടൻ തന്നെ നിങ്ങളുടെ ആശ്വാസ മേഖലയിൽ സൗമ്യമായി ഒളിഞ്ഞു കിടക്കും. അതുകൊണ്ട്, നിങ്ങൾ പതിവായി മാറ്റിവെക്കുന്ന കാര്യങ്ങൾ ചെയ്യാൻ ആവശ്യമായ പ്രചോദനം കണ്ടെത്തുന്നതിന്, നിങ്ങൾ മുന്നോട്ട് നീങ്ങണം. നിങ്ങൾ ആദ്യപടി സ്വീകരിക്കണം, ആ ചുവടുവയ്പ്പ്, ആ ചലനം, മുന്നോട്ട് പോകുന്നതിന് നിങ്ങൾക്ക് ആവശ്യമായ പ്രചോദനം സൃഷ്ടിക്കും. പക്ഷേ ആ ആദ്യ ചുവട് നിങ്ങളുടേതാണ്.

ജിമ്മിൽ പോകുന്നത് നീട്ടിവെക്കുന്നതായി നിങ്ങൾക്ക് തോന്നുന്നുവെങ്കിൽ, നിങ്ങളുടെ ജിം ബാഗ് പാക്ക് ചെയ്ത് വ്യായാമം ചെയ്യാൻ നിശ്ചയിച്ച സമയത്ത് കാറിൽ ചാടിക്കയറുക. നങ്ങൾ ഒന്നും ആലോചിക്കണ്ട, കാറിൽ കയറ്. ജിമ്മിൽ പോകുന്നതിനുള്ള ആദ്യ ചുവടുവെപ്പ് നടത്തുന്നതിലൂടെ, നിങ്ങൾ ഈ ജിമ്മിലേക്ക് (ഇത്രയും മാസങ്ങളായി നിങ്ങൾ അംഗത്വ ഫീസ് അടച്ചുകൊണ്ടിരുന്ന ജിമ്മിലേക്ക്) ഡ്രൈവ് ചെയ്യാൻ സാധ്യതയുണ്ട്. നിങ്ങൾ പാർക്കിംഗ് സ്ഥലത്തേക്ക് കയറി ആദ്യം ലഭ്യമായ സ്ഥലത്തേക്ക് കാർ സ്ലൈഡ് ചെയ്യുമ്പോൾ, നിങ്ങളുടെ ജിം ബാഗ് പാസഞ്ചർ സീറ്റിൽ നിന്ന് എടുത്ത്

അകത്തേക്ക് പോകാൻ നിങ്ങൾക്ക് പ്രചോദനം ലഭിക്കുമെന്ന് എനിക്ക് ഉറപ്പാണ് – കുറഞ്ഞത് നിങ്ങൾ വീട്ടിലിരുന്ന്, സോഫയിൽ ഇരുന്ന്, ജിമ്മിൽ പോകാൻ മടിക്കുന്നതിനെക്കുറിച്ച് ചിന്തിക്കുന്നതിനേക്കാൾ വളരെയധികം പ്രചോദനം ഉണ്ടാകും. അകത്തേക്ക് കടക്കുമ്പോൾ, സ്പീക്കറുകളിലൂടെ ഉയർന്ന ഊർജ്ജ സ്വലമായ സംഗീതം മുഴങ്ങുന്നത് കേൾക്കുമ്പോൾ, എല്ലാവരും ട്രെഡ്മില്ലുകളിൽ ഓടുന്നത് കാണുമ്പോൾ, നിങ്ങൾ അവരോടൊപ്പം ചേരുമെന്ന് ഞാൻ പറയും. അങ്ങനെ ചെയ്യുമ്പോൾ, നിങ്ങൾക്ക് നിങ്ങളെക്കുറിച്ച് അഭിമാനം തോന്നും. മാറ്റിവയ്ക്കാനുള്ള തീരുമാനം കൃത്യമായി ഒരു തിരഞ്ഞെടുപ്പാണെന്ന് നിങ്ങൾ മനസ്സിലാക്കും – അതിന്റെ കാരണമെന്താണെന്ന് നിങ്ങൾക്ക് വ്യക്തമായതിനാൽ ഇപ്പോൾ നിങ്ങൾ അത് അംഗീകരിക്കേണ്ടതില്ല.

നീട്ടിവെക്കലിനെ മറികടക്കുക എന്നത്, നിങ്ങളുടെ ലക്ഷ്യങ്ങൾ നേടിയെടുക്കുന്നതിന് ആവശ്യമായ കാര്യങ്ങൾ ചെയ്യുന്നതിനുള്ള ആദ്യപടി സ്വീകരിക്കുക എന്നതാണ്, അത് നിസ്സാരമെന്ന് തോന്നുമെങ്കിലും. ഒരിക്കൽ നീങ്ങാൻ തുടങ്ങിയാൽ, നീട്ടിവെക്കൽ എന്ന ശീലം നിങ്ങൾ മറികടന്നു കഴിഞ്ഞു. ഇനി അതേ ദിശയിൽ തന്നെ നീങ്ങുന്നത് തുടരുക എന്നതാണ് പ്രധാനം. നിങ്ങളുടെ മുൻകൂട്ടി നിശ്ചയിച്ച പ്രക്രിയയിലൂടെ എല്ലാ ദിവസവും അത് ചെയ്യുക, നിങ്ങൾ അത് തിരിച്ചറിയുന്നതിന് മുമ്പ്, നീട്ടിവെക്കലിനെതിരായ നിങ്ങളുടെ ഒരേയൊരു പോരാട്ടം അത് എങ്ങനെയായിരുന്നുവെന്ന് ഓർമ്മിക്കാൻ ശ്രമിക്കുക എന്നതാണ്.

നോക്കൂ, അസാധാരണമായ ശ്രമം അത്ര അസാധാരണമായ ഒന്നല്ലെന്ന് ഞാൻ നിങ്ങളോട് പറഞ്ഞല്ലോ. നിങ്ങളുടെ കലണ്ടറിൽ ഷെഡ്യൂൾ ചെയ്യുന്ന ലളിതവും ആവർത്തിക്കാവുന്നതുമായ ഒരു പ്രക്രിയ, നല്ലൊരു വൈകാരിക അകൽച്ച (നിങ്ങളുടെ ദൈനംദിന ഫലങ്ങൾ എന്തുതന്നെയായാലും, അവയിൽ സമാധാനം പുലർത്തുക എന്ന രൂപത്തിൽ), പിയർ-ടു-പിയർ ഉത്തരവാദിത്വം, വഴിയിൽ ചില മാറ്റങ്ങൾ എന്നിവ മാത്രമാണ് നിങ്ങൾക്ക്

വേണ്ടത്. നിങ്ങളുടെ പ്രക്രിയ നിങ്ങൾക്ക് ആവശ്യമുള്ളത്ര ലളിതമോ (അല്ലെങ്കിൽ സങ്കീർണ്ണമായതോ) ആകാം. ഒരു ദിവസം പതിനഞ്ച് മുതൽ മുപ്പത് മിനിറ്റ് വരെ പരിശീലനം കൊണ്ട് ബ്രദർ ജെയിംസ് തന്റെ പാട്ടിന്റെ ശബ്ദത്തിൽ എത്രത്തോളം മുന്നേറിയെന്ന് ഓർക്കുക. ഒരു ദിവസം നാൽപ്പത് ഫോൺ കോളുകൾ ചെയ്തുകൊണ്ട് ഞാൻ എന്റെ ആദ്യത്തെ ആറക്ക വാർഷിക വരുമാനം നേടി, അതിന് എനിക്ക് രണ്ട് മണിക്കൂർ മാത്രമേ എടുത്തുള്ളൂ. ഇപ്പോൾ നിങ്ങൾ എന്നെ വിശ്വസിച്ചേക്കില്ല, എന്നാൽ താമസിയാതെ നിങ്ങൾ എല്ലാ ദിവസവും നിങ്ങളുടെ പ്രക്രിയയിൽ ഏർപ്പെടാൻ ആഗ്രഹിച്ചേക്കാം. ആ വലിയ, ഭയാനകമായ ലക്ഷ്യത്തെ എങ്ങനെ സമീപിക്കണമെന്ന് നിങ്ങൾ മനസ്സിലാക്കിക്കഴിഞ്ഞാൽ, അത് കൈകാര്യം ചെയ്യുന്നത് രസകരമാകും.

അത്ഭുത സമവാക്യം എങ്ങനെ പ്രയോഗിക്കാമെന്ന് ഇപ്പോൾ നിങ്ങൾക്കറിയാം, അടുത്ത അധ്യായം നിങ്ങളുടെ ജീവിതത്തിന്റെ എല്ലാ മേഖലകളിലും അത്ഭുതങ്ങൾ സൃഷ്ടിക്കുന്നതിനായി ഈ പ്രക്രിയ എങ്ങനെ ആവർത്തിച്ച് ആവർത്തിക്കാമെന്ന് പഠിക്കാൻ പോകുന്നു.

9

അത്ഭുതങ്ങൾ പരിപാലിക്കൽ

അസാധാരണമായ ഫലങ്ങൾ
വീണ്ടും വീണ്ടും സൃഷ്ടിക്കുക

അത്ഭുതങ്ങളിൽ വിശ്വസിച്ചാൽ മാത്രമേ
അത്ഭുതങ്ങൾ സംഭവിക്കൂ.

—പൗലോ കൊയ്‌ലോ

സ്പഷ്ടവും അളക്കാവുന്നതുമായ അത്ഭുതങ്ങൾ സൃഷ്ടിക്കാൻ കഴിയുന്നതിൽ ആവേശഭരിതരാകുന്നത് ഒരു കാര്യമാണ്. സ്വപ്നങ്ങളുടെജീവിതംതുറക്കാനുള്ളതാക്കോലുകൾലഭിക്കുമ്പോൾ ആരാണ് ആവേശഭരിതരാകാത്തത്? ഒരുപക്ഷേ നിങ്ങൾക്ക് സാമ്പത്തിക സുരക്ഷയോ സ്വാതന്ത്ര്യമോ ആവശ്യമായി വന്നേക്കാം. ഒരുപക്ഷേ നിങ്ങൾ ഒരു പ്രത്യേക ബന്ധത്തിനോ നിങ്ങൾ ഇപ്പോൾ ഉള്ള ബന്ധം നന്നാക്കാനോ തയ്യാറായിരിക്കാം. ഒരുപക്ഷേ നിങ്ങൾ നിങ്ങളെ സംതൃപ്തരാക്കുന്ന അർത്ഥവത്തായ ജോലി അന്വേഷിക്കുകയായിരിക്കാം. അല്ലെങ്കിൽ നിങ്ങൾ ആരോഗ്യവാനായിരിക്കാനും, കൂടുതൽ ഫിറ്റ്നസ് നേടാനും, കൂടുതൽ ശാരീരിക ഊർജ്ജം അനുഭവിക്കാനും ആഗ്രഹിക്കുന്നു. അല്ലെങ്കിൽ നിങ്ങൾ സന്തോഷവാനായിരിക്കാൻ ആഗ്രഹിക്കുന്നുണ്ടാകാം. എന്നിരുന്നാലും, ഈ ജീവിത മെച്ചപ്പെടുത്തലുകളുടെ സാധ്യതയിൽ ആവേശഭരിതരാകുന്നത് അവയെ അനിവാര്യമാക്കുന്നതിൽ നിന്ന് തികച്ചും വ്യത്യസ്തമാണ്.

നിങ്ങളുടെ ആത്യന്തിക ലക്ഷ്യം ഒരു അത്ഭുത പ്രഗത്ഭന്റെ സവിശേഷതകൾ വികസിപ്പിക്കുകയും ഉൾക്കൊള്ളുകയും ചെയ്യുക എന്നതാണെങ്കിൽ, അതുവഴി നിങ്ങൾക്ക് ഇഷ്ടാനുസരണം അത്ഭുതങ്ങൾ സൃഷ്ടിക്കാനുള്ള കഴിവ് നിലനിർത്താൻ കഴിയും, നിങ്ങൾ ഒരു അത്ഭുത പ്രഗത്ഭനെപ്പോലെ ചിന്തിക്കുകയും പ്രവർത്തിക്കുകയും വേണം. നിങ്ങൾ മിക്കപ്പോഴും *അങ്ങനെയാണ് ചിന്തിക്കുകയും പ്രവർത്തിക്കുകയും ചെയ്യേണ്ടത്.*

ഭയത്തെ അടിസ്ഥാനമാക്കിയുള്ള ചിന്തയെ വിശ്വാസത്തെ അടിസ്ഥാനമാക്കിയുള്ള ചിന്ത കൊണ്ട് മാറ്റിസ്ഥാപിക്കണം. നിങ്ങളുടെ ഭൂതകാലത്തിൽ നിങ്ങൾ കൊണ്ടുനടന്ന ഏതൊരു പരിമിതിയും ഉപേക്ഷിക്കാൻ നിങ്ങൾ തയ്യാറായിരിക്കണം, കൂടാതെ ഭൂമിയിലെ മറ്റേതൊരു വ്യക്തിയെയും പോലെ തന്നെ യോഗ്യനും, അർഹനും, നിങ്ങൾ ആഗ്രഹിക്കുന്നതെല്ലാം സൃഷ്ടിക്കാൻ കഴിവുള്ളവനുമായ ഒരാളായി നിങ്ങളെത്തന്നെ കാണുകയും വേണം. ഈ ആശയം നമ്മൾ പല തവണ (ഒരുപക്ഷേ കുറച്ച

തവണയിൽ കൂടുതൽ തവണ) പറഞ്ഞിട്ടുണ്ടെന്ന് എനിക്കറിയാം, പക്ഷേ ഇപ്പോൾ ഞാൻ അത് നിങ്ങളെ ബൗദ്ധികവും വൈകാരികവുമായ തലങ്ങളിൽ സഹായിക്കാൻ പോകുന്നു, അതുവഴി നിങ്ങൾക്ക് പുതിയതും മെച്ചപ്പെട്ടതുമായ നിങ്ങളെ കാണാനും അനുഭവിക്കാനും കഴിയും. നിങ്ങൾ ആരാകാൻ പ്രതിജ്ഞാബദ്ധനാണോ, ആ വ്യക്തിയുമായും നിങ്ങൾ സൃഷ്ടിക്കാൻ പ്രതിജ്ഞാബദ്ധനായ ഭാവിയുമായും യോജിച്ച് ജീവിക്കുന്നത് ഇത് വളരെ എളുപ്പമാക്കും.

പ്രചോദനാത്മകമായ ഓഡിയോകൾക്കും പുസ്തകങ്ങൾക്കും പേരുകേട്ട ഏൾ നൈറ്റിംഗേൽ പറഞ്ഞു, "നമ്മൾ എന്താണോ ചിന്തിക്കുന്നത് അതായിത്തീരുന്നു." ബുദ്ധൻ പറഞ്ഞു, "നമ്മൾ എന്താണ് ചിന്തിക്കുന്നത് അതാണ് നമ്മൾ. നമ്മളെല്ലാം ആയതെല്ലാം നമ്മുടെ ചിന്തകളിൽ നിന്നാണ് നിർമ്മിച്ചിരിക്കുന്നത്. നമ്മുടെ ചിന്തകൾ കൊണ്ടാണ് നമ്മൾ ലോകത്തെ സൃഷ്ടിക്കുന്നത്." നമ്മുടെ വ്യക്തിത്വത്തെയും യാഥാർത്ഥ്യത്തെയും രൂപപ്പെടുത്തുന്നതിന് ഉത്തരവാദി നമ്മുടെ മാനസികാവസ്ഥയാണെന്ന് ഞാൻ നിങ്ങളെ ഓർമ്മിപ്പിക്കുന്നു. എന്നാൽ നിങ്ങളുടെ മാനസികാവസ്ഥ തന്ത്രപരമായി രൂപകൽപ്പന ചെയ്യുന്നതിന് നിങ്ങൾ എത്ര സമയം നിക്ഷേപിക്കും? ഈ അധ്യായത്തിൽ, നിങ്ങളെ അത്ഭുത പ്രഗത്ഭൻ മോഡിൽ നിലനിർത്തുന്ന ചിന്തകളും പെരുമാറ്റങ്ങളും ഉപയോഗിച്ച് നിങ്ങളുടെ മനസ്സിനെ എങ്ങനെ പുനർക്രമീകരിക്കാമെന്ന് നമ്മൾ പഠിക്കാൻ പോകുന്നു. ഭാഗ്യവശാൽ, ഇതിന് തികച്ചും അനുയോജ്യമായ ഒരു പ്രത്യേക പരിശീലനമുണ്ട്.

അത്ഭുത സമവാക്യം പ്രയോഗിക്കാൻ നിങ്ങൾ ചെയ്യേണ്ട ഒരു വ്യായാമം

എന്റെ *വിസ്മയ പുലരി* എന്ന പുസ്തകത്തിൽ, *ലൈഫ് എസ്.എ.വി.ഇ.ആർ.എസ്.* എന്ന ഒരു ചട്ടക്കൂട് ഞാൻ അവതരിപ്പിച്ചു. മനുഷ്യരാശിയുടെ ചരിത്രത്തിലെ ഏറ്റവും കാലാതീതവും, സാർവ്വത്രികമായി ബാധകവും, ശാസ്ത്രീയമായി തെളിയിക്കപ്പെട്ടതുമായ ആറ് വ്യക്തിത്വ വികസന രീതികളെയാണ് ഈ ചുരുക്കെഴുത്ത് പ്രതിനിധീകരിക്കുന്നത് (അവയൊന്നും ഞാൻ കണ്ടുപിടിച്ചതല്ല) : നിശബ്ദത, സ്ഥിരീകരണങ്ങൾ, ദൃശ്യവൽക്കരണം, വ്യായാമം, വായന, എഴുത്ത്. നിങ്ങളുടെ മാനസികാവസ്ഥ ഉത്തമീകരിക്കു

ന്നതിനും ദിവസം മുഴുവൻ ശ്രദ്ധ കേന്ദ്രീകരിക്കുന്നതിനും വേണ്ടി അവ ദിവസവും ചെയ്യാൻ ഞാൻ നിർദ്ദേശിക്കുന്നു, പ്രത്യേകിച്ച് രാവിലെ ആദ്യം തന്നെ.

ഈ ആറ് രീതികളും സ്വയം പരിവർത്തനാത്മകമാണെങ്കിലും, അഭിമുഖങ്ങൾക്കിടയിൽ, എസ്.എ.വി.ഇ.ആർ.എസ്.-ൽ എനിക്ക് "പ്രിയപ്പെട്ട" ഒന്ന് ഉണ്ടോ എന്ന് എന്നോട് പലപ്പോഴും ചോദിക്കാറുണ്ട്. രാഷ്ട്രീയമായി ശരിയായ ഉത്തരം "തീർച്ചയായും ഇല്ല; അവയെല്ലാം ഒരുപോലെ പ്രധാനമാണ്" എന്നതുപോലെയായിരിക്കുമെന്ന് ഞാൻ കരുതുന്നു. എന്നിരുന്നാലും, നിങ്ങൾക്കും എനിക്കും ഇടയിൽ, രാഷ്ട്രീയമായി ശരിയാകുന്നതിനുപകരം (പലപ്പോഴും ഒരു തെറ്റിന്) സുതാര്യത പുലർത്താൻ ഞാൻ എപ്പോഴും തിരഞ്ഞെടുക്കും.

അതെ, എന്റെ അനുഭവത്തിൽ ഏറ്റവും ഫലപ്രദമാണെന്ന് തെളിയിക്കപ്പെട്ടതിന്റെ അടിസ്ഥാനത്തിൽ, എനിക്ക് പ്രിയപ്പെട്ട ഒന്ന് ഉണ്ട്. വ്യക്തിത്വ വികസനത്തിനും പരിവർത്തനത്തിനുമുള്ള എന്റെ പ്രിയപ്പെട്ട രീതി എസ്.എ.വി.ഇ.ആർ.എസ്. : സ്ഥിരീകരണങ്ങൾ-ലെ "എ" ആണ്. പക്ഷേ (ഇതും മറ്റൊരു വലിയ കാര്യമാണ്) നിങ്ങൾ വിചാരിക്കുന്ന രീതിയിൽ അല്ല.

കണ്ടോ, സ്ഥിരീകരണങ്ങൾക്ക് മോശം പ്രതികരണമാണ് ഉണ്ടാകുന്നത്. മികച്ച അവസ്ഥയിൽ ഫലപ്രദമല്ലാത്തതോ ഏറ്റവും മോശം അവസ്ഥയിൽ ചീഞ്ഞതോ ആയിട്ടാണ് അവയെ പലപ്പോഴും കാണുന്നത്. അവ ഒരു വിഷൻ ബോർഡിന്റെ അതേ ബക്കറ്റിൽ തന്നെ വീഴുന്നു. നിങ്ങളുടെ ചുമരിൽ കുറച്ച് ചിത്രങ്ങൾ പോസ്റ്റ് ചെയ്ത്, നിങ്ങളുടെ യാഥാർത്ഥ്യം മാന്ത്രികമായി മാറുന്നതുവരെ കാത്തിരുന്നാൽ, അത് സംഭവിക്കാൻ സാധ്യതയില്ല. അതുപോലെ, നിങ്ങൾക്ക് ഒരു പുതിയ നിങ്ങളിലേക്ക് എങ്ങനെ കടന്നുവരാമെന്ന് പറയാൻ കഴിയില്ല. ശരി, നിങ്ങൾക്ക് കഴിയും, പക്ഷേ പല സ്വയം സഹായ ഗുരുക്കന്മാരും നിങ്ങളെ വിശ്വസിക്കാൻ ആഗ്രഹിക്കുന്ന രീതിയിൽ അല്ല.

ചെറുപ്പത്തിൽ, സ്ഥിരീകരണങ്ങളെ ചീഞ്ഞതും ഫലപ്രദമല്ലാത്തതുമായി കരുതിയിരുന്ന ഒരു കൂട്ടത്തിൽ ഞാനും ഉണ്ടായിരുന്നു.

യാഥാർത്ഥ്യത്തിൽ യാതൊരു അടിസ്ഥാനവുമില്ലാത്ത, ആ നിമിഷം ആളുകളെ സുഖപ്പെടുത്താൻ മാത്രം ഉദ്ദേശിച്ചുള്ള ഒരുപാട് സുഖകരമായ പ്രസ്താവനകളാണിവയെന്ന് ഞാൻ കരുതി.

ഫലങ്ങളിൽ ശ്രദ്ധ കേന്ദ്രീകരിക്കുന്നവരും, വിവേകമുള്ളവരുമായ എന്നെപ്പോലുള്ള ആളുകൾ, ഞങ്ങളുടെ അരക്ഷിതാവസ്ഥ മറയ്ക്കാൻ വേണ്ടി സുഖകരമായ പ്രസ്താവനകൾ ആവർത്തിക്കാൻ മെനക്കെട്ടില്ല. അവ യഥാർത്ഥത്തിൽ ഫലങ്ങൾ നൽകുമെന്ന് എനിക്ക് ഉറപ്പില്ലായിരുന്നു.

എന്റെ ഇരുപതുകളിലേക്ക് പ്രവേശിച്ച് വ്യക്തിത്വ വികസനത്തെക്കുറിച്ച് പഠിക്കാൻ തുടങ്ങിയപ്പോൾ, പരിവർത്തനത്തിനുള്ള ഒരു നിയമാനുസൃത ഉപകരണമായി സ്ഥിരീകരണങ്ങളിലേക്ക് ഞാൻ വീണ്ടും പരിചയപ്പെടുത്തപ്പെട്ടു. ചില വാക്യങ്ങൾ വീണ്ടും വീണ്ടും പറഞ്ഞുകൊണ്ട്, അവയിൽ വിശ്വസിക്കുന്നതുവരെ എന്റെ ജീവിതം മാറ്റാൻ കഴിയുമെന്നായിരുന്നു വാഗ്ദാനം. ഞാൻ മടിയനാണെന്ന് വിശ്വസിച്ച് വളർന്ന ഒരാൾക്ക്, അതനുസരിച്ച് പ്രവർത്തിക്കുന്നത്, എന്റെ ഇടനാഴിയിൽ ശരിയായി തോന്നി. *എനിക്ക് കൂടുതലൊന്നും ചെയ്യേണ്ടതില്ല,* ഞാൻ വിചാരിച്ചു. എനിക്ക് എല്ലാം മനസ്സിലായി.

ഞാൻ അങ്ങനെ ആകുന്നതുവരെ. എന്റെ സ്ഥിരീകരണങ്ങളിൽ മിക്ക ആളുകളും നേരിടുന്ന അതേ ബുദ്ധിമുട്ട് നേരിടാൻ എനിക്ക് അധികനാളുകൾ വേണ്ടിവന്നില്ല. സ്വയം സഹായ മേഖലയിലെ അഗ്രഗണ്യന്മാർ സാധാരണയായി പഠിപ്പിക്കുന്ന രീതി ഞാൻ ഉപയോഗിച്ചപ്പോൾ ഒന്നും സംഭവിച്ചില്ല. ഞാൻ പറഞ്ഞുകൊണ്ടിരുന്ന ആ മഹത്തായ ജീവിതം പ്രത്യക്ഷപ്പെട്ടില്ല. “ഞാൻ ഒരു കോടീശ്വരനാണ്” എന്ന് വീണ്ടും വീണ്ടും പറഞ്ഞിട്ടും എന്റെ ബാങ്ക് അക്കൗണ്ടിൽ ഒരു പൈസ പോലും വന്നില്ല. വാസ്തവത്തിൽ, ഞാൻ ആണെന്ന് സ്ഥിരീകരിക്കാൻ “ഞാൻ” പ്രസ്താവനകൾ ഉപയോഗിക്കുന്നു, എനിക്ക് ആധികാരികമല്ലാത്തതായി തോന്നിയ ഒരു കാര്യം.

അങ്ങനെയിരിക്കെ, ഒരു ദിവസം, എനിക്ക് ഒരു ഉണർവ്വ് ഉണ്ടായി. സ്ഥിരീകരണങ്ങളിൽതന്നെയല്ല പോരായ്മയെന്ന് ഞാൻ മനസ്സിലാക്കി. അവ വെറുതെ തെറ്റിദ്ധരിക്കപ്പെട്ടു, തെറ്റായി പഠിപ്പിക്കപ്പെട്ടു, ദുരുപയോഗം ചെയ്യപ്പെട്ടു. ഒടുവിൽ ഞാൻ പോരായ്മകൾ രണ്ടായി ചുരുക്കി, ഇത് എന്റെ സമീപനം പൂർണ്ണമായും മാറ്റാനും പ്രായോഗികവും പ്രാവർത്തികവുമായ സ്ഥിരീകരണങ്ങൾ രൂപകൽപ്പന ചെയ്യാനും സ്ഥിരമായി സ്പഷ്ടവും അളക്കാവുന്നതുമായ ഫലങ്ങൾ നൽകാനും എന്നെ പ്രാപ്തമാക്കി.

തുടർന്നുള്ള പേജുകളിൽ, സത്യത്തിൽ വേരൂന്നിയതും നിങ്ങളുടെ അത്ഭുത സമവാക്യ പ്രയോഗം ത്വരിതപ്പെടുത്തുന്നതിന് തന്ത്രപരമായി രൂപകൽപ്പന ചെയ്തതുമായ അത്ഭുത സമവാക്യ സ്ഥിരീകരണങ്ങൾ സൃഷ്ടിക്കുന്നതിനുള്ള ഒരു ഘട്ടം ഘട്ടമായുള്ള ഫോർമുല ഞാൻ നിങ്ങൾക്ക് നൽകാൻ പോകുന്നു. പക്ഷേ അതിലേക്ക് കടക്കുന്നതിനു മുമ്പ്, ആ രണ്ട് പോരായ്മകളെയും അവ സൃഷ്ടിക്കുന്ന പ്രശ്നങ്ങളെയും കുറിച്ച് ഒരു നിമിഷം പര്യവേക്ഷണം ചെയ്യാം.

1. അസത്യമായ പ്രസ്താവനകൾ നിങ്ങളെ ആധികാരികമല്ലെന്ന് തോന്നിപ്പിക്കുന്നു.

നാമെല്ലാവരും നമ്മുടെ ജീവിതത്തിന്റെ ഏതെങ്കിലും ഒരു വശം അല്ലെങ്കിൽ മൊത്തത്തിൽ മെച്ചപ്പെടുത്താൻ ആഗ്രഹിക്കുന്നു. നമുക്ക് പണം, സ്നേഹം, ആരോഗ്യമുള്ള ശരീരം, ഒരുപക്ഷേ ദിവസത്തിലെ ഇരുപത്തിയഞ്ചാം മണിക്കൂറും വേണം. അചഞ്ചലമായ വിശ്വാസവും അസാധാരണമായ പരിശ്രമവും കൊണ്ട് നമുക്ക് ഇവയെല്ലാം(ഏകദേശം!)നേടാൻകഴിയും.എന്നിരുന്നാലും,സ്വയം കള്ളം പറഞ്ഞുകൊണ്ട് നമുക്ക് അവയിലേക്ക് പ്രവേശിക്കാൻ കഴിയില്ല. അത്രയധികം സ്വയം സഹായ മുൻഗാമികൾ തങ്ങളുടെ സ്ഥിരീകരണങ്ങൾ രൂപകൽപ്പന ചെയ്തിട്ടുണ്ട്.

നമ്മളോടെല്ലാവരോടും ഇതുപോലുള്ള വാക്യങ്ങൾ ആവർത്തിക്കാൻ പറഞ്ഞിട്ടുണ്ട്

ഞാൻ വിജയിച്ചു.

ഞാൻ പണത്തെ ആകർഷിക്കുന്ന ഒരു വ്യക്തിയാണ്.

എനിക്ക് തികഞ്ഞ ശരീരഘടനയുണ്ട്.

ഞാൻ പ്രതിബദ്ധതയുള്ളതും സ്നേഹനിർഭരവുമായ ഒരു ബന്ധത്തിലാണ്.

ഉള്ളിന്റെയുള്ളിൽ, ഈ പ്രസ്താവനകൾ സത്യമല്ലെങ്കിൽ, അവ സത്യമല്ലെന്ന് നിങ്ങൾക്കറിയാം. അവ ആവർത്തിക്കുന്നതിലൂടെ നിങ്ങൾ സ്വയം കള്ളം പറയുകയാണ്. നിങ്ങളുടെ ഉപബോധ മനസ്സ് ഈ നുണകളെ ചെറുക്കും, ഇത് ഒരു അധിക ആന്തരിക

സംഘർഷത്തിലേക്ക് നയിക്കും (നമുക്ക് ഒന്ന് കൂടി ആവശ്യമുണ്ടെന്ന മട്ടിൽ) കൂടാതെ നിങ്ങൾ ആരംഭിക്കുന്നതിന് മുമ്പ് അനുഭവിച്ചതിനേക്കാൾ കൂടുതൽ വൈകാരികമായി നിങ്ങളെ കൂടുതൽ വഷളാക്കാനുള്ള കഴിവുമുണ്ട്. വാസ്തവത്തിൽ, 2009-ൽ *സൈക്കോളജിക്കൽ സയൻസിൽ* നടത്തിയ ഒരു പഠനം വെളിപ്പെടുത്തിയത്, ആത്മാഭിമാനം കുറവുള്ള ആളുകൾ, "ഞാൻ ഒരു സ്നേഹസമ്പന്നനായ വ്യക്തിയാണ്" എന്നതുപോലുള്ള ഒരു പ്രസ്താവന ആവർത്തിച്ചതിനുശേഷം യഥാർത്ഥത്തിൽ കൂടുതൽ വഷളായി എന്നാണ്. ഒന്ന് ആലോചിച്ച് നോക്കു: നിങ്ങൾ സ്നേഹിക്കപ്പെടാൻ അർഹതയുള്ള ആളല്ലെന്ന് (അത് സത്യമാണെങ്കിലും അല്ലെങ്കിലും) വിശ്വസിക്കുന്നുവെങ്കിൽ, ആ പ്രസ്താവന വീണ്ടും വീണ്ടും ആവർത്തിക്കുന്നത് നിങ്ങളുടെ നെഗറ്റീവ് സ്വരൂപത്തിന് മുകളിൽ നിങ്ങൾ ഒരു "നുണയൻ" ആയി മാറും.

ഇത്തരത്തിലുള്ള സ്ഥിരീകരണത്തിന് നിങ്ങൾക്കുള്ള ആത്മവിശ്വാസത്തെ കൂടുതൽ തകർക്കാൻ കഴിയും, ഇത് ഒരു അത്ഭുത പ്രവർത്തകൻ എന്ന പുതിയ വ്യക്തിത്വത്തിലേക്ക് ചുവടു വെക്കുന്നതിനുള്ള നിങ്ങളുടെ പുരോഗതിക്ക് വിപരീതഫലമാണ്. അത്തരം പൊള്ളയായ പ്രസ്താവനകൾ ആ നിമിഷത്തിൽ സമ്മർദ്ദവും ഉത്കണ്ഠയും ലഘൂകരിക്കുമെങ്കിലും, നിങ്ങൾ ആത്യന്തികമായി ആഗ്രഹിക്കുന്നത് നേടുന്നതിൽ നിന്ന് അവ നിങ്ങളെ തടയും. സത്യം – നിങ്ങളുടെ സത്യം – എപ്പോഴും വിജയിക്കും.

2. നിഷ്ക്രിയ ഭാഷ നിങ്ങളെ നടപടിയെടുക്കുന്നതിൽ നിന്ന് തടയുന്നു

ജീവിതം മെച്ചപ്പെടുത്താൻ ആഗ്രഹിക്കുമ്പോൾ ആളുകൾ നേരിടുന്ന ഏറ്റവും വലിയ തടസ്സങ്ങളിലൊന്ന് *ഞാൻ ആദ്യം/അടുത്തതായി എന്തുചെയ്യണം എന്നതാണ്.* എന്ത് നടപടികളാണ് സ്വീകരിക്കേണ്ടതെന്ന് മനസ്സിലാക്കാൻ കഴിയാത്തതിനാൽ അവർ തളർന്നു പോകുന്നു. അങ്ങനെ അവർ ഒടുവിൽ കീഴടങ്ങുന്നതുവരെ നിശ്ചലരായി നിൽക്കുന്നു. നിഷ്ക്രിയ ഭാഷ ഉപയോഗിച്ച് മിക്ക സ്ഥിരീകരണങ്ങളും ഈ പ്രവർത്തനമില്ലായ്മയെ പിന്തുണയ്ക്കുന്നു. എന്തെങ്കിലും ചെയ്യേണ്ടതിന്റെ ആവശ്യകത അവർ മറച്ചുവെക്കുന്നു. നിങ്ങളുടെ ചുമരിൽ തൂക്കിയിട്ടിരിക്കുന്ന ആ മാന്ത്രിക ദർശന ബോർഡ് പോലെ, ഒന്നും ചെയ്യാതെ തന്നെ നിങ്ങൾക്ക് ആവശ്യമുള്ളത് ആകർഷിക്കാൻ കഴിയുമെന്ന് അവ സൂചിപ്പിക്കുന്നു.

പണം നിങ്ങളിലേക്ക് ഒഴുകിയെത്തും. നിങ്ങളുടെ ജീവിതത്തിലെ സ്നേഹം നിങ്ങളുടെ മുൻവാതിലിനു പുറത്ത് കാത്തിരിക്കുന്നു. അത് വളരെ നല്ലതായിരിക്കില്ലേ? നമ്മുടെ ലാ-ഇസഡ്-ബോയ് റെക്ലിനറുകളുടെ സുഖസൗകര്യങ്ങളിൽ നിന്ന് നമുക്കെല്ലാവർക്കും അത്ഭുതങ്ങൾ സൃഷ്ടിക്കാൻ കഴിയും. എന്നെ സൈൻ അപ്പ് ചെയ്യൂ! പക്ഷേ ജീവിതം അങ്ങനെയല്ല. നിങ്ങളുടെ പിൻമുറ്റത്ത് പണമരങ്ങൾ മുളച്ചുവരുന്നില്ല. നിങ്ങളെക്കുറിച്ച് എനിക്കറിയില്ല, പക്ഷേ എന്റെ മുൻവാതിലിനു ചുറ്റും ഒരു അപരിചിതൻ പതിയിരുന്നാൽ, ഞാൻ പോലീസിനെ വിളിക്കും (തീർച്ചയായും അത് ആമസോൺ പ്രൈമിൽ നിന്നുള്ള ഡെലിവറി അല്ലെന്ന് ഉറപ്പുവരുത്തിയ ശേഷം). ഈ തരത്തിലുള്ള സ്ഥിരീകരണങ്ങളും നുണകളാണ്. നമ്മുടെ ലക്ഷ്യങ്ങൾ നേടുന്നതിന് നമ്മൾ എന്തെങ്കിലും ചെയ്യേണ്ടതുണ്ട്, വളരെ കൃത്യമായ എന്തെങ്കിലും. ഓർമ്മിക്കുക, നിങ്ങളുടെ ജീവിതത്തിൽ നിങ്ങൾ ആഗ്രഹിക്കുന്ന ഓരോ ഫലത്തിനും മുമ്പായി ഒരു പ്രക്രിയയുണ്ട്. നിങ്ങളുടെ പ്രക്രിയ നിർവ്വചിക്കുകയും നടപ്പിലാക്കുകയും വേണം. അത് സ്ഥിരീകരിക്കുക, അപ്പോൾ നിങ്ങൾ എവിടെയോ എത്തുകയാണ്.

അടുത്ത വിഭാഗത്തിലേക്ക് പോയി ഫലപ്രദമായ ഒരു സ്ഥിരീകരണം എങ്ങനെ നിർമ്മിക്കാമെന്ന് പഠിക്കുന്നതിനുമുമ്പ്, സ്ഥിരീകരണങ്ങളുടെ ഗുണങ്ങൾ വ്യക്തമാക്കുന്നതും ശക്തിപ്പെടുത്തുന്നതുമായ എന്റെ പ്രിയപ്പെട്ട ചില ഉദ്ധരണികൾ ഇതാ :

> വിശ്വാസത്തിലേക്ക് നയിക്കുന്നത് സ്ഥിരീകരണങ്ങളുടെ ആവർത്തനമാണ്. ആ വിശ്വാസം ആഴത്തിലുള്ള ബോധ്യമായിക്കഴിഞ്ഞാൽ, കാര്യങ്ങൾ സംഭവിക്കാൻ തുടങ്ങും.
>
> —മുഹമ്മദ് അലി

> ഉപബോധമനസ്സിലേക്ക് പലപ്പോഴും വേണ്ടത്രയും ബോധ്യപ്പെടുത്തുന്ന തരത്തിലും കൈമാറ്റം ചെയ്യപ്പെടുന്ന ഏതൊരു ചിന്തയും ഒടുവിൽ അംഗീകരിക്കപ്പെടുന്നു.
>
> —റോബർട്ട് കോളിയർ,
> സ്വയം സഹായ രചയിതാവും പ്രസാധകനും

വർത്തമാനകാലത്തിന്റെ യാഥാർത്ഥ്യത്തിനപ്പുറം ഭാവിയുടെ സൃഷ്ടിയിലേക്ക് നിങ്ങൾ ഇപ്പോൾ ഉപയോഗിക്കുന്ന വാക്കുകളിലൂടെ പോകുന്ന പ്രസ്താവനകളാണ് സ്ഥിരീകരണങ്ങൾ.

—ലൂയിസ് എൽ. ഹേ, രചയിതാവ്,
പ്രസാധകൻ, ഹേ ഹൗസിന്റെ സ്ഥാപകൻ

ജീവിതത്തിൽ ജയിക്കുന്നതിന് മുമ്പ് മനസ്സിൽ ജയിക്കണം.

—ജോൺ അഡിസൺ,
നേതൃത്വ പ്രഭാഷകനും എഴുത്തുകാരനും

നിങ്ങളുടെ അത്ഭുത സമവാക്യ സ്ഥിരീകരണങ്ങൾ സൃഷ്ടിക്കാനും പ്രയോഗിക്കാനുമുള്ള അഞ്ച് എളുപ്പ ഘട്ടങ്ങൾ

നിങ്ങൾക്ക് ഇപ്പോൾ അറിയാവുന്നതുപോലെ, നിങ്ങളുടെ സ്ഥിരീകരണങ്ങൾ സത്യത്തിൽ വേരൂന്നിയതും നിങ്ങൾ സൃഷ്ടിക്കാൻ തയ്യാറായ ഏതൊരു അത്ഭുതവും കൈവരിക്കുന്നതിന് ആവശ്യമായ നിർദ്ദിഷ്ട പ്രവർത്തനങ്ങൾ വ്യക്തമായി പ്രസ്താവിക്കുന്നതും പ്രധാനമാണ്. ഒരു പുതിയ യാഥാർത്ഥ്യത്തിനായി നിങ്ങളുടെ തലച്ചോറിനെ സജ്ജമാക്കുകയാണെങ്കിൽ, ആ പുതിയ യാഥാർത്ഥ്യത്തിൽ നിങ്ങൾ എന്തുചെയ്യും എന്നതിനായി അതിനെ സജ്ജമാക്കേണ്ടതുണ്ട്.

പ്രവർത്തനത്തിലുള്ള സ്ഥിരീകരണങ്ങൾ

വിസ്മയ പുലരി കമ്മ്യൂണിറ്റി ഫേസ്ബുക്ക് ഗ്രൂപ്പിലെ അംഗമായ മിറാൻഡ മാർട്ട്, സ്ഥിരീകരണങ്ങൾ നിങ്ങളുടെ ജീവിതത്തെ എങ്ങനെ മാറ്റിമറിക്കും എന്നതിന്റെ മികച്ച ഉദാഹരണമാണ്.

മൂന്ന് വർഷം മുമ്പാണ് മിറാൻഡ വിസ്മയ പുലരി എന്ന പുസ്തകം പരിചയപ്പെടുന്നത്. അവൾ വിവാഹമോചനം നേടിയിരുന്ന, ഇപ്പോൾ ഒറ്റയ്ക്ക് ജീവിക്കുന്ന രണ്ട്

കുട്ടികളുടെ അമ്മയാണ്. പൂർണ്ണ കമ്മീഷനിൽ ഒരു പുതിയ കരിയർ ആരംഭിക്കുകയായിരുന്ന അവർ, തനിക്ക് പരിചയമില്ലാത്ത ഒരു വ്യവസായത്തിൽ ഒരു ഏജൻസി ആരംഭിക്കാനും അവർ ആഗ്രഹിച്ചു. അവൾ വിഷാദത്തിലായിരുന്നു, സാമൂഹിക ഉത്കണ്ഠ അനുഭവിച്ചിരുന്നു, സ്വന്തമായി അടയ്ക്കേണ്ട ബില്ലുകൾ $150,000-ത്തിലധികം ഉണ്ടായിരുന്നു. ജീവിതം മറ്റൊന്നിന് മുന്നിൽ മറികടക്കാൻ കഴിയാത്ത ഒരു കടമ്പ പോലെ തോന്നി.

അവൾ തന്റെ പ്രഥമ പരിഗണന വിസ്മയ പുലരി ദിനചര്യയാക്കി. അവൾ ഓരോ മൂന്ന് മാസത്തിലും ആ പുസ്തകം വീണ്ടും വായിക്കുകയും എല്ലാ ദിവസവും സ്ഥിരീകരണങ്ങൾ, ദൃശ്യവൽക്കരണങ്ങൾ, എഴുത്ത് എന്നിവ നടത്തുകയും ചെയ്തു. അവൾ തന്റെ സ്ഥിരീകരണങ്ങളെ മൂന്ന് വിഭാഗങ്ങളായി വിഭജിച്ചു, സ്ഥിരീകരണങ്ങൾ ഉപയോഗിക്കുന്നതിൽ അവൾ കൂടുതൽ വൈദഗ്ധ്യം നേടുന്നതിനനുസരിച്ച്, അവളുടെ ചിന്തകളെ നന്നായി നിയന്ത്രിക്കാൻ കഴിയുമെന്ന് അവൾ കണ്ടെത്തി. ചിന്താ ഭൂതങ്ങൾക്ക് അവളെ നിയന്ത്രിക്കാൻ കഴിഞ്ഞില്ല.

ദൈനംദിന പരിശീലനത്തിലൂടെ, ഒടുവിൽ തന്റെ കമ്പനിയിലെ ആയിരത്തിലധികം വിൽപ്പനക്കാരിൽ, ഏറ്റവും മികച്ച വനിതാ നിർമ്മാതാവായി അവർ മാറി, സ്വന്തമായി ഒരു ഏജൻസി ആരംഭിച്ചു. പക്ഷേ അവൾ അത് പൂർത്തിയാക്കിയില്ല. അവർ തന്റെ സ്ഥിരീകരണങ്ങൾ തുടർന്നു, അതിനുശേഷം അവർക്ക് കീഴിൽ ആറ് ഏജൻസികൾ വികസിപ്പിച്ചെടുത്തു, അവരുടെ വരുമാനം നാലിരട്ടിയാക്കി, അവരുടെ കമ്പനിയിലെ ഏറ്റവും ഉയർന്ന കരാർ തലത്തിലെത്തി. അവളുടെ അസാധാരണമായ വിജയത്തിന് അവൾ തന്റെ വിസ്മയ പുലരിയെ, പ്രത്യേകിച്ച് അവളുടെ സ്ഥിരീകരണങ്ങളെ, ബഹുമാനിക്കുന്നു.

നിങ്ങളുടെ സ്ഥിരീകരണങ്ങൾ നിങ്ങളുടെ നിലവിലുള്ള വിശ്വാസവ്യവസ്ഥയെ എതിർക്കരുത് എന്നതും പ്രധാനമാണെന്ന് ഓർമ്മിക്കുക. പകരം, അവർ നിങ്ങളുടെ ഭയങ്ങളെ മറികടന്ന് അതിനെ

വിന്യസിക്കുകയും പരിണമിക്കുകയും വികസിപ്പിക്കുകയും വേണം. പുതിയ സാധ്യതകളിലേക്ക് നിങ്ങളുടെ മനസ്സ് സൗമ്യമായി തുറക്കാൻ നിങ്ങൾ ആഗ്രഹിക്കുന്നു, അതുവഴി നിങ്ങളുടെ മസ്തിഷ്കം അവ വിശ്വസിക്കും, അതിനർത്ഥം സത്യത്തിൽ വേരൂന്നിയ യുക്തി, നിങ്ങളുടെ മുൻകൂട്ടി നിശ്ചയിച്ച പ്രക്രിയയുമായി സംയോജിപ്പിച്ച് നിങ്ങളെ പ്രകടമായ ഫലങ്ങളിലേക്ക് നയിക്കേണ്ടതുണ്ട് എന്നാണ്.

നിങ്ങളുടെ അത്ഭുത പ്രഗത്ഭൻ വ്യക്തിത്വവുമായി പൊരുത്തപ്പെടുന്ന വിശ്വാസങ്ങളും പെരുമാറ്റങ്ങളും നിർണ്ണയിക്കുന്നതിലൂടെയും, വ്യക്തമാക്കുന്നതിലൂടെയും, ശക്തിപ്പെടുത്തുന്നതിലൂടെയും നവീകരിച്ച ഒരു വ്യക്തിത്വത്തിലേക്ക് ചുവടുവെക്കാൻ നിങ്ങളുടെ അത്ഭുത സമവാക്യം സ്ഥിരീകരണങ്ങൾ നിങ്ങളെ പ്രാപ്തരാക്കുന്നു. അവ നിങ്ങളുടെ ഉപബോധമനസ്സിനെ അചഞ്ചലമായ വിശ്വാസം കൊണ്ട് സജീവമായി ഓജസ്സുള്ളതാക്കുകയും, സ്പഷ്ടവും അളക്കാവുന്നതുമായ ഫലങ്ങൾ സൃഷ്ടിക്കുന്നതിന് ആവശ്യമായ അസാധാരണ ശ്രമം നടത്തുന്നതിന് നിങ്ങളുടെ ബോധമനസ്സിനെ നയിക്കുന്നതിനായും രൂപകൽപ്പന ചെയ്തിട്ടുള്ളതാണ്.

ചുരുക്കത്തിൽ, അത്ഭുത സമവാക്യ സ്ഥിരീകരണങ്ങൾ രണ്ട് ഫലങ്ങൾ കൈവരിക്കും :

- നിങ്ങൾ തിരഞ്ഞെടുക്കുന്ന എന്തും നേടിയെടുക്കാൻ ആവശ്യമായ അചഞ്ചലമായ വിശ്വാസം സജീവമായി വളർത്തിയെടുക്കുന്നതിനൊപ്പം, നിങ്ങളെ പിന്നോട്ട് വലിക്കുന്ന അന്തർലീനമായ സംഘർഷങ്ങൾ കുറയ്ക്കുകയോ ഇല്ലാതാക്കുകയോ ചെയ്തുകൊണ്ട് നിങ്ങളുടെ **ഉപബോധമനസ്സിനെ** നവീകരിക്കുകയും പുനഃക്രമീകരിക്കുകയും ചെയ്യുക.
- നിങ്ങളുടെ ഏറ്റവും വലിയ ലക്ഷ്യങ്ങളെ സാധ്യമായതിൽ നിന്ന് സംഭാവ്യമായതിലേക്ക്, അനിവാര്യമായതിലേക്ക് മാറ്റുന്നതിന് ആവശ്യമായ അസാധാരണ ശ്രമത്തിൽ നിങ്ങളെ വ്യാപൃതരാക്കുകയും, ഏറ്റവും പ്രധാനപ്പെട്ടതെന്ന് നിങ്ങൾ കരുതുന്ന പ്രവർത്തനങ്ങളിലേക്ക് നിങ്ങളുടെ **ബോധമനസ്സിനെ** നയിക്കുകയും ചെയ്യുക.

ഇനി, സ്പഷ്ടവും അളക്കാവുന്നതുമായ അത്ഭുതങ്ങൾ സൃഷ്ടിക്കാൻ നിങ്ങളുടെ മനസ്സിനെ പ്രേരിപ്പിക്കുന്ന, പ്രായോഗികവും ഫലാധി

ഷ്ഠിതവുമായ അത്ഭുത സമവാക്യ സ്ഥിരീകരണങ്ങൾ സൃഷ്ടിക്കുന്നതിനും നടപ്പിലാക്കുന്നതിനും നിങ്ങൾ ഉപയോഗിക്കുന്ന ഘട്ടം ഘട്ടമായുള്ള പ്രക്രിയയിലേക്ക് പോകാം.

പടി 1 : നിങ്ങളുടെ അത്ഭുത മന്ത്രം ജപിക്കാൻ തുടങ്ങുക.

ഏഴാം അധ്യായത്തിൽ, നിങ്ങളുടെ അത്ഭുത മന്ത്രം സൃഷ്ടിക്കാൻ നിങ്ങൾക്ക് അവസരം ലഭിച്ചുവെന്ന് ഓർക്കുക, നിങ്ങളുടെ ദൗത്യത്തോടുള്ള നിങ്ങളുടെ പ്രതിബദ്ധതയെയും അചഞ്ചലമായ വിശ്വാസം നിലനിർത്തുന്നതിനും അസാധാരണമായ പരിശ്രമം നടത്തുന്നതിനുമുള്ള നിങ്ങളുടെ പ്രതിബദ്ധതയെയും ഉൾക്കൊള്ളുന്ന ഒരൊറ്റ വാചകമാണിത് – ദീർഘകാലത്തേക്ക് – നിങ്ങളുടെ അത്ഭുതം യാഥാർത്ഥ്യമാകുന്നതുവരെ.

അത്ഭുത സമവാക്യം നടപ്പിലാക്കുന്നതിനും നിലനിർത്തുന്നതിനുമുള്ള ഒരു പ്രാഥമിക ഉപകരണമായി നിങ്ങളുടെ അത്ഭുത മന്ത്രം ഇപ്പോഴും ഒറ്റയ്ക്കാണ്, കൂടാതെ നിങ്ങളുടെ സ്ഥിരീകരണങ്ങളിൽ അത് ഉൾപ്പെടുത്തേണ്ടതും പ്രധാനമാണ്. ഒരു കാര്യം നിങ്ങൾസ്വയംഎത്രയധികംആവർത്തിക്കുന്നുവോഅത്രയധികം അത് ആഴത്തിൽ പതിഞ്ഞുപോകും.

> **പ്രവർത്തനം :** നിങ്ങളുടെ ജേർണലോ സ്മാർട്ട്ഫോണോ എടുക്കുകഅല്ലെങ്കിൽനിങ്ങളുടെപ്രിയപ്പെട്ടവേഡ്പ്രോസസ്സിംഗ് പ്രോഗ്രാം തുറന്ന് നിങ്ങളുടെ അത്ഭുത മന്ത്രം ഉപയോഗിച്ച് നിങ്ങളുടെ ലിഖിത സ്ഥിരീകരണങ്ങൾ ആരംഭിക്കുക.
>
> **ടെംപ്ലേറ്റ് :** *[നിങ്ങളുടെ ദൗത്യം 6-ാം അധ്യായത്തിൽ നിന്ന് ഉൾപ്പെടുത്തുക] എന്ന അചഞ്ചലമായ വിശ്വാസം നിലനിർത്താൻ ഞാൻ പ്രതിജ്ഞാബദ്ധനാണ്, എന്തു തന്നെയായാലും അത് ചെയ്യുന്നതുവരെ ഞാൻ അസാധാരണമായ ശ്രമം തുടരും... മറ്റ് മാർഗ്ഗമില്ല.*

ഘട്ടം 2 : നിങ്ങളുടെ ദൗത്യം ആഴത്തിൽ അർത്ഥവത്തായിരിക്കുന്നത് എന്തുകൊണ്ടെന്ന് വ്യക്തമാക്കുക.

ഓർക്കുക, നിങ്ങളുടെ ദൗത്യം ലോകത്തെ മാറ്റിമറിക്കുന്നതായിരിക്കണമെന്നില്ല, തീർച്ചയായും അത് സാധ്യമാണ്. അത്

നിങ്ങൾക്ക് ഇഷ്ടമുള്ളത്ര വലുതോ ചെറുതോ ആകാം, എളുപ്പമോ സങ്കീർണ്ണമോ ആകാം. പ്രധാന കാര്യം അത് നിങ്ങൾക്ക് അർത്ഥവത്തായിരിക്കണം എന്നതാണ്. ആ പ്രാധാന്യം – നിങ്ങളുടെ എന്തുകൊണ്ട് – നിങ്ങളുടെ ചാലകശക്തിയായി വർത്തിക്കും, അതുകൊണ്ടാണ് എല്ലാ ദിവസവും അത് സ്വയം ഓർമ്മിപ്പിക്കേണ്ടത് നിർണ്ണായകമായത്, അത് നിങ്ങളുടെ സ്ഥിരീകരണങ്ങൾ നിങ്ങൾക്കായി ചെയ്യും.

എന്തെങ്കിലും ആഗ്രഹിക്കുന്നതിനും അത് നേടുന്നതിനും ഇടയിലുള്ള നഷ്ടപ്പെട്ട ബന്ധം പലപ്പോഴും ഒരു പ്രേരണയാണ്, നിങ്ങളുടെ ആഴത്തിലുള്ള അർത്ഥവത്തായ "എന്തുകൊണ്ട്" എന്ന തിരിച്ചറിവ് നിങ്ങൾക്ക് ആ പ്രേരണ നൽകും. എന്റെ ഉറ്റ സുഹൃത്ത് ജോൺ വ്രോമാൻ പലപ്പോഴും പറയാറുണ്ട്, "നിങ്ങളുടെ എന്തിന് മനസ്സുണ്ടെങ്കിൽ, നിങ്ങളുടെ എങ്ങനെയ്ക്ക് കാലുകൾ ഉണ്ടാകും." എന്തെങ്കിലും നേടാനോ മെച്ചപ്പെടുത്താനോ ആഗ്രഹിക്കുന്നതിനാലാണ് നമ്മൾ പലപ്പോഴും ലക്ഷ്യങ്ങൾ വെക്കുന്നത്, എന്നാൽ ആ നേട്ടത്തിനോ മെച്ചപ്പെടുത്തലിനോ വേണ്ടിയുള്ള ശ്രമം ബുദ്ധിമുട്ടാകുമ്പോൾ, നമ്മൾ പിന്മാറുന്നത് നമ്മുടെ "എന്തുകൊണ്ട്" (അല്ലെങ്കിൽ "അഭാവം") എന്നതാണ്. നമ്മുടെ കാരണം ദുർബ്ബലമോ അതിലും മോശമോ ആണെങ്കിൽ, ഒരു ലക്ഷ്യത്തിനായി നമ്മൾ എന്തിനാണ് പ്രവർത്തിക്കുന്നതെന്ന് പോലും വ്യക്തമല്ലെങ്കിൽ, നമുക്ക് എളുപ്പത്തിൽ ഉപേക്ഷിക്കാൻ കഴിയും. മറുവശത്ത്, നമ്മുടെ "എന്തുകൊണ്ട്" എന്നത് വളരെ പ്രധാനമാണെങ്കിൽ – ലോകത്തിലെ മറ്റെന്തിനേക്കാളും അത് നമുക്ക് കൂടുതൽ അർത്ഥമാക്കുന്നുവെങ്കിൽ – അപ്പോൾ നമ്മൾ ഏത് വെല്ലുവിളിയെയും മറികടന്ന് നമ്മുടെ ലക്ഷ്യത്തിലെത്താൻ ആവശ്യമായതെല്ലാം ചെയ്യും, എന്തുതന്നെയായാലും... മറ്റ് മാർഗ്ഗമില്ല.

പ്രവർത്തനം : നിങ്ങളുടെ ദൗത്യം നിങ്ങൾക്ക് വളരെ അർത്ഥവത്തായിരിക്കുന്നത് എന്തുകൊണ്ടെന്ന് വ്യക്തമാക്കുക. നിങ്ങളുടെ ദൗത്യത്തോട് നിങ്ങൾ പ്രതിജ്ഞാബദ്ധനാണെന്നും നിങ്ങളുടെ ദൗത്യം യാഥാർത്ഥ്യമാകുന്നതുവരെ പ്രതിജ്ഞാബദ്ധതയോടെ തുടരുമെന്നും ഉള്ളതിന്റെ കാരണം (അല്ലെങ്കിൽ കാരണങ്ങൾ) നിങ്ങളുടെ ആഴത്തിലുള്ള അർത്ഥവത്തായ എന്തുകൊണ്ട് ആണ്. നിങ്ങളുടെ ആഴത്തിലുള്ള അർത്ഥവത്തായ

"എന്തുകൊണ്ട്" എന്നതായിരിക്കും നിങ്ങളുടെ ദൗത്യം പിന്തുടരുന്നതിലൂടെയും നേടുന്നതിലൂടെയും നിങ്ങൾക്ക് അനുഭവപ്പെടുന്ന ഏറ്റവും പ്രധാനപ്പെട്ട നേട്ടം (അല്ലെങ്കിൽ നേട്ടങ്ങൾ). അത് നിങ്ങൾ ആരായിത്തീരുന്നു എന്നതിന്റെ അദൃശ്യമായ നേട്ടമോ അല്ലെങ്കിൽ പണപരമായ പ്രതിഫലമോ, ബന്ധം നന്നാക്കിയെടുക്കലോ, അല്ലെങ്കിൽ ഭാരം കുറയ്ക്കലോ പോലുള്ള കൂടുതൽ പ്രകടമായ നേട്ടമോ ആകാം.

ടെംപ്ലേറ്റ് : എന്റെ ദൗത്യത്തിൽ ഞാൻ പ്രതിജ്ഞാബദ്ധനായിരിക്കുന്നതിന്റെ കാരണം (കാരണങ്ങൾ) [നിങ്ങളുടെ ആഴത്തിൽ അർത്ഥവത്തായ എന്തുകൊണ്ട് ചേർക്കുക—നിങ്ങളുടെ ദൗത്യം പിന്തുടരുന്നതിലൂടെയും/ അല്ലെങ്കിൽ നേടുന്നതിലൂടെയും നിങ്ങൾക്ക് അനുഭവപ്പെടുന്ന ഏറ്റവും പ്രധാനപ്പെട്ട നേട്ടം(ങ്ങൾ)].

ഘട്ടം 3 : നിങ്ങളുടെ അസാധാരണമായ പരിശ്രമം ഉറപ്പിക്കുകയും (നിങ്ങളുടെ ഫലങ്ങളോട് വൈകാരികമായി അടുപ്പം കാണിക്കാതെ) നിങ്ങളുടെ പ്രക്രിയയിൽ പ്രതിജ്ഞാബദ്ധത പുലർത്തുന്നതിലൂടെ നിങ്ങളുടെ ദൗത്യം കൈവരിക്കുന്നത് അനിവാര്യമാക്കുകയും ചെയ്യുക.

ഈ നടപടി വളരെ സാധാരണമായ ഒരു ആശങ്കയെക്കുറിച്ചുള്ള നിങ്ങളുടെ ഉത്കണ്ഠ ലഘൂകരിക്കാൻ സഹായിക്കുന്നു. *ഞാൻ ഇത് എങ്ങനെ നേടും?* നിങ്ങളുടെ ലക്ഷ്യം കൈവരിക്കാനാകുമെന്ന് നിങ്ങളുടെ തലച്ചോറിന് വിശ്വസിക്കാൻ ആവശ്യമായ യുക്തിയും ഇത് നൽകുന്നു, കൂടാതെ നിങ്ങളുടെ അസാധാരണ പരിശ്രമത്തിനായുള്ള നിങ്ങളുടെ പ്രതീക്ഷയും ഇത് സജ്ജമാക്കുന്നു. ആഗ്രഹത്തിൽ നിന്ന് സൃഷ്ടിയിലേക്കുള്ള നിങ്ങളുടെ പാലമായി ഈ ഘട്ടത്തെ പരിഗണിക്കുക.

പ്രവർത്തനം: നിങ്ങളുടെ ദൗത്യം നിറവേറ്റുന്നതിന് അത്യാവശ്യമാണെന്ന് നിങ്ങൾ നിർണ്ണയിച്ച പ്രാഥമിക പ്രവർത്തന ഘട്ടം(ങ്ങൾ) ഉൾക്കൊള്ളുന്ന നിങ്ങളുടെ പ്രക്രിയ എഴുതുക, കൂടാതെ ആ നടപടികൾ സ്വീകരിക്കാൻ നിങ്ങൾ പ്രതിജ്ഞാബദ്ധനാകുമ്പോൾ അത് ഉൾപ്പെടുത്തുന്നത് ഉറപ്പാക്കുക. ഇത് കഴിയുന്നത്ര വ്യക്തവും

സംക്ഷിപ്തവുമാക്കുക. സ്വയം അമിതഭാരം ഒഴിവാക്കാൻ, അളക്കാവുന്ന ഒരു പ്രവൃത്തി മാത്രമേ സ്ഥിരമായി ചെയ്യുന്നുള്ളൂ എന്നതാണ് ഉത്തമം. കൂടാതെ, എല്ലാ ദിവസവും എത്ര തവണ, എപ്പോൾ നിങ്ങളുടെ പ്രക്രിയ പൂർത്തിയാക്കുമെന്ന് ഉൾപ്പെടുത്തുന്നത് ഉറപ്പാക്കുക.

ടെംപ്ലേറ്റ് : *എന്റെ ദൗത്യത്തിന്റെ നേട്ടം അനിവാര്യമാണെന്ന് ഉറപ്പാക്കാൻ, എന്റെ ഫലങ്ങളുമായി വൈകാരികമായി ബന്ധപ്പെട്ടിരിക്കാതെ ________________ [തീയതികളും സമയങ്ങളും] [നിങ്ങളുടെ പ്രക്രിയ ചേർക്കുക] എന്ന പ്രക്രിയയിൽ ഞാൻ പ്രതിജ്ഞാബദ്ധനായിരിക്കും.*

ഘട്ടം 4 : നിങ്ങളുടെ പ്രബുദ്ധമായ അവകാശം സ്ഥാപിക്കുക

ഓർക്കുക, അത്ഭുത പ്രഗത്ഭർ ജീവിക്കുന്നത് തങ്ങൾക്ക് ആഗ്രഹിക്കുന്നതെന്തും നേടാൻ കഴിയുമെന്നും, അവർ പ്രതിജ്ഞാബദ്ധരായ എന്തും നേടുമെന്നും, അവർ പ്രവർത്തിക്കാൻ തയ്യാറുള്ളതെല്ലാം അർഹിക്കുന്നു എന്നുമുള്ള മനോഭാവത്തോടെയാണ്. ഒരു അത്ഭുത പ്രഗത്ഭന്റെ ഗുണങ്ങൾ വികസിപ്പിക്കുന്നതിൽ അർഹതയുടെ വികാരങ്ങൾ ഉളവാക്കുന്നത് ഉൾപ്പെടുന്നു, അത് നിങ്ങളുടെ അചഞ്ചലമായ വിശ്വാസത്തിനും, അതോടൊപ്പം, നിങ്ങളുടെ അസാധാരണമായ പരിശ്രമത്തിനും ഇന്ധനമാകും. നിങ്ങളുടെ അത്ഭുതസമവാക്യസ്ഥിരീകരണങ്ങൾ ആരംഭിക്കുന്നത് നിങ്ങളുടെ പ്രബുദ്ധമായ അവകാശം സ്ഥാപിക്കാനും ശക്തിപ്പെടുത്താനും നിങ്ങളെ സഹായിക്കുന്നതിലൂടെയാണ്, അതുവഴി നിങ്ങളുടെ ജീവിതത്തിനായി നിങ്ങൾ ആഗ്രഹിക്കുന്ന എന്തിനും ഏതിനും നിങ്ങൾ അർഹനാണെന്ന് നിങ്ങൾക്ക് തോന്നും.

പ്രവർത്തനം : ഭൂമിയിലെ മറ്റേതൊരു വ്യക്തിയെയും പോലെ തന്നെ നിങ്ങൾ യോഗ്യനും, അർഹനും, നിങ്ങൾ ആഗ്രഹിക്കുന്നതെല്ലാം (പ്രതിജ്ഞാബദ്ധനുമാണ്) നേടിയെടുക്കാൻ പ്രാപ്തനുമാണെന്ന സാർവ്വത്രിക സത്യത്തെക്കുറിച്ച് സ്വയം ഓർമ്മിപ്പിക്കുക.

ടെംപ്ലേറ്റ്: ഭൂമിയിലെ മറ്റേതൊരു വ്യക്തിയെയും പോലെ,

> സ്പഷ്ടവും അളക്കാവുന്നതുമായ അത്ഭുതങ്ങൾ സൃഷ്ടിക്കാനും ഞാൻ ആഗ്രഹിക്കുന്നതെല്ലാം നേടാനും യോഗ്യനും, അർഹനും, കഴിവുള്ളവനുമാണെന്ന് എനിക്കറിയാവുന്നതിനാൽ, എന്റെ ദൗത്യത്തിനും എല്ലാ ദിവസവും ഒരു അത്ഭുത പ്രഗത്ഭൻ ആയി ജീവിക്കുന്നതിനും ഞാൻ പ്രതിജ്ഞാബദ്ധനാണ്.

നിങ്ങൾക്ക് ഇത് ഓരോന്നായി പകർത്താം അല്ലെങ്കിൽ നിങ്ങൾക്ക് ഇഷ്ടമുള്ള രീതിയിൽ പരിഷ്കരിക്കാം. നമ്മളിൽ പ്രതിധ്വനിക്കുന്നതിനെ അടിസ്ഥാനമാക്കി, വ്യത്യസ്ത വാക്കുകളോടും ശൈലികളോടും നാമെല്ലാവരും വ്യത്യസ്തമായി പ്രതികരിക്കുന്നുണ്ടെന്ന് ഓർമ്മിക്കുക, അതിനാൽ നിങ്ങൾ ഉപയോഗിക്കുന്ന ഭാഷയെക്കുറിച്ച് ശ്രദ്ധാലുവായിരിക്കേണ്ടത് പ്രധാനമാണ്. അത് നിങ്ങളെ ഉത്തേജിപ്പിക്കുകയും പ്രതിധ്വനിപ്പിക്കുകയും വേണം. പട്ടികപ്പെടുത്തിയിരിക്കുന്ന ഓരോ ഘട്ടങ്ങൾക്കും ഇത് ബാധകമാണ്. ഉദാഹരണത്തിന്, നിങ്ങളെത്തന്നെ ഒരു അത്ഭുത പ്രഗത്ഭൻ എന്ന് പരാമർശിക്കുന്നത് വിചിത്രമായി തോന്നിയാൽ, അത് കുഴപ്പമില്ല (എന്നിരുന്നാലും, ആദ്യം, നിങ്ങളെക്കുറിച്ച് വ്യത്യസ്തമായി സംസാരിക്കുന്നത് എല്ലായ്പ്പോഴും വിചിത്രമായി തോന്നും). ആ വാചകം "എന്റെ ഏറ്റവും മികച്ച പതിപ്പായി എല്ലാ ദിവസവും ജീവിക്കാൻ ഞാൻ പ്രതിജ്ഞാബദ്ധനാണ്" എന്ന് മാറ്റിസ്ഥാപിക്കാം. "എനിക്ക് വേണ്ടതെല്ലാം" എന്നതിന് പകരം "എന്റെ സ്വപ്നങ്ങളുടെ ജീവിതം" എന്നോ "അത്ഭുതങ്ങൾ" എന്നതിന് പകരം "ഫലങ്ങൾ" എന്നോ ഉപയോഗിക്കാം. വീണ്ടും, നിങ്ങളോട് പ്രതിധ്വനിക്കുന്ന ഭാഷ ഉപയോഗിക്കുക.

ഘട്ടം 5 : നിങ്ങളുടെ അത്ഭുത സമവാക്യ സ്ഥിരീകരണങ്ങൾ (വികാരത്തോടെ) ചൊല്ലുക. എല്ലാ ദിവസവും.

എല്ലാത്തിലും ഏറ്റവും പ്രധാനപ്പെട്ട ഈ ഘട്ടത്തോട് പലരും പ്രതിജ്ഞാബദ്ധത പുലർത്തുന്നില്ല. വാക്കുകൾ അവരുടെ നവീകരിച്ച വ്യക്തിത്വം, ദൗത്യം, പ്രക്രിയ എന്നിവ ഉൾക്കൊള്ളുന്ന തരത്തിൽ സ്ഥിരീകരണങ്ങൾ രൂപകൽപ്പന ചെയ്യുന്നതിനായി അവർ ധാരാളം സമയം ചെലവഴിക്കുന്നു, തുടർന്ന് അവർ അതിൽ ഉറച്ചുനിൽക്കുന്നില്ല – ആളുകൾ ഭക്ഷണക്രമത്തിലോ

പുതുവത്സര പ്രതിജ്ഞയിലോ ഉറച്ചുനിൽക്കാത്തതുപോലെ. അത് മനുഷ്യ പ്രകൃതമാണ്. പ്രാരംഭ ആവേശം അല്ലെങ്കിൽ "പുതുമ" മങ്ങിക്കഴിഞ്ഞാൽ, നമ്മുടെ ശ്രദ്ധ പുതിയതും കൂടുതൽ ഉത്തേജിപ്പിക്കുന്നതുമായ മറ്റെന്തെങ്കിലും കാര്യത്തിലേക്ക് തിരിച്ചുവിടാൻ നാം പ്രലോഭിതരാകും. ഇത് പലപ്പോഴും നമ്മുടെ പരാജയമാണ്.

അത്ഭുതങ്ങൾ സൃഷ്ടിക്കുന്നതിനുള്ള താക്കോൽ സ്ഥിരതയാണ്. നിങ്ങളുടെ ജീവിതത്തിൽ നിങ്ങൾ എപ്പോഴും ആഗ്രഹിക്കുന്ന സ്ഥാനത്ത് എത്താൻ എടുക്കുന്നിടത്തോളം കാലം നിങ്ങൾ പ്രതിജ്ഞാബദ്ധതയോടെ തുടരണം. ആ യാത്ര ആരംഭിക്കാൻ എല്ലാ ദിവസവും നിങ്ങളുടെ അത്ഭുത സമവാക്യ സ്ഥിരീകരണങ്ങൾ ചൊല്ലുന്നതിനേക്കാൾ എളുപ്പമുള്ള മറ്റൊരു മാർഗ്ഗവുമില്ല. ഇത് നിങ്ങളുടെ തലച്ചോറിനെ വർത്തമാനകാല മാനസികാവസ്ഥയുമായി നിങ്ങൾ ആഗ്രഹിക്കുന്ന മാനസികാവസ്ഥയുമായി പൊരുത്തപ്പെടുത്താൻ സഹായിക്കുന്നു. നിങ്ങൾ സ്വയം കള്ളം പറയുകയല്ല; നിങ്ങൾ എന്താണ് കൂടുതൽ തവണ അനുഭവിക്കാൻ ആഗ്രഹിക്കുന്നതെന്ന് നിങ്ങളുടെ തലച്ചോറിനെ കാണിക്കുകയാണ്. നിങ്ങൾക്ക് അത് പൂർണ്ണമായും "ലഭിക്കണം".

നമുക്ക് എന്തെങ്കിലും *ബുദ്ധിപരമായി* ലഭിച്ചേക്കാം, പക്ഷേ *വൈകാരികമായും* അത് ലഭിക്കുന്നതുവരെ നമുക്ക് അത് ലഭിക്കില്ല. അതായത്, ആശയപരമായോ യുക്തിപരമായോ വികാരത്തെ മനസ്സിലാക്കുന്നതിൽ നിന്ന് നമ്മൾ യഥാർത്ഥത്തിൽ വികാരം അനുഭവിക്കുന്നതിലേക്ക് പോകുന്നു. ഉദാഹരണത്തിന്, നിങ്ങളുടെ പ്രിയപ്പെട്ടയാൾ അല്ലെങ്കിൽ പങ്കാളി അയാളെയോ അവളെയോ അലട്ടുന്ന ഒരു കാര്യത്തെക്കുറിച്ച് നിങ്ങളോട് പരാതിപ്പെടുമ്പോൾ (ഞാൻ ഇവിടെ ഒരു പുരുഷനായിട്ടാണ് സംസാരിക്കുന്നത്), മറ്റേയാൾ പറയുന്നത് നമുക്ക് കേൾക്കാനും അത് ബുദ്ധിപരമായി മനസ്സിലാക്കാനും കഴിഞ്ഞേക്കാം, പക്ഷേ നമുക്ക് അത് എല്ലായ്പ്പോഴും മനസ്സിലാകണമെന്നില്ല. അതേ വ്യക്തി കരയാൻ തുടങ്ങുമ്പോൾ നിങ്ങൾക്ക് അയാളുടെ വേദന കാണാനും കേൾക്കാനും ചിലപ്പോൾ അനുഭവിക്കാനും കഴിയുന്നുണ്ടെങ്കിൽ, നിങ്ങൾക്ക് അത് വൈകാരിക തലത്തിൽ "മനസ്സിലാവും". അതുകൊണ്ട് നിങ്ങൾ സ്ഥിരീകരണങ്ങൾ ഉരുവിടുമ്പോൾ, പറയുന്നതിൽ സത്യം അനുഭവപ്പെടുന്നുണ്ടെന്ന് ഉറപ്പാക്കുക.

അചഞ്ചലമായ വിശ്വാസത്തോടും അസാധാരണമായ

പരിശ്രമത്തോടും കൂടി, ഒരു അത്ഭുത പ്രഗത്ഭൻ ആയി എല്ലാ ദിവസവും ജീവിക്കാനുള്ള നിങ്ങളുടെ പ്രതിബദ്ധത നിങ്ങൾ സ്ഥിരീകരിക്കുമ്പോൾ, ഒരു ദീർഘനിശ്വാസം എടുക്കുക, നിങ്ങൾ ശ്വസിക്കുമ്പോൾ, നിങ്ങളുടെ പുതിയ വ്യക്തിത്വം നിങ്ങളിൽ ഒഴുകുന്നത് അനുഭവിക്കുക. അത് എങ്ങനെയിരിക്കും, എങ്ങനെ തോന്നും എന്ന് ചിന്തിക്കുക. ഇത് നിങ്ങളുടെ പുതിയ വ്യക്തിത്വം ബുദ്ധിപരമായും വൈകാരികമായും അനുഭവിക്കാൻ സഹായിക്കും.

പ്രവർത്തനം : അത്ഭുത സമവാക്യത്തിൽ സ്ഥിരത പ്രധാനമാണ്, അത് ആരംഭിക്കുന്നത് നിങ്ങളുടെ പരിധിയില്ലാത്ത മാനസികാവസ്ഥ നിലനിർത്തുന്നതിനും വികസിപ്പിക്കുന്നതിനുമായി എല്ലാ ദിവസവും നിങ്ങളുടെ സ്ഥിരീകരണങ്ങൾ ചൊല്ലുന്നതിലൂടെയാണ്, അതോടൊപ്പം നിങ്ങളുടെ പ്രക്രിയയിൽ ശ്രദ്ധ കേന്ദ്രീകരിക്കുകയും ചെയ്യുന്നു. നിങ്ങളുടെ അത്ഭുത സമവാക്യ സ്ഥിരീകരണങ്ങൾ ചൊല്ലാൻ സ്ഥിരമായ സമയം കണ്ടെത്തുന്നതാണ് നല്ലതെന്ന് ഞാൻ കരുതുന്നു. എല്ലാ രാത്രിയും ഉറങ്ങുന്നതിനുമുമ്പ്, പല്ല് തേച്ചതിനുശേഷം രാവിലെ, അല്ലെങ്കിൽ നിങ്ങളുടെ അത്ഭുത പ്രഭാതത്തിൽ, ദിവസത്തിന്റെ തുടക്കത്തിൽ നിങ്ങളുടെ വ്യക്തിഗത വികസന പരിശീലനം നടത്തുമ്പോൾ ആകാം. ഇത് നിങ്ങളുടെ ദിനചര്യയുടെ ഭാഗമാക്കുക. നിങ്ങൾ വായിക്കുന്ന കാര്യങ്ങളുടെ സത്യം അനുഭവിക്കാൻ ഓർമ്മിക്കുക. കഴിയുമെങ്കിൽ, കഴിയുന്നിടത്തോളം കാലം ആ വികാരത്തിൽ തുടരുക. വ്യക്തിപരമായി, എന്റെ സ്ഥിരീകരണങ്ങൾ ഉരുവിട്ടതിനുശേഷം നേരിട്ട് ധ്യാനിക്കാനും അവ സൃഷ്ടിച്ച മാനസികാവസ്ഥയെയും വികാരങ്ങളെയും പൂർണ്ണമായി ഉൾക്കൊള്ളാൻ ആ സമയം ഉപയോഗിക്കാനും ഞാൻ ഇഷ്ടപ്പെടുന്നു. ഇത് ചെയ്യുന്നത് നിങ്ങളുടെ ജീവിതത്തിൽ അത്ഭുത സമവാക്യ സ്ഥിരീകരണങ്ങൾ ചെലുത്തുന്ന സ്വാധീനം വർദ്ധിപ്പിക്കും.

ഡൗൺലോഡ് ചെയ്യാവുന്ന ഉറവിടം : ഈ ഘട്ടങ്ങളെല്ലാം ഉൾക്കൊള്ളുന്ന അത്ഭുത സമവാക്യ സ്ഥിരീകരണങ്ങൾ

വൺ-പേജ് ടെംപ്ലേറ്റ് ഡൗൺലോഡ് ചെയ്യാൻ നിങ്ങൾ ആഗ്രഹിക്കുന്നുവെങ്കിൽ, www.tmebonuses.com സന്ദർശിക്കുക.

അത്ഭുത സമവാക്യ സ്ഥിരീകരണങ്ങൾ

1. ഞാൻ [ആറാം അധ്യായത്തിൽ നിന്ന് നിങ്ങളുടെ ദൗത്യം ഉൾപ്പെടുത്തുക] എന്ന അചഞ്ചലമായ വിശ്വാസം നിലനിർത്താൻ ഞാൻ പ്രതിജ്ഞാബദ്ധനാണ്, എന്തു തന്നെയായാലും അത് ചെയ്യുന്നതുവരെ ഞാൻ അസാധാരണമായ ശ്രമം തുടരും... മറ്റൊരു മാർഗ്ഗവുമില്ല.

2. എന്റെ ദൗത്യത്തിൽ ഞാൻ പ്രതിജ്ഞാബദ്ധനായിരിക്കുന്നതിന്റെ കാരണം [നിങ്ങളുടെ ആഴത്തിൽ അർത്ഥവത്തായ എന്തുകൊണ്ട് എന്ന് ചേർക്കുക– നിങ്ങളുടെ ദൗത്യം പിന്തുടരുന്നതിലൂടെയും/അല്ലെങ്കിൽ നേടുന്നതിലൂടെയും നിങ്ങൾക്ക് അനുഭവപ്പെടുന്ന ഏറ്റവും പ്രധാനപ്പെട്ട നേട്ടം].

3. എന്റെ ദൗത്യം അനിവാര്യമാണെന്ന് ഉറപ്പാക്കാൻ, എന്റെ ഫലങ്ങളോട് വൈകാരികമായി അടുപ്പം കാണിക്കാതെ, ____________ [തീയതിയും സമയവും] ____________ [നിങ്ങളുടെ പ്രക്രിയ ചേർക്കുക] എന്ന എന്റെ പ്രക്രിയയിൽ ഞാൻ പ്രതിജ്ഞാബദ്ധനായിരിക്കും.

4. ഭൂമിയിലെ മറ്റേതൊരു വ്യക്തിയെയും പോലെ അത്ഭുതങ്ങൾ സൃഷ്ടിക്കാനും ഞാൻ ആഗ്രഹിക്കുന്നതെല്ലാം നേടാനും യോഗ്യനും, അർഹനും, കഴിവുള്ളവനുമാണെന്ന് എനിക്കറിയാം, കാരണം എന്റെ ദൗത്യത്തിനും എല്ലാ ദിവസവും ഒരു അത്ഭുത പ്രഗത്ഭൻ ആയി ജീവിക്കുന്നതിനും ഞാൻ പ്രതിജ്ഞാബദ്ധനാണ്.

വ്യക്തിപരമായ ഉദാഹരണം : എന്റെ അത്ഭുത സമവാക്യ സ്ഥിരീകരണങ്ങളിലൊന്നിന്റെ നിലവിലെ പതിപ്പ് നിങ്ങളുമായി പങ്കിടാൻ പോകുന്നു. ചില വാക്കുകൾ

ടെംപ്ലേറ്റിൽ നിന്ന് അല്പം വ്യത്യസ്തമാണെന്ന് നിങ്ങൾ ശ്രദ്ധിക്കും, കാരണം ഞാൻ കുറച്ച് പേജുകൾക്ക് മുമ്പ് സൂചിപ്പിച്ചതുപോലെ, നിങ്ങൾക്ക് ഇണങ്ങുന്ന ഭാഷ ഉപയോഗിക്കേണ്ടത് പ്രധാനമാണ്. ഞാൻ പഠിക്കുകയും വളരുകയും പുതിയ കാഴ്ചപ്പാടുകൾ നേടുകയും ചെയ്യുമ്പോൾ, എന്റെ സ്ഥിരീകരണങ്ങൾ ഞാൻ നിരന്തരം എഡിറ്റ് ചെയ്യുകയും അപ്ഡേറ്റ് ചെയ്യുകയും ചെയ്യുന്നു :

1. കാൻസർ രഹിതനായി തുടരാനും ദീർഘവും ആരോഗ്യകരവുമായ ജീവിതം നയിക്കാനും (സോഫിക്ക് എഴുപത് വയസ്സും ഹാൽസ്റ്റന് അറുപത്തിയേഴ് വയസ്സും ആകുമ്പോൾ നൂറു വയസ്സ് തികയുന്നതു വരെ) കഴിയുമെന്ന അചഞ്ചലമായ വിശ്വാസം നിലനിർത്താൻ ഞാൻ പ്രതിജ്ഞാബദ്ധനാണ്, എന്റെ ജീവിതകാലം മുഴുവൻ, എന്തുതന്നെയായാലും, എല്ലാ ദിവസവും അസാധാരണമായ ശ്രമം ഞാൻ തുടരും... മറ്റ് മാർഗ്ഗമില്ല.
2. എന്റെ ദൗത്യത്തിൽ ഞാൻ പ്രതിജ്ഞാബദ്ധനായിരിക്കുന്നതിന്റെ കാരണം(ങ്ങൾ) സോഫിയെയും ഹാൽസ്റ്റനെയുംപോസിറ്റീവായിസ്വാധീനിക്കാനും ഉർസുലയുമായിഎന്റെജീവിതംപങ്കിടാനുംജീവിച്ചിരിക്കുക എന്നത് ലോകത്തിലെ മറ്റെന്തിനേക്കാളും എനിക്ക് അർത്ഥവത്താണ് എന്നതാണ്.
3. ദീർഘവും ആരോഗ്യകരവും നൂറിലധികം വർഷത്തെ ജീവിതം ഉറപ്പാക്കാൻ, അലോപ്പതി ചികിത്സകളോടൊപ്പം എന്റെ എല്ലാ (ദൈനംദിന) സമഗ്ര കാൻസർ വിരുദ്ധ പ്രോട്ടോക്കോളുകളും പിന്തുടരുന്നതിനുള്ള എന്റെ പ്രക്രിയയിൽ ഞാൻ പ്രതിജ്ഞാബദ്ധനായിരിക്കും, രണ്ടിന്റെയും ജീവൻ രക്ഷിക്കുന്ന നേട്ടങ്ങൾ പരമാവധിയാക്കാൻ.
4. ഭൂമിയിലെ മറ്റേതൊരു വ്യക്തിയെയും പോലെ, എന്റെ കുടുംബത്തോടൊപ്പം ദീർഘവും ആരോഗ്യകരവും നൂറിലധികം വർഷക്കാലം ജീവിക്കാൻ

ഞാൻ യോഗ്യനും അർഹനും പ്രാപ്തനുമാണെന്ന് എനിക്കറിയാവുന്നതിനാൽ, എന്റെ ദൗത്യത്തിനും എല്ലാ ദിവസവും ഒരു അത്ഭുത പ്രഗത്ഭൻ ആയി ജീവിക്കുന്നതിനും ഞാൻ പ്രതിജ്ഞാബദ്ധനാണ്.

കാലക്രമേണ നിങ്ങളുടെ സ്ഥിരീകരണങ്ങൾ വികസിപ്പിക്കുക

നിങ്ങളുടെ നിരന്തരം വികസിച്ചുകൊണ്ടിരിക്കുന്ന വ്യക്തിത്വവും ലക്ഷ്യങ്ങളും നിലനിർത്തുന്നതിന്, ആവശ്യാനുസരണം നിങ്ങളുടെ സ്ഥിരീകരണങ്ങൾ എഡിറ്റ് ചെയ്യുകയും അപ്ഡേറ്റ് ചെയ്യുകയും ചെയ്യുക. നിങ്ങൾ വളരുകയും പരിണമിക്കുകയും ചെയ്യുമ്പോൾ, നിങ്ങളുടെ സ്ഥിരീകരണങ്ങളും അതുപോലെ ആയിരിക്കണം. സ്പഷ്ടവും അളക്കാവുന്നതുമായ അത്ഭുതങ്ങൾ സൃഷ്ടിക്കുന്നതിൽ നിങ്ങൾ വിജയിക്കുമ്പോൾ, നിങ്ങളുടെ പുതിയ ലക്ഷ്യങ്ങൾക്കും ദൗത്യങ്ങൾക്കും വേണ്ടി പുതിയ സ്ഥിരീകരണങ്ങൾ വികസിപ്പിക്കേണ്ടിവരും. കാലക്രമേണ, നിങ്ങളുടെ സ്ഥിരീകരണങ്ങൾ വികസിപ്പിക്കുന്നത് മിക്കവാറും ഒരു സാധാരണ സ്വഭാവമായി മാറും. അനുഭവത്തിലൂടെ, നിങ്ങൾക്ക് എന്ത് എഴുതണം, നിങ്ങൾക്ക് ഏറ്റവും അനുയോജ്യമായത് എന്താണ്, ഉയർന്നുവരുന്ന ഓരോ പുതിയ ലക്ഷ്യത്തിലേക്കും നിങ്ങളുടെ അചഞ്ചലമായ വിശ്വാസവും അസാധാരണമായ പരിശ്രമവും നിലനിർത്തുന്നതിന് നിങ്ങളുടെ സ്ഥിരീകരണങ്ങൾ എങ്ങനെ ഉപയോഗിക്കാമെന്ന് നിങ്ങൾക്ക് മനസ്സിലാകും.

വാസ്തവത്തിൽ, നമുക്കെല്ലാവർക്കും ധാരാളം റീപ്രോഗ്രാമിംഗ് ജോലികൾ ചെയ്യാനുണ്ട്. വിശ്വാസങ്ങളെയും ആന്തരിക സംഘർഷങ്ങളെയും പരിമിതപ്പെടുത്തുന്നതിനും മറികടക്കുന്നതിനുമുള്ള ഭയങ്ങളുടെ നീണ്ട വർഷങ്ങളാണ് നമുക്കുള്ളത്. ഒടുവിൽ, നിങ്ങളുടെ ജീവിതത്തിലെ ഓരോ മേഖലയ്ക്കും സ്ഥിരീകരണങ്ങൾ എഴുതാൻ ഞാൻ ശുപാർശ ചെയ്യുന്നു, അതിൽ നിർദ്ദിഷ്ട ലക്ഷ്യങ്ങളും ഉൾപ്പെട്ടേക്കാം, ആ പ്രത്യേക സമയത്ത് നിങ്ങൾ ശ്രദ്ധ കേന്ദ്രീകരിക്കാൻ ആഗ്രഹിക്കുന്നതിനെ ആശ്രയിച്ച് അവ മാറും. ചില രാവിലെകളിൽ ഞാൻ എന്റെ എല്ലാ സ്ഥിരീകരണങ്ങളും വായിക്കും. മറ്റു ചിലപ്പോൾ, എനിക്ക് ഏറ്റവും അത്യാവശ്യമെന്ന് തോന്നുന്നവ ഞാൻ വായിക്കും. ഒരു പ്രത്യേക ദൗത്യത്തിനായി ഞാൻ പ്രവർത്തിക്കുകയാണെങ്കിൽ, എന്റെ ദൗത്യം

പൂർത്തിയാകുന്നതുവരെ ഞാൻ അത് വായിക്കുന്നുവെന്ന് ഉറപ്പാക്കുന്നു.

എന്റെ അടിസ്ഥാന സ്ഥിരീകരണ വിഷയങ്ങളുടെ ഒരു ലിസ്റ്റ് ഇതാ, അവയിൽ ഓരോന്നിലും എനിക്ക് ലക്ഷ്യങ്ങളുണ്ട് :

- എന്റെ ആരോഗ്യവും ശാരീരികക്ഷമതയും (കാൻസർ മുക്തമാകുന്നത് ഉൾപ്പെടെ)
- എന്റെ ദൗത്യവും ലക്ഷ്യവും
- എന്റെ ഭാര്യ
- എന്റെ കുട്ടികൾ
- വിസ്തൃത കുടുംബം
- സുഹൃത്തുക്കൾ
- വരുമാനവും സാമ്പത്തിക സ്വാതന്ത്ര്യവും
- വ്യക്തിഗത വികസനം
- ആത്മീയത
- സംഭാവന

കൂടാതെ, സ്ഥിരീകരണങ്ങൾ വാക്കുകൾക്കോ ഘടനയ്ക്കോ അനന്തമായ വഴികളുണ്ടെന്ന് അറിയുക, വ്യത്യസ്ത ആവശ്യങ്ങൾക്കായി ഞാൻ നിരവധി വ്യതിയാനങ്ങൾ ഉപയോഗിക്കുന്നു. നമ്മൾ ഇപ്പോൾ പരിശോധിച്ച ഘട്ടം ഘട്ടമായുള്ള ഫോർമുല അത്ഭുത സമവാക്യം നടപ്പിലാക്കുന്നതിന് പ്രത്യേകമാണ്. ഏറ്റവും ലളിതമായി പറഞ്ഞാൽ, സ്ഥിരീകരണങ്ങൾ നിങ്ങൾക്ക് ഏറ്റവും പ്രധാനപ്പെട്ട കാര്യങ്ങളുടെ ഓർമ്മപ്പെടുത്തലുകൾ മാത്രമാണ്. ഒരു ഓർമ്മപ്പെടുത്തൽ എന്നത് ഒരു പ്രധാന ലക്ഷ്യം, ദൈനംദിന പ്രവർത്തനം, ശാക്തീകരണ വികാരം, അടിസ്ഥാന മാനസികാവസ്ഥ, മൂല്യം, ഉദ്ദേശ്യം അല്ലെങ്കിൽ നിങ്ങളുടെ മനസ്സിന്റെ മുൻപന്തിയിൽ നിലനിർത്താൻ ആഗ്രഹിക്കുന്ന മറ്റെന്തെങ്കിലും ആകാം. നിങ്ങൾ ശ്രദ്ധ കേന്ദ്രീകരിക്കുന്നത് വികസിക്കുന്നു എന്ന ചൊല്ല് നിങ്ങൾ കേട്ടിട്ടുണ്ടാകും എന്ന് എനിക്ക് ഉറപ്പുണ്ട്. നിങ്ങൾക്ക് ഏറ്റവും പ്രധാനപ്പെട്ട മേഖലകളിൽ എപ്പോഴും ശ്രദ്ധ കേന്ദ്രീകരിക്കാനും അവ വികസിപ്പിക്കാനും സ്ഥിരീകരണങ്ങൾ നിങ്ങളെ സഹായിക്കും.

ഉദാഹരണത്തിന്, എന്റെ ഒരു സ്ഥിരീകരണം ഇങ്ങനെയാണ്, "എന്റെ ഭാര്യയുടെ ജീവിതം അത്ഭുതകരമാക്കാൻ ഞാൻ ഇന്ന് എന്തെങ്കിലും ചെയ്യും." എല്ലാ ദിവസവും രാവിലെ ഇത് വായിക്കുമ്പോൾ, മുൻകരുതലെടുക്കാനും എന്റെ ഭാര്യയ്ക്ക് മൂല്യം കൂട്ടുന്ന ഒരു കാര്യമെങ്കിലും എല്ലാ ദിവസവും ചെയ്യണമെന്ന് ഞാൻ ഓർമ്മിപ്പിക്കപ്പെടുന്നു. പാത്രങ്ങൾ കഴുകുക, അവൾക്ക് പൂക്കൾ വാങ്ങി കൊടുക്കുക, ഞാൻ അവളെ എത്രമാത്രം സ്നേഹിക്കുന്നുവെന്ന് അവളോട് പറയുക, അവളെ ഉറങ്ങാൻ അനുവദിക്കുക, അല്ലെങ്കിൽ അവളുടെ ദിവസം അൽപ്പം എളുപ്പമാക്കാൻ അവളുടെ എന്തെങ്കിലും ജോലി എടുക്കുക എന്നിങ്ങനെയുള്ള ലളിതമായ എന്തെങ്കിലും ഇതിൽ ഉൾപ്പെടുന്നു. ഒരു അവധിക്കാലം ആസൂത്രണം ചെയ്യുകയോ അല്ലെങ്കിൽ ഞങ്ങളുടെ കുട്ടികളെ എവിടെയെങ്കിലും കൊണ്ടുപോയി അവൾക്ക് ഏകാന്തതയുടെ ഒരു ദിവസം നൽകി അവളെ അത്ഭുതപ്പെടുത്തുകയോ ചെയ്യുന്നത് ചിലപ്പോൾ അൽപ്പം ഗംഭീരമായിരിക്കും. എന്തുതന്നെയായാലും, എന്റെ സ്ഥിരീകരണങ്ങൾ വായിക്കുന്ന എന്റെ ദൈനംദിന പരിശീലനം എന്റെ ഭാര്യയുടെ ജീവിതത്തിന് എന്തെങ്കിലും തരത്തിലുള്ള മൂല്യം നൽകുന്ന ഒരു പ്രവൃത്തി ചെയ്യാൻ എന്നെ ഓർമ്മിപ്പിക്കുന്നു. "സന്തോഷവതിയായ ഭാര്യ, സന്തോഷകരമായ ജീവിതം" എന്ന് അവർ പറയുന്നത് നിങ്ങൾക്കറിയാം.

കാലക്രമേണ നിങ്ങളുടെ ലക്ഷ്യങ്ങളും ദൗത്യവും മാറുമെങ്കിലും, ഒരു അത്ഭുത പ്രഗത്ഭൻ എന്ന നിലയിൽ നിങ്ങളുടെ വ്യക്തിത്വം മാറരുത് – അത്ഭുതങ്ങൾ സൃഷ്ടിക്കുന്നത് തുടരാൻ നിങ്ങൾ ആഗ്രഹിക്കുന്നുവെങ്കിൽ അങ്ങനെയാകരുത്. നിങ്ങൾ എപ്പോഴും അചഞ്ചലമായ വിശ്വാസവും അസാധാരണ പരിശ്രമവും തിരഞ്ഞെടുക്കേണ്ടിവരും. നിങ്ങൾ എത്രത്തോളം ശക്തനാണെന്ന് ഓർമ്മിക്കാൻ, നിങ്ങളുടെ ആന്തരിക സംഘർഷത്തിനെതിരെ നിരന്തരം പോരാടേണ്ടിവരും.

നിങ്ങളുടെ ലക്ഷ്യങ്ങൾ നിങ്ങൾക്ക് ആഴത്തിൽ അർത്ഥവത്താകുന്നത് എന്തുകൊണ്ടെന്ന് നിങ്ങൾ നിരന്തരം മനസ്സിലാ

ക്കേണ്ടതുണ്ട്. നിങ്ങൾ ഇപ്പോൾ പഠിച്ച രീതിയിൽ, സ്ഥിരീകരണങ്ങൾ ഇതെല്ലാം നേടിയെടുക്കുന്നതിന് നിങ്ങളെ പിന്തുണയ്ക്കും. അവർക്ക് ഓരോ ദിവസവും നിങ്ങളുടെ ശ്രദ്ധാകേന്ദ്രീകൃതമായ ഏതാനും മിനിറ്റുകൾ മാത്രമേ ആവശ്യമുള്ളൂ.

നിങ്ങളുടെ അത്ഭുത സമവാക്യ സ്ഥിരീകരണങ്ങൾ എങ്ങനെ സൃഷ്ടിക്കാമെന്നും ഉപയോഗിക്കാമെന്നും ഇപ്പോൾ നിങ്ങൾക്ക് കൃത്യമായി അറിയാം (അവ സൃഷ്ടിക്കാൻ സമയം ഷെഡ്യൂൾ ചെയ്യുകയോ ടെംപ്ലേറ്റ് ഡൗൺലോഡ് ചെയ്യുകയോ ചെയ്യുക), ഇതുവരെനിങ്ങൾപഠിച്ചതെല്ലാംഒരുമിച്ച്ചേർത്ത്അത്പരീക്ഷിച്ചു നോക്കേണ്ട സമയമാണിത്. അടുത്ത അധ്യായത്തിൽ, നിങ്ങളുടെ ആദ്യത്തെ 30 ദിവസത്തെ അത്ഭുത സമവാക്യ ചലഞ്ചിൽ പങ്കെടുക്കാൻ ഞാൻ നിങ്ങളെ ക്ഷണിക്കുന്നു. എന്റെ ആദ്യത്തെ പരിശീലകൻ പറയാറുണ്ടായിരുന്നതുപോലെ, “ഇപ്പോഴാണ് യഥാർത്ഥ ജോലി ആരംഭിക്കുന്നത്!”

കുറിപ്പ് : നിങ്ങളുടെ അത്ഭുത സമവാക്യ സ്ഥിരീകരണങ്ങൾ എഴുതുമ്പോൾ നിങ്ങൾക്ക് എന്തെങ്കിലും ചോദ്യങ്ങളുണ്ടെങ്കിൽ അല്ലെങ്കിൽ സഹായമോ ഫീഡ്ബാക്കോ ആവശ്യമുണ്ടെങ്കിൽ, www.mytmmcommunity.com-ലെ വിസ്മയ പുലരി കമ്മ്യൂണിറ്റിയിൽ അവപോസ്റ്റ്ചെയ്യാൻമടിക്കേണ്ടതില്ല.പരസ്പരംപിന്തുണയ്ക്കുകയും, ഇത്തരത്തിലുള്ള ദൈനംദിന സ്ഥിരീകരണങ്ങൾ പരിശീലിക്കുകയും ചെയ്യുന്ന 150,000-ത്തിലധികം സമാന ചിന്താഗതിക്കാരായ വ്യക്തികളെ നിങ്ങൾക്ക് അവിടെ കണ്ടെത്താനാകും, അവർ നിങ്ങളെ പിന്തുണയ്ക്കുന്നതിൽ വളരെ സന്തോഷിക്കും.

10

അത്ഭുത സമവാക്യം 30-ദിന വെല്ലുവിളി

നിങ്ങളുടെ ആദ്യ ദൗത്യത്തിനുള്ള സമയമായി

അസ്വസ്ഥത അനുഭവിക്കാൻ തയ്യാറാകുക.
അസ്വസ്ഥത അനുഭവപ്പെടുമ്പോൾ സുഖമായിരിക്കുക.
അത് ബുദ്ധിമുട്ടായി മാറിയേക്കാം, പക്ഷേ ഒരു സ്വപ്നം
ജീവിക്കുന്നതിന് നൽകേണ്ട ഒരു ചെറിയ വിലയാണിത്.

—പീറ്റർ മക്‌വില്യംസ്, എഴുത്തുകാരൻ

നിങ്ങളുടെ ജീവിതാവസാനത്തിലെത്തിയെന്ന് സങ്കൽപ്പിക്കുക, ഭൂമിയിലെ നിങ്ങളുടെ അവസാന ദിവസമാണിത്. നിങ്ങളുടെ നേട്ടങ്ങൾ ഇതിനകം പിന്നിലുണ്ട്. ഇനി ഒന്നും ചെയ്യാനില്ല – വളർച്ചയ്ക്കോ, വ്യക്തിഗത വികസനത്തിനോ, ലക്ഷ്യങ്ങൾ പിന്തുടരുന്നതിനോ ഇനി സമയമില്ല. ഈ ജീവിതത്തിൽ നിങ്ങൾക്ക് ചെയ്യാൻ കഴിയുന്നതെല്ലാം നിങ്ങൾ ചെയ്തു കഴിഞ്ഞു.

ഇനി നമുക്ക് യാഥാർത്ഥ്യത്തെ കൂടുതൽ മാറ്റി നിർത്തി, നിങ്ങൾ ആകുമായിരുന്ന വ്യക്തി – നിങ്ങളുടെ പൂർണ്ണ ശേഷിയിൽ ജീവിക്കുന്ന നിങ്ങളുടെ പതിപ്പ് – മുറിയിലേക്ക് നടക്കുന്നതായി സങ്കൽപ്പിക്കാം. നിങ്ങളുടെ ജീവിതകാലം മുഴുവൻ ഈ വ്യക്തിയെ അറിയാമെന്ന് നിങ്ങൾക്ക് തോന്നുന്നതിൽ അതിശയിക്കാനില്ല, നിങ്ങൾക്ക് പൂർണ്ണമായും സമാധാനം തോന്നും. നിങ്ങൾ പരസ്പരം അൽപ്പം സംസാരിക്കുന്നു, നിങ്ങളുടെ ഈ ലെവൽ 10 പതിപ്പ് എങ്ങനെയുള്ളതാണെന്ന് നിങ്ങൾക്ക് ഒരു ധാരണ ലഭിക്കാൻ ഇത് മതിയാകും : അവന്റെ അല്ലെങ്കിൽ അവളുടെ മാനസികാവസ്ഥ, നേട്ടങ്ങൾ, സംഭാവനകൾ, സംതൃപ്തിയുടെ നിലവാരം. നിങ്ങളുടെ ഈ പതിപ്പ് ജീവിതം പൂർണ്ണമായി ജീവിച്ചു, അദ്ദേഹത്തിന് അല്ലെങ്കിൽ അവൾക്ക് ഉണ്ടായിരുന്നതെല്ലാം നൽകി, പ്രതിഫലങ്ങൾ കൊയ്തു, ഏതൊരു വ്യക്തിയെയും പോലെ ഈ ജീവിതകാലം പൂർത്തീകരിച്ചു.

ഇനി, നിങ്ങളുടെ ഇപ്പോഴത്തെ സഞ്ചാരപഥം നോക്കുമ്പോൾ, നിങ്ങളുടെ ഈ രണ്ട് പതിപ്പുകളും വളരെ സമാനമോ അകലമോ ആയിരിക്കുമെന്ന് നിങ്ങൾ കരുതുന്നുണ്ടോ?

ഇതൊരു ഭാരിച്ച ചോദ്യമാണ്, പക്ഷേ നിങ്ങൾ നിങ്ങളോട് തന്നെ സത്യസന്ധത പുലർത്തുകയാണെങ്കിൽ, നിങ്ങളുടെ ജീവിതം ഇപ്പോൾ എത്രത്തോളം സംതൃപ്തവും ഉൽപ്പാദനക്ഷമവുമാണെന്ന് അളക്കാൻ ഇത് ഒരു മികച്ച മാർഗ്ഗമാണ്. ഏറ്റവും സങ്കടകരമായ കാര്യങ്ങളിൽ ഒന്ന്, നിങ്ങൾക്ക് കഴിയുന്നതെല്ലാം നേടാൻ കഴിയുന്നില്ലെന്നും/അല്ലെങ്കിൽ സംഭാവന ചെയ്യാൻ കഴിയുന്നില്ലെന്നും അറിഞ്ഞുകൊണ്ട് ജീവിതത്തിലൂടെ കടന്നു

പോകുക എന്നതാണ്. എന്നിട്ടും നമ്മളിൽ പലരും ഈ കെണിയിൽ വീഴുന്നു. നിങ്ങളുടെ ജീവിതത്തിലെ ഒന്നോ അതിലധികമോ മേഖലകളിൽ നിങ്ങൾ ഇതിനകം തന്നെ വളരെയധികം വിജയിച്ചിട്ടുണ്ടെങ്കിലും, മറ്റ് മേഖലകളിൽ നിങ്ങളുടെ കഴിവുകൾ കൂടുതൽ പ്രയോഗിക്കാൻ അവസരങ്ങളുണ്ടാകാനുള്ള ശക്തമായ സാധ്യതയുണ്ട്.

ഈ പുസ്തകത്തിൽ നിന്ന് നിങ്ങൾ പഠിച്ചതെല്ലാം പ്രാവർത്തികമാക്കാൻ ഈ അവസാന അധ്യായം നിങ്ങൾക്ക് അവസരം നൽകുന്നു, അതുവഴി നിങ്ങൾക്ക് ആ ലെവൽ 10 പതിപ്പിലേക്ക് കൂടുതൽ അടുക്കാൻ കഴിയും. ഒരു മാസത്തിനുള്ളിൽ, അത്ഭുത സമവാക്യം നിങ്ങളുടെ മനസ്സിൽ വളരെ ആഴത്തിൽ പതിഞ്ഞുപോകും, അതിനെക്കുറിച്ച് വീണ്ടും ചിന്തിക്കാൻ നിങ്ങൾക്ക് ബോധപൂർവ്വമായ ശ്രമം നടത്തേണ്ടിവരില്ല. അത് നിങ്ങൾ ആരാണെന്നതിന്റെ ഭാഗമായി മാറും. അചഞ്ചലമായ വിശ്വാസം നിങ്ങളുടെ സ്ഥിരസ്ഥിതി മാനസികാവസ്ഥയായി മാറും. അസാധാരണമായ ശ്രമം സാധാരണമായി തോന്നും.

അടുത്ത മുപ്പത് ദിവസങ്ങൾ ലളിതവും എന്നാൽ പരിവർത്തനാത്മകവുമായ ഒരു യാത്രയായിരിക്കും, നിങ്ങളുടെ ജീവിതത്തിന്റെ എല്ലാ മേഖലകളിലും സ്പഷ്ടവും അളക്കാവുന്നതുമായ അത്ഭുതങ്ങൾ സൃഷ്ടിക്കാൻ കഴിയുന്ന ഒരു അത്ഭുത പ്രഗത്ഭന്റെ വ്യക്തിത്വം ഉൾക്കൊള്ളുന്നതിൽ അത് അവസാനിക്കും.

നിങ്ങൾ നേരിടേണ്ടിവരുന്ന ഏറ്റവും സാധാരണമായ തടസ്സങ്ങളും അവയെ എങ്ങനെ മറികടക്കാം എന്നതും

നിങ്ങൾക്കറിയാവുന്നതുപോലെ, ഒരു അത്ഭുത പ്രഗത്ഭൻ ആയി ജീവിക്കാനുള്ള നിങ്ങളുടെ പാത കഴിയുന്നത്ര എളുപ്പമാക്കാൻ ഞാൻ ആഗ്രഹിക്കുന്നു. കാര്യങ്ങൾ ആവശ്യമുള്ളതിനേക്കാൾ കൂടുതൽ ബുദ്ധിമുട്ടുള്ളതാക്കുന്നത് (നമ്മുടെ മനസ്സിൽ എപ്പോഴും അങ്ങനെ ചെയ്യാറുണ്ട്) ഫലപ്രദമല്ലാത്തതും അനാവശ്യവുമാണ്. അതുകൊണ്ട് ഏറ്റവും സാധാരണമായ തടസ്സങ്ങളെ ഇപ്പോൾ ഞാൻ അഭിസംബോധന ചെയ്യാൻ ആഗ്രഹിക്കുന്നു, അതുവഴി നിങ്ങൾ അവയ്ക്ക് തയ്യാറാകുകയും അവ വന്നാൽ (അല്ലെങ്കിൽ എപ്പോൾ) അവയെ എങ്ങനെ മറികടക്കാമെന്ന് അറിയുകയും ചെയ്യും.

സാധാരണയായി അതിന്റെ പല തലകളിൽ ഒന്നിനെ

ഉയർത്തുന്ന ആദ്യത്തെ തടസ്സം നമ്മുടെ *യുക്തിരഹിതമായ ഭയങ്ങളാണ്*– പരാജയ ഭയം, വിജയ ഭയം, മാറ്റ ഭയം – ഇവ സാധാരണയായി നമ്മെ കാര്യങ്ങൾ നീട്ടിവെക്കാൻ പ്രേരിപ്പിക്കുന്നു. ഒരു പ്രധാന ലക്ഷ്യത്തിലേക്ക് ആദ്യമായി നീങ്ങുമ്പോൾ എല്ലാവർക്കും ഭയവും വിറയലും അനുഭവപ്പെടുന്നുണ്ടെന്ന് അറിയുക. നമ്മുടെ സുഖകരമായ മേഖലയുടെ സുഖകരമായ പരിധിക്കപ്പുറത്തേക്ക് പോകാൻ നമ്മൾ ധൈര്യപ്പെടുമ്പോഴെല്ലാം, അത് അസ്വസ്ഥത സൃഷ്ടിക്കും. നിങ്ങൾക്ക് പ്രധാനപ്പെട്ട എന്തെങ്കിലും കൈകാര്യം ചെയ്യുന്നത്, പ്രത്യേകിച്ച് നിങ്ങൾ മുമ്പ് അങ്ങനെയൊരു കാര്യം ചെയ്തിട്ടില്ലെങ്കിൽ, ഭയപ്പെടുത്തുന്നതാണ്. അത്തരം വികാരങ്ങൾ ഉണ്ടാകുന്നത് സാധാരണവും പ്രതീക്ഷിക്കാവുന്നതുമാണ്.

എന്നിരുന്നാലും, നമ്മൾ ചെയ്യാൻ ആഗ്രഹിക്കുന്നത്, പ്രക്രിയയുടെ ആ ഭാഗം വേഗത്തിലും തടസ്സമില്ലാതെയും നിങ്ങൾക്ക് പൂർത്തിയാക്കി തരിക എന്നതാണ്. നിങ്ങളുടെ മസ്തിഷ്കം അതിന്റെ സ്ഥിരസ്ഥിതി സമ്മർദ്ദ പ്രതികരണത്തിലേക്ക് വീണ്ടും വഴുതിവീഴുകയും നിങ്ങളുടെ ലക്ഷ്യത്തെക്കുറിച്ചോ നിങ്ങളെക്കുറിച്ചോ നെഗറ്റീവ് ചിന്തകൾ ചിന്തിക്കുകയും ചെയ്യുന്നതായി നിങ്ങൾ ശ്രദ്ധിച്ചാൽ, ഒരു ദീർഘനിശ്വാസം എടുത്ത് നിങ്ങൾ ഭയപ്പെടുന്ന കാര്യത്തേക്കാൾ, സാധ്യമായ കാര്യങ്ങളിലും നിങ്ങൾ പ്രതിജ്ഞാബദ്ധതയുള്ള കാര്യങ്ങളിലും ശ്രദ്ധ കേന്ദ്രീകരിക്കാൻ നിങ്ങളുടെ അത്ഭുത മന്ത്രം ചൊല്ലുക. ഓർമ്മിക്കുക, നിങ്ങളുടെ ചിന്തകളുടെയും യാഥാർത്ഥ്യത്തിന്റെയും നിയന്ത്രണം നിങ്ങളുടെ കൈകളിലാണ്. നിങ്ങളുടെ അത്ഭുത സമവാക്യ സ്ഥിരീകരണങ്ങൾ ദിവസവും ചൊല്ലുന്നത് (30 ദിവസത്തെ വെല്ലുവിളിയിലെ നിങ്ങളുടെ ഒരു ചുവടുവെയ്പ്പായിരിക്കും ഇത്) നിങ്ങളുടെ തലച്ചോറിന് നിങ്ങളുടെ ഭയങ്ങൾ പുറത്തുവിടാൻ ഇടം നൽകും, പകരം നിങ്ങൾ എന്തിനോട് പ്രതിജ്ഞാബദ്ധനാണെന്നും എന്തിനാണ് നിങ്ങൾ അതിൽ പ്രതിജ്ഞാബദ്ധനെന്നും ശ്രദ്ധ കേന്ദ്രീകരിക്കും.

നിങ്ങൾക്ക് ഇപ്പോഴും ഭയമോ സ്തംഭനമോ തോന്നുന്നുവെങ്കിൽ, 3-ാം അധ്യായം പരിശോധിക്കാൻ ഞാൻ നിങ്ങളെ ക്ഷണിക്കുന്നു, അതിൽ നാല് അന്തർലീനമായ സംഘർഷങ്ങളിൽ ഏതെങ്കിലും നിങ്ങൾ അനുഭവിക്കുന്നുണ്ടോ എന്ന് തിരിച്ചറിയാൻ കഴിയുമോ എന്ന് നോക്കുക:

- അവസരങ്ങളെക്കുറിച്ചുള്ള യുക്തിരഹിതമായ ഭയവും നിലവിലെ സ്ഥിതി നിലനിർത്തുന്നതും തമ്മിലുള്ള വ്യത്യാസം: *അവസരങ്ങളെ നിങ്ങൾ ഭയപ്പെടുന്നുണ്ടോ?*
- തെറ്റായ അവകാശവും പ്രബുദ്ധമായ അവകാശവും : *നിങ്ങൾക്ക് അർഹതയില്ലെന്ന് തോന്നുന്നുണ്ടോ?*
- സാധ്യതയുള്ള ഡിസ്മോർഫിയയും യഥാർത്ഥ സാധ്യത യുള്ളതും : *നിങ്ങളുടെ യഥാർത്ഥ കഴിവുകൾ നിങ്ങൾ കാണുന്നില്ലേ?*
- ലോകം നിങ്ങളെ നിർവ്വചിക്കുന്നതിനേക്കാൾ : *നിങ്ങളെ പരിമിതപ്പെടുത്താൻ നിങ്ങൾ മറ്റുള്ളവരെ അനുവദിക്കുന്നുണ്ടോ?*

നിങ്ങളെ പിന്നോട്ട് വലിക്കുന്നത് എന്താണെന്ന് മനസ്സിലാക്കുക എന്നതാണ് അതിനെ മറികടക്കുന്നതിനുള്ള ആദ്യപടി.

ഈ വെല്ലുവിളി ഏറ്റെടുത്ത ക്ലയന്റുകളിലും സുഹൃത്തുക്കളിലും ഞാൻ വീണ്ടും വീണ്ടും കണ്ട മറ്റൊരു തടസ്സം, ഹ്രസ്വകാല ഫലങ്ങളോടുള്ള വൈകാരിക അടുപ്പം എങ്ങനെ കൈകാര്യം ചെയ്യാം എന്നതാണ്. ശരീരഭാരം കുറയ്ക്കാനുള്ള പ്രക്രിയ (കലോറി പരിമിതപ്പെടുത്തുകയും ദിവസേന വ്യായാമം ചെയ്യുകയും ചെയ്തുകൊണ്ട്) പിന്തുടർന്ന എന്റെ സുഹൃത്തിനെ ഓർക്കുന്നുണ്ടോ? പക്ഷേ, സ്കെയിലിലെ അക്കങ്ങൾ അനങ്ങിയില്ല. വൈകാരിക അടുപ്പം അയാളെ പുകവലി ഉപേക്ഷിക്കാൻ വരെ പ്രേരിപ്പിച്ചു, എന്നാൽ ഒടുവിൽ ശരീരത്തിലെ കൊഴുപ്പിന്റെ അളവ് കുറച്ചുകൊണ്ട് ഭാരം നിലനിർത്തുകയാണെന്ന് അയാൾക്ക് മനസ്സിലായി. അദ്ദേഹത്തിന്റെ പരിശ്രമം ഫലം കണ്ടു.

വിൽപ്പനയിൽ കാര്യമായ വർദ്ധനവ് കാണുന്നതിന് മുമ്പ്, വിസ്മയ പുലരി പ്രോത്സാഹിപ്പിക്കാൻ ഞാൻ എത്ര സമയം അസാധാരണമായ ശ്രമം നടത്തിയെന്ന് പരിഗണിക്കുക. നൂറിലധികം പോഡ്കാസ്റ്റുകളിൽ അതിഥിയായി പങ്കെടുത്ത്, എന്റെ സ്വന്തം പോഡ്കാസ്റ്റ് എപ്പിസോഡുകളിൽ അമ്പതിലധികം പ്രസിദ്ധീകരിച്ച്, ഒരു ഡസൻ പ്രഭാത ടെലിവിഷൻ ഷോകളിൽ പ്രത്യക്ഷപ്പെട്ട്, പുസ്തകത്തിന്റെ വിൽപ്പന ഒടുവിൽ ആരംഭിക്കുന്നതിന് മുമ്പ് തന്നെ, എന്റെ പ്രക്രിയയോട് ഞാൻ പ്രതിജ്ഞാബദ്ധനായി തുടർന്നു.

എന്റെ ഹ്രസ്വകാല ഫലങ്ങളോട് (സാധാരണമായിരുന്നു) എനിക്ക് വൈകാരികമായി അടുപ്പമുണ്ടായിരുന്നെങ്കിൽ, രണ്ടാം മാസമോ നാലാമത്തെ മാസമോ പന്ത്രണ്ടാമത്തെ മാസമോ ഞാൻ ഉപേക്ഷിക്കുമായിരുന്നു... തീർച്ചയായും പതിനെട്ട് മാസത്തിലെത്താൻ കഴിയുമായിരുന്നില്ല. ഭാഗ്യവശാൽ, വിജയത്തിന്റെ യഥാർത്ഥ രഹസ്യം എന്തെങ്കിലും ഉണ്ടെങ്കിൽ, അത് ഇതാണ് എന്ന് ഞാൻ മനസ്സിലാക്കി : *നിങ്ങളുടെ ഫലങ്ങളോട് വൈകാരികമായി ബന്ധപ്പെട്ടിരിക്കാതെ നിങ്ങളുടെ പ്രക്രിയയോട് പ്രതിജ്ഞാബദ്ധരായിരിക്കുക.* ഓരോ ഫലത്തിനും മുമ്പായി ഒരു പ്രക്രിയയുണ്ട്, നിങ്ങൾ ആ പ്രക്രിയയിൽ ദീർഘകാലത്തേക്ക് പ്രതിജ്ഞാബദ്ധരായി തുടരുന്നിടത്തോളം, നിങ്ങളുടെ വിജയം ഒടുവിൽ അനിവാര്യമായിത്തീരും.

മറ്റൊരു തടസ്സം *അക്ഷമയാണ്.* നമ്മൾ ജീവിക്കുന്നത് ഉടനടിയുള്ള സംതൃപ്തിയുടെ ഒരു കാലഘട്ടത്തിലും സംസ്കാരത്തിലുമാണ്. ടെക്സ്റ്റ് സന്ദേശം വഴി നമുക്ക് സുഹൃത്തുക്കളെ തൽക്ഷണം ബന്ധപ്പെടാൻ കഴിയും. നമ്മുടെ ഫോണിൽ ചില ലളിതമായ സൈ്വപ്പുകൾ ഉപയോഗിച്ച്, ഒരു പ്രത്യേക നിമിഷത്തിൽ നമുക്ക് ഇഷ്ടമുള്ള ഏത് തരത്തിലുള്ള മാധ്യമത്തിലേക്കും നമുക്ക് പ്രവേശിക്കാൻ കഴിയും. അതേ ദിവസം തന്നെ ഡെലിവറി ചെയ്യുന്നതിനായി ഞങ്ങൾക്ക് പുതിയ ഷൂസോ പലചരക്ക് സാധനങ്ങളോ ഓർഡർ ചെയ്യാൻ കഴിയും. ക്ഷമയുടെ മൂല്യം വഴിതെറ്റി പോകുന്നതായി തോന്നുന്നു.

എന്നാൽ അത്ഭുതങ്ങൾ സൃഷ്ടിക്കുന്ന കാര്യത്തിൽ, ക്ഷമ ഒരു നിർണ്ണായക ഘടകമാണ്. ചില അത്ഭുതങ്ങൾ സംഭവിക്കാൻ കൂടുതൽ സമയമെടുക്കും. ഉദാഹരണത്തിന്, നിങ്ങൾ ഒരു പുസ്തകം എഴുതാൻ പുറപ്പെടുകയാണെങ്കിൽ, അത് ഒരു ഉച്ചകഴിഞ്ഞ് സംഭവിക്കാൻ പോകുന്നില്ല (അത് വളരെ ചെറിയ പുസ്തകമാണെങ്കിൽ ഒഴികെ). ഒരു നിശ്ചിത തീയതിയിൽ പൂർത്തിയാക്കാൻ ഓരോ ദിവസവും എത്ര വാക്കുകൾ എഴുതണമെന്ന് നിങ്ങൾ കണക്കുകൂട്ടിയിട്ടുണ്ടെങ്കിൽപ്പോലും, അതിന് സ്ഥിരോത്സാഹം ആവശ്യമാണ്. ഞാൻ എഴുതിയ എല്ലാ പുസ്തകങ്ങളും, ഈ പുസ്തകവും ഉൾപ്പെടെ, ഞാൻ ആദ്യം പ്രതീക്ഷിച്ചതിലും കൂടുതൽ സമയമെടുത്തു. എന്റെ ആദ്യ പുസ്തകം എഴുതാൻ എനിക്ക് ആറ് വർഷമെടുത്തു. എന്റെ രണ്ടാമത്തേതിന് മൂന്ന് വർഷമെടുത്തു.

ഇത് എനിക്ക് ആറ് മാസമെടുത്തു (മൂന്ന് മാസത്തിനുള്ളിൽ ഇത് പൂർത്തിയാക്കുമെന്ന് ഞാൻ എന്റെ പ്രസാധകനോട് പറഞ്ഞതിന് ശേഷം).

അക്ഷമ നിങ്ങളുടെ സമ്മർദ്ദനില വർദ്ധിപ്പിക്കുകയും നിങ്ങളുടെ പ്രക്രിയയിൽ പ്രതിജ്ഞാബദ്ധത പുലർത്തുന്നത് ബുദ്ധിമുട്ടാക്കുകയും ചെയ്യും. അക്ഷമ നിങ്ങളുടെ സർഗ്ഗാത്മകതയെ തകർക്കും, ശ്രദ്ധ കേന്ദ്രീകരിക്കാനുള്ള നിങ്ങളുടെ കഴിവിനെ തടസ്സപ്പെടുത്തും, കൂടാതെ നിങ്ങൾ വഴിയിൽ ഇടപെടേണ്ടി വന്നേക്കാവുന്ന ഏതൊരു പ്രശ്നപരിഹാര മോഹത്തെയും മറയ്ക്കും. നിങ്ങളുടെ ലക്ഷ്യം ഇതുവരെ നേടിയിട്ടില്ലെന്ന് കരുതി അക്ഷമയോടെ കാലിൽ മുട്ടുകയും വിഷമിക്കുകയും ചെയ്യുന്നുവെങ്കിൽ, നിങ്ങൾ ദീർഘകാലത്തേക്ക് ഇതിൽ തുടരുമെന്നും ഇതൊരു ജീവിതരീതിയാണെന്നും ഓർമ്മിക്കുക.

ഒരു അത്ഭുത പ്രഗത്ഭൻ ആകുന്നതിനുള്ള ചില സാധാരണ തടസ്സങ്ങളെ മറികടക്കാൻ ആവശ്യമായ തന്ത്രങ്ങളും വിവരങ്ങളും ഇപ്പോൾ നിങ്ങൾക്കൊപ്പം ഉണ്ട്, നമുക്ക് 30-ദിന വെല്ലുവിളിയിലേക്ക് തന്നെ കടക്കാം.

നിങ്ങളുടെ അത്ഭുത സമവാക്യം 30-ദിന വെല്ലുവിളി

ഡൗൺലോഡ് ചെയ്യാവുന്ന ഉറവിടം : ഡൗൺലോഡ് ചെയ്യാവുന്ന അത്ഭുത സമവാക്യ 30-ദിന വെല്ലുവിളി വർക്ക്ബുക്കിനായി, www.tmebonuses.com സന്ദർശിക്കുക.

അത്ഭുത സമവാക്യ 30-ദിന വെല്ലുവിളിയിൽ ആറ് ഘട്ടങ്ങളുണ്ട്, അവയിൽ മൂന്നെണ്ണം ഈ പുസ്തകം വായിച്ചുകൊണ്ടിരുന്നപ്പോൾ നിങ്ങൾ ഇതിനകം പൂർത്തിയാക്കിയിരിക്കാം. അങ്ങനെയാണെങ്കിൽ, അഭിനന്ദനങ്ങൾ; നിങ്ങൾ വെല്ലുവിളിയുടെ പകുതി ദൂരം പിന്നിട്ടിരിക്കുന്നു! വായിച്ചുകൊണ്ടിരുന്നപ്പോൾ ആദ്യത്തെ മൂന്ന് ഘട്ടങ്ങൾ ചെയ്യാൻ നിങ്ങൾ സമയമെടുത്തില്ലെങ്കിൽ, നിങ്ങൾ വളരെ ആവേശഭരിതനായി വായിച്ചുകൊണ്ടിരുന്നുവെങ്കിൽ (ഞാൻ നിങ്ങളെ കുറ്റപ്പെടുത്തില്ല, കാരണം ഞാൻ എപ്പോഴും അത് ചെയ്യുന്നു!), താഴെയുള്ള ഘട്ടങ്ങൾ അവലോകനം ചെയ്യാനും പിന്നീട് തിരികെ പോയി അനുബന്ധ അധ്യായം വീണ്ടും സന്ദർശിക്കാനും ഞാൻ നിങ്ങളെ പ്രോത്സാഹിപ്പിക്കും,

അങ്ങനെ നിങ്ങൾക്ക് ഇപ്പോൾ ഓരോ ഘട്ടവും പൂർത്തിയാക്കാൻ കഴിയും.

30-ദിന പ്രവർത്തന വെല്ലുവിളി

പൂർണ്ണ വെളിപ്പെടുത്തൽ എന്ന നിലയിൽ, അത്ഭുത സമവാക്യ 30-ദിന വെല്ലുവിളി ലോകത്തിന് പരിചയപ്പെടുത്തുന്നത് ഇതാദ്യമാണ്, അതിനാൽ നിങ്ങളുമായി പങ്കിടാൻ എന്റെ പക്കൽ കൂടുതൽ ഉദാഹരണങ്ങളില്ല. എന്നിരുന്നാലും, അത്ഭുത സമവാക്യ, 30-ദിന വെല്ലുവിളി, വിസ്മയ പുലരി 30-ദിന വെല്ലുവിളിയുടെ മാതൃകയിലാണ് നിർമ്മിച്ചത്, ഇത് ഇപ്പോൾ ലോകമെമ്പാടുമുള്ള ലക്ഷക്കണക്കിന് ആളുകൾ നടപ്പിലാക്കിയിട്ടുണ്ട്. ഫലങ്ങൾ അത്ഭുതപ്പെടുത്തുന്നതാണ്.

വെറും മുപ്പത് ദിവസത്തിനുള്ളിൽ, കാനഡയിലെ ഒന്റാറിയോയിൽ നിന്നുള്ള ഡോൺ പോഗ് നേടിയ നേട്ടങ്ങൾ ഇതാ :

- അവൾ പുകവലി ഉപേക്ഷിച്ചു (30 ദിവസം പുകവലിക്കാതെ)
- അവൾ എല്ലാ ദിവസവും വ്യായാമം ചെയ്തു (30 ദിവസം എലിപ്റ്റിക്കൽ പരിശീലനം)
- അവൾ കഫീൻ ഉപേക്ഷിച്ചു (30 ദിവസം കാപ്പി കുടിക്കാതെ)
- അവൾ പൂർണ്ണ ആരോഗ്യവതിയായി (11 പൗണ്ടും 42 ഇഞ്ചും കുറഞ്ഞു)
- അവൾ ആത്മവിശ്വാസം പുനഃസ്ഥാപിച്ചു

ഒറിഗോണിലെ സേലത്ത് നിന്നുള്ള ഗില്ലിയൻ പെർകിൻസിന് കഴിഞ്ഞു

- മൂന്ന് പുസ്തകങ്ങൾ വായിക്കുക
- അവളുടെ ബിസിനസ്സ് 30 ശതമാനം വളർത്തുക
- അവളുടെ അടുത്ത വീട്ടിലെ ഡൗൺ പേയ്മെന്റിലേക്ക് $5,000 ലാഭിക്കുക

- ആഴ്ചയിൽ മൂന്ന് തവണ വ്യായാമം ചെയ്യുക
- അവളുടെ ശരീരത്തിലെ കൊഴുപ്പിന്റെ ശതമാനം 36 ശതമാനത്തിൽ നിന്ന് 23 ശതമാനമായി കുറയ്ക്കുക
- അവളുടെ ആദ്യ പുസ്തകം എഴുതാൻ തുടങ്ങുക
- അവളുടെ വീട് മുഴുവൻ പൂർണ്ണമായും ക്രമീകരിക്കുകയും ആഴത്തിൽ വൃത്തിയാക്കുകയും ചെയ്യുക

ജർമ്മനിയിലെ കൊളോണിൽ നിന്നുള്ള ജോർജിയോസ് ഗ്രിയോറാക്കിസും ധാരാളം നേട്ടങ്ങൾ കൈവരിച്ചു.

- അദ്ദേഹം തന്റെ ബ്ലോഗിൽ മൂന്ന് ലേഖനങ്ങൾ തയ്യാറാക്കി പ്രസിദ്ധീകരിച്ചു
- ഒരു ഹാഫ് മാരത്തൺ ഓടി പൂർത്തീകരിച്ചു
- ശ്രദ്ധാപൂർവ്വമായ പോഷകാഹാര പരിപാടി സ്ഥിരമായി പിന്തുടർന്നു
- വ്യായാമം ചെയ്യുമ്പോൾ ഇരുപതിലധികം പോഡ്കാസ്റ്റുകൾ കേട്ടു
- ആത്മവിശ്വാസം, സ്ഥിരോത്സാഹം, ആത്മനിയന്ത്രണം എന്നിവ വർദ്ധിപ്പിച്ചു കൂടാതെ 30 ദിവസത്തെ വെല്ലുവിളി വിജയകരമായി സ്ഥിരമായി പൂർത്തിയാക്കിയതിൽ അഭിമാനം തോന്നി.

മുപ്പത് ദിവസം കൊണ്ട് നിങ്ങളുടെ ജീവിതം എത്രത്തോളം മാറ്റാൻ കഴിയുമെന്ന് ഇത് കാണിച്ചുതരുന്നു. ഇനി നിങ്ങളുടെ ഊഴമാണ്.

ഘട്ടം 1 : നിങ്ങളുടെ ആദ്യ ദൗത്യം നിർണ്ണയിക്കുക.

ആറാം അധ്യായത്തിൽ, അമ്പത്തിരണ്ട് മൈൽ അൾട്രാമാരത്തൺ ഓടുക എന്ന ദൗത്യത്തിൽ ഞാൻ ഏർപ്പെട്ടതിന്റെ കഥ പങ്കുവെച്ചത് ഓർക്കുന്നുണ്ടോ? കാരണം എനിക്ക് ഓട്ടം ഇഷ്ടമല്ലായിരുന്നു, ആ വ്യക്തിയെ കാണാൻ – ആ വ്യക്തിയാകാൻ – ആർക്കാണ് അത് ചെയ്യാൻ കഴിയുക? ഇനി നിങ്ങളുടെ ഊഴമാണ്. *നിങ്ങളുടെ അൾട്രാ മാരത്തൺ എന്താണ്?* നിങ്ങളുടെ

സുഖസൗകര്യ മേഖലക്ക് പുറത്തുള്ള ഏത് ദൗത്യത്തിലാണ്, അത് നേടാൻ നിങ്ങൾ ആ വ്യക്തിയാണെന്ന് പോലും നിങ്ങൾക്ക് അറിയില്ല, പക്ഷേ നിങ്ങൾ അവരെ കണ്ടുമുട്ടാനും ആ വ്യക്തിയാകാനും ആഗ്രഹിക്കുന്നു?

നിങ്ങളുടെ ദൗത്യം തീരുമാനിക്കാൻ, നിങ്ങളുടെ എല്ലാ ലക്ഷ്യങ്ങളും പരിശോധിച്ച് സ്വയം ചോദിക്കുക : *എന്റെ ജീവിതത്തിൽ ഞാൻ ആഗ്രഹിക്കുന്ന മറ്റെല്ലാം നേടുന്നതിന് എനിക്ക് ആവശ്യമായ വ്യക്തിയാകാൻ ഈ ലക്ഷ്യങ്ങളിൽ ഏതാണ് എന്നെ പ്രാപ്തമാക്കുന്നത്?* ആ ചോദ്യത്തിനുള്ള ഉത്തരം നിങ്ങളുടെ ദൗത്യമാണ്.

നിങ്ങളുടെ ദൗത്യം നിങ്ങളെ പ്രചോദിപ്പിക്കുകയും ഊർജ്ജസ്വലമാക്കുകയും ചെയ്യണമെന്ന് നിങ്ങൾ ആഗ്രഹിക്കുന്നു, പക്ഷേ അത് നിങ്ങളെ അൽപ്പം അല്ലെങ്കിൽ വളരെയധികം പേടിപ്പെടുത്തിയേക്കാം/ഭയപ്പെടുത്തിയേക്കാം. നിങ്ങളുടെ നിലവിലെ ജീവിതരീതിയിൽ നിന്ന് നിങ്ങളെ പുറത്തുകൊണ്ടുവരാൻ തക്ക പ്രാധാന്യമുള്ളതും നിങ്ങളുടെ കഴിവുകളുടെ അടുത്ത തലത്തിലേക്ക് നിങ്ങളെ എത്തിക്കാൻ തക്ക വെല്ലുവിളി നിറഞ്ഞതുമായിരിക്കണമെന്ന് നിങ്ങൾ ആഗ്രഹിക്കുന്നു. നിങ്ങളുടെ ദൗത്യം ആഴത്തിൽ അർത്ഥവത്തായതായിരിക്കേണ്ടതിനാൽ, നിങ്ങളുടെ മൂല്യങ്ങളും നിങ്ങൾക്ക് ഏറ്റവും പ്രധാനപ്പെട്ടതും എന്താണെന്ന് നിങ്ങൾ പരിഗണിച്ചിട്ടുണ്ടെന്ന് ഉറപ്പാക്കുക. പിന്നെ നിങ്ങളുടെ ജീവിതത്തിൽ ഇപ്പോൾ വർദ്ധിപ്പിക്കാൻ ആഗ്രഹിക്കുന്ന മൂല്യത്തെ പ്രതിഫലിപ്പിക്കുന്ന, സ്പഷ്ടവും അളക്കാവുന്നതുമായ ഒരു അത്ഭുതം നിർണ്ണയിക്കുക. ഇത് നിങ്ങളുടെ ആദ്യ ദൗത്യമായിരിക്കും.

ഘട്ടം 2 : നിങ്ങളുടെ പ്രക്രിയ മുൻകൂട്ടി നിശ്ചയിക്കുക.

വ്യക്തത നമ്മെ ഊർജ്ജസ്വലരാക്കുന്നു. അടുത്തതായി എന്തു ചെയ്യണമെന്ന് കൃത്യമായി അറിയുകയും അത് ചെയ്യുന്നത് നമ്മൾ ആത്യന്തികമായി പോകാൻ ആഗ്രഹിക്കുന്നിടത്തേക്ക് നമ്മെ അടുപ്പിക്കുമെന്ന് അറിയുകയും ചെയ്യുമ്പോൾ, അനിവാര്യമായ വിജയത്തിന്റെ പ്രതീക്ഷ നമ്മുടെ പ്രചോദനത്തെ ഇന്ധനമാക്കുന്നു. നിങ്ങളുടെ പ്രക്രിയ കഴിയുന്നത്ര ലളിതവും പ്രായോഗികവുമായി നിലനിർത്താൻ ഓർമ്മിക്കുക.

സാധാരണയായി ഒരു സമയം ഒരു ജോലി ചെയ്യുന്നതാണ്

നല്ലത്. നിങ്ങളുടെ പ്രക്രിയ എന്തായിരിക്കണമെന്ന് നിങ്ങൾക്ക് ഇതുവരെഅറിയില്ലെങ്കിൽ,നിങ്ങളുടെപ്രാരംഭപ്രക്രിയഗവേഷണം ചെയ്യുകയും നിങ്ങളുടെ പ്രക്രിയ എന്തായിരിക്കുമെന്ന് കണ്ടെത്തു കയും ചെയ്യും. നിങ്ങളുടെ ദൗത്യവുമായി ബന്ധപ്പെട്ട സൗജന്യ ലേഖനങ്ങൾഗൂഗിളിൽതിരയുക.നിങ്ങളുടെവിഷയത്തെക്കുറിച്ചുള്ള ഏറ്റവും ഉയർന്ന റേറ്റിംഗുള്ള പുസ്തകങ്ങൾക്കായി ആമസോണിൽ തിരയുക. നിങ്ങളുടെ ദൗത്യത്തിൽ ഒരു കഴിവ് വികസിപ്പിക്കുക, ഒരു വൈദഗ്ദ്ധ്യം നേടുക, അല്ലെങ്കിൽ ഒരു വിഷയത്തിൽ വിദഗ്ദ്ധ നാകുക എന്നിവ ഉൾപ്പെടുന്നുവെങ്കിൽ, നിങ്ങളുടെ പ്രാരംഭ പ്രക്രിയ പരിശീലനമോ പഠനമോ ആകാം. ഓർക്കുക, ഇതൊരു ജീവിത രീതിയാണ്.

റസ്സൽ സിമ്മൺസ് തന്റെ *ഡു യു! : സന്തോഷവും വിജയവും നേടുന്നതിന് നിങ്ങളിൽ അധികാരം നേടുന്നതിനുള്ള 12 നിയമ ങ്ങൾ,* എന്ന പുസ്തകത്തിൽ പ്രസ്താവിച്ചു, “ചില ആളുകൾ ‘സമ്മാന ത്തിൽ ശ്രദ്ധ പുലർത്തുക’ എന്ന് പറയുന്നുവെന്ന് എനിക്കറിയാം, പക്ഷേ ഞാൻ വിയോജിക്കുന്നു. നിങ്ങളുടെ കണ്ണുകൾ സമ്മാന ത്തിൽ പതിഞ്ഞിരിക്കുമ്പോൾ, നിങ്ങൾ ഇടറിവീഴുകയും കാര്യങ്ങ ളിൽ ഇടറുകയും ചെയ്യും. നിങ്ങൾക്ക് മുന്നോട്ട് പോകണമെങ്കിൽ, നിങ്ങളുടെ കണ്ണുകൾ പാതയിൽ കേന്ദ്രീകരിച്ചിരിക്കണം.” ഈ സാഹചര്യത്തിൽ, പാതയാണ് നിങ്ങളുടെ പ്രക്രിയ. ഓരോ ഫലത്തിനും മുമ്പായി ഒരു പ്രക്രിയയുണ്ടെന്നും സ്ഥിരമായ ലക്ഷ്യ നേട്ടത്തിനുള്ള താക്കോൽ ഫലങ്ങളോട് വൈകാരികമായി ബന്ധ പ്പെട്ടിരിക്കാതെ നിങ്ങളുടെ പ്രക്രിയയോട് പ്രതിജ്ഞാബദ്ധത പുലർത്തുക എന്നതാണെന്നും ഓർമ്മിക്കുക.

ഘട്ടം 3 : നിങ്ങളുടെ അത്ഭുത സമവാക്യ സ്ഥിരീകരണങ്ങൾ വായിക്കാൻ സമയം ഷെഡ്യൂൾ ചെയ്യുക. എല്ലാ ദിവസവും.

ഓർമ്മിക്കുക, സ്ഥിരമായ (ദിവസേന) ആവർത്തനത്തിലൂടെ മാത്രമേ നമുക്ക് പുതിയ സാധ്യതകളിലേക്ക് നമ്മുടെ മനസ്സ് തുറക്കാൻ കഴിയൂ. ഒരു സ്ഥിരീകരണം ഒരിക്കൽ, അല്ലെങ്കിൽ പത്ത് തവണ പോലും ചൊല്ലി, അത് നിങ്ങളുടെ ചിന്തയെ പരിവർത്തനം ചെയ്യുമെന്ന് പ്രതീക്ഷിക്കാൻ കഴിയില്ല. ഇത് വ്യായാമം പോലെയാണ്; പ്രതിഫലം ലഭിക്കാൻ നിങ്ങൾ അത് സ്ഥിരമായും ദീർഘകാലത്തേക്കും ചെയ്യണം. നിങ്ങളുടെ ഭയത്തെ

വിശ്വാസത്താൽ മാറ്റിസ്ഥാപിക്കുന്നതിനും നിങ്ങളുടെ വിശ്വാസം അചഞ്ചലമായി നിലനിൽക്കുന്നുവെന്ന് ഉറപ്പാക്കുന്നതിനും, നിങ്ങൾ എല്ലാ ദിവസവും അതിനെ ശക്തിപ്പെടുത്തേണ്ടതുണ്ട്. അതുകൊണ്ട് ഇപ്പോൾ തന്നെ നിങ്ങളുടെ ഷെഡ്യൂൾ തയ്യാറാക്കി, നിങ്ങളുടെ സ്ഥിരീകരണങ്ങൾ ചൊല്ലാൻ നിങ്ങളുമായി ആവർത്തിച്ചുള്ള ഒരു സമയം സൃഷ്ടിക്കുക. ഈ ഘട്ടം നിങ്ങൾക്ക് കുറച്ച് മിനിറ്റുകൾ മാത്രമേ എടുക്കൂ, നിങ്ങൾ നിങ്ങളുടെ പാതയിലായിരിക്കും.

ഘട്ടം 4 : നിങ്ങളുടെ പ്രക്രിയ ക്രമീകരിക്കുകയും അതിന് ഉത്തരവാദിത്തമുള്ളവരായിരിക്കുകയും ചെയ്യുക.

അസാധാരണമായ ശ്രമം സ്ഥിരതയെക്കുറിച്ചാണ്. നിങ്ങളുടെ മുൻകൂട്ടി നിശ്ചയിച്ച പ്രക്രിയ നടപ്പിലാക്കുന്നതിനെക്കുറിച്ചും നിങ്ങളുടെ ദൗത്യം കൈവരിക്കുന്നതിലേക്ക് നിങ്ങളെ അടുപ്പിക്കുന്ന ഒരു കാര്യമെങ്കിലും എല്ലാ ദിവസവും ചെയ്യുന്നതിനെക്കുറിച്ചുമാണ് ഇത്. മറ്റെന്തെങ്കിലും ചെയ്യുന്നതിനുമുമ്പ് എന്റെ മുൻഗണനയിൽ പുരോഗതി കൈവരിക്കുന്നുവെന്ന് ഉറപ്പാക്കാൻ, എന്റെ ഷെഡ്യൂളിൽ എല്ലാ ദിവസവും രാവിലെ “ദൗത്യ സമയം” എന്ന് ലേബൽ ചെയ്തിരിക്കുന്ന ആവർത്തിച്ചുള്ള അറുപത് മിനിറ്റ് സമയം ഉണ്ട്. ഒരുപക്ഷേ നിങ്ങൾക്ക് ഇത് മുപ്പതോ അറുപതോ മിനിറ്റായിരിക്കും, ആഴ്ചയിൽ അഞ്ച് മുതൽ ഏഴ് ദിവസം വരെ, രാവിലെയോ വൈകുന്നേരമോ, ജോലിക്ക് മുമ്പോ ശേഷമോ. അല്ലെങ്കിൽ ശനിയാഴ്ച നാല് മണിക്കൂറും ഞായറാഴ്ച നാല് മണിക്കൂറും ആകാം, നിങ്ങളുടെ കുടുംബത്തോടൊപ്പം സമയം ചെലവഴിക്കുന്നതിനോ സ്വയം വിശ്രമിക്കുന്നതിനോ മുമ്പ്. നിങ്ങളുടെ ഊർജ്ജവും ശ്രദ്ധ കേന്ദ്രീകരിക്കാനുള്ള കഴിവും അതിന്റെ ഉന്നതിയിൽ ആയിരിക്കുമ്പോൾ, നിങ്ങളുടെ ഏറ്റവും മികച്ച സമയത്ത് നിങ്ങളുടെ പ്രക്രിയ ഷെഡ്യൂൾ ചെയ്യാൻ മറക്കരുത്. എനിക്ക് അത് രാവിലെയാണ്. ഉച്ചകഴിഞ്ഞ് എനിക്ക് ഒരുതരം മസ്തിഷ്ക മരണം സംഭവിക്കും.

ഈ ഘട്ടം വിടുന്നതിനുമുമ്പ്, നിങ്ങളുടെ ജീവിതത്തിലെ ഉത്തരവാദിത്വം ഏറ്റെടുക്കാൻ പോകുന്ന വ്യക്തിയുമായോ ആളുകളുമായോ സംസാരിച്ച് നിങ്ങളുടെ പ്രതിബദ്ധത അവരുമായി പങ്കിടുക, അവർ നിങ്ങളെ എങ്ങനെ ട്രാക്കിൽ നിലനിർത്തുമെന്ന്

(ദിവസേനയോ ആഴ്ചതോറുമുള്ള ചെക്ക്-ഇൻ-കൾ വഴി) സ്ഥാപിക്കുക, നിങ്ങളുടെ ആശയവിനിമയ രീതി എന്നിവ സ്ഥാപിക്കുക. നിങ്ങളുടെ പ്രതിബദ്ധത ശക്തി പ്രാപിക്കാൻ തുടങ്ങുന്നത് ഇവിടെയാണ്, അതിനാൽ ഈ ഘട്ടത്തിൽ ശ്രദ്ധാലുവായിരിക്കുക, നിങ്ങൾ ഷെഡ്യൂൾ ചെയ്യുന്ന സമയം ന്യായയുക്തവും സ്ഥിരതയുള്ളതുമാണെന്ന് ഉറപ്പാക്കുക.

ഘട്ടം 5 : നിങ്ങളുടെ പ്രക്രിയയും പുരോഗതിയും ദിവസവും വിലയിരുത്തുക.

നിങ്ങളുടെ ഹ്രസ്വകാല ഫലങ്ങളിൽ വൈകാരികമായി അടുപ്പം പുലർത്താൻ നിങ്ങൾ ആഗ്രഹിക്കുന്നില്ലെങ്കിലും, അവയെക്കുറിച്ച് നിങ്ങൾ തീർച്ചയായും ബോധവാനായിരിക്കണം. ചിലപ്പോൾ നമ്മൾ മുന്നോട്ട് പോകുമ്പോൾ നമ്മുടെ പ്രക്രിയയിൽ മാറ്റം വരുത്തേണ്ടി വരും. മറ്റ ചിലപ്പോൾ, നമ്മുടെ പുരോഗതിയെക്കുറിച്ച് ചിന്തിക്കുന്നത് സഹായകരമാണ്. നിങ്ങളുടെ ദൗത്യത്തെക്കുറിച്ച് ബോധവാന്മാരായിരിക്കുന്നതിനും നിങ്ങളുടെ വേഗത വർദ്ധിപ്പിക്കുന്നതിനും ദിവസേന എഴുതുന്ന പരിശീലനം നടപ്പിലാക്കാൻ ഞാൻ ശുപാർശ ചെയ്യുന്നു. ചില ആളുകൾ തലേദിവസത്തെക്കുറിച്ച് ചിന്തിക്കാൻ രാവിലെ ഇത് ചെയ്യാൻ ഇഷ്ടപ്പെടുന്നു, മറ്റു ചിലർ ആ ദിവസത്തെ പ്രവർത്തനങ്ങൾക്ക് ശേഷം രാത്രിയിൽ എഴുതാൻ ഇഷ്ടപ്പെടുന്നു. നിങ്ങൾക്ക് ഏറ്റവും ഫലപ്രദമായത് എന്താണെന്ന് പരിഗണിക്കുക.

നിങ്ങളെ ആരംഭിക്കാൻ സഹായിക്കുന്ന ചില ചോദ്യങ്ങൾ ഇവയാകാം

1. കഴിഞ്ഞ ഇരുപത്തിനാല് മണിക്കൂറിനുള്ളിൽ എനിക്ക് ലഭിച്ച ഏറ്റവും വലിയ വിജയം എന്തായിരുന്നു?
2. എന്റെ പ്രക്രിയ ഞാൻ പിന്തുടർന്നോ?
3. എന്റെ ഏറ്റവും വലിയ പുരോഗതിയുടെ മേഖല എന്തായിരുന്നു?
4. എനിക്ക് വ്യത്യസ്തമായി അല്ലെങ്കിൽ മികച്ച രീതിയിൽ ചെയ്യാൻ കഴിയുമായിരുന്ന എന്തെങ്കിലും ഉണ്ടോ?

5. ഇതുവരെ ഞാൻ എന്ത് പാഠങ്ങൾ പഠിച്ചു?
6. എന്റെ പ്രക്രിയയിൽ എന്തെങ്കിലും മാറ്റങ്ങളോ ക്രമീകരണങ്ങളോ വരുത്തേണ്ടതുണ്ടോ?
7. ഉപദേശത്തിനോ പ്രതികരണത്തിനോ വേണ്ടി എനിക്ക് ബന്ധപ്പെടാൻ കഴിയുന്ന മറ്റാരെയെങ്കിലും ഉണ്ടോ?

ഡൗൺലോഡ് ചെയ്യാവുന്ന ഉറവിടം : മുകളിൽ പട്ടികപ്പെടുത്തിയിരിക്കുന്ന ചോദ്യങ്ങൾ (കൂടാതെ മറ്റു പലതും) www.tmebonuses.com-ലെ അത്ഭുത സമവാക്യ 30-ദിന വെല്ലുവിളി വർക്ക് ബുക്കിൽ ഉൾപ്പെടുത്തിയിട്ടുണ്ട്.

ഘട്ടം 6 : ഓരോ ദൗത്യവും പൂർത്തിയാകുമ്പോഴുള്ള നിങ്ങളുടെ അനുഭവം വിലയിരുത്തുക.

വിജയകരമായ വ്യക്തികൾക്കും ടീമുകൾക്കും ഇടയിലുള്ള ഒരു പൊതു സ്വഭാവം, ഒരു പ്രോജക്റ്റ് പൂർത്തിയാക്കിയ ശേഷം, മുന്നോട്ട് പോകാൻ അവർക്ക് ഉപയോഗിക്കാൻ കഴിയുന്ന പാഠങ്ങളെക്കുറിച്ച് ചിന്തിക്കാൻ അവർ സമയമെടുക്കുന്നു എന്നതാണ്. നിങ്ങൾക്കറിയാവുന്നതുപോലെ, നിങ്ങളുടെ ഓരോ ലക്ഷ്യവും പ്രധാനമാണ്, എന്നാൽ നിങ്ങളുടെ ലക്ഷ്യങ്ങളിൽ നിന്ന് നിങ്ങൾക്ക് പിടിച്ചെടുക്കാൻ കഴിയുന്ന ഏറ്റവും വലിയ മൂല്യം ആ പ്രക്രിയയിൽ നിങ്ങൾ വികസിപ്പിച്ചെടുക്കുന്ന ഗുണങ്ങളും സവിശേഷതകളുമാണ് (അതായത്, നിങ്ങൾ ആരായിത്തീരുന്നു).

നിങ്ങളുടെ ലക്ഷ്യത്തിലേക്കുള്ള വഴിയിൽ നിങ്ങൾ പഠിക്കുന്ന കാര്യങ്ങൾ പകർത്തുകയും സംയോജിപ്പിക്കുകയും ചെയ്യുന്നത് ഒരു അത്ഭുത പ്രഗത്ഭൻ ആകുന്നതിന് പരമപ്രധാനമാണ്.

നിങ്ങൾക്ക് ആരംഭിക്കാൻ ചില ചോദ്യങ്ങൾ ഇതാ.

1. ഞാൻ എന്റെ ലക്ഷ്യത്തിലെത്തിയോ?
2. എനിക്ക് വ്യത്യസ്തമായി/മികച്ച രീതിയിൽ ചെയ്യാൻ കഴിയുമായിരുന്ന എന്തെങ്കിലും ഉണ്ടോ?
3. ഇതിൽ നിന്ന് ഞാൻ എന്താണ് പഠിച്ചത്?
4. എന്റെ അടുത്ത അത്ഭുത ദൗത്യത്തിനായി ഞാൻ എന്ത് മാറ്റങ്ങൾ വരുത്തും?

നിങ്ങള്‍ പോകുന്നതിനു മുന്‍പ്...

നിങ്ങളുടെ ആദ്യ ദൗത്യത്തിനായി തയ്യാറെടുക്കുമ്പോള്‍, ഒരു അത്ഭുത പ്രഗത്ഭന്‍ ആയി എല്ലാ ദിവസവും ജീവിക്കാനും നിങ്ങള്‍ക്ക് സങ്കല്‍പ്പിക്കാന്‍ കഴിയുന്ന ഏറ്റവും അസാധാരണമായ ജീവിതം സൃഷ്ടിക്കാനും ആവശ്യമായതെല്ലാം നിങ്ങളുടെ പക്കലുണ്ടെന്ന് മനസ്സിലാക്കുക. വാസ്തവത്തില്‍, നിങ്ങള്‍ക്ക് എല്ലായ്പ്പോഴും കഴിവുകള്‍ ഉണ്ടായിരുന്നു; അവയില്‍ ഒരു പ്രകാശം പരത്താന്‍ ഞാന്‍ ശ്രമിച്ചിട്ടുണ്ട്. നമ്മള്‍ ഒരുമിച്ചുള്ള സമയത്ത് നിങ്ങള്‍ക്ക് പഠിക്കേണ്ട കാര്യങ്ങള്‍ നിങ്ങള്‍ പഠിച്ചുവെന്ന് ഞാന്‍ പ്രതീക്ഷിക്കുന്നു, നിങ്ങളുടെ ആദ്യ ദൗത്യത്തിലും തുടര്‍ന്നുള്ള ദൗത്യങ്ങളിലും മികച്ച വിജയം ആശംസിക്കുന്നു. ഇനി നിങ്ങള്‍ക്കിടയില്‍ രണ്ട് തീരുമാനങ്ങള്‍ മാത്രമേയുള്ളൂ, നിങ്ങളുടെ ഏറ്റവും വലിയ ലക്ഷ്യങ്ങള്‍ സാധ്യമായതില്‍ നിന്ന് സംഭാവ്യമായതിലേക്ക്... അനിവാര്യമായതിലേക്ക് മാറ്റുക. അത്ഭുതങ്ങള്‍ സൃഷ്ടിക്കാന്‍ തുടങ്ങേണ്ട സമയമാണിത്.

ഉപസംഹാരം

ഇനി നിങ്ങൾ എന്തു ചെയ്യും?

ഇപ്പോൾ ഇത് അവസാനമല്ല. ഇത് അവസാനത്തിന്റെ തുടക്കം പോലുമല്ല. പക്ഷേ, അത് ഒരുപക്ഷേ, തുടക്കത്തിന്റെ അവസാനമായിരിക്കാം.

—വിൻസ്റ്റൺ ചർച്ചിൽ

നമ്മൾ ഒരുമിച്ചുള്ള സമയത്ത് ധാരാളം കാര്യങ്ങൾ ഉൾപ്പെടുത്തിയിട്ടുണ്ട്, നിങ്ങളുടെ യാത്രയുടെ തുടക്കത്തോട് വളരെ അടുത്തായതിനാൽ, അവസാനം വരെ എന്നോടൊപ്പം എത്തിയതിന് ഞാൻ നിങ്ങളെ അഭിനന്ദിക്കുകയും നന്ദി പറയുകയും ചെയ്യുന്നു. അത്ഭുതങ്ങൾ എത്രത്തോളം പ്രായോഗികവും യാഥാർത്ഥ്യ ബോധമുള്ളതുമാണെന്ന് നിങ്ങൾക്ക് കാണിച്ചുതരുന്ന വിധത്തിൽ അവയെ അപനിർമ്മിക്കാനുള്ള ശ്രമമാണ് ഞാൻ നടത്തിയത്. ഈ പുസ്തകം ആദ്യമായി എടുത്തപ്പോൾ പലരും എന്ത് ചിന്തിച്ചാലും നിങ്ങൾ എന്താണ് ചിന്തിച്ചതെങ്കിലും, അത്ഭുതങ്ങളെക്കുറിച്ച് നിഗൂഢമായി ഒന്നുമില്ല – കുറഞ്ഞത് നിങ്ങൾ സജീവമായി തിരിച്ചറിയുകയും സൃഷ്ടിക്കുകയും ചെയ്യുന്ന പ്രത്യക്ഷവും അളക്കാവുന്നതുമായ അത്ഭുതങ്ങളുടെ തരങ്ങളല്ല.

അത്ഭുത സമവാക്യം പിന്തുടരുന്നതിലൂടെയും നമ്മൾ സംസാരിച്ച അധിക തന്ത്രങ്ങൾ ഉപയോഗിക്കുന്നതിലൂടെയും, അത്ഭുതങ്ങൾ വീണ്ടും വീണ്ടും സൃഷ്ടിക്കുന്നത് നിങ്ങളുടെ ജീവിത രീതിയായി മാറും. ഈ പുസ്തകത്തിൽ നമ്മൾ പരിശോധിച്ച രണ്ട് തീരുമാനങ്ങളിൽ നിങ്ങൾ ഉറച്ചുനിൽക്കുന്നിടത്തോളം, നിങ്ങളുടെ വിജയം അനിവാര്യമായിരിക്കും, നിങ്ങൾ ആഗ്രഹിക്കുന്നതെന്തും സാധ്യമാണെന്ന് നിങ്ങൾ കണ്ടെത്തും. അതൊരു വലിയ വാഗ്ദാനമാണെന്ന് എനിക്കറിയാം, പക്ഷേ മറിച്ചു വിശ്വസിക്കാൻ കഴിയാത്തത്ര തവണ ഞാൻ അത് കണ്ടിട്ടുണ്ട്.

ഏകദേശം രണ്ട് പതിറ്റാണ്ടുകളായി അത്ഭുത സമവാക്യം അനുസരിച്ച് ജീവിക്കാനുള്ള എന്റെ അചഞ്ചലമായ പ്രതിബദ്ധതയിലൂടെ, ജീവന് ഭീഷണിയായ വെല്ലുവിളികളെ അതിജീവിക്കാനും ഞാൻ എപ്പോഴും ആഗ്രഹിച്ച ജീവിതം സൃഷ്ടിക്കാനുമുള്ള അവസരങ്ങളാൽ ഞാൻ അനുഗ്രഹിക്കപ്പെട്ടിട്ടുണ്ട്. മറ്റുള്ളവരുടെ അത്ഭുതങ്ങളുടെ ഭാഗമാകാനും അവരുടെ ആഭ്യന്തര സംഘർഷങ്ങൾ മറികടന്ന് അവർ ഒരിക്കൽ അസാധ്യമെന്ന് വിശ്വസിച്ചതിനപ്പുറത്തേക്ക് പോകുന്നത് കാണാനും എനിക്ക് അവസരം ലഭിച്ചിട്ടുണ്ട്. മാന്ത്രികതയിലൂടെയല്ല. ഒരു വിഷൻ ബോർഡിൽ

ഉറ്റുനോക്കിക്കൊണ്ടല്ല. എങ്ങനെ എന്നാൽ ലോകത്തിലെ ചരിത്രത്തിലുടനീളം ഉന്നത വിജയം നേടിയവർ എടുത്ത അതേ രണ്ട് തീരുമാനങ്ങളായ അചഞ്ചലമായ വിശ്വാസവും അസാധാരണ പരിശ്രമവും സജീവമായി എടുക്കുകയും നിലനിർത്തുകയും ചെയ്തുകൊണ്ട്.

നിങ്ങൾക്കും ഇതേ അനുഭവം ഉണ്ടാകാം. നിങ്ങളുടെ ജീവിതത്തിൽ അസാധാരണമായ മാറ്റങ്ങൾ സൃഷ്ടിക്കാൻ നിങ്ങൾക്ക് കഴിയും, നിങ്ങൾ ഒരിക്കലും സാധ്യമാകുമെന്ന് കരുതിയതിലും വേഗത്തിൽ അത് ചെയ്യാൻ കഴിയും. അടുത്ത മുപ്പത് ദിവസത്തിനുള്ളിൽ, നിങ്ങളെ പിന്നോട്ട് പിടിച്ചുനിർത്തിയ ഭയങ്ങൾ, സംശയങ്ങൾ, ആന്തരിക സംഘർഷങ്ങൾ എന്നിവ മറികടക്കാൻ നിങ്ങൾക്ക് കഴിയും. മുമ്പ് അസാധ്യമെന്ന് നിങ്ങൾ കരുതിയിരുന്ന കാര്യങ്ങൾ പ്രകടിപ്പിക്കാനുള്ള ശക്തി നിങ്ങളുടെ ഉള്ളിലുണ്ട്.

നിങ്ങൾക്ക് പരിധികളില്ല. നിങ്ങൾ ആഗ്രഹിക്കുന്നതും സൃഷ്ടിക്കാൻ തയ്യാറുള്ളതുമായ ജീവിതം നിങ്ങളുടെ ജന്മാവകാശമാണ്.

നിങ്ങളുടെ ഏറ്റവും വലിയ ലക്ഷ്യങ്ങൾ സാധ്യമായതിൽ നിന്ന് സംഭാവ്യമായതിലേക്ക് അവിടെ നിന്നും അനിവാര്യമായതിലേക്ക് മാറ്റുമ്പോൾ, നിങ്ങൾ ആഗ്രഹിക്കുമോ ഇല്ലയോ എന്നതല്ല പ്രധാനമെന്ന് അറിയുക. ഒടുവിൽ നിങ്ങൾ ആഗ്രഹിക്കും. നിങ്ങൾ അത്ഭുത സമവാക്യം പ്രയോഗിക്കുമ്പോൾ, ഏറ്റവും ചഞ്ചലമായത് സമയം മാത്രമാണ്, നിങ്ങളുടെ ദൗത്യം നേടിയെടുക്കാൻ എത്ര സമയമെടുക്കും. കാര്യങ്ങൾ പലപ്പോഴും നമ്മൾ വിചാരിക്കുന്നതിലും പ്രതീക്ഷിക്കുന്നതിലും കൂടുതൽ സമയമെടുക്കും, പക്ഷേ പ്രതിഫലം എല്ലായ്പ്പോഴും പരിശ്രമത്തിന് അർഹമാണ്, കാത്തിരിപ്പിന് അർഹവുമാണ്.

ഓർമ്മിക്കുക, നിങ്ങൾ ഇപ്പോൾ ഉള്ളതിനേക്കാൾ കൂടുതൽ മുന്നോട്ട് പോയിരുന്നെങ്കിൽ എന്ന് നിങ്ങൾ ആഗ്രഹിക്കുമ്പോഴോ അല്ലെങ്കിൽ നിങ്ങൾ ഇപ്പോൾ ഉള്ള സ്ഥലത്തെ മറ്റൊരാളുമായി താരതമ്യം ചെയ്യുമ്പോഴോ, നിങ്ങൾ ഇത്രയും കാലം പരിശ്രമിച്ചുകൊണ്ടിരുന്ന സ്ഥാനത്ത് എത്തുമ്പോൾ, അത് എത്രയും വേഗം സംഭവിച്ചിരുന്നെങ്കിൽ എന്ന് നിങ്ങൾ ഒരിക്കലും ആഗ്രഹിക്കുന്നില്ലെന്ന് ഓർമ്മിക്കുക. പകരം, യാത്രയും സമയവും തികഞ്ഞതാണെന്ന് നിങ്ങൾ കാണുന്നു. നിങ്ങളുടെ വളർച്ചയ്ക്ക് വെല്ലുവിളികളും തടസ്സ

ങ്ങളും അനിവാര്യമായിരുന്നു. അതുകൊണ്ട് നിങ്ങൾ ഇപ്പോൾ ഏത് ഘട്ടത്തിലായാലും, നിങ്ങൾ എവിടെയാണെന്ന് സമാധാനത്തോടെ മനസ്സിലാക്കുക, അതേ സമയം നിങ്ങൾ പോകാൻ ആഗ്രഹിക്കുന്നിടത്ത് എത്താൻ എല്ലാ ദിവസവും സ്ഥിരമായ പുരോഗതി കൈവരിക്കുന്നതിന് ആരോഗ്യകരമായ ഒരു അടിയന്തിരബോധം നിലനിർത്തുക. നിങ്ങൾ അവിടെ എത്തും, സമയം തികഞ്ഞതായിരിക്കും.

ആമുഖത്തിൽ നിന്ന് നിങ്ങൾ ഓർക്കുന്നുണ്ടെങ്കിൽ, ഈ പുസ്തകം ഉപയോഗിച്ച് ഞാൻ നേടാൻ പ്രതിജ്ഞാബദ്ധമായ അത്ഭുതം, *ഓരോ വ്യക്തിയിലും മനുഷ്യത്വത്തെക്കുറിച്ചുള്ള അവബോധം ഉയർത്തുക എന്നതാണ്.* ആദ്യം വായിച്ചപ്പോൾ നിങ്ങളുടെ കണ്ണുകൾ നിറഞ്ഞൊഴുകിയിരിക്കാമെന്ന് ഞാൻ കരുതുന്നുണ്ടെങ്കിലും, ആ ദൗത്യം എത്രത്തോളം സാധ്യമാണെന്ന് ഇപ്പോൾ നിങ്ങൾക്ക് മനസ്സിലാകുമെന്ന് ഞാൻ പ്രതീക്ഷിക്കുന്നു. ഈ ലക്ഷ്യം നേടിയെടുക്കുന്നതിനായി, അത് സംഭവിച്ചു എന്ന് എനിക്ക് തോന്നുന്നതുവരെ, എല്ലാ ദിവസവും ഞാൻ അത്ഭുത സമവാക്യം പ്രയോഗിക്കുന്നത് തുടരും. ലളിതവും വ്യക്തവുമാണ്. കാലക്രമേണ എന്റെ ദൗത്യം സാധ്യമായതിൽ നിന്ന് സംഭാവ്യമായതിലേക്ക് അവിടെ നിന്നും അനിവാര്യമായതിലേക്ക് മാറുമെന്ന് എനിക്കറിയാം. *വേറെ വഴിയില്ല.*

അപ്പോൾ... നിങ്ങളുടെ കാര്യമോ? നിങ്ങളുടെ ആദ്യ ദൗത്യം ഇതുവരെ തീരുമാനിച്ചില്ലേ? നിങ്ങളുടെ 30-ദിന വെല്ലുവിളിക്ക് തയ്യാറെടുക്കുകയാണോ?

നിങ്ങൾ യാത്ര പുറപ്പെടുമ്പോൾ, നിങ്ങളുടെ ചിന്തകൾ നിങ്ങൾക്കപ്പുറം വ്യാപിപ്പിക്കാൻ ഞാൻ നിങ്ങളെ ക്ഷണിക്കുന്നു. തീർച്ചയായും, നമ്മുടെ വ്യക്തിഗത പരിശ്രമങ്ങളെ ചുറ്റിപ്പറ്റി അത്ഭുതങ്ങൾ സൃഷ്ടിക്കുന്നത് വളരെ മികച്ചതാണ് (ഈ അത്ഭുതങ്ങൾ പ്രധാനമാണ്), പക്ഷേ അതിലും വലിയ ചിത്രം കാണാതെ പോകരുത്. സ്പഷ്ടവും അളക്കാവുന്നതുമായ അത്ഭുതങ്ങൾ എങ്ങനെ സൃഷ്ടിക്കാ

മെന്ന് ഇപ്പോൾ നിങ്ങൾക്കറിയാം, ഏതൊക്കെ അത്ഭുതങ്ങൾ സൃഷ്ടിക്കാൻ നിങ്ങൾ തിരഞ്ഞെടുക്കുന്നു എന്നതിനെക്കുറിച്ചുള്ള ഉത്തരവാദിത്തവും നിങ്ങൾക്കുണ്ട്. നിങ്ങളുടെ ചുറ്റുമുള്ള ലോകത്തെ നോക്കൂ. എന്താണ് നഷ്ടപ്പെട്ടത്? നിങ്ങൾ എന്താണ് കൂടുതൽ കാണാൻ ആഗ്രഹിക്കുന്നത്? നിങ്ങളുടെ അതുല്യമായ വ്യക്തിത്വ മുദ്ര എവിടെ അവശേഷിപ്പിക്കാൻ കഴിയും? നിങ്ങളുടെ പൈതൃകം എന്തായിരിക്കും? അതെ, നിങ്ങളിൽ നിന്നും നിങ്ങളുടെ കുടുംബത്തിൽ നിന്നും ആരംഭിക്കുക. പക്ഷേ പിന്നീട് നിങ്ങളുടെ കമ്മ്യൂണിറ്റിയിലേക്ക് കടന്നുവന്ന് അവിടെ നിന്ന് വളരുക. ഒരു അത്ഭുതപ്രഗത്ഭൻ എന്ന നിലയിൽ, മറ്റുള്ളവരെ സ്വാധീനിക്കാനുള്ള നിങ്ങളുടെ കഴിവും പരിധിയില്ലാത്തതാണ്, നമ്മളാരും നിസ്സാരമായി കാണരുതാത്ത ഒരു ഉത്തരവാദിത്തമാണത്.

നിങ്ങൾക്ക് ഇപ്പോൾ അറിയാവുന്നതുപോലെ, രണ്ട് ലളിതമായ തീരുമാനങ്ങളുമായി ജീവിക്കുമ്പോൾ നിങ്ങൾക്ക് സാധ്യതകളുടെ ഒരു പുതിയ മേഖല തുറക്കപ്പെടും, ഏത് സാധ്യതകളാണ് യാഥാർത്ഥ്യമാക്കേണ്ടതെന്ന് നിങ്ങൾ തീരുമാനിക്കുന്നത് നിങ്ങളാണ്. ഒരു ലക്ഷ്യമോ സ്വപ്നമോ ദൗത്യമോ വളരെ വലുതല്ല, കാരണം നിങ്ങൾക്ക് പരാജയപ്പെടാൻ കഴിയില്ല. നിങ്ങൾക്ക് പഠിക്കാനും വളരാനും മുമ്പൊരിക്കലും ഉണ്ടായിരുന്നതിനേക്കാൾ മികച്ചതായിത്തീരാനും മാത്രമേ കഴിയൂ. നിങ്ങൾ സൃഷ്ടിക്കാൻ പോകുന്ന അത്ഭുതങ്ങളെക്കുറിച്ച് കേൾക്കാൻ എനിക്ക് കാത്തിരിക്കാനാവില്ല.

കൃതജ്ഞത

ഒരു കുട്ടിയെ വളർത്താൻ ഒരു ഗ്രാമം വേണ്ടിവന്നാൽ, ഒരു പുസ്തകം എഴുതാൻ രണ്ടുപേർ വേണ്ടിവന്നേക്കാം. എന്റെ ഗ്രാമം നിർമ്മിച്ച താഴെപ്പറയുന്ന ആളുകൾക്ക് എന്റെ ഹൃദയംഗമമായ നന്ദി അറിയിക്കാൻ ഞാൻ ആഗ്രഹിക്കുന്നു:

ജീവിതകാലം മുഴുവൻ കൂടെയുള്ള എന്റെ ഭാര്യ, എന്റെ സ്വപ്നങ്ങളിലെ സ്ത്രീ, ഉർസുല – എന്റെ ജീവിതം പങ്കിടാൻ എനിക്ക് പ്രതീക്ഷിക്കാവുന്ന ഏറ്റവും അവിശ്വസനീയമായ ഭാര്യയും, അമ്മയും, വ്യക്തിയുമാണ് നിങ്ങൾ. നിങ്ങളുടെ അചഞ്ചലമായ പിന്തുണയോടെ,ഞാൻ ചെയ്യുന്നതെല്ലാം നിങ്ങൾ സാധ്യമാക്കുന്നു. ഇനി പറയുന്ന രണ്ടുപേരുമായി പങ്കുവെക്കാമെന്ന് നീ വാഗ്ദാനം ചെയ്യുന്നിടത്തോളം, എന്റെ ഹൃദയം നിനക്കുള്ളതാണ്...

ഞങ്ങളുടെ മക്കളായ സോഫിയും ഹാൽസ്റ്റണും. നിങ്ങൾ രണ്ടുപേരുമാണ് എന്റെ പ്രചോദനം, ഈ ലോകത്തിലെ മറ്റെന്തിനേക്കാളും നിങ്ങൾ രണ്ടുപേരും എനിക്ക് കൂടുതൽ അർത്ഥമുള്ളവരാണ്.

എന്റെ മാതാപിതാക്കൾ, മാർക്കും ജൂലിയും. എന്റെ ജീവിതത്തിന്റെ തുടക്കത്തിലേക്ക് തിരിച്ചുപോയി ഏതെങ്കിലും മാതാപിതാക്കളെ തിരഞ്ഞെടുക്കാൻ കഴിഞ്ഞാൽ, ഞാൻ നിങ്ങളെ രണ്ടുപേരെയും തിരഞ്ഞെടുക്കും! നിങ്ങളുടെ നിരുപാധികമായ സ്നേഹവും സ്വാധീനവും കൊണ്ടാണ് ഞാൻ ഇപ്പോൾ ഞാനായി മാറിയിരിക്കുന്നത്.

എന്റെ സഹോദരി ഹെയ്‌ലി, എപ്പോഴും എന്നിൽ വിശ്വസിച്ചതിനും ഞാൻ വളരെയധികം സ്നേഹിക്കുകയും ബഹുമാനിക്കുകയും ചെയ്യുന്ന ഒരാളായിരിക്കുന്നതിനും.

ടിഫാനി സ്വിൻഹാർട്ട്, എന്റെ ഓപ്പറേഷൻസ് ഡയറക്ടർ. എന്റെ ജീവിതത്തിന് നിങ്ങൾ എത്രമാത്രം മൂല്യം ചേർത്തുവെന്നും

ഞാൻ നിങ്ങളെ എത്രമാത്രം വിലമതിക്കുന്നുവെന്നും പ്രകടിപ്പിക്കാൻ വാക്കുകളില്ല. നീയാണ് ഏറ്റവും മികച്ചത്, ടിഫ്.

ജോൺ ബെർഗോഫ്, എന്റെ അടുത്ത സുഹൃത്തും ബിസിനസ്സ് പങ്കാളിയും. ഞാൻ കാൻസറിനെതിരെ ആശുപത്രിയിൽ ആയിരുന്നപ്പോൾ, എന്നെയും എന്റെ കുടുംബത്തെയും പിന്തുണയ്ക്കാൻ നിങ്ങൾ വലിയ തോതിൽ മുന്നിട്ടിറങ്ങി. ഞാൻ നിന്നെ സ്നേഹിക്കുന്നു, ബഡ്ഡി.

എന്റെ സുഹൃത്തും *ദി മിറക്കിൾ മോർണിംഗ്* പുസ്തക പരമ്പരയുടെ സഹ-സ്രഷ്ടാവുമായ ഹോണറി കോർഡർ. ഞാൻ കാൻസറിനെതിരെ ആശുപത്രിയിൽ ആയിരുന്നപ്പോൾ, എന്നെയും എന്റെ കുടുംബത്തെയും സഹായിക്കാൻ നീയും മുന്നിട്ടിറങ്ങി (പരമ്പരയിലെ രണ്ട് പുസ്തകങ്ങൾ പ്രസിദ്ധീകരിച്ചു എന്ന് ഞാൻ കരുതുന്നു!). ഞാൻ നിന്നെ സ്നേഹിക്കുന്നു, എച്ച്സി!

സ്റ്റെർലിംഗ് ലോർഡ് ലിറ്ററിസ്റ്റിക്കിലെ എന്റെ ലോകോത്തര ഏജന്റുമാരായ ജോൺ മാസും സെലസ്റ്റ് ഫൈനും, ഈ പുസ്തകം യാഥാർത്ഥ്യമാക്കുന്നതിലെ അവരുടെ അചഞ്ചലമായ വിശ്വാസത്തിനും അസാധാരണമായ പരിശ്രമത്തിനും.

എമിലി ക്ലൈൻ, എന്റെ എഡിഎച്ച്ഡി തലച്ചോറിനെ കേന്ദ്രീകരിക്കാൻ സഹായിച്ചതിനും, പലപ്പോഴും പൊരുത്തമില്ലാത്ത എന്റെ പ്രചോദനത്തെ ഈ പുസ്തകത്തിന്റെ വായനക്കാർക്കായി യോജിച്ച ആശയങ്ങളാക്കി മാറ്റിയതിനും.

അത്ഭുത സമവാക്യത്തിൽ വിശ്വസിച്ച് അത് ലോകത്തിന് മുന്നിൽ കൊണ്ടുവന്നതിന് ഡയാന ബറോണിയ്ക്ക് നന്ദി.

ഗ്ലോബൽ മിറാക്കിൾ മോർണിംഗ് കമ്മ്യൂണിറ്റിയിലെ ഓരോ അംഗത്തിനും, നിങ്ങളുടെ കഴിവുകൾ നിറവേറ്റുന്നതിനായി എല്ലാ ദിവസവും ഉണർന്നിരിക്കുന്നതിനും, പരസ്പരം അങ്ങനെ ചെയ്യാൻ പിന്തുണയ്ക്കുന്നതിനും. നമ്മൾ ഒരുമിച്ച്, ഓരോ പ്രഭാതത്തിലും മനുഷ്യത്വത്തിന്റെ അവബോധം ഉയർത്തുകയാണ്. ഞാൻ നിങ്ങളെ എല്ലാവരെയും സ്നേഹിക്കുന്നു!

നേഹ മേരി

ഇംഗ്ലീഷ് സാഹിത്യത്തിലും പത്രപ്രവർത്തനത്തിലും ശക്തമായ അക്കാദമിക് അടിത്തറയുള്ള എഴുത്തുകാരി. കണ്ണൂർ സർവ്വകലാ ശാലയുമായി അഫിലിയേറ്റ് ചെയ്തിട്ടുള്ള അങ്ങാടിക്കടവിലെ ഡോൺ ബോസ്കോ ആർട്സ് ആൻഡ് സയൻസ് കോളേജിൽ നിന്ന് ഇംഗ്ലീഷ് സാഹിത്യത്തിൽ ബിരുദവും ജേർണലിസത്തിൽ ബിരുദാനന്തര ബിരുദവും കരസ്ഥമാക്കി.

2019-ൽ കെസിവൈഎം തലശ്ശേരി അതിരൂപതയുടെ സാഹിത്യ അവാർഡും നേടിയിട്ടുണ്ട്.

mail id: nehamary81@gmail.com